D1679754

அலியும் நினோவும்

அலியும் நினோவும்

பயணி தரன் (பி. 1966)

மொழிபெயர்ப்பாளர்

பயணி தரன் என்னும் புனைபெயர் கொண்ட ஸ்ரீதரன் மதுசூதனன் சென்னையைச் சேர்ந்தவர். இந்திய அயலுறவுப் பணி (Indian Foreign Service - IFS) அதிகாரி. பதினான்கு ஆண்டுகள் பெய்சிங்கிலும் ஹாங்காங்கிலும் தாய்வானிலும், அமெரிக்காவிலும் ஃபிஜித் தீவுகளிலும் பணியாற்றியவர். தற்போது அஜர்பைஜானில் இந்தியத் தூதுவராகப் பணியாற்றுகிறார்.

1984இல் விகடனில் மாணவப் பத்திரிகையாளராகச் சேர்ந்து, பின்பு, 'பிரம்மா செய்திக் கட்டுரைகள்' எனும் அமைப்பைத் துவக்கினார். ஐக்யா நாடகக் குழுவின் வழியே நவீன நாடகங்களில் பங்கேற்றார். சிறுகதைகளையும் கவிதைகளையும் எழுதி யுள்ளார். கல்வியாராய்ச்சி இதழ்களில் தமிழ் அகராதியியல், இலக்கியத்துக்கும் இயற்கைக்குமான உறவுபற்றிய ஆங்கிலக் கட்டுரைகளை எழுதியுள்ளார். 'வாரிச் சூடினும் பார்ப்பவரில்லை: கவித்தொகை - சீனாவின் சங்க இலக்கியம்', 'சீன மொழி - ஓர் அறிமுகம்', நோபல் பரிசு பெற்ற சீன எழுத்தாளர் மோ–யான் எழுதிய 'மாற்றம்' நாவலின் மொழிபெயர்ப்பு உள்ளிட்ட நூல்களை எழுதியுள்ளார்.

பட்டப் படிப்பில் அறிவியலையும், மேல் பட்டப் படிப்புகளாக வணிக மேலாண்மை, பொது நிர்வாகம், மனிதவள மேலாண்மை, இதழியல் ஆகியவற்றையும் பயின்றவர். சீனாவில் பெய்சிங் பொருளாதார நிர்வாகக் கல்லூரியில் இரண்டு ஆண்டுகள் சீனமொழி கற்றவர்.

மனைவி வைதேகி, ஆங்கில மொழித் துறையில் பன்னாட்டுக் கல்வியாளர். மகன் அபி, ஹிப்–ஹாப் இசைக்கலைஞர். மகள் கீர்த்தனா, மொழியியல் துறையில் முனைவர் பட்ட ஆய்வாளர்.

தகவல் தொடர்புக்கு: www.payani.com/contact

● அன்பார்ந்த வாசகருக்கு,

வணக்கம்.

காலச்சுவடு நூலை வாங்கியமைக்கு நன்றி.

நூலின் உள்ளடக்கம், உருவாக்கம், அட்டைப்படம் இன்ன பிற அம்சங்கள் பற்றிய உங்கள் கருத்துகளையும் ஆலோசனைகளையும் காலச்சுவடு வரவேற்கிறது. தகவல், எழுத்து, வாக்கியப் பிழைகள் தென்பட்டால் அவசியம் தெரிவித்து உதவுங்கள். நூல் தயாரிப்பில் கடும் குறைபாடு இருப்பின் மாற்றுப் பிரதி உங்களுக்குக் கிடைக்கக் காலச்சுவடு ஏற்பாடு செய்யும்.

மின்னஞ்சல்: publisher@kalachuvadu.com

காலச்சுவடு நாகர்கோவில் அலுவலகத்திற்குக் கடிதம் அனுப்பலாம்.

தங்கள்
எஸ்.ஆர். சுந்தரம் (கண்ணன்)
பதிப்பாளர் — நிர்வாக இயக்குநர்

Unauthorised use of the contents of this published book, whether in e-book or hardcopy format, for any type of Artificial Intelligence (AI) training — including but not limited to Machine Learning, Deep Learning, Natural Language Processing, Computer Vision, Chatbot Training, Image Recognition Systems, Recommendation Engines, and Language Models — is strictly prohibited without prior licensing from the publisher. Any such unauthorised use may result in legal action.

குர்பான் சையத்

அலியும் நினோவும்

தமிழில்
பயணி தரன்

காலச்சுவடு பதிப்பகம்

Ali and Nino by Kurban Said

அலியும் நினோவும் ✦ நாவல் ✦ ஆசிரியர்: குர்பான் சையத் ✦ தமிழில்: பயணி தரன் ✦ மொழிபெயர்ப்புரிமை: ஸ்ரீதரன் மதுசூதனன் ✦ முதல் பதிப்பு: ஆகஸ்ட் 2024, மூன்றாம் பதிப்பு: ஜூலை 2025 ✦ வெளியீடு: காலச்சுவடு பப்ளிகேஷன்ஸ் (பி) லிட்., 669, கே.பி. சாலை, நாகர்கோவில் 629001

aliyum ninoovum ✦ Novel ✦ Author: Kurban Said ✦ Translated by: Payani Dharan ✦ Translation © M. Sridharan ✦ Language: Tamil ✦ First Edition: August 2024, Third Edition: July 2025 ✦ Size: Demy 1 X 8 ✦ Paper: 18.6 kg maplitho ✦ Pages: 296

Published by Kalachuvadu Publications Pvt. Ltd., 669 K.P. Road, Nagercoil 629001, India ✦ Phone: 91-4652-278525 ✦ e-mail: publications @kalachuvadu.com ✦ Printed at Mani Offset, Chennai 600077

ISBN: 978-93-6110-786-3

07/2025/S.No. 1294, kcp 5867, 18.6 (3) ass

முன்னுரை

ஒவ்வொரு காதல் கதைக்கும் வரலாறு உண்டு. அதேசமயம், மனித வரலாற்றுக்கும் காதலைப் போன்ற உணர்ச்சிகரமான வலியும் மகிழ்ச்சியும் பொங்கும் முக்கியமான திருப்பங்களும் உண்டு. இந்த இரண்டையும் ஊடும் பாவுமாக நெய்யும்போது, அந்தக் காலகட்டத்தின் பெரும் மாற்றங்களும் அந்த மனங்களின் நுணுக்கமான அசைவுகளும் ஒன்றுகூடிச் சிறந்த இலக்கியங் களாகப் பதிவாகின்றன. எடுத்துக்காட்டு?

ஒன்றல்ல, பல.

சார்லஸ் டிக்கென்ஸின் ‘இரு நகரங்களின் கதை,’ பிரெஞ்சுப் புரட்சியின் உக்கிரமான நாட்களில் ஒரு காதல் கதையை விவரிக்கிறது. லேப் தல்ஸ்தோயின் ‘போரும் அமைதியும்’ நெப்போலியப் போர்களின் சமூக மாற்றங்களுடன் தனிமனித உறவுகளைப் பின்னிப் பிணைக்கிறது. மார்கரெட் மிட்ச்செலின் ‘காற்றோடு போனது,’ அமெரிக்க உள்நாட்டுப் போர்ச் சூழலின் கொந்தளிப்பில் காதலை விவரிக்கிறது. போரிஸ் பாஸ்டர்நாக்கின் ‘டாக்டர் ஷிவாகோ’ ரஷ்யப் புரட்சிக்கும் முதல் உலகப் போருக்கும் நடுவே காதலைப் பேசுகிறது.

காலத்தால் அழியாத இந்தக் கதைகளின் வரிசையில், குர்பான் சையத் எழுதிய ‘அலியும் நினோவும்’ நாவலும் இடம்பெறுகிறது.

‘அலியும் நினோவும்’ நாவல், 1914முதல் 1920 வரை நிகழும் சமூக – அரசியல் வரலாற்று

எழுச்சிகளின் பின்னணியில் அமைக்கப்பட்ட காதல் கதை. சோவியத் ஆதிக்கத்தின் கீழே இருக்கும் அஜர்பைஜான் மக்களாட்சிக் குடியரசைச் சித்தரிக்கிறது. அஜர்பைஜான் நாட்டைச் சேர்ந்த இஸ்லாமிய இளைஞனுக்கும் ஜார்ஜிய நாட்டைச் சேர்ந்த கிறித்துவப் பெண்ணுக்கும் இடையிலான காதலை, குதூகலமும் வேதனையும் சொட்டச் சொட்ட விவரிக்கிறது.

ஜெர்மன் மொழியில் 1937இல் 'குர்பான் சையத்' என்கிற புனைபெயரில் வெளியிடப்பட்ட இந்த நாவலின் உண்மையான ஆசிரியர் யார் என்பது இன்னும் தெளிவாகாத மர்மம். புத்தகம் வெளியான சில ஆண்டுகளில் கிட்டத்தட்ட மறக்கப்பட்டுவிட்டது. ஜெனியா கிராமன் என்பவர் 1970ஆம் ஆண்டு பெர்லினிலுள்ள ஒரு பழைய புத்தகக் கடையில் தற்செயலாக இந்த நூலை வாங்கினார். இதன் இலக்கியத் தரத்தில் மயங்கி அவரே அதை ஆங்கிலத்தில் மொழிபெயர்த்தார். அதற்குப் பிறகு, இது உலகளவில் கொண்டாடப்படும் நாவல்களின் ஒன்றானது. இதுவரை முப்பதுக்கும் மேற்பட்ட மொழிகளில் வெளியிடப் பட்டுள்ளது. நூற்றுக்கும் மேற்பட்ட பதிப்புகளைக் கண்டுள்ளது.

இந்தக் கதை அலி என்னும் இளைஞனின் கதாபாத்திரம் வழியாகச் சொல்லப்படுகிறது. காதலும் கலாச்சாரமும் மதங்களும் அரசாங்கங்களும் துரிதமாகவும் குழப்பமாகவும் மோதும் சூழலில் நீடிக்கும் அன்பின் இழைகளைப் பற்றிக்கொண்டு நாமும் கதையினூடே பயணிக்கிறோம். முதலாம் உலகப் போரின் காலம். அஜர்பைஜான் ரஷ்ய ஆட்சியின் கீழ் இருக்கும்போது பள்ளிக்கூடத்தில் அலியும் நினோவும் சந்தித்துக்கொள்வதில் கதை தொடங்குகிறது. அரசியலும் போரும் மனிதர்களை நிலைதடுமாற வைக்க, உறவுகள் சோதனைக்கு உள்ளாகின்றன. இடையே ஒரு நண்பனின் துரோகம், ஒரு நடுநிசித் துரத்தல், ஒரு கொலை, காதலியின் மீட்பு, தண்டனையிலிருந்து தப்ப மலைக் குகைக்கு ஓட்டம், பாலைவனத்தில் கல்யாணம் என்று வேகம் பிடிக்கிறது. பிறகு முற்றுகையிடப்பட்ட தலைநகரான பாக்கூவுக்குத் திரும்பி வருகிறார்கள். அரசியலும் போரும் இன்னும் துரத்த, அண்டையில் உள்ள பாரசீகத்துக்கு (ஈரான்) போய்த் தங்குகிறார்கள். அந்தச் சமூகம் பெண்களை அழுத்தும் சூழலில், சிறை போன்ற பாதுகாப்பை நினோ வெறுக்கிறாள். பின்பகுதியில், மீண்டும் சோவியத் படைகள் பாக்கூவைச் சூழும் நிலையில் அலி, அஜர்பைஜானில் தங்கிப் போரிடத் துணிகிறான். நினோ அவர்களுடைய குட்டி மகளுடன் ஜார்ஜியாவுக்குச் செல்லக் கட்டாயப்படுத்தப்படுகிறாள்.

இப்படி மிகப்பெரிய நிகழ்வுகளையும் மிக நுணுக்கமான உணர்வுகளையும் மிக லாவகமாக நெய்திருப்பதால், ‘அலியும் நினோவும்’ ஒரு நாவலாக மட்டும் நின்றுவிடவில்லை. இது ஒரு நாடகமாக உள்ளூரிலும் வெளிநாடுகளிலும் நிகழ்த்தப் பட்டிருக்கிறது. திரைப்படமாக வந்திருக்கிறது. இந்த நாவலின் பின்னணியை ஆராய்ந்து ஆவணப் படங்கள் வந்திருக்கின்றன. ஜார்ஜியாவிலுள்ள புகழ்பெற்ற நகரும் உலோகச் சிலைகளாக இருக்கும் ஆணும் பெண்ணும் அலியும் நினோவும்தான். இவை, இந்த நாவல் உருவாக்கிய கலை அதிர்வுகளை, இலக்கியத்திலும் வரலாற்றிலும் அதன் முக்கியத்துவத்தை, இன்னும் இருக்கும் பல சாத்தியக்கூறுகளைப் பறைசாற்றுகின்றன.

இந்த நூலின் ஆசிரியர் பற்றிய சிக்கலான விவாதங்களை இந்தப் பதிப்பில் தவிர்க்கிறேன். அதுபோக, மொழியாக்கம் செய்யும்போது இந்த நூலிலுள்ள வரலாற்றுப் பின்னணிகள், மனிதர்கள், பண்பாட்டுக் குறிப்புகள் என்று பல விஷயங்களைத் தெரிந்துகொள்ள வேண்டியிருந்தது. பக்கம் பக்கமாகக் குறிப்புகள் உள்ளன. அவற்றை அடிக்குறிப்பாகக் கொடுக்கலாமா என்கிற நப்பாசையையும் அடக்கிக்கொள்கிறேன். இப்போதைக்கு அலியும் நினோவும் உங்களுடன் பேசட்டும். மற்றவை, பிறகு.

இந்த நூலை எனக்கு அறிமுகப்படுத்தி, மொழியாக்கத்தின் போது என்னுடைய பல சந்தேகங்களைத் தீர்க்க உதவிய அஜர்பைஜான் நண்பர்களுக்கு என்னுடைய மனப்பூர்வமான நன்றி. பிரதியை ஊன்றிப் படித்து மொழியாக்கத்தில் நுணுக்கமான திருத்தங்களை முன்மொழிந்த தி.அ. ஸ்ரீனிவாஸனுக்கு மிக்க நன்றி. இவற்றை மீறி, நூலில் இருக்கக்கூடிய எல்லாப் பிழைகளுக்கும் நானே பொறுப்பு.

நூலின் மொழியாக்கத்தைப் பதிப்பிக்கும் காலச்சுவடு பதிப்பகத்துக்கும் நண்பர் கண்ணனுக்கும் மனமார்ந்த நன்றிகள். இது எங்களது கூட்டுறவில் வெளியாகும் நான்காவது நூல். மகிழ்ச்சி.

அஜர்பைஜான்
29 ஏப்ரல் 2024
bio.link/dharan

அன்புடன்
பயணி தரன்

1

நாங்கள் கலவையாக இருந்தோம், ஒரு வெப்பமான மதியநேரத்தில் காக்கேசியத்துக்கு அப்பாலுள்ள பிரதேசத்தில் பாக்கூ நகரத்தின் ரஷ்யப் பேரரசு மனிதநேய மேல்நிலைப் பள்ளியில் புவியியல் வகுப்பில் இருந்த நாற்பது மாணவர்களில் முப்பது பேர் முகமதியர்கள், நான்கு பேர் ஆர்மீனியர்கள், இரண்டு பேர் போலாந்துக்காரர்கள், மூன்று பேர் செக்டேரியர்கள், ஒருவர் ரஷ்யர்.

இதுவரைக்கும் நாங்கள் எங்கள் நகரத்தின் அசாதாரணமான புவியியல் அமைவிடம் பற்றி அதிகம் யோசித்தது இல்லை. ஆனால் இப்போது பேராசிரியர் சனின், அவரது தட்டையான ஈர்ப்பில்லாத வழியில் அதைச் சொல்லிக்கொண் டிருந்தார்: "ஐரோப்பாவின் இயற்கை எல்லைகள் என்றால், வடக்கில் வட துருவக் கடல், மேற்கில் அட்லாண்டிக் பெருங்கடல், தெற்கில் மத்திய தரைக்கடல். ஐரோப்பாவின் கிழக்கு எல்லையோ, ரஷ்யப் பேரரசு வழியே, உரால் மலைகளை ஒட்டி, காஸ்பியன் கடல் வழியாக, காக்கேசியத்துக்கு அப்பாலுள்ள பிரதேசம் வழியாகச் செல்கிறது. சில அறிஞர்கள் காக்கேசிய மலைகளுக்குத் தெற்கே இருக்கும் பகுதிகளை ஆசியாவைச் சேர்ந்தவை என்று பார்க்கிறார்கள். இன்னும் சிலர், காக்கேசியப் பண்பாட்டுப் படிமலர்ச்சி காரணமாக, இந்த நாடு ஐரோப்பாவைச் சேர்ந்ததாகத்தான் கருதப்பட வேண்டும் என்கிறார்கள். ஆகவே, என் பிள்ளைகளே, இந்த நகரம் முற்போக்கான ஐரோப்பாவுக்கு உரியதாக இருக்கவேண்டுமா, அல்லது சீர்திருத்தத்தை மறுக்கும் பிற்போக்கான ஆசியாவுக்கு உரியதாக இருக்க வேண்டுமா என்பதைத் தீர்மானிக்கும் பொறுப்பு ஓரளவு உங்களுக்கு உண்டு என்றும் சொல்லலாம்."

பேராசிரியரின் உதடுகளில் மனநிறைவின் புன்னகை.

இப்படிப்பட்ட ஞான மலைகளாலும் எங்கள் தோள்களின் மீது சுமத்தப்பட்ட பொறுப்பின் கனத்தாலும் அசந்துபோய் நாங்கள் கொஞ்ச நேரம் அமைதியாக உட்கார்ந்திருந்தோம்.

பிறகு, பின்பெஞ்சில் உட்கார்ந்திருந்த மெஹ்மத் ஹைதர் கையைத் தூக்கிவிட்டுச் சொன்னான்: "ஐயா, தயவுசெய்து, நாங்கள் ஆசியாவிலேயே இருக்க வேண்டும்."

ஒரு குபீர் சிரிப்பு. இது எட்டாம் வகுப்பில் ஹைதரின் இரண்டாம் வருடம். பாக்கூ ஆசியாவுக்கு உரியதாகவே இருக்குமானால், அவன் இன்னும் ஒரு வருடம்கூட இங்கேயே இருப்பான் என்று தோன்றியது. ஏனென்றால், ஆசியாவின் பூர்வகுடிகள் எந்த வகுப்பிலும் அவர்கள் விரும்பும் வரைக்கும் தொடரலாம் என்று அமைச்சகத்தின் தீர்ப்பாணை அனுமதிக்கிறது.

மேல்நிலைப் பள்ளி ஆசிரியர்களுக்கான தங்கநூல் வேலைகள் செய்திருந்த சீருடை அணிந்திருந்த பேராசிரியர் சனின் முகம் சுளித்தார். "ஆக, ஹைதர், நீ ஆசியாவிலேயே இருக்க வேண்டும் என்று ஆசைப்படுகிறாய். இந்த முடிவுக்கு ஏதாவது காரணம் சொல்ல முடியுமா?"

ஹைதர் முன்னே வந்தான், முகம் சிவந்தான், ஆனால் எதுவும் சொல்லவில்லை. அவனது வாய் திறந்திருந்தது, புருவம் சுருங்கியது, கண்கள் வெறுமையாகின. நான்கு ஆர்மீனியர்களும் இரண்டு போலாந்துக்காரர்களும் ஒரு ரஷ்யனும் அவனது மடத்தனத்தால் மிகவும் களித்திருக்க, நான் கையை உயர்த்தி விட்டுச் சொன்னேன்: "ஐயா, நானும் ஆசியாவில் இருக்கவே விரும்புகிறேன்."

"அலி கான் ஷிர்வான்ஷிர்! நீயுமா! சரி, முன்னால் வா."

பேராசிரியர் சனின் கீழ் உதட்டைப் பிதுக்கினார். அவரை காஸ்பியன் கடற்கரைக்கு விரட்டிய விதியை அமைதியாகச் சபித்தார். பிறகு தொண்டையைச் செருமிக்கொண்டு பகட்டாகக் கேட்டார்: "நீயாவது ஒரு காரணம் சொல்வாயா?"

"ஆமாம், நான் ஆசியாவையே விரும்புகிறேன்."

"ஓ! நீ விரும்புகிறாய், விரும்புகிறாய்தானே? சரி, நீ எப்போதாவது நிஜமாகவே பின்தங்கிய நாடுகளில் இருந்திருக்கிறாயா? உதாரணமாக, டெஹ்ரானில்?"

"ஓ, ஆமாம், கடந்த கோடைக்காலத்தில்."

"அப்படிச் சொல். அங்கே ஐரோப்பியப் பண்பாட்டின் மாபெரும் சொத்துகளைப் பார்த்தாயா, உதாரணமாக மோட்டார் வாகனங்களை?"

“ஓ, பார்த்தேன். நிஜமாகவே பெரியவை. முப்பது பேருக்கு மேல் உட்காரலாம். அவை ஊருக்குள் ஓடுவதில்லை. நாட்டின் ஒரு ஊரிலிருந்து இன்னொரு ஊருக்குப் போகின்றன.”

“அவை மோட்டார் பேருந்துகள். அங்கே ரயில்கள் இல்லாததால் இவை பயன்படுகின்றன. இது பிற்போக்குத்தனம். உட்கார், ஷிர்வான்ஷிர்.”

முப்பது ஆசிய மாணவர்களும் குஷியாகிவிட்டார்கள் என்பது அவர்கள் என்னைப் பார்த்த விதத்தில் தெரிந்தது. பேராசிரியர் சனின் கோப மௌனத்தில் இருந்தார். தனது மாணவர்களை அவர் நல்ல ஐரோப்பியர்களாக மாற்ற வேண்டும். சட்டென்று கேட்டார்: “சரி, உங்களில் பெர்லினுக்குப் போனவர்கள் யாராவது இருக்கிறீர்களா?” அது அவருக்கு நல்ல நாள் இல்லை. செக்டேரியனான மைகோவ் கையை உயர்த்தி, தான் சின்னப் பையனாக இருந்தபோது பெர்லின் போயிருப்பதாகச் சொன்னான். ஊசிப்போன நாற்றமடித்த பயமுறுத்தும் சுரங்கப் பாதை, ஓசை மிகுந்த ரயில், அவன் அம்மா செய்த பன்றிக்கறி சாண்ட்விச் போன்றவையெல்லாம் தனக்கு நினைவில் இருப்பதாகச் சொன்னான். நாங்கள் முப்பது முகமதிய மாணவர்களும் மிகவும் கடுப்பாகிவிட்டோம். சையத் முஸ்தபா, பன்றிக்கறி என்கிற வார்த்தை தனக்குக் குமட்டுவதாகவும் தன்னை வெளியே போக அனுமதி வேண்டும் என்றும் சொன்னான். அது தான் பாக்கூ பற்றியும் அதன் புவியியல் அமைப்பிடம் பற்றியுமான எங்கள் விவாதத்தின் முடிவு.

மணி அடித்து விட்டால் போதும் என்று பேராசிரியர் சனின் அறையை விட்டு வெளியேறினார். நாற்பது மாணவர்களும் வெளியே ஓடினார்கள். இது ஒரு பெரிய இடைவேளை. இந்த நேரத்தில், ஒருவரால் செய்யக்கூடிய மூன்று விஷயங்கள் இருந்தன: பள்ளி முற்றத்தில் இறங்கி ஓடி, பக்கத்துப் பள்ளி மாணவர்களுடன் சண்டையைத் தொடங்கலாம். ஏனென்றால், அவர்களது சீருடையில் தொப்பி அலங்காரமும் சட்டையின் பொத்தான்களும் தங்க நிறத்தில் இருந்தன. நாங்களோ வெள்ளியுடன் திருப்தியடைய வேண்டியிருந்தது. இல்லையென்றால், எங்களுக்குள் உரத்த குரலில் தத்தாரிய மொழியில் பேசிக் கொள்ளலாம். ஏனென்றால், ரஷ்யர்களுக்குப் புரியாது என்பதால் அது தடைசெய்யப்பட்டிருந்தது. அதுவும் இல்லையென்றால், சட்டென்று தெருவைக் கடந்து புனித ராணி தமார் பெண்கள் பள்ளித் தோட்டத்துக்குள் நுழைந்துவிடலாம். நான் இதைச் செய்ய முடிவெடுத்தேன். பெண்கள் நீலச் சீருடையும் வெள்ளை முன் அங்கியும் அணிந்து நடை பயின்றுகொண்டிருந்தார்கள்.

எனது சொந்தக்காரப் பெண் ஆயிஷா என்னைப் பார்த்துக் கை ஆட்டினாள். அவள் நினோ கிபியானியுடன் கைகோத்து நடந்துகொண்டிருந்தாள். நினோ கிபியானிதான் உலகிலேயே மிக அழகான பெண். நான் அந்தப் பெண்களிடம் என்னுடைய புவியியல் போரைப் பற்றிச் சொன்னபோது, இந்த உலகின் மிக அழகான பெண், உலகின் மிக அழகான மூக்கின் மேலிருந்து என்னைப் பார்த்துச் சொன்னாள்: "அலி கான், நீ ஒரு மடையன். ஏதோ, இறைவன் புண்ணியத்தில் நாம் ஐரோப்பாவில் இருக்கிறோம். நாம் ஆசியாவில் இருந்திருந்தால், நெடுங்காலத்துக்கு முன்பே அவர்கள் என்னை முகத்திரை போடச் சொல்லியிருப்பார்கள். உன்னால் என்னைப் பார்க்க முடியாது." நான் ஒப்புக்கொண்டேன். பாக்கூவின் தீர்மானிக்கப்படாத புவியியல் அமைப்பிடம்தான் உலகின் மிக அழகான கண்களைப் பார்த்துக்கொண்டே இருக்க என்னை அனுமதித்தது. நான் பெண்களிடம் விடைபெற்று அன்றைக்கெல்லாம் பள்ளிக்குப் போகாமல் விரக்தியுடன் திரிந்தேன். ஒட்டகங்களை, கடலைப் பார்த்தேன். ஐரோப்பாவையும் ஆசியாவையும் நினோவின் அழகிய கண்களையும் பற்றி யோசித்தேன். சோகமாக இருந்தேன். முகமும் கைகளும் நோயால் அழுகிய ஒரு பிச்சைக்காரர் என்னை அணுகினார். நான் பணம் கொடுத்தேன். அவர் நன்றி சொல்லி எனது கைகளை முத்தமிட எத்தனித்தார். நான் பயத்தில் கைகளைப் பின்னிழுத்துக்கொண்டேன். பத்து நிமிடம் கழித்து, அது அவமரியாதை என்பது எனக்கு உறைத்தது. அதைச் சரி செய்துவிடலாம் என்று இரண்டு மணி நேரம் ஓடி ஓடி அவரைத் தேடினேன். அவரைக் காணவில்லை. உறுத்தும் மனசாட்சியுடன் வீட்டுக்குப் போனேன். இதெல்லாம் நடந்தது ஐந்து ஆண்டுகளுக்கு முன்பு.

இந்த ஆண்டுகளில் பல விஷயங்கள் நடந்தன. மாணவர்களின் காதின் மேல் அறைவது தடை விதிக்கப்பட்டிருந்ததால், எங்கள் சட்டைக் காலர்களை இறுக்கிப் பிடித்து உலுக்கும் புதுத் தலைமை ஆசிரியர் வந்திருந்தார். எங்களை முகமதியர்களாகப் பிறக்கவைத்த அல்லாவின் கருணையைப் பற்றி எங்கள் மத ஆசிரியர் நீட்டி விளக்கினார். இரண்டு ஆர்மீனியர்களும் ஒரு ரஷியனும் சேர்ந்தார்கள். இரண்டு முகமதியர்கள் எங்களுடன் இல்லாது போனார்கள். ஏனென்றால், ஒருத்தனுக்குப் பதினாறு வயதில் கல்யாணம் ஆகிவிட்டது. இன்னொருத்தன் இரத்தப் பகையால் கொல்லப்பட்டான். நான், அலி கான் ஷிர்வான்ஷிர், மூன்று முறை தாகஸ்தானுக்கும், இரண்டு முறை டிபிலிசிக்கும் ஒரு முறை கிஸ்லோவோத்ஸ்க்கும் ஒரு முறை என் பெரியப்பாவைப் பார்க்க பாரசீகத்துக்கும் போய்விட்டு வந்தேன். எனக்கு லத்தீன் இலக்கணத்தில் வினைப்பெயருக்கும்

வினையாலணையும் பெயருக்கும் வித்தியாசம் தெரியவில்லை என்பதால் இன்னும் ஓர் ஆண்டு அந்த வகுப்பிலேயே இருந்திருக்க வேண்டிய நிலைமை ஏறத்தாழ வந்தது. என் அப்பா மசூதியில் ஆலோசனை கேட்கப் போனபோது, இந்த லத்தீன் மொழி எல்லாம் வீண் மாயை என்று அறிவித்தார் முல்லா. ஆகையால் அப்பா தனது துருக்கியப் பாரசீக ரஷ்யப் பதக்கங் களை அணிந்துகொண்டு என்னுடைய தலைமை ஆசிரியரைச் சந்தித்து, பள்ளிக்குச் சில வேதியியல் உபகரணங்களையோ வேறு எதையோ நன்கொடையாக அளிக்க, நான் தேர்ச்சி பெற்றேன். பள்ளிக்கூடத்தில், மாணவர்கள் துப்பாக்கிகளை எடுத்துக் கொண்டு உள்ளே வரக் கூடாது என்று அறிவிப்புப் பலகை வைக்கப்பட்டது. ஊரில் தொலைபேசிகள் நிறுவப்பட்டன. நினோ கிபியானி இன்னமும் உலகின் மிக அழகான பெண்ணாக இருந்தாள்.

இப்போது இதெல்லாம் ஒரு முடிவுக்கு வந்துகொண் டிருந்தது. இறுதித் தேர்வுக்கு ஒரு வாரமே இருந்தது. நான் வீட்டில் உட்கார்ந்து காஸ்பியன் கடற்கரையில் லத்தீன் படிப்பதன் பயனற்ற தன்மையைப் பற்றி யோசித்தேன். எங்கள் வீட்டின் இரண்டாவது மாடியிலிருந்த என்னுடைய அறை எனக்கு மிகவும் பிடித்தமானது. புஹாரா, இஸ்பஹான், கேஸான் பகுதிகளிலிருந்து வந்த அடர்நிறக் கம்பளங்கள் சுவர்களை அலங்கரித்தன. அதை நெய்தவர் தன்னுடைய அகக்கண்ணில் பார்த்தபடி தோட்டங்களும் ஏரிகளும் காடுகளும் நதிகளும் அந்தக் கம்பளங்களில் பாங்கமைப்பாக இருந்தன. அவை சாதாரண மனிதர்களுக்குத் தெரியாது. ஆனால் ரசனை மிகுந்த ஆட்களுக்கு மூச்சே அடைக்கும். தொலைதூரப் பாலைவனங் களில் நாடோடிப் பெண்கள் காட்டு முட்புதர்களில் இந்த வண்ணங்களுக்கான மூலிகைகளைப் பறித்து அவர்களது நீண்ட மெல்லிய விரல்களால் சாறு பிழிந்து எடுத்தார்கள். இந்த நுட்பமான வண்ணங்களைக் கலப்பது எப்படி என்பது பல நூற்றாண்டுக் கால ரகசியம். பொதுவாக ஒரு கம்பளக் கலைப்படைப்பை நெய்து முடிக்க அந்த நெசவாளருக்குப் பத்தாண்டுகளுக்கும் மேல் பிடிக்கிறது. பிறகு அது ரகசியச் சின்னங்கள் செறிந்து, மறை குறிப்புகளும் வேட்டையாடும் காட்சிகளும் வீரர்கள் போரிடுதலும் ஃபிர்தௌசியின் பாடல் வரிகளையோ அல்லது ஸா'தியின் மேற்கோள்களில் ஒன்றையோ சித்திர எழுத்தாக ஓரங்களில் கொண்டும் சுவரில் தொங்குகிறது. மாலா தரை விரிப்புகளும் கம்பளங்களும் இருப்பதால் அறை இருட்டாகத் தெரிகிறது. ஒரு குட்டையான திண்டு இருக்கை, முத்துச் சிப்பி இழைத்த இரண்டு சின்ன முக்காலிகள், பல மென்மையான திண்டுகள், இவை அத்தனைக்கும்

மத்தியிலே, மிகவும் இடையூறாக அனாவசியமான மேற்கத்திய அறிவின் நூல்கள்: வேதியியல், இயற்பியல், முக்கோணவியல் – காட்டுமிராண்டிகள் தாங்கள் நாகரிகமானவர்கள் என்ற தோற்றத்தை உண்டாக்க உருவாக்கிய முட்டாள்தனமான விஷயங்கள். நான் நூல்களை மூடிவைத்துவிட்டு வீட்டின் மொட்டை மாடிக்குப் போனேன். அங்கிருந்து என்னுடைய உலகத்தை நான் பார்க்க முடிந்தது. ஊர்க் கோட்டையின் தடிமனான சுவர்கள், அரண்மனையின் இடிபாடுகள், கோட்டைக் கதவில் பொறித்திருந்த அரேபிய எழுத்துகள். குறுக்குமறுக்கான தெருக்களில் ஒட்டகங்கள் நடந்தன. அவற்றின் கணுக்கால்கள் வருடிக்கொடுக்கலாம் என்று எனக்குத் தோன்றவைக்கும் அளவு மென்மையானவை. என் எதிரே புராணக் கதைகளாலும் சுற்றுலா வழிகாட்டிகளாலும் சூழப்பட்டிருந்த தட்டைக்குட்டையான கன்னிக் கோபுரம் உயர்ந்திருந்தது. கோபுரத்துக்கு அப்பால் கடல் தொடங்கியது. முகமே யில்லாத, கனமான, ஆழம் காண முடியாத காஸ்பியன் கடல். பிறகு அதற்கும் அப்பால், பாலைவனம் – விளிம்பு துருத்திய பாறைகள், புதர்கள்: அசைவற்று, ஊமையாய், வெல்ல முடியாததாய். உலகிலேயே மிக அழகான நிலப்பரப்பு. நான் மொட்டைமாடியில் அமைதியாக உட்கார்ந்திருந்தேன். மற்ற ஊர்கள், மொட்டைமாடிகள், நிலப்பரப்புகள் இருந்தால் எனக்கென்ன? எனக்கு இந்தத் தட்டையான கடல், தட்டை யான பாலைவனம், இவற்றிற்கு நடுவே ஒரு பழைய நகரம் பிடித்திருக்கிறது. பாறை எண்ணெய் தேட வந்து, கண்டுபிடித்து, பணக்காரர்களாக ஆகி, மீண்டும் வெளியேறும் இந்தக் கூச்சல் போடும் கும்பல்கள் உண்மையான பாக்கூவின் மனிதர்கள் அல்ல. அவர்கள் பாலைவனத்தைக் காதலிப்பதில்லை.

வேலைக்காரர் தேநீர் கொண்டுவந்தார். அதைக் குடித்து விட்டுத் தேர்வைப் பற்றி யோசித்தேன். அது என்னைக் கவலைப் படச் செய்யவில்லை. கண்டிப்பாகத் தேர்வில் வெற்றிபெறுவேன். ஆனால் அப்படியே இல்லாவிட்டாலும், அது உண்மையில் முக்கியமில்லை. எங்கள் பண்ணையின் விவசாயிகள், 'அறிவின் உறைவிடத்திலிருந்து நான் பிரிந்துவர விரும்பவில்லை' என்று சொல்வார்கள். உண்மையிலேயே பள்ளியை விட்டு நீங்குவது பரிதாபமான விஷயம்தான். அந்தச் சாம்பல் வண்ணச் சீருடை, அந்த வெள்ளிப் பொத்தான்கள், சீருடையின் தோள் நாடா, தொப்பியில் சூட்டிய சின்னம் எல்லாமே மிடுக்காக இருக்கும். சாதாரண உடையில் நான் நிலைதாழ்த்தப்பட்டதாக... உணர்வேன். நான் அதை நெடுங்காலம் அணிந்திருக்க வேண்டும் என்பது இல்லை. ஒரே ஒரு கோடை விடுமுறைக்குத்தான். பிறகு நான் மாஸ்கோவில் இருக்கும் லாஸரேவ் கிழக்கத்திய

மொழிகளுக்கான நிறுவனத்துக்குப் போவேன். இதை நானே முடிவு செய்தேன். ஏனென்றால் நான் ரஷ்யர்களை விடப் பல மடங்கு மேலே இருப்பேன். எனக்கு இயல்பாக இருக்கும் விஷயங்கள் எல்லாம் அவர்களுக்கு உண்மையிலேயே படிக்கக் கடினமாகத்தான் இருக்கும். அதுபோக, லாஸரேவ் நிறுவனத்தின் சீருடை ஆகச் சிறந்தது: சிவப்பு மேலணி, தங்கக் காலர், மெல்லிய முலாம் பூசிய உடைவாள், வார நாட்களிலும் கையுறைகள். ஒரு மனிதன் சீருடை அணிய வேண்டும். இல்லையென்றால், ரஷ்யர்கள் அவனை இழிவுபடுத்துவார்கள். ரஷ்யர்கள் என்னை இழிவுபடுத்தினால், நினோ என்னை அவளது கணவனாக ஏற்க மாட்டாள். ஆனால் நான் நினோவை மணக்க வேண்டும், அவள் கிறித்துவளாக இருந்தாலும். ஜார்ஜிய நாட்டுப் பெண்கள்தான் உலகிலேயே அழகானவர்கள். அவள் மறுத்தால்? பரவாயில்லை, நான் சில துணிச்சலான ஆட்களை அழைத்துக்கொண்டு, அவளை என் குதிரைச் சேணத்தின் குறுக்காகப் போட்டுக் கொண்டு பாரசீகத்தின் எல்லையைத் தாண்டி டெஹ்ரான் போய்விடுவேன். அங்கே அவள் ஒப்புக்கொள்வாள். அவள் வேறென்ன செய்ய முடியும்? எங்கள் வீட்டின் மொட்டை மாடியிலிருந்து வாழ்க்கை அழகாகவும் எளிமையாகவும் இருந்தது.

வேலைக்காரர் கரீம் என் தோளைத் தொட்டார். 'நேரமாகி விட்டது' என்றார். நான் எழுந்தேன். அடிவானத்தில், நார்கின் தீவுக்கு அப்பால், ஒரு நீராவிப் படகு தோன்றியது. ஒரு கிறிஸ்துவத் தந்திக்காரர் தந்துவிட்டுப் போன அச்சிடப்பட்ட காகிதச் சீட்டை ஒருவர் நம்பினால், எனது பெரியப்பா தனது மூன்று மனைவிகளுடனும் இரண்டு திருநர்களுடனும் அந்தப் படகில் இருந்தார். நான் அவரைச் சந்திக்க வேண்டும். நான் படிக்கட்டுகளில் இறங்கி ஓடிக் காத்திருக்கும் குதிரைவண்டியில் ஏறினேன். நாங்கள் கூச்சல் நிறைந்த துறைமுகத்துக்கு வேகமாக ஓட்டினோம்.

என் பெரியப்பா ஒரு தனிச்சிறப்பு வாய்ந்த நபர். ஷா நஸ்ருதீன் கருணையுடன் அவருக்கு 'பேரரசின் சிங்கம்' என்னும் பட்டத்தை வழங்கியிருந்தார். யாரும் அவரை வேறு எந்தப் பெயரிட்டும் அழைக்க அனுமதி இல்லை. அவருக்கு மூன்று மனைவிகள், பல பணியாளர்கள், டெஹ்ரானில் ஓர் அரண்மனை, மஸேந்தரான் மாநிலத்தில் பெரிய பண்ணைகள். அவரது மனைவிகளில் ஒருவரான சிறிய ஜெய்னப் நோய்வாய்ப்பட்டிருந்ததால் பாக்கூவுக்கு வருகிறார். ஜெய்னப்புக்குப் பதினெட்டு வயதுதான். என் பெரியப்பா தனது மற்ற மனைவிகளைவிட அவளை அதிகமாக நேசித்தார். ஆனால் அவளால் கர்ப்பமாக முடியவில்லை, ஆனால் என்

பெரியப்பா அவளிடமிருந்துதான் ஒரு வாரிசு வேண்டும் என்று விரும்பினார். கர்பாலா நகரத்துச் சாதுக்கள் தந்த தாயத்துகளோ, மெசேத் நகரத்து அறிவார்ந்தவர்களின் மந்திரச் சொற்களோ என்னதான் காமக் கலையில் அனுபவம் வாய்ந்தவர்களாக இருந்தாலும் டெஹ்ரான் நகரத்து மூத்த பெண்டிரோ அவளுக்கு உதவவில்லை. அவள் ஹமதான் நகரத்துக்குக்கூடப் பயணம் போனாள். அங்கே சிவப்புக் கல்லில் செதுக்கப்பட்ட மிகப்பெரிய சிங்கச் சிலை இருக்கிறது. அது தனது விசித்திர மான மர்மமான கண்களால் பரந்து விரிந்த பாலைவனத்தை எப்போதும் பார்த்துக்கொண்டிருக்கிறது. அதை அமைத்தது பெரும் பாதி மறந்துபோன பழைய மன்னர்கள். பல நூற்றாண்டு களாகப் பெண்கள் இங்கே சிங்க யாத்திரைக்கு வந்து அதன் வலிமைமிக்க உறுப்பை முத்தமிட்டால் தாய்மையும் குழந்தை வரமும் கிடைக்கும் என்று நம்பினார்கள். ஆனால் பரிதாபத்துக்குரிய ஜெய்னப்புக்கு சிங்கம் உதவவில்லை.

அவள் இப்போது மேற்கத்திய மருத்துவர்களின் திறமையைத் தேடி பாக்கூவுக்கு வருகிறாள். பாவம் பெரியப்பா. வயதாகியும் அன்பு பெறாமலும் இருந்த அவரது மற்ற இரண்டு மனைவிகளை யும் கூடவே அழைத்துவர வேண்டியிருந்தது. ஏனென்றால், சம்பிரதாயம் ஆணையிடுகிறது: 'உனக்கு ஒன்று, இரண்டு, மூன்று அல்லது நான்கு மனைவிகள்கூட இருக்கலாம், நீங்கள் அவர்களைச் சமமாக நடத்தினால்.' அவர்களைச் சமமாக நடத்துவது என்பது எல்லோருக்கும் ஒரே மாதிரியான வசதிகளைச் செய்து தருவது. எடுத்துக்காட்டாக, பாக்கூவுக்குப் பயணம் போவது.

ஆனால் உண்மையில் இதற்கும் எனக்கும் எந்தச் சம்பந்தமும் இல்லை. வீட்டில் பெண்களின் இடம் உள்முற்றம். நல்ல வளர்ப்புள்ள ஆண் அவர்களைப் பற்றிப் பேச மாட்டான், அவர்களை விசாரிக்க மாட்டான், அவர்களை விசாரித்ததாகச் சொல்ல மாட்டான். அவர்கள் ஆணின் நிழல்கள், ஆண் நிழலில் மட்டுமே மகிழ்ச்சியாக இருந்தாலும்கூட. இது நல்லது, அறிவார்ந்தது. எங்கள் நாட்டில் ஒரு பழமொழி உண்டு: 'முட்டைக்கு முடியிருந்தால் பெண்ணிற்கும் அறிவிருக்கும்.' அறிவுணர்வு இல்லாத ஜீவன்கள் கண்காணிக்கப்படாவிட்டால், அவர்கள் தங்களுக்கும் மற்றவர்களுக்கும் பேரழிவை ஏற்படுத்து வார்கள். இது ஓர் அறிவார்ந்த விதி என்று நினைக்கிறேன்.

அந்தச் சிறிய நீராவிப் படகு கரையிறங்கும் நிலைக்கு வந்தது. மயிர் அடர்ந்த மார்புடன் திடகாத்திரமாக இருந்த படகோட்டிகள் ஏணியை அமைத்தார்கள். பயணிகள் அவசரமாக

வெளியேறினார்கள்: விரைவாக, அவசரமாக, ஒரு நிமிடத்தைக் கூட இழக்காமல் இருப்பது முக்கியம் என்பதுபோல ரஷ்யர்களும் ஆர்மீனியர்களும் யூதர்களும் இறங்கினார்கள். என் பெரியப்பா வெளிப்படவில்லை. 'அவசரம் பிசாசிலிருந்து வருகிறது' என்பார் அவர். மற்ற எல்லாப் பயணிகளும் போன பிறகுதான் 'பேரரசின் சிங்க'த்தின் நேர்த்தியான தோற்றம் படகின் தளத்தில் தோன்றியது. அவர் பட்டுப் பட்டை மடிப்புகள் கொண்ட மேலங்கியும் சிறிய மென்மயிர்த் தொப்பியும் செருப்பும் அணிந்திருந்தார். அவரது அகன்ற தாடியிலும் விரல் நகங்களிலும் உண்மையான மதத்துக்காக ஆயிரம் ஆண்டு களுக்கு முன்பு சிந்தப்பட்ட தியாகி ஹுசைனின் இரத்தத்தின் நினைவாக மருதாணிச் சாயம் பூசப்பட்டிருந்தது. அவருடைய கண்கள் சிறியதாகவும் சோர்வாகவும் இருந்தன. அவருடைய அசைவுகள் மெதுவாக இருந்தன. அவருக்குப் பின்னால், பதற்றம் தெரியும்படி, கருப்பு முகத்திரை போட்ட மூன்று உருவங்கள் நடந்தன: மனைவிகள். பிறகு, திருநர்கள் வந்தார்கள். ஒருவர் அறிவார்ந்த உலர்ந்த பல்லி முகத்துடன். இன்னொருவர் சிறிய ஊதிப்போன, செருக்கான முகத்துடன். ஏனென்றால், அவர் தான் 'மாண்புமிகு'வின் மரியாதையைக் காக்கும் பாதுகாவலர். மெதுவாக பெரியப்பா கீழே இறங்கினார். நான் அவரைத் தழுவி, பயபக்தியுடன் அவரது இடது தோள்பட்டையை முத்தமிட்டேன். கண்டிப்பாகச் சொல்ல வேண்டும் என்றால், ஒரு பொது இடத்தில் இது அவசியம் இல்லை.

நான் மனைவிகளின் பக்கம் பார்வையை வீணாக்கவில்லை. நாங்கள் வண்டியில் ஏறினோம். மனைவிகளும் திருநர்களும் மூடப்பட்ட குதிரை வண்டிகளில் பின்னால் வந்தார்கள். எங்கள் பரிவாரம் கண்கொள்ளாக் காட்சியாக இருந்ததால், என் பெரியப்பாவின் சீர் சிறப்பை இந்த நகரம் மெச்சட்டும் என்று கோட்டை வெளிப்பாதை வழியாகப் போகுமாறு வண்டியோட்டிக்குக் கட்டளையிட்டேன்.

நினோ கோட்டையின் வெளிப் பாதையில் நின்று சிரிக்கும் கண்களால் என்னைப் பார்த்தாள். என் பெரியப்பா தனது செல்வக்குடி தாடியை வருடியபடி ஊரின் சேதியைக் கேட்டார். 'இங்கே பெரிதாக ஒன்றும் இல்லை' என்று தொடங்கினேன். ஏனென்றால், முக்கியமில்லாத விஷயங்களில் தொடங்கி, உண்மையிலேயே முக்கியமான விஷயங்களைக் கடைசியில் சொல்வதுதான் என் பணி என்று எனக்குத் தெரியும். "எட்டு ஆண்டுகளுக்கு முன்னாள் ததாஷ் பெய்யின் மனைவியைக் கடத்திக்கொண்டு போன அஜுன் ஸாதே, ஆபத்து என்று தெரிந்தும் ஊருக்குள் திரும்பி வந்து, ததாஷால் குத்தப்பட்டார்.

அவர் வந்த நாளே குத்தப்பட்டார். இப்போது காவலர்கள் ததாஷைத் தேடுகிறார்கள். ஆனால் எல்லாருக்குமே அவர் மர்தக்கான் கிராமத்தில்தான் இருக்கிறார் என்று தெரிந்திருந்தாலும் அவர் கிடைக்க மாட்டார். பெரியவர்கள் ததாஷ் சரியான காரியம் செய்ததாகச் சொல்கிறார்கள்." பெரியப்பா தலையசைத்தார். அவர் ஒப்புக்கொள்கிறார். வேறு ஏதாவது செய்தி உண்டா? ஆமாம். ரஷ்யர்கள் பிபி – ஹைபத்தில் புதிதாக அதிகளவு எண்ணெயைக் கண்டுபிடித்திருக்கிறார்கள். பெரும் நோபல் நிறுவனம் ஒரு பெரிய ஜெர்மன் இயந்திரத்தை நாட்டிற்குள் கொண்டுவந்து, கடலின் ஒரு பகுதியை நிரப்பி, பாறை எண்ணெய்க்குத் துளை போடப்போகிறது." பெரியப்பா மிகவும் ஆச்சரியப்பட்டார். 'அல்லா, அல்லா' என்று சொல்லி, கவலையில் புருவம் நெரித்து உதடுகளைச் சுழித்தார். "...வீட்டில் எல்லாம் நலம்தான். இறைவன் விரும்பினால் நான் ஒரு வாரத்தில் 'கல்வி இல்ல'த்தை விட்டு வெளியேறுவேன்."

நான் பேசிக்கொண்டே இருக்க, அந்த முதியவர் கவனமாகக் கேட்டார். வண்டி எங்கள் வீட்டை நெருங்கியபோதுதான் நான் பக்கவாட்டில் பார்த்தபடி அசிரத்தையுடன் சொன்னேன்: "ரஷ்யாவிலிருந்து ஒரு பிரபல மருத்துவர் ஊருக்கு வந்திருக்கிறார். பெரும் அறிவாளி என்று மக்கள் சொல்கிறார்கள். அவர் கடந்த காலத்தையும் நிகழ்காலத்தையும் மனிதர்களின் முகங்களில் பார்த்து, அதிலிருந்து அவரால் எதிர்காலத்தைக் கணிக்க முடியுமாம்.' பெரியப்பாவின் கண்கள் செல்வக்குடி அலுப்பில் மூடியிருந்தன. அவர் கொஞ்சமும் ஆர்வமில்லாமல் அந்த அறிவாளியின் பெயரைக் கேட்டார். அவருக்கு என் மேல் மிகுந்த திருப்தி என்பதைக் கண்டேன். ஏனென்றால், இவை யெல்லாம்தான் நாங்கள் நல்ல பழக்கவழக்கங்கள் என்றும் செல்வக்குடியின் வளர்ப்பு என்றும் சொல்பவை.

2

மொட்டை மாடியில், மென்மையான பல வண்ணங்களில் கோரமான காட்டுமிராண்டிப் பாங்கமைப்புகளுடன் தரைவிரிப்புகள் விரிக்கப் பட்டன. அப்பாவும் பெரியப்பாவும் நானும் கால்களை மடக்கி காற்றிலிருந்து பாதுகாப்பாக உட்கார்ந்தோம். எங்களுக்குப் பின்னால் வேலை யாட்கள் லாந்தர் விளக்குகளைப் பிடித்துக்கொண்டு நின்றார்கள். எங்கள் முன்னால் விரிப்பின் மீது கிழக்கத்திய சுவையான தின்பண்டங்களின் மொத்தத் திரட்டும் ஆசை காட்டின: தேன் கேக்குகள், பழ மிட்டாய்கள், கபாப், கோழிக்கறியும் கருமுந்திரியும் சேர்த்த புலாவ். நான் முன்பு போலவே என் அப்பாவின், என் பெரியப்பாவின் நேர்த்தியை ரசித்தேன். அவர்கள் தங்கள் இடது கைகளைக் கொஞ்சமும் அசைக்காமல், பெரிய கருப்பு ரொட்டித் துண்டுகளைக் கிழித்துச் சுருட்டி வாய்க்குக் கொண்டுபோனார்கள். அபாரமான நளினத்துடன் பெரியப்பா வலது கட்டைவிரலை யும் இரண்டு விரல்களையும் எண்ணெய் செறிந்த ஆவி பறக்கும் சாதத்தில் விட்டு, கொஞ்சம் எடுத்து, உருண்டையாகப் பிசைந்து, ஒரு பருக்கைகூடக் கீழே விழாமல் வாயில் போட்டுக்கொண்டார். ரஷ்யர்கள் ஏன் கத்தியும் முட்கரண்டியும் வைத்துக் கொண்டு சாப்பிடும் கலையில் இவ்வளவு பெருமிதம் கொள்கிறார்கள்? அடிமுட்டாள்கூட ஒரு மாதத்திற்குள் அதைக் கற்றுக்கொள்ள முடியும். நான் கத்தியும் முட்கரண்டியும் வைத்துக்கொண்டு மிகவும் எளிதாகச் சாப்பிடுவேன். ஐரோப்பிய உணவு மேஜையில் எப்படி நடந்துகொள்வது என்பது எனக்குத் தெரியும். ஆனால் எனக்கு ஏற்கெனவே பதினெட்டு வயதாகிவிட்டாலும், என் அப்பாவும் பெரியப்பாவும் வலது கை கட்டை விரலோடு இன்னும் இரண்டு விரல்களையும்

பயன்படுத்தி, ஒரு பருக்கைகூட உள்ளங்கையிலோ கீழேயோ விழாமல் முழுச் செல்வக்குடியின் நளினத்துடன் சாப்பிடு வதைப் போல கிழக்கத்திய உணவுகளை என்னால் சாப்பிட முடியாது. நாங்கள் சாப்பிடும் முறை காட்டுமிராண்டித்தன மானது என்கிறாள் நினோ. கிபியானிகளின் வீட்டில் அவர்கள் எப்போதும் ஐரோப்பிய முறையில் உணவு மேஜையில் உட்கார்ந்து சாப்பிடுவார்கள். எங்கள் வீட்டில் ரஷ்ய விருந்தினர்கள் வரும்போது மட்டுமே இதைச் செய்கிறோம். நான் தரையில் உட்கார்ந்து, என் கையால் எடுத்துச் சாப்பிடுவதை நினைத்துப் பார்த்தாலே நினோ திகிலடைகிறாள். அவளுடைய அப்பா முதல் முதலாக முட்கரண்டியை கையில் எடுத்தபோது அவருக்கு வயது ஏற்கெனவே இருபதைத் தாண்டியிருந்தது என்பதை அவள் மறந்துவிடுகிறாள்.

சாப்பாடு முடிந்தது. நாங்கள் கைகளைக் கழுவினோம். பெரியப்பா ஒரு சிறிய பிரார்த்தனை செய்தார். பிறகு உணவு எடுத்துச் செல்லப்பட்டது. சிறிய கோப்பைகளில் வலுவான கடும் தேநீர் வழங்கப்பட்டது. பெரியப்பா ஒரு நல்ல சாப்பாட்டிற்குப் பிறகு வயதானவர்கள் பேசுவது போல் பேசத் தொடங்கினார் – சுற்றிவளைத்தும் கொஞ்சம் கரகரப்பாகவும். அப்பா அதிகம் பேசவில்லை, நான் ஒன்றுமே சொல்லவில்லை. ஏனென்றால் அதுதான் மரபு. எப்பொழுதும் போல் பாக்கூ பற்றிய பேச்சு வரும்போது என் பெரியப்பா மாமன்னர் நஸ்ருதீன் ஷா ஆட்சிக் காலத்தைப் பற்றியும் அப்போது பெரியப்பாவே அந்த அரசவை யில் – என்னைப் பொறுத்தவரை தெளிவாக வரையறுக்கப் படாத – ஒரு மிக முக்கிய பதவி வகித்ததையும் பற்றிப் பேசினார். "முப்பது ஆண்டுகள் நான் மாமன்னரின் அன்பாதரவுக் கம்பளத்தின்மீது அமர்ந்திருந்தேன்," என்றார் பெரியப்பா. "மூன்று முறை மாமன்னர் அவரது அயல்நாட்டுப் பயணங்களின்போது என்னையும் அழைத்துப் போனார். இந்தப் பயணங்களின்போது நான் காபிர்களின் உலகத்தை மற்றவர்களைவிட நன்றாக அறிந்தேன். நாங்கள் மன்னர்களின், மாமன்னர்களின் அரண்மனைகளுக்குப் போய் அக்காலத்தின் மிகவும் புகழ்பெற்ற கிறிஸ்துவர்களைச் சந்தித்தோம். இது ஒரு விசித்திரமான உலகம். எல்லாவற்றையும்விட விசித்திரமானது அவர்கள் தங்கள் பெண்களை நடத்தும் விதம். பெண்கள், மாமன்னர்களின், மன்னர்களின் பெண்கள்கூட, அரண்மனைகளில் நிர்வாண மாக நடக்கிறார்கள். யாரும் அருவருப்பு அடைவதில்லை. ஒருவேளை கிறிஸ்துவர்கள் உண்மையான மனிதர்கள் அல்ல என்பதால் இருக்கலாம், வேறு ஏதோ காரணத்தினாலும் இது நடக்கலாம். இறைவனுக்கே வெளிச்சம். ஆனால் இதற்கு முரணாக இந்த காபிர்கள் அதிகத் தீங்கற்ற விஷயங்களுக்கு

அருவருப்பு அடைகிறார்கள். ஒரு நாள் ஜார் அரண்மனையில் விருந்துக்கு மாமன்னர் அழைக்கப்பட்டார். ஜார் பேரரசி அவருக்குப் பக்கத்தில் அமர்ந்திருந்தார். மாமன்னர் தட்டில் ஒரு நல்ல கோழி இறைச்சித் துண்டு இருந்தது. மாமன்னர் இந்த நல்ல கொழுத்த இறைச்சித் துண்டை இரண்டு விரல்களாலும் கட்டை விரலாலும் மிக நேர்த்தியாக எடுத்து ஜார் பேரரசியின் தட்டில் வைத்தார். ஜார் பேரரசி முகமெல்லாம் மிகவும் வெளுத்துப்போய் இரும ஆரம்பித்தாள் அவ்வளவு பயம்! ஜார் அரண்மனையில் இருந்த பல அரசவையினரும் இளவரசர்களும் ஷாவின் நட்புணர்வைக் கண்டு மிகவும் திகைத்துப் போனதாகப் பிறகு கேள்விப்பட்டோம். ஐரோப்பியர்களுக்குத் தங்கள் பெண்களைப் பற்றிய மதிப்பீடு அவ்வளவு குறைவு!

அவர்கள் அவர்களது நிர்வாணத்தை உலகமே பார்க்கக் காட்டுகிறார்கள், ஆனால் அவர்களிடம் மரியாதையாக நடந்து கொள்ள வேண்டும் என்கிற அக்கறையே இல்லை. சாப்பிட்டு முடிந்ததும் பிரெஞ்சு நாட்டின் தூதுவர் ஜார் பேரரசியைக் கட்டித் தழுவியபடி நாராசமான இசை சத்தங்களுக்கு ஏற்றபடி விருந்து மண்டபத்தைச் சுற்றிச்சுற்றி வரவும் அனுமதிக்கப்பட்டார். ஜார் பேரரசரும் அவரது காவல் அதிகாரிகளும் பார்த்துக்கொண்டு தான் இருந்தார்கள், ஆனால் யாரும் ஜாரின் கௌரவத்தைக் காக்கவில்லை. பெர்லினில் இதைவிட விசித்திரமான ஒன்றைப் பார்த்தோம். நாங்கள் 'ஆப்பிரிக்கப் பெண்' என்ற ஓபராவுக்கு அழைத்துச் செல்லப்பட்டோம். மேடையில் மிகக் குண்டான ஒரு பெண் நின்று பயங்கரமாகப் பாடினாள். எங்களுக்கு அந்தப் பெண்ணின் குரல் கொஞ்சம்கூடப் பிடிக்கவில்லை. கடைசி காட்சியில் நிறைய கறுப்பின மக்கள் வந்து பெரிய ஈமத்தீயை மூட்டினார்கள். அந்தப் பெண்ணின் கையைக் காலைக் கட்டி கொஞ்சம் கொஞ்சமாக எரித்துச் சாகடித்தார்கள். எங்களுக்கு அது சந்தோஷமாக இருந்தது. பின்னால் யாரோ எங்களுக்கு அந்தத் தீ நிஜமில்லை, வெறும் ஜோடனைதான் என்று சொன்னார்கள். நாங்கள் அதை நம்பவில்லை. ஏனென்றால் நாங்கள் இந்தப் பயணத்துக்குக் கிளம்புவதற்குக் கொஞ்சம் முன்பு ஷா அவர்கள் டெஹ்ரானில் ஹுரியத்–உல் அய்ன் என்கிற காபிரை உயிரோடு கொளுத்தியபோது அவன் எப்படிக் கத்தினானோ, அப்படித்தான் அந்தப் பெண்ணும் கத்தினாள்."

பெரியப்பா கொஞ்ச நேரம் சிந்தனைகளிலும் நினைவுகளிலும் தொலைந்துபோய் மௌனமாக உட்கார்ந்திருந்தார். பிறகு ஒரு பெருமூச்சு விட்டுவிட்டுத் தொடர்ந்தார்: "கிறிஸ்துவர்களிடம் ஒரு விஷயத்தை என்னால் புரிந்துகொள்ள முடியவில்லை. அவர்களிடம் சிறந்த ஆயுதங்கள் இருக்கின்றன. சிறந்த போர்

வீரர்கள் இருக்கிறார்கள். எதிரிகளை வெல்வதற்கு வேண்டிய எல்லாவற்றையும் தயாரிக்கும் சிறந்த தொழிற்சாலைகள் இருக்கின்றன. மற்ற மனிதர்களைச் சுலபமாகவும் சீக்கிரமாகவும் முடிந்தவரைக்கும் அதிகமாகவும் கொல்வதற்கான எதை யாவது கண்டுபிடிப்பவர்கள் யாராக இருந்தாலும் அவர்கள் பாராட்டப்படுகிறார்கள், பணக்காரர்கள் ஆகிறார்கள், கௌரவிக்கப்படுகிறார்கள். இது நல்ல விஷயம், சரியான விஷயம். போர் இருந்தாக வேண்டும். ஆனால் அதே நேரம் இந்த ஐரோப்பியர்களே பல மருத்துவமனைகளைக் கட்டுகிறார்கள். எதிரியின் போர்வீரர்களைக் குணப்படுத்தி உணவு தரும் மனிதனையும் பாராட்டுகிறார்கள், கௌரவிக்கிறார்கள். எனது புகழ்மிக்க தலைவர் ஷா அவர்கள், இப்படி ஒன்றுக்கொன்று எதிர் எதிரான விஷயங்களைச் செய்பவர்களை ஒரேபோல கௌரவிப்பதைப் பார்த்து எப்போதுமே திகைப்படைந் திருக்கிறார். ஒரு தடவை வியன்னாவில் பேரரசருடன் இது பற்றிப் பேசிப் பார்த்தார். ஆனால் இந்த முட்டாள்தனமான காரியத்துக்கு ஒரு விளக்கம் கிடைக்கவே கிடைக்காது. ஐரோப்பியர்கள் அவர்களே பல நேரங்களில் நான்குக்கும் மேற்பட்ட மனைவிகளை வைத்துக்கொள்கிறார்கள். ஆனால் நான்கு மனைவிகள் ஆனாலும் நாம் வைத்துக்கொள்ளலாம் என்பதாலும் நாம் இறைவனின் ஆணைப்படி வாழ்ந்து ஆட்சி செய்வதாலும் நம்மை வெறுக்கிறார்கள்."

பெரியப்பா அமைதியானார். இரவு கருமையாக இருந்தது. அவரது நிழல் வயதான மெலிந்த பறவை மாதிரி இருந்தது. அவர் நிமிர்த்து, வயதான ஆண்களைப் போல இருமிவிட்டு, உணர்ச்சி பொங்கச் சொன்னார்: "நாம் இறைவனின் கட்டளைப்படிதான் எல்லாவற்றையும் செய்கிறோம்; ஐரோப்பியர்களோ அவர்களின் இறைவனது கட்டளைகள் எதையும் செய்வதில்லை. இருந்தாலும் அவர்களது பலமும் சக்தியும் தொடர்ந்து வளர்கின்றன. ஆனால் நம்முடையவை தேய்கின்றன. ஏன் இப்படி இருக்க வேண்டும் என்று யார் எனக்குச் சொல்ல முடியும்?" எங்களால் அவருக்குச் சொல்ல முடியவில்லை. அவர் எழுந்தார். வயதான சோர்வடைந்த மனிதர். படிகளில் தடுமாறியபடி அவர் அறைக்கு இறங்கிப் போனார். அப்பா அவரைப் பின்தொடர்ந்தார். வேலைக்காரர்கள் தேநீர்க் கோப்பைகளை எடுத்துக்கொண்டு போனார்கள். நான் மட்டும் தனியே மொட்டைமாடியில் விடப்பட்டேன். ஆனால் எனக்குத் தூங்கப் போகத் தோன்றவில்லை.

எங்கள் நகரை இருள் சூழ்ந்தது. அது பதுங்கியிருக்கும் மிருகத்தைப் போல இருந்தது, பாயவோ, விளையாடவோ

தயாராக. உண்மையில் இரண்டு நகரங்கள் இருந்தன. கொட்டைக்கு உள்ளே இருக்கும் பருப்பு மாதிரி ஒன்றுக்குள் இன்னொன்றாக. பழைய மதிலுக்கு வெளிப்பக்கமாக வெளி நகரம் இருந்தது. பெரிய தெருக்கள், உயரமான வீடுகள், பணப் பேராசை பிடித்த கூச்சலான மனிதர்கள். இந்த வெளி நகரம் எங்கள் பாலைவனத்திலிருந்து வரும் பாறை எண்ணெய்க்காக வும் அது கொண்டுவரும் செல்வத்துக்காகவும் கட்டப்பட்டது. அங்கே அரங்கங்கள், பள்ளிக்கூடங்கள், மருத்துவமனைகள், நூலகங்கள், காவல்காரர்கள், தோள்களைத் திறந்துபோட்டபடி இருக்கும் பெண்கள் எல்லாம் இருந்தார்கள். வெளி நகரத்தில் ஏதாவது துப்பாக்கிச் சண்டை நடந்தால், அது எப்போதுமே பணத்துக்காகத்தான். ஐரோப்பாவின் புவியியல் எல்லை வெளி நகரத்தில் தொடங்கியது. நினோ அங்கேதான் வசித்தாள். பழைய நகரத்துக்குள்ளே இருக்கும் வீடுகள் கிழக்கத்தியக் குத்துவாளைப் போலக் குறுகி வளைந்தவை. நோபல் குடும்பத்தினர் எழுப்பி யிருக்கும் பாறை எண்ணெய்க் கிணறுகளின் மேலே இருக்கும் கூர்ப்பு கோபுரச் சட்டங்களிலிருந்து மிகவும் வேறுபட்ட மசூதி ஸ்தூபங்களால் இதமான நிலவு துளைக்கப்பட்டிருக்கும். பழைய நகரத்தின் கிழக்கு மதிலை ஒட்டி கன்னிக் கோபுரம் உயர்ந்திருக்கும். பாக்கூவின் மன்னர் முகமது ஜூசுப் கான் தனது மகளுக்காக இதைக் கட்டினார். அவர் அவளைத் திருமணம் செய்துகொள்ள ஆசைப்பட்டார். ஆனால் இந்தத் தகா உறவுத் திருமணம் நடக்கவேயில்லை. அவர் அவளது அறைக்கு விரைந்து போகும்போது அவள் அந்தக் கோபுரத்தின் உச்சியிலிருந்து கீழே குதித்துவிட்டாள். அந்த மங்கை எந்தக் கல்லில் விழுந்து இறந்தாளோ அதைக் கன்னிப்பாறை என்பார்கள். சில சமயங்களில் அந்தப் பாறை முழுக்க மலர் பரப்பியிருக்கும். திருமணத்துக்கு முந்தின நாளில் யாரோ ஒரு மணப்பெண்ணின் காணிக்கை.

காலம் காலமாக எங்கள் நகரத்தின் தெருக்களில் ரத்தம் வழிந்தோடியிருக்கிறது. அந்த ரத்தம் எங்களை வலிமையுடையவர் களாக, தைரியசாலிகளாக மாற்றுகிறது. எங்கள் வீட்டுக்கு எதிரே சிசியாநாஷ்விலியின் வாசல் உயர்ந்திருக்கிறது. இங்கேயும் செல்வக்குடி மனிதர்களின் ரத்தம் சிந்தப்பட்டு எங்கள் குடும்பத்தின் வரலாற்றின் பகுதியாக மாறியிருக்கிறது. அது பல ஆண்டுகளுக்கு முன்பு, எங்கள் அஜர்பைஜான் நாடு பாரசீகத்தின் பகுதியாக இருந்து ஹசன் குலி கான் பாக்கூவைத் தலைநகர மாகக் கொண்டு ஆண்ட காலம். ஜார் இராணுவத்தில் ஒரு தளபதியாக இருந்த ஜார்ஜியரான இளவரசர் சிசியாநாஷ்விலி எங்கள் நகரத்தை முற்றுகையிட்டார். ஹசன் குலி கான் பேரரசர் வெள்ளை ஜாரிடம் சரணடையப் போவதாக அறிவித்து, வாசலைத் திறந்து, இளவரசர் சிசியாநாஷ்விலியை உள்ளே

வர அனுமதித்தார். இளவரசர் ஒரு சில அதிகாரிகள் மட்டும் துணைவர நகரத்திற்குள் நுழைந்தார். வாசலுக்குப் பின்னால் இருந்த சதுக்கத்தில் ஒரு விருந்து ஏற்பாடு செய்யப்பட்டது. பெருந்தீ எரிந்துகொண்டிருக்க, முழு எருதுகள் தீயில் வாட்டி சமைக்கப்பட்டுக்கொண்டிருந்தன. இளவரசர் சிசியாநாஷ்விலி எக்கச்சக்கமாகக் குடித்திருந்தார். தனது சோர்வான தலையை ஹசன் குலி கானின் மார்பில் சாய்த்தார். என்னுடைய மூதாதையரான இப்ராகிம் கான் ஷிர்வான்ஷிர், அப்போது ஒரு பெரிய வளைந்த குத்துவாளை உருவி ஹசன் குலி கானிடம் கொடுத்தார். ஹசன் குலி கான் குத்துவாளை எடுத்து இளவரசர் சிசியாநாஷ்விலியின் தொண்டையை மெதுவாக அறுத்தார். அவரது அங்கியில் ரத்தம் பீய்ச்சி அடித்தது. ஆனாலும் அவர் தொடர்ந்து தன் கையில் இளவரசரின் தலை தனியாக வரும்வரையாலும் அறுத்தார். உப்பு நிறைந்திருந்த ஒரு கோணிப்பையில் அந்தத் தலை போடப்பட்டது. என்னுடைய மூதாதையர் அதை டெஹ்ரானில் இருந்த பேரரசருக்கு எடுத்துப் போனார். ஆனால் ஜார் பேரரசர் இந்தக் கொலைக்குப் பழிவாங்க முடிவு செய்தார். பாக்கூவுக்கு எதிராக ஒரு படையை அனுப்பினார். ஹசன் குலி கான் அரண்மனைக்குள் தன்னைப் பூட்டிக்கொண்டார். பிரார்த்தனை செய்து, வரவிருக்கும் நாளை நினைத்தார். ஜாரின் வீரர்கள் மதிலின் மேலே ஏறியபோது அவர் ஒரு சுரங்கப்பாதை வழியாகக் கடலுக்கு ஓடி, அங்கிருந்து பாரசீகத்துக்குத் தப்பி ஓடினார். அவர் சுரங்கப் பாதையில் நுழையும் முன்னால் கதவில் ஒரே ஒரு, ஆனால் அறிவார்ந்த, வாக்கியத்தை எழுதினார்: 'நாளையைப் பற்றி யோசிப்பவன் ஒருபோதும் தைரியமாக இருக்க முடியாது.'

பள்ளியிலிருந்து வீட்டிற்கு வரும் வழியில், நான் அடிக்கடி இந்தப் பாழடைந்த அரண்மனை வழியாக மெதுவாக நடந்து வருவேன். நீதி மண்டபம் அதன் பிரம்மாண்டமான மூர் வகை வளைவு வாசல்களுடன் ஆளரவம் இல்லாமல் காலியாய் இருக்கும். நீதி வேண்டும் என்கிற குடிமக்கள் மதிலுக்கு வெளியே இருக்கும் ரஷ்ய நீதிபதியிடம் போயாக வேண்டும். ஆனால் யாரும் ரஷ்ய நீதிபதியிடம் போவது இல்லை. அப்படியே யாராவது போனால், பெரியவர்கள் அவரை இழிப்பார்கள். தெருவில் குழந்தைகள் அவரைப் பார்த்து நாக்கைத் துருத்துவார்கள். ரஷ்ய நீதிபதிகள் மோசமானவர்கள், நியாய மற்றவர்கள் என்பதால் அல்ல. அவர்கள் மென்மையானவர்கள், நியாயமானவர்கள்தான், ஆனால் எங்கள் ஜனங்கள் விரும்பாத விதத்தில். திருடனைச் சிறையில் அடைக்கிறார்கள். அங்கே அவன் சுத்தமான சிறைச்சாலை அறையில் உட்கார்ந்து

கொள்கிறான். அவனுக்குத் தேநீர் கொடுக்கப்படுகிறது, சர்க்கரையும் போட்ட தேநீர். ஆனாலும் இதனால் யாருக்கும் பிரயோஜனம் இல்லை. அவன் யாரிடமிருந்து திருடினானோ, அந்த மனிதருக்கு கொஞ்சமும் பயனில்லை. ஜனங்கள் தோள்களைக் குலுக்கிக்கொண்டு அவர்களின் சொந்த வழியில் நியாயம் செய்கிறார்கள். வழக்கு முறையிடுபவர்கள் மதிய நேரத்தில் மசூதிக்கு வருவார்கள்; அங்கே ஞானவான்களான பெரியவர்கள் வட்டமாக அமர்ந்து அல்லாவின் சட்டத்தின்படி தண்டனை வழங்குவார்கள்: கண்ணுக்குக் கண்; பல்லுக்குப் பல். இரவு நேரம் சில சமயம் முக்காடு போட்ட உருவங்கள் சந்துகளில் ஒளிந்து நகர்கின்றன. ஒரு குத்துவாள் மின்னலைப் போலப் பாய்கிறது. ஒரு சின்ன அலறல். நீதி நிலைநாட்டப்பட்டு விட்டது. ரத்தப் பகைகள் குடும்பத்துக்குக் குடும்பம் ஓடிக் கொண்டிருக்கின்றன. சில சமயங்களில் இரவின் கும்மிருட்டான நேரத்தில் ஒரு கோணி மூட்டை சந்துகள் வழியாகத் தூக்கிச் செல்லப்படுகிறது. ஓர் அமுந்திய முனகல். கடலில் ஒரு மென்மை யான தெறிப்பு. அந்தக் கோணி மூட்டை மறைந்துவிடுகிறது. அடுத்த நாள் ஒரு மனிதன் அறையில் தரையில் உட்கார்ந்திருக் கிறான். அவனது உடை கிழிந்திருக்கிறது. கண்கள் முழுக்க கண்ணீர். அவன் அல்லாஹ்வின் சட்டத்தை நிறைவேற்றி விட்டான். திருமணத்தை மீறிய உறவு கொண்டவளுக்கு மரணம்.

ரகசியங்கள் மர்மங்கள், மறைவான மூலைகள் குட்டிச் சந்துகள் நிறைந்தது எங்கள் நகரம். நான் இந்த மென்மையான இரவின் முணுமுணுப்புகளை, தட்டையான கூரைகளின் மேலே தெரியும் நிலவை, மசூதியின் முற்றத்தில் நிலவுகின்ற வெப்பமான அமைதியான மதிய நேரங்களை விரும்புகிறேன். இறைவன் என்னை இங்கே பிறக்கச் செய்தார், இமாம் ஜாபரின் வழி வந்த ஒரு ஷியா முஸ்லீமாக இதே தெருவில், நான் பிறந்த இதே வீட்டில், இறக்கும்படி அவர் கருணை காட்டட்டும். நானும், கிறிஸ்துவ மதத்தைச் சேர்ந்த, கத்தியும் முள்கரண்டியும் வைத்துச் சாப்பிடுகிற, உற்சாகமான வழிகள் கொண்ட, பட்டு வலைக் காலுறைகள் அணிகின்ற நினோவும்.

3

பள்ளிப் படிப்பை முடித்து வெளியேறுபவர் களின் விழா நாள் சீருடையின் கழுத்துப்பட்டையில் வெள்ளியால் பூவேலை செய்திருந்தது. வெள்ளி இடுப்புப்பட்டைக் கொக்கிகளும், வெள்ளிப் பொத்தான்களும் பளபளத்தன. முடமுடப்பான சாம்பல் வண்ணத் துணி இஸ்திரி செய்யப்பட்டு இன்னும் இதமான சூட்டில் இருந்தது. தொப்பி அணியாமல் அமைதியாக நாங்கள் பள்ளிக் கூடத்தின் பெரிய அரங்கத்தில் நின்றிருந்தோம். தேர்வின் சடங்குப் பகுதி தொடங்கியது. எங்களில் இரண்டே பேர் தான் அரசாங்கத்தின் தேவாலயத்தைச் சேர்ந்தவர்களாக இருந்தாலும் நாங்கள் நாற்பது பேரும் மரபுசார் தேவாலயத்தின் இறைவனிடம் மன்றாடினோம்.

மரபுசார் தேவாலயத்தின் பாதிரியார், தங்கத் தால் நெய்த கனமான சடங்கு ஆடைகளை அணிந்து, தனது நீண்ட முடியில் நறுமணம் வீச, கையில் பெரிய தங்கச் சிலுவையுடன் பிரார்த்தனையைத் தொடங்கினார். காற்றில் தூபங்களின் வாசம் தூக்கலாக இருந்தது. ஆசிரியர்களும் அரசாங்கத்தின் தேவாலயத்தைச் சேர்ந்த அந்த இரண்டு மாணவர் களும் மண்டியிட்டார்கள். மரபுசார் தேவாலய பாட்டின் ஏற்ற இறக்கத்துடன் சொல்லப்பட்ட பாதிரியாரின் வார்த்தைகள் எங்கள் காதுகளில் வெற்றாக ஒலித்தது. இந்த எட்டு ஆண்டுகளில் எதிர்வினையாற்றாமல் சலிப்புடன் எத்தனை முறை இதைக் கேட்டிருப்போம்: 'அதி பக்தி கொண்ட, அதி வலிமைமிக்க, அதி கிறிஸ்துவ மாமன்னர் ஜார் நிகோலஸ் அலெக்ஸாண்ட்ரோவிச்சுக்கு இறைவனின் ஆசீர்வாதம்... மற்றும் அனைத்துக் கடற்படையினர், பயணிகள், அனைத்துக் கற்றவர்களுக்கும் பாதிக்கப்பட்டவர்களுக்கும்,

உண்மையான மதத்திற்காக, ஜார் பேரரசருக்காக, தாய்நாட்டுக்காக பெருமைமிகு போர்க்களத்தில் வீர மரணம் அடைந்த அனைத்துப் போராளிகளுக்கும் அனைத்து மரபுசார் கிறிஸ்துவர்களுக்கும் இறைவனின் ஆசீர்வாதம்...' நான் சலிப்புடன் சுவரை வெறித்தேன். அங்கே பட்டையான தங்கச் சட்டத்தில், இரட்டைத்தலை கழுகின் கீழே, பைசாந்தியப் பேரரசின் சிலைபோல அதி பக்தி கொண்ட, அதி வலிமைமிக்க மாமன்னர் ஜார், ஆளுயரத்தில் இருந்தார். அவர் நீண்ட முகத்துடன் மஞ்சள் நிற முடியுடன் இள நீலக் கண்களுடன் நேரே பார்த்துக்கொண்டிருந்தார். அவர் மார்பில் எக்கச்சக்கப் பதக்கங்கள். நானும் எட்டு ஆண்டுகளாய் அவற்றை எண்ண முயன்று அந்த அலங்காரச் செறிவில் எண்ணிக்கை மறந்து போவேன். முன்னொரு காலத்தில் ஜார் பேரரசரின் படத்திற்குப் பக்கத்தில் ஜார் பேரரசியின் படமும் தொங்கவிடப்பட்டிருந்தது. ஆனால் அது அகற்றப்பட்டது. அவர் அணிந்திருந்த தாழ்கழுத்து உடையை வெறுத்த இந்த நாட்டின் முஸ்லீம்கள் தங்கள் குழந்தைகளை இந்தப் பள்ளிக்கு அனுப்புவதை நிறுத்திவிட்டார்கள்.

பாதிரியார் ஜெபித்துக்கொண்டிருக்கும்போது நாங்கள் பயபக்தியாக உணர ஆரம்பித்தோம். எல்லாவற்றிற்கும் மேலாக, இது மிகவும் பரபரப்பான நாள். இந்த மகத்தான தருணத்துக்கு உகந்தபடி இந்த நாளைக் கழிக்க வேண்டும் என்பதற்காக நான் அதிகாலையிலேயே என்னாலான எல்லா முயற்சியும் செய்யத் தொடங்கினேன். முதலில் வீட்டிலிருக்கும் எல்லோரிடமும் நல்லமுறையில் நடந்துகொள்ளத் தீர்மானித்தேன். ஆனால் பெரும்பாலானவர்கள் இன்னமும் தூங்கிக்கொண்டிருந்தார்கள். அப்புறம், பள்ளிக்கூடத்துக்குப் போகும் வழியில் நான் கடந்து சென்ற அத்தனைப் பிச்சைக்காரர்களுக்கும் காசு கொடுத்தேன் – எச்சரிக்கையாக இருப்போமே என்றுதான். நான் ரொம்பவே உற்சாகமாக இருந்ததால் ஒரு பிச்சைக்காரருக்கு ஐந்து கோபெக் கொடுப்பதற்குப் பதில் ஒரு முழு ரூபிளையே கொடுத்தேன். அவர் எனக்கு மிகுந்த நன்றியைச் சொன்னபோது, நான் மிகக் கண்ணியத்துடன் சொன்னேன்: "எனக்கு நன்றி சொல்லாதீர்கள். அறக்கொடை அளிக்க என்னுடைய கையைப் பயன்படுத்திய அல்லாவுக்கு நன்றி சொல்லுங்கள்." இப்படிப்பட்ட ஒரு புண்ணிய வாசகத்தை மேற்கோள் காட்டிய பிறகு என்னால் நிச்சயமாகத் தேர்வில் தோல்வி அடைய முடியாது.

ஜெபம் முடிவுக்கு வந்தது. நாங்கள் வரிசையில் நின்று தேர்வாளர்கள் இருந்த மேஜையை நெருங்கினோம். நீண்ட மேசைக்குப் பின்னால் வரிசையாக அமர்ந்திருந்த

அவர்கள் கருப்பு தாடி, இருளார்ந்த பார்வை, தங்க நிறத்தில் விழாக்காலச் சீருடைகளுடன் கற்கால அசுரர்களைப் போலத் தெரிந்தார்கள். முகமதியர்களைத் தோல்வியடையச் செய்வதை ரஷ்யர்கள் வெறுத்தாலும் எல்லாமே சடங்கு மரியாதையுடன் பயமுறுத்துவதாக இருந்தன. ஏனென்றால், எங்கள் எல்லோருக்குமே நிறைய நண்பர்கள் இருந்தார்கள். அவர்கள் குத்துவாளும் கைத்துப்பாக்கியும் வைத்துக்கொண்டு சுற்றும் திடகாத்திரமானவர்கள். ஆசிரியர்களுக்கு இது தெரிந்திருந்தது. மாணவர்கள் ஆசிரியர்களுக்குப் பயப்பட்டது போலவே, காட்டுக்கொள்ளைக்கார மாணவர்களைப் பார்த்து ஆசிரியர்களும் பயப்பட்டார்கள். பெரும்பாலான பேராசிரியர்கள் பாக்கூவில் வேலை செய்ய வேண்டிய சூழலை இறைவனின் தண்டனைகளில் ஒன்றாகப் பார்த்தார்கள். இருண்ட சந்துகளில் ஆசிரியர்கள் அடித்து உதைக்கப்பட்ட சம்பவங்கள் அரிதானவை அல்ல. குற்றவாளிகள் ஒருபோதும் பிடிபட்டதில்லை. ஆசிரியர்களுக்கு வேலை மாற்றம் கொடுத்து அனுப்பிவிடுவார்கள். அதனால்தான் அலி கான் ஷிர்வான்ஷிர் என்னும் மாணவன் அவனது பக்கத்தில் இருக்கும் மெதால்நிகோவ் என்பவனைப் பார்த்து கணக்கின் விடையை நைசாகக் காப்பி அடிக்கும்போது அவர்கள் வேறு பக்கம் பார்க்கிறார்கள். நான் இதைச் செய்துகொண்டிருந்தபோது ஒரே ஒருமுறை ஓர் ஆசிரியர் என் பக்கத்தில் வந்து பரிதாபமாக கிசுகிசுத்தார்: "இவ்வளவு வெளிப்படையாக வேண்டாம், ஷிர்வான்ஷிர். நாம் தனியாக இல்லை!"

ஆகவே, கணக்குத் தேர்வு பரவாயில்லை. நாங்கள் ஏற்கெனவே விடுதலை மூச்சை உணர்ந்தபடி சந்தோஷமாக நிகோலாய் தெருவில் நடைபோட்டோம். அடுத்த நாள் ரஷ்ய மொழித் தேர்வு. எப்போதும்போல, டிபிலிசியிலிருந்து காப்பு முத்திரை இட்ட உறைகளில் கட்டுரைத் தலைப்புகள் வந்தன. தலைமையாசிரியர் முத்திரையை உடைத்து சடங்கு மரியாதையுடன் உரக்கப் படித்தார்: "ரஷ்யப் பெண்களது பண்பின் உருவாய் துர்கென்யெவ்வின் பெண் கதாபாத்திரங்கள்." இது எளிதாக இருந்தது. நான் ரஷ்யப் பெண்களைப் பாராட்டிய அளவிலேயே அந்த நாளுக்கான வெற்றி கிடைத்தது. இயற்பியல் தேர்வு இன்னும் கடினமாக இருந்தது. ஆனால் எங்கே அறிவு என்னைக் கைவிட்டதோ, அங்கே துண்டுச் சீட்டு என்னும் பயனுள்ள கலை எனக்கு உதவியது. ஆகவே, இயற்பியலும் பரவாயில்லை. கைதிகளுக்கு ஒரு நாள் ஓய்வும் வழங்கியது ஆணையம். பிறகு நேர்முகத் தேர்வு. இங்கே உங்களுக்குத் துணை நீங்களேதான். எளிதான கேள்விகளுக்குச் சிக்கலான பதில்களைச்

சொல்ல வேண்டும். முதலில் மதம். எங்கள் மத ஆசிரியர், ஒரு முல்லா, பொதுவாகப் பின்னணியில் அமைதியாக இருப்பவர், இன்றைக்குத் திடீரென்று முன்னால் உட்கார்ந்தார். நீண்ட தழையும் ஆடையை அணிந்துகொண்டு நபி வழி வந்தவர்களின் பச்சை நிறக் குறுக்குப் பட்டிகையையும் அணிந்திருந்தார். மாணவர்களிடம் மென்மையான இதயம் கொண்டவர் அவர். என்னிடம் மதத்தின் கோட்பாட்டை மட்டும் கேட்டு, நான் ஒரு நல்ல பையனைப் போல ஷியா மத நம்பிக்கைப் பிரகடனத்தை ஒப்பித்ததும் முழு மதிப்பெண்களைக் கொடுத்துவிட்டார்: 'அல்லாவைத் தவிர இறைவன் இல்லை. முகம்மது அவரது இறைத்தூதர். அலி அல்லாவின் துணை ஆட்சியாளர்.' இந்தக் கடைசிப் பகுதி மிகவும் முக்கியமானது. ஏனென்றால், இதுதான் மதப்பற்றுள்ள ஷியாக்களை வழிதவறிய சகோதரர்களான சன்னிகளிடமிருந்து வேறுபடுத்துகிறது. ஆனால் அவர்களிடம்கூட அல்லா தனது கருணையை முற்றாக விலக்கிக்கொள்ளவில்லை. அப்படித்தான் முற்போக்குக் கருத்துக்களைக் கொண்ட முல்லா எங்களுக்குக் கற்றுக்கொடுத்தார்.

இதற்குச் சமன்செய்வதுபோல, எங்கள் வரலாற்று ஆசிரியர் முற்போக்கானவரே இல்லை. நான் எனது கேள்வியின் தலைப்பைக் குலுக்கல் முறையில் எடுத்தேன். அது நன்றாக இல்லை. 'காண்ட்ஷாவில் மாததோவின் வெற்றி' என்று வந்தது. ஆசிரியருக்கும் அது தோதாகப்படவில்லை. காண்ட்ஷா போரில்தான் ரஷ்யர்களால் என் மூதாதையரான இப்ராஹிம் கான் ஷிர்வான்ஷிர் வஞ்சகமாகக் கொல்லப்பட்டார். அவர் இளவரசர் சிசியாநாஷ்விலியின் தலையை வெட்ட ஹசன் குலி கானுக்கு முன்பு உதவியவர். ஆசிரியர் மெதுவான குரலில், "ஷிர்வான்ஷிர், வேறொரு கேள்வியைத் தேர்ந்தெடுத்துக் கொள்கிறேன் என்று கேட்கும் உரிமை உனக்கு உண்டு" என்றார். உலகம் முழுதுக்குமான குலுக்கல் சீட்டுகள்போல கேள்வி எழுதிய தாள்கள் நிரம்பிய கண்ணாடிக் கிண்ணத்தைச் சந்தேகத்துடன் பார்த்தேன். ஒவ்வொரு மாணவனுக்கும் அவனது குலுக்கல் சீட்டை ஒருமுறை மாற்றிக்கொள்ள வாய்ப்பு உண்டு. ஆனால் அவன் மிக அதிகபட்ச மதிப்பெண் பெறும் வாய்ப்பை இழந்துவிடுவான். நான் திருவருளைச் சீண்டிப் பார்க்க விரும்பவில்லை. குறைந்தபட்சமாக, என் மூதாதையரின் மரணம் பற்றிய எல்லாமே எனக்குத் தெரியும். அந்தக் கண்ணாடிக் கிண்ணத்தில் புருசியாவில் ஃபிரெட்ரிக் வில்ஹெல்ம்ஸ் பற்றியோ, அமெரிக்க உள்நாட்டுப்போர் பற்றியோ முற்றிலும் மர்மமான கேள்விகள் இருந்தன. அவற்றைப் பற்றியெல்லாம் யாருக்குத் தெரிந்திருக்க முடியும்? நான்

வேண்டாமென்று தலையை ஆட்டினேன். பிறகு என்னால் முடிந்த அளவுக்கு அடக்கமாகவும் நல்லபடியும் நான் சொன்னேன். அஜர்பைஜானிலிருந்து ரஷ்யர்களைத் துரத்துவதற்காக தபிரிஸ்ஸிலிருந்து நாற்பதாயிரம் வீரர் படையுடன் கிளம்பி வந்த பாரசீக இளவரசர் அப்பாஸ் மிர்சா பற்றிச் சொன்னேன். எப்படி ஜார் பேரரசரின் ஆர்மீனியத் தளபதி மாததோவ் ஐந்தாயிரம் வீரர்களுடன் அவரை காண்ட்ஷாவில் எதிர் கொண்டார் என்பதையும் துப்பாக்கி என்பதையே கேள்விப் பட்டிருக்காத பாரசீகர்களை நோக்கி துப்பாக்கிகளால் சுட்டதை யும், எப்படி இளவரசர் அப்பாஸ் மிர்சா குதிரையிலிருந்து கீழே விழுந்து தவழ்ந்து ஒரு கால்வாய்க்குள் பதுங்கினார் என்பதையும் மொத்தப் படையும் ஓடியதையும், இப்ராஹிம் கான் ஷிர்வான்ஷிர் சில வீரர்களுடன் ஆற்றைக்கடந்து ஓட முயன்ற போது பிடிபட்டுச் சுடப்பட்டதையும் சொன்னேன். “வெற்றிக்குக் காரணம் ரஷ்யப் படைகளின் வீரமல்ல, மாததோவின் துப்பாக்கிகளின் தொழில்நுட்ப உயர்வு. வெற்றியின் விளைவாய் துருக்மென்சாய் அமைதி ஒப்பந்தம் கையெழுத்தானது. அதன்படி பாரசீகர்கள் கப்பம் கட்ட ஒப்புக்கொண்டார்கள். அந்த அதீத வரிச்சுமையால் ஐந்து மாகாணங்கள் அழிந்தன.” இப்படிச் சொன்னதால், ‘தனிச் சிறப்புத் தகுதியுடன் தேர்ச்சி’ பெறும் வாய்ப்பை நான் வீசி எறிந்தேன். நான் இப்படிச் சொல்லியிருக்க வேண்டும்: “அந்த வெற்றி ரஷ்யர்களின் மாபெரும் தைரியத்தால் விளைந்தது. அவர்கள் அதைக் கொண்டுதான் எட்டு மடங்கு அதிக எண்ணிக்கை கொண்ட எதிரியின் படையைத் துரத்தி அடித்தார்கள். வெற்றியின் விளைவாய் துருக்மென்சாய் அமைதி ஒப்பந்தம் கையெழுத்தானது. இதன் விளைவாய் பாரசீகர்கள் மேற்கத்திய நாகரீகத்துடனும் மேற்கத்திய சந்தையுடனும் தொடர்புகொள்ள முடிந்தது.” ஆனால் நான் பொருட்படுத்தவில்லை. ‘தனிச் சிறப்புத் தகுதியுடன் தேர்ச்சி’ பெறுவதற்கும் ‘தேர்ச்சி’ பெறுவதற்கும் இடையில் இருக்கும் வேறுபாட்டின் அளவுக்கு என் முன்னோர்களின் மதிப்பும் எனக்கு முக்கியமாக இருந்தது.

எல்லாம் முடிந்தது. தலைமையாசிரியர் இன்னொரு உரை நிகழ்த்தினார். பெருந்தன்மையும் அறமார்ந்த பெருமிதமும் பொங்க நாங்கள் தேர்ச்சி பெற்றுவிட்டோம் என்பதைச் சொன்னார். நாங்கள் விடுதலையான கைதிகளைப் போலப் படிக்கட்டுகளில் இறங்கி ஓடினோம். சூரியன் கண்கூசும்படி இருந்தது. மஞ்சள் நிறப் பாலைவன மென் மணல் தெருக்களை மூடியிருந்தது. தெருவின் மூலையில் இருந்த காவலர் – எங்களை எட்டு ஆண்டுகளாய் பார்த்துக்கொண்டவர் –

வாழ்த்தினார். நாங்கள் ஒவ்வொருவரும் அவருக்கு ஐந்து கோபெக் கொடுத்தோம். பிறகு நகரத்துக்குள் கொள்ளைக்காரர்களைப் போலக் கூச்சலும் அலறலுமாய் வெடித்துப் புகுந்தோம். நான் வீட்டுக்கு ஓடினேன். பாரசீகர்களை வென்ற அலெக்ஸாண்டரைப் போல நான் வரவேற்கப்பட்டேன். வேலைக்காரர்கள் என்னை வியந்து பார்த்தார்கள். என் தந்தையார் என்னை முத்த மழை பொழிந்து, நான் ஆசைப்படும் மூன்று விஷயங்களை, அவை என்னவாக இருந்தாலும், தருகிறேன் என்றார். என் பெரியப்பா, இப்படிப்பட்ட அறிவாளி பெரும் முன்னேற்றம் தரக்கூடிய டெஹ்ரானில் இருக்க வேண்டும் என்றார்.

முதல் பரபரப்பு ஓய்ந்ததும் நான் தொலைப்பேசியை நோக்கிப் பதுங்கி முன்னேறினேன். நினோவுடன் இரண்டு வாரங்களாகப் பேசவில்லை. ஒரு மனிதன் வாழ்க்கை பாதையின் முக்கியமான நாற்சந்திகளில் நிற்கும்போது பெண்களிடமிருந்து விலகி இருக்க வேண்டும் என்று ஓர் அறிவார்ந்த நெறிமுறை வற்புறுத்துகிறது. நான் அந்தப் பயன்படுத்தச் சிக்கலான கருவியின் கைப்பிடியை உயர்த்தி, மணியைத் திருப்பி, பேசும் பாகத்துக்குள் உரக்கச் சொன்னேன்: "3381!" நினோவின் குரல் பதிலளித்தது: "தேர்ச்சி பெற்றுவிட்டாயா, அலி?"

"ஆமாம், நினோ."

"வாழ்த்துகள், அலி!"

"எப்போது, எங்கே, நினோ?"

"ஆளுநர் தோட்டத்து ஏரிக்கரையில், ஐந்து மணிக்கு, அலி." என்னால் தொடர்ந்து பேச முடியவில்லை. என் முதுகுக்குப் பின்னால் என் உறவுக்காரர்கள், வேலைக்காரர்கள், திருநர்களின் ஆர்வமுள்ள காதுகள் ஒளிந்திருந்தன. நினோவின் பின்னால், அவளது செல்வக்குடி அம்மா. நிறுத்துவது நல்லது. எப்படி யிருந்தாலும், உடலற்ற குரல் மிகவும் விசித்திரமானது, அதை உண்மையில் அனுபவிக்க முடியாது.

நான் மாடியில் என்னுடைய அப்பாவின் பெரிய அறைக்குப் போனேன். அவர் பெரியப்பாவுக்குப் பக்கத்தில் திவானில் உட்கார்ந்திருந்தார். அவர்கள் தேநீர் குடித்துக் கொண்டிருந்தார்கள். சுவரை ஒட்டி நின்றுகொண்டிருந்த வேலைக்காரர்கள் என்னை வெறித்தார்கள். இன்னும் தேர்வு முடியவில்லை. இன்னும் நீண்ட தொலைவு இருக்கிறது. இப்போதைக்கு, நான் எனது வளர்ந்த பருவ வாழ்க்கையைத் தொடங்கப் போகும் தருணத்தில் அப்பா பிள்ளைக்கு வாழ்வின்

அறிவார்ந்த விஷயங்களை முறையாகப் பொது இடத்தில் கற்பிக்க வேண்டும். அது கொஞ்சம் பழைய முறையில் இருந்தது நெஞ்சைத் தொட்டது. "என் மகனே, இப்போது உனக்கு வாழ்க்கை தொடங்குகிறது. நான் மீண்டும் ஓர் முஸ்லீமின் கடமைகளை உனக்கு நினைவூட்ட வேண்டும். நாம் இங்கே காபிர்களின் நாட்டில் வாழ்கிறோம். நாம் அழிந்துபோகாமல் இருக்க வேண்டும் என்றால், நாம் பழைய பழக்கவழக்கங்களையும், நமது வாழ்க்கை முறையையும் கடைப்பிடிக்க வேண்டும். அடிக்கடி தொழுகை செய் மகனே. மது அருந்தாதே. அந்நியப் பெண்களை முத்தமிடாதே. ஏழைகளுக்கும் பலவீனர்களுக்கும் நல்லவனாக இரு. நம் மத நம்பிக்கைக்காக உனது வாளை உருவுவதற்கு எப்போதும் தயாராக இரு. நீ போர்க்களத்தில் இறந்தால் முதியவனான நான் உனக்காகத் துக்கப்படுவேன். ஆனால் நீ மானம் இழந்து வாழ்ந்தால் முதியவனான நான் வெட்கப்படுவேன். உனது எதிரிகளை மன்னிக்காதே, நாம் கிறிஸ்துவர்கள் அல்ல. நாளையை நினைக்காதே, அது உன்னைக் கோழையாக்கும். மேலும் இமான் ஜபாரின் ஷியா வழி விளக்கத்தின்படி முகம்மதுவின் மத நம்பிக்கையை ஒருபோதும் மறக்காதே." பெரியப்பாவும் வேலைக்காரர்களும் பயபக்தியுடன் மெய்மறந்த நிலையில் இருப்பதாகத் தோன்றியது. அவர்கள் என் அப்பாவின் வார்த்தைகளை ஏதோ ஞான வெளிப்பாடுபோலக் கேட்டார்கள். பிறகு அப்பா எழுந்து என் கைகளைப் பிடித்துக்கொண்டு சொன்னார். அவர் குரல் திடீரென்று வேகத்துடனும் நடுக்கத்துடனும் இருந்தது: "உன்னிடம் நான் கேட்டுக்கொள்வது ஒன்று தான் – அரசியலில் இறங்காதே! உனக்குப் பிடித்த எதை வேண்டுமானாலும் செய், ஆனால் அரசியல் வேண்டாம்!" நான் இலேசான மனசாட்சியுடன் அதற்கு உறுதி அளிக்கலாம். என் யோசனை முறையில் அரசியல் வெகு தூரத்தில் இருந்தது. நினோ அரசியல் பிரச்சினை இல்லை. இன்னும் ஒரு முறை அப்பா என்னை அணைத்துக்கொண்டார். நான் இப்போது உண்மையிலேயே வளர்ந்துவிட்டேன்.

நாலரை மணிக்கு நான் என்னுடைய விழாக்காலச் சீருடையோடே கோட்டைச் சந்து வழியாக எஸ்பிளனேடு நோக்கி மெல்ல நடந்தேன். பின்னர் வலதுபக்கம் திரும்பி, ஆளுநர் மாளிகையைக் கடந்து, பாக்கூவின் பாலை நிலத்தில் மிகுந்த பிராயசையுடன் அமைக்கப்பட்டிருந்த தோட்டத்தை நோக்கிச் சென்றேன். அது விசித்திரமான உணர்வாக இருந்தது. ஆளுநர் தனது குதிரை வண்டியில் என்னைக் கடந்துபோனார். ஆனால் நான் கடந்த எட்டு ஆண்டுகளாகச் செய்ய வேண்டியிருந்ததைப்

போல உடனே துள்ளி விறைப்பாகி ஒரு ராணுவ வணக்கம் வைக்க வேண்டியதில்லை. என் தொப்பியிலிருந்து பாக்கூ உயர்நிலைப் பள்ளியின் சின்னத்தை எடுத்துவிட்டேன். இது நான் பள்ளிப்படிப்பை முடித்துவிட்டேன் என்பதைப் பறைசாற்றியது. ஆகவே நான் இப்போது ஒரு தனிக் குடிமகனாக உலா வந்தேன். ஒரு தறிகெட்ட கணம், எல்லோரும் பார்க்கும்படி ஒரு சிகரெட்டைப் பற்றவைக்கலாமா என்ற யோசித்தேன். ஆனால் புகையிலை மீதான எனது வெறுப்பு விடுதலையின் நப்பாசையை விட வலுவாக இருந்தது. நான் புகைபிடிக்கும் எண்ணத்தைக் கைவிட்டு, தோட்டத்துக்குள் நுழைந்தேன்.

சோகமான மரங்களும் கருங்காரைப் பாதைகளும் கொண்ட மணற்பாங்கான பெரியதோட்டம் அது. வலதுபுறம் பழைய கோட்டைச் சுவர். நடுவில் நகர மன்றத்தின் வெள்ளைப் பளிங்குத் தூண்கள் நின்றன. மரங்களுக்கு இடையே எண்ணற்ற நீண்ட இருக்கைகள். மூன்று பூநாரைகள் தூசி படிந்த பனை மரங்களுக்கு இடையே நின்று, மறையும் சூரிய சிவப்பு பந்தை உற்றுப் பார்த்துக்கொண்டிருந்தன. மன்றத்துக்கு அருகே ஏரி இருந்தது. அதாவது, கல் பலகைகளால் கட்டப்பட்ட ஆழமான பெரிய வட்ட நீர்த்தேக்கம். நகர சபையின் யோசனை என்னவோ அது தண்ணீரால் நிரப்பப்பட்டு அதில் அன்னங்கள் நீந்திக்கொண்டிருக்க வேண்டும் என்பதாக இருந்தது. ஆனால் அது யோசனை அளவில்தான் நின்றது. தண்ணீரின் விலை அதிகம். இந்த நாட்டில் ஓர் அன்னம்கூடக் கிடையாது. அந்த நீர்த்தேக்கம் நித்தியமாக மேலே வானத்தை வெறித்துப் பார்த்துக்கொண்டிருந்தது, ஓர் செத்துப்போன ஒற்றைக்கண் அரக்கனின் விழிப்பள்ளம்போல.

நான் ஒரு நீண்ட இருக்கையில் உட்கார்ந்தேன். சதுர சாம்பல் நிற வீடுகளின் தட்டையான கூரைகளின் சிக்கலான குழப்பத்துக்குப் பின்னால் சூரியன் ஒளிர்ந்தது. எனக்குப் பின்னால் மரங்களின் நிழல்கள் நீண்டன. ஒரு பெண்மணி நீலக்கோடிட்ட முகத்திரையோடு படக்படக்கென அடித்த காலணிகள் அணிந்து கடந்தாள். அவளது முகத்திரையை மீறி அவளது நீண்டு வளைந்த மூக்கு துருத்திக்கொண்டிருந்தது. அந்த மூக்கு என்னை முகர்ந்து பார்த்தது. நான் வேறு பக்கம் திரும்பிக்கொண்டேன். என் மீது ஒரு விசித்திரமான சலிப்பு படர ஆரம்பித்தது. நினோ முகத்திரை போடவில்லை என்பதும் அவளுக்கு நீண்ட வளைந்த மூக்கு இல்லை என்பதும் நல்ல விஷயம். இல்லை, நான் நினோவை முகத்திரை போடவைக்க மாட்டேன். அல்லது போடவைப்பேனா? எனக்கு இன்னும்

சரியாக நினைவு இல்லை. அந்திச் சூரிய ஒளியில் நினோவின் முகத்தைப் பார்த்தேன். நினோ கிபியானி – ஒரு அழகான ஜார்ஜிய பெயர், ஐரோப்பிய ரசனை கொண்ட மரியாதைக்குரிய பெற்றோர். அதனால் என்ன? நினோவுக்கு வெள்ளைத் தோல். நீண்ட நுட்பமான இமைகளுக்குக் கீழே பெரிய சிரிக்கும் கருமையான காக்கேசிய கண்கள். ஜார்ஜிய பெண்களுக்கு மட்டுமே அத்தகைய இனிமையான களிக்கும் கண்கள் இருக்கின்றன. ஐரோப்பியப் பெண்களுக்கோ அல்லது ஆசியப் பெண்களுக்கோ, வேறு எவருக்குக் கிடையாது. நுட்பமான அரை நிலவுப் புருவங்கள். கன்னிமேரியின் முக வடிவு. அந்த உவமை என்னைச் சோகமாக உணரவைத்தது. கிழக்குத் தேசங்களில் ஆண்களுக்கு எத்தனையோ உவமைகள் இருக்கின்றன. ஆனால் பெண்கள் என்றால் அவர்களுக்கு உவமை கிறிஸ்துவ மரியம் மட்டும்தான். விசித்திரமான புரிந்துகொள்ள முடியாத உலகத்தின் குறியீடு இது.

ஆளுநர் தோட்டத்தின் பெரும் பாலைவனங்களிலிருந்து வந்த ஒளிரும் மணலால் மூடியிருந்த கருங்காரைப் பாதையைக் குனிந்து பார்த்தேன். நான் கண்களை மூடினேன். பிறகு என் அருகில் கவலையற்ற ஒரு சிரிப்பு கேட்டது. "அட ஆண்டவரே! ரோமியோவைப் பார், ஜூலியட்டுக்குக் காத்திருக்கும்போதே தூங்குகிறான்!" நான் குதித்தெழுந்தேன். நினோ என் அருகில் நின்றாள். இன்னமும் அந்தப் புனித தமாரின் தூய நீலச் சீருடையை அணிந்திருந்தாள். அவள் மிகவும் ஒல்லியாக இருந்தாள், கிழக்கு நாடுகளின் ரசனைப் படி, நிறையவே ஒல்லி. ஆனால் இந்தக் குறை எனக்குள் கரிசனத்துடன் பாதுகாக்கும் உணர்வை ஏற்படுத்தியது. அவளுக்குப் பதினேழு வயது. அவள் பள்ளிக்கூடத்தின் முதல் நாளில் நிகோலாய் தெரு வழியாகப் போனதிலிருந்து அவளை நான் அறிவேன். நினோ உட்கார்ந்தாள். அவள் கண்கள் பிரகாசித்தன. "ஆக, நீ ஒரு வழியாகத் தேர்ச்சி பெற்றுவிட்டாயா? நான் உனக்காகக் கொஞ்சம் பயந்துகொண்டிருந்தேன்."

நான் அவளது தோளைச் சுற்றி என் கையைப் போட்டேன்.

"அது பரபரப்பாக இருந்தது. ஆனால் பார், இறைவன், தனக்குப் பயப்படுகிறவர்களுக்கு உதவுகிறார்."

நினோ புன்னகைத்தாள். "இன்னும் ஓர் ஆண்டில் நீ எனக்கு இறைவனாக இருந்தாக வேண்டும். நீ என் நீண்ட இருக்கையின் கீழே உட்கார்ந்துகொண்டு கணக்குகளின் விடையைக் கிசுகிசுக்காமல் என்னால் செய்ய முடியாது."

இது ஏற்கெனவே முடிவானதுதான். ஒருமுறை பன்னிரண்டு வயதான நினோ கண்களில் நீர் வடிய இடைவேளையின்போது ஓடி வந்து சாலையைக் கடந்து என்னை அவளது வகுப்பறைக்கு இழுத்துக்கொண்டு போனாள். வகுப்பு முடியும் வரைக்கும் நான் அவளது நீண்ட இருக்கையின் கீழே உட்கார்ந்து அவளது கணக்குப் பாடத்துக்கு விடைகளைக் கிசுகிசுத்த போதே முடிவானதுதான். அன்றிலிருந்து நினோவின் பார்வையில் நான் கதாநாயகன்தான்.

"உன் பெரியப்பாவும் அவருடைய அந்தப்புரமும் எப்படி இருக்கின்றன?" என்று கேட்டாள் நினோ. எனது முகம் கடுத்தது. கண்டிப்பாகச் சொன்னால், அந்தப்புர விஷயங்கள் ரகசியமானவை. ஆனால் நினோவின் வெகுளியான ஆர்வத்தின் முன்னே கிழக்கத்திய ஒழுக்கத்தின் எல்லா விதிகளும் உருகி விட்டன. அவளது கருங்கூந்தலில் என் கை மறைந்தது: 'என் பெரியப்பாவின் அந்தப்புரம் திரும்பிப் போகப்போகிறது. ஆச்சரியப்படும் விதமாக, அது உதவியது உண்மையில் இன்னும் நிரூபிக்கப்படவில்லை என்றாலும், மேற்கத்திய மருத்துவம் உதவியதாகத்தான் தெரிகிறது. இதுவரை எதிர்பார்த்தது பெரியப்பாதான், பெரியம்மா ஜெய்னப் இல்லை."

நினோவின் குழந்தைத்தனமான புருவம் சுருங்கியது. 'அதெல்லாம் உண்மையில் நல்லது இல்லை. என் அப்பாவும் அம்மாவும் இதைக் கடுமையாக எதிர்க்கிறார்கள். அந்தப்புரம் என்பது இழிவான விஷயம்.' அவள் ஒரு பள்ளி மாணவி பாடத்தை மனப்பாடமாகச் சொல்வதைப் போலப் பேசினாள். என் உதடுகள் அவள் காதைத் தொட்டன: 'நான் அந்தப்புரமே வைத்துக்கொள்ள மாட்டேன், நினோ. ஒருபோதும்."

"ஆனால் நீ உன் மனைவியை முகத்திரை போடச் செய்வாய் என்று நினைக்கிறேன்!"

"ஒருவேளை நடக்கலாம். முகத்திரைக்குப் பயன் உண்டு. வெயிலிலிருந்து, தூசியிலிருந்து, அந்நியர்களின் பார்வையிலிருந்து அது பாதுகாக்கிறது."

நினோ முகம் சிவந்தாள். "நீ எப்போதுமே ஆசியத் தன்மையுடன் இருப்பாய், அலி. அந்நியர்களின் பார்வையில் என்ன தப்பு? ஒரு பெண் மனநிறைவளிக்க விரும்புகிறாள்."

"கணவனுக்கு மட்டுமே மனநிறைவளிக்க. மூடாத முகம், மறைக்காத முதுகு, பாதி மூடாத மார்பகங்கள், மெல்லிய கால்களின் தோல் தெரியும் காலுறைகள் – இவை எல்லாமே

ஒரு பெண் காப்பாற்ற வேண்டிய வாக்குறுதிகள். இந்த அளவுக்குப் பார்க்கும் மனிதன் இன்னமும் பார்க்க விரும்புவான். இது மாதிரியான ஆசைகளிலிருந்து ஆணைக் காப்பாற்றத்தான் பெண்கள் முகத்திரை போடுகிறார்கள்."

நினோ திகைப்புடன் என்னைப் பார்த்தாள். 'ஐரோப்பாவில் பதினேழு வயதுப் பெண்களும் பத்தொன்பது வயதுப் பையன்களும் இதுபோன்ற விஷயங்களைப் பேசிக்கொள்கிறார்கள் என்று நீ நினைக்கிறாயா?"

"நான் அப்படி நினைக்கக் கூடாது."

"அப்படியானால் நாமும் அவற்றைப் பற்றிப் பேச வேண்டாம்" என்று நினோ வெடுக்கென்று சொல்லி உதடுகளை ஒன்றாக அழுத்திக்கொண்டாள். என் கை அவள் தலைமுடியின் மேல் படர்ந்தது. அவள் தலையை உயர்த்தினாள். அஸ்தமனச் சூரியனின் கடைசி கதிர் அவள் கண்களில் இருந்தது. நான் அவளை நோக்கிக் குனிந்தேன். அவள் உதடுகள் மென்மையாகவும் பணிவாகவும் திறந்தன. நான் அவளை மிக நீண்ட நேரம் தாறுமாறாக முத்தமிட்டேன். அவளுக்கு மூச்சு வாங்கியது. பிறகு அவள் தன்னை விலக்கிக்கொண்டாள். நாங்கள் அமைதியாக இருந்தோம். அந்திமாலையை வெறித்துக்கொண்டிருந்தோம். சிறிது நேரம் கழித்து, கொஞ்சம் வெட்கத்துடன் எழுந்தோம். கைகோர்த்தபடி தோட்டத்தை விட்டு வெளியேறினோம். நாங்கள் வெளியேறும்போது, "உண்மையில் நான் முகத்திரை அணிய வேண்டும்" என்றாள் அவள். "அல்லது வாக்குறுதியைக் காப்பாற்ற வேண்டும்." அவள் வெட்கத்துடன் புன்னகைத்தாள். நான் அவளை வீடுவரை போய் விட்டுவிட்டு வந்தேன்.

"நிச்சயமாக உன்னுடைய நடன விருந்துக்கு நான் வருகிறேன்" என்றாள் அவள்.

"கோடைக்காலத்தில் என்ன செய்வாய் நினோ?"

"கோடைக்காலத்திலா? நாங்கள் கராபாக்கில் இருக்கும் ஷுஷாவுக்குப் போகிறோம். நீ அதிகப்படியாக ஒன்றும் கற்பனை செய்துகொள்ள வேண்டாம். நீயும் ஷுஷாவுக்கு வந்தாக வேண்டும் என்று அர்த்தம் இல்லை."

"சரி, கோடையில் ஷுஷாவில் உன்னைப் பார்க்கிறேன்."

"நீ ஒரு கொடுமை. எனக்கு ஏன் உன்னைப் பிடிக்கிறது என்று தெரியவில்லை.' அவள் போனதும் கதவு மூடிக்கொண்டது.

வீட்டுக்குப் போனேன். என் பெரியப்பாவின் திருநர், அந்த அறிவார்ந்த காய்ந்த பல்லி மாதிரியானவர், என்னைப் பார்த்துப்

பல் தெரியச் சிரித்தார்: "ஜார்ஜியப் பெண்கள் அழகானவர்கள், கான். ஆனால் பல மனிதர்கள் கடந்து செல்லும் பொதுத் தோட்டங்களில் அவர்கள் முத்தமிடப்படக் கூடாது." நான் அவரது வெளிறிய காதைப் பிடித்துக் கிள்ளினேன். ஒரு திருநர் அவர் விரும்பும் அளவுக்குக் குறும்பாக இருக்கலாம். அவர் பொதுப்பால். ஆணுமல்ல, பெண்ணுமல்ல. நான் அப்பாவைப் பார்க்கப் போனேன். "நீங்கள் எனக்கு நான் ஆசைப்படும் மூன்று விஷயங்களை, அவை என்னவாக இருந்தாலும், தருகிறேன் என்றீர்கள். எனக்கு இப்போது முதல் விஷயம் தெரியும்: நான் கோடையில் காராபாக்கில் இருக்க விரும்புகிறேன், தனியாக." என் அப்பா என்னை ஊன்றிப் பார்த்தார். பிறகு தலையசைத்தார், புன்னகைத்தபடி.

4

திருவாளர் செயினல் என்பவர் பாக்கூவுக்கு அருகில் இருக்கும் பினியாடி கிராமத்தைச் சேர்ந்த ஒரு சாதாரண விவசாயி. வறண்ட மணற்பாங்கான பாலை நிலமொன்று அவருக்கு இருந்தது. அவர் அதில் விவசாயம் பார்த்துவந்தார், ஒரு நிலநடுக்கம் ஏற்பட்டு பரிதாபமான அவரது நிலம் பிளந்து அந்தப் பிளவிலிருந்து பாறை எண்ணெய் ஆறாகப் பீறிடும் வரைக்கும். அப்போதிருந்து செயினல் வஞ்சகமாகவோ புத்திசாலித்தனமாகவோ இருக்க வேண்டிய அவசியமில்லை என்றானது. அவரால் அவரது பணத்தை விட்டு ஓடவே முடியவில்லை. அவர் அதைத் தாராளமாக, ஆடம்பரமாக செலவு செய்தார். ஆனால் மேலும் மேலும் பணம் குவிந்து அவருக்குச் சுமையானது, அவரை நசுக்கும் அளவுக்கு. இந்த எல்லா அதிர்ஷ்டத்துக்கும் சீக்கிரமோ காலம் தாழ்த்தியோ தண்டனை வந்துசேர்வது உறுதி என்பதை அவர் உணர்ந்தார். ஒரு குற்றவாளி மரணத்துக்குக் காத்திருப்பதுபோல தனது வாழ்க்கையை வாழ்ந்தார். மசூதிகள், மருத்துவமனைகள், சிறைகள் கட்டினார். மெக்காவிற்குப் புனித யாத்திரை போனார். குழந்தைகளுக்குக் காப்பகங்கள் நிறுவினார். ஆனால் விதி லஞ்சம் வாங்குவது இல்லை. அவர் எழுபது வயதில் மணந்துகொண்ட அவரது பதினெட்டு வயது மனைவி அவருக்கு அவமானம் விளைவித்தாள். அவர் மானத்துக்காகச் செய்ய வேண்டியபடியே கொடூரமாக, கடுமையாகப் பழி வாங்கினார். சோர்ந்த மனிதராக ஆனார். அவரது குடும்பம் பிரிந்தது. ஒரு மகன் அவரை விட்டுப் போய் விட்டான். இன்னொருவன் சொல்ல முடியாத அவமானத்தை அவருக்கு ஏற்படுத்தும் விதமாகத் தற்கொலை என்னும் பாவத்தைச் செய்தான். அவர் இப்போது பாக்கூவில் இருக்கும் தனது

நாற்பது அறைகள் கொண்ட அரண்மனையில் நரைத்து கூன் விழுந்து சோகத்துடன் வாழ்கிறார். இலியாஸ் பெய், அவருக்கு மிஞ்சியுள்ள ஒரே மகன், என்னுடைய வகுப்புத் தோழர்களில் ஒருவன். ஆகவே எங்களது நடன விருந்து செயினல் வீட்டில், பாறைப் படிகங்களால் உட்கூரை வேய்ந்த பெரிய கூடத்தில் நிகழ்ந்தது.

எட்டு மணிக்கு நான் அகன்ற பளிங்குப் படிக்கட்டுகளில் ஏறி வந்தேன். இலியாஸ் அங்கே நின்று, விருந்தினர்களை வரவேற்றான். அவனும் என்னைப்போலவே பாரம்பரிய சர்க்காசிய ஆடை அணிந்து இடுப்புப்பட்டையில் ஒரு நளினமான மெல்லிய குத்துவாள் வைத்திருந்தான். இப்போதிலிருந்து இந்தச் சிறப்புரிமைக்கான தகுதி எங்களுக்கும் உண்டு. "சலாம் அலைக்கும், இலியாஸ்!" என்று நான் உரக்கச் சொல்லி, வலது கையால் எனது தொப்பியைத் தொட்டேன். நாங்கள் பாரம்பரிய வழியில் கை குலுக்கிக்கொண்டோம், என்னுடைய வலது கை அவனது வலது கையையும் அவனது இடது கை எனது இடது கையையும் அழுத்தின. "இன்று இரவு நாம் தொழுநோய் மருத்துவமனையை மூடுவோம்" என்று என்னிடம் கிசுகிசுத்தான் இலியாஸ். நான் களிப்புடன் ஆமோதித்தேன்.

இந்தத் தொழுநோய் மருத்துவமனை எங்கள் வகுப்பு கண்டுபிடித்த ரகசியம். ரஷ்ய ஆசிரியர்கள் இங்கேயே பல ஆண்டுகள் வாழ்ந்து வேலை செய்தாலும் எங்கள் ஊரிலோ சுற்றுப்புறத்திலோ என்ன நடக்கிறது என்பது பற்றி ஒன்றும் தெரியாமலே இருந்தார்கள். அவர்களைப் பொறுத்தவரையில் நாங்கள் என்ன வேண்டுமானாலும் செய்யக்கூடிய நாகரிக மடையாத பூர்வகுடிகள். ஆகவே, நாங்கள் அவர்களிடம் பாக்கூவின் அருகிலே ஒரு தொழுநோய் மருத்துவமனை இருக்கிறது என்று சொல்லியிருந்தோம். எங்களில் யாருக்காவது மட்டம் அடிக்க வேண்டும் என்றால், எங்கள் வகுப்புத் தலைவன் ஆசிரியரிடம் போய் பற்கள் நடுங்கச் சொல்லுவான்: சில நோயாளிகள் மருத்துவமனையிலிருந்து தப்பிவிட்டார்கள். காவற்படை அவர்களைத் தேடுகிறது. எந்த மாணவர்களுக்கு மட்டம் அடிக்க வேண்டுமோ அவர்கள் வசிக்கும் பகுதிகளைச் சொல்லி, அங்கே நோயாளிகள் ஒளிந்துகொண்டிருப்பதாகச் சொல்கிறார்கள் என்பான். ஆசிரியர் வெளுத்துப்போவார். நோயாளிகள் கைது செய்யப்படும்வரை அந்த மாணவர்களுக்கு விலகி இருக்க அனுமதி வழங்குவார். சூழலுக்குத் தக்கபடி, இது ஒரு வாரமோ, அதற்கு அதிகமாகவோ இருக்கலாம். எந்த ஆசிரியரும் உண்மையிலேயே அருகில் இப்படி ஒரு தொழுநோய் மருத்துவமனை இருக்கிறதா என்று சுகாதாரச் செயலகத்தில்

விசாரிக்க வேண்டும் என்று நினைத்துக்கூடப் பார்க்கவில்லை. ஆனால் இன்று இரவு அந்தத் தொழுநோய் மருத்துவமனை மூடப்படும்.

நான் ஏற்கெனவே கூட்டமாக இருந்த கூடத்துக்குள் போனேன். ஒரு மூலையில் எங்கள் தலைமை ஆசிரியர் ஆசிரியர்கள் புடைசூழ விழாவுக்கான கம்பீரமாக பெருமிதத் துடனும் உட்கார்ந்திருந்தார். நான் அவரிடம் போய் மரியாதை யுடன் வணங்கினேன். தலைமை ஆசிரியரைப் பொறுத்தவரை நான்தான் முகமதிய மாணவர்களின் குழுத் தொடர்பாளனாக இருந்தேன். ஏனென்றால் எனக்கு மொழிகள், பேச்சுவழக்குகள் விஷயத்தில் ஒரு குரங்கின் உள்ளுணர்வு இருந்தது. எங்களில் பெரும்பாலானவர்கள் முதல் ரஷ்ய வாக்கியத்திலேயே அவர்கள் ரஷ்ய மொழி பேசுபவர்கள் இல்லை என்பதை வெளிப்படுத்திவிட, என்னால் ரஷ்ய மொழியின் வெவ்வேறு பேச்சுவழக்குகளைக்கூடப் பேசிக்காட்ட முடிந்தது. எங்கள் தலைமை ஆசிரியர் பீட்டர்ஸ்பர்க்கிலிருந்து வந்தவர். ஆகவே அவரிடம் 'பீட்டர்ஸ்பர்க்கிய' மொழி பேச வேண்டும். அதாவது, மெய்யெழுத்துக்களைக் குதலைபோலப் பேசி, உயிரெழுத்துக் களை விழுங்கிவிட வேண்டும். இது இனிமையாக ஒலிக்காது. ஆனால் மிக மிக உயர்ந்த வகுப்பு பேச்சுபோல ஒலிக்கும். அந்தத் தலைமை ஆசிரியர் நான் அவரது காலை வாருகிறேன் என்று கனவிலும் யோசிக்கவில்லை. இவ்வளவு தொலைவில் இருக்கும் ஓர் எல்லைப்பகுதியை ரஷ்ய மயமாகிக் கொண்டு வருவதில் மனநிறைவெய்தினார்.

"மாலை வணக்கம் ஐயா" என்று அடக்கமாகச் சொன்னேன்.

"மாலை வணக்கம், ஷிர்வான்ஷிர், தேர்வு பயத்திலிருந்து மீண்டுவிட்டாயா?"

"ஆம், ஐயா. ஆனால் அப்போதிலிருந்து எனக்குப் பயங்கர அதிர்ச்சி ஏற்பட்டுவிட்டது."

"என்ன அது?"

"அது, இந்தத் தொழுநோய் மருத்துவமனையில் நடந்த விஷயம்தான். என் உறவுப்பையன் சுலைமான் அங்கே இருந்தான். அவன் சல்யான் படைப்பிரிவில் துணைத்தலைவன் என்பது உங்களுக்குத் தெரிந்ததே. அவன் குமட்டலும் வாந்தியுமாக ஆகிவிட்டான். நான்தான் அவனைப் பார்த்துக்கொள்ள வேண்டியதாகிவிட்டது."

"அந்தத் தொழுநோய் மருத்துவமனையில் என்ன விஷயம்?"

"ஆ! ஐயா, உங்களுக்குத் தெரியாதா? நேற்று அங்கிருந்த எல்லா நோயாளிகளும் தப்பிவிட்டார்கள். நகரத்தை நோக்கி அணிவகுத்து முன்னேறினார்கள். சல்யான் படைப்பிரிவின் இரண்டு குழுக்களை அனுப்பித்தான் அவர்களைச் சமாளிக்க வேண்டியிருந்தது. அந்த நோயாளிகள் இரண்டு கிராமங்களை ஆக்கிரமித்துக்கொண்டார்கள். படைவீரர்கள் இந்தக் கிராமங்களைச் சுற்றி வளைத்து, நோயாளிகளோ இல்லையோ, அத்தனைப் பேரையும் சுட்டுக் கொன்றார்கள். இப்போதுதான் எல்லா வீடுகளும் கொளுத்தப்படுகின்றன. என்ன பயங்கரம் பாருங்கள் ஐயா, தொழுநோய் மருத்துவமனையே இல்லாமல் போனது. அந்த நோயாளிகள், அழுகும் சதைத் துண்டுகள் உடம்பிலிருந்து விழுந்துகொண்டிருக்க, தொண்டையி லிருந்து எழும் ஓலத்துடன் நகர வாசலுக்கு வெளியே விழுந்துகிடக்கிறார்கள். அவர்கள்மீது மெதுவாக எண்ணெய் ஊற்றப்பட்டுச் சாகும்வரைக்கும் கொளுத்தப்படுகிறார்கள்." தலைமை ஆசிரியரின் நெற்றியில் முத்துமுத்தாக வியர்வைத் துளிகள் தோன்றின. ஒரு வேளை அமைச்சரிடம் இதைவிட நாகரிகமான ஓர் இடத்துக்கு மாற்றல் கேட்க வேண்டிய நேரம் இது என்று அவர் நினைத்திருக்கலாம்.

"மோசமான நாடு, மோசமான மக்கள்" என்று குரல் கட்டியது போலச் சொன்னார். "ஆனால் திறமையான அரசாங்கமும் உடனடியாகச் செயல்படக்கூடிய நிர்வாகிகளும் இருப்பது எவ்வளவு முக்கியம் என்பதைப் பாருங்கள் குழந்தைகளே." வகுப்புப் பிள்ளைகள் தலைமை ஆசிரியரைச் சூழ்ந்து நின்று பல் தெரியும் புன்னகையுடன் ஒழுங்கின் ஆசீர்வாதங்கள் பற்றிய விரிவுரையைக் கேட்டார்கள். தொழுநோய் மருத்துவமனை ஒழிந்தது. எங்களது அடுத்த தலைமுறைகள் விரைவில் அவர்களுக்கான புது உத்தியைச் சிந்திக்க வேண்டும்.

"மெஹ்மத் ஹைதரின் மகன் ஏற்கெனவே நம் பள்ளியில் இரண்டாம் ஆண்டு படிக்கிறான் என்பது ஐயாவுக்குத் தெரியுமா?" என்று அப்பாவியாகக் கேட்டேன்.

"என்ன்ன்ன?" ஐயாவின் கண்கள் பிதுங்கின. மெஹமத் ஹைதர் எங்கள் பள்ளியின் சாபம். ஒவ்வொரு வகுப்பிலும் அவனைக் குறைந்தது மூன்று ஆண்டுகள் வைத்துக் கொண்டார்கள். அவன் பதினாறு வயதில் திருமணம் செய்து கொண்டான். ஆனால் பள்ளிக்குத் தொடர்ந்து போய்க் கொண்டிருந்தான். அவனது மகனுக்கு ஒன்பது வயதாகி, அவனும் அதே பள்ளியில் நுழைந்துவிட்டான். முதலில் அந்த மகிழ்ச்சியான அப்பா இதை ரகசியமாக வைத்துக்கொள்ள

முயன்றார். ஆனால் ஒரு நாள் ஒரு குட்டிக் குண்டுக் குழந்தை பெரிய இடைவேளையின்போது அவனிடம் வந்து, தனது பெரிய அப்பாவிக் கண்களால் அவனைப் பார்த்து, தத்தாரிய மொழியில் சொன்னது: "அப்பா, சாக்லேட்டுக்கு ஐந்து கோபெக் கொடுக்கவில்லையென்றால் நீ உன் கணக்குப் பாடத்தை இன்னொரு பையனிடமிருந்து காப்பி அடித்தாய் என்பதை அம்மாவிடம் சொல்லிவிடுவேன்." ஹைதர் மிகவும் வெட்கப்பட்டு, அந்தத் துடுக்கு அடங்காப்பிடாரிக் குட்டியை அறைந்தான்; தந்தை பருவத்தை அவன் எட்டிவிட்டான் என்பதை ஒரு பொருத்தமான தருணத்தில் தலைமை ஆசிரியருக்குச் சொல்லும்படி எங்களிடம் கேட்டுக்கொண்டான்.

"அதாவது, ஆறாவது வகுப்பில் படிக்கும் மாணவனான மெஹ்மத் ஹைதருக்கு இரண்டாவது வகுப்பில் படிக்கும் ஒரு மகன் இருக்கிறான் என்று சொல்கிறாயா?"

"அப்படித்தான். அவன் உங்களிடம் மன்னிப்பு கேட்கிறான். தன் மகனும் அவனைப் போலவே ஒரு படிப்பாளியாக ஆக வேண்டும் என்று விரும்புகிறான். மேற்கத்திய அறிவுக்கான உந்துதல் எப்படி விரிவடைகிறது என்பது உண்மையிலேயே மனதைத் தொடுகிறது." தலைமை ஆசிரியர் முகம் சிவந்தார். அப்பாவும் மகனும் ஒரே பள்ளிக்குப் போவது ஏதேனும் பள்ளியின் விதிமுறைகளுக்கு எதிரானதாக இருக்குமா என்று அவர் அமைதியாக யோசித்தார். ஆனால் அவரால் எந்த முடிவும் எடுக்க முடியவில்லை. அப்படித்தான் அப்பாவும் மகனும் மேற்கத்திய ஞானத்தின் கோட்டையை முற்றுகையிட அனுமதிக்கப்பட்டார்கள்.

ஒரு சிறிய கதவு திறந்தது. ஒரு பத்து வயது சிறுவன் கனமான திரைச்சீலைகளை ஒதுக்கித் தள்ளினான். பாரசீகத்திலிருந்து வந்திருந்த பார்வையிழந்த நான்கு கறுப்பு இசைக் கலைஞர்களை அழைத்துவந்தான். அவர்கள் கைகளைப் பிடித்தபடி கூடத்தின் ஒரு மூலையில் போய் கம்பளத்தில் அமர்ந்தார்கள். அவர்களின் விசித்திரமான இசைக்கருவிகள் பல நூற்றாண்டுகளுக்கு முன்பு பாரசீகத்தில் தயாரிக்கப்பட்டவை. ஒரு சோக ஸ்வரம் ஒலித்தது. இசைக்கலைஞர்களில் ஒருவர் காதில் கையை வைத்தார் – கிழக்கத்திய பாடகர்களின் மரபுத் தோற்றம். கூடம் அமைதியானது. இப்போது இன்னொருவர் அதி உற்சாகமாக கஞ்சிராவைத் தட்டினார். பாடகர் உச்சக்குரலில் தொடங்கினார்:

"பாரசீகக் குத்துவாளைப் போல உனது வடிவம்.
உனது வாய் ஒளிரும் மாணிக்கம்.
நான் துருக்கிய சுல்தானாக இருந்தால்

உன்னை என் மனைவியாகக் கொள்வேன்.
நான் உனது ஜடைகளில் முத்துக்களைக் கோர்ப்பேன்
உனது குதிகாலை முத்தமிடுவேன்.
நான் உனக்காக என் இதயத்தைத்
தங்கக் கிண்ணத்தில் கொண்டுவருவேன்."

பாடகர் அமைதியாக இருந்தார். அப்போது பக்கத்துப் பாடகரின் குரல் முரட்டுத்தனமாக உரத்து ஒலித்தது. முழு வெறுப்புடன் அவர் கூவினார்:

"ஒவ்வொரு இரவும்
நீ எலியைப் போல விரைந்தோடி
முற்றத்தைத் தாண்டி அண்டை வீட்டுக்குப் போகிறாய்."

கஞ்சிரா காட்டுத்தனமாக ஒலித்தது. ஒற்றைக் கம்பி வயலின் அழுதது. மூன்றாவது பாடகர் உணர்ச்சியுடன் உரக்கப் பாடினார்:

"அவன் ஒரு குள்ளநரி, காபிர்.
ஐயோ, கடுந்துயரமே,
ஐயோ, துரதிர்ஷ்டமே,
ஐயோ, அவமானமே!"

ஒரு கணம் மௌனம் நிலவியது. பிறகு மூன்று அல்லது நான்கு குறுகிய இசைத் துண்டுகளுக்குப் பிறகு நான்காவது பாடகர் மென்மையாகவும், காதலுடனும், மிருதுவாகக்கூடத் தொடங்கினார்:

"மூன்று நாட்களாக நான் என் குத்துவாளைக் கூர்மைப்
                                    படுத்தினேன்.
நான்காவது நாள் என் எதிரியைக் குத்திக் கொன்றேன்.
நான் அவனைச் சிறிய துண்டுகளாக வெட்டினேன்.
நான் உன்னை, என் அன்பே, சேணத்தின் மேல் போடுகிறேன்,
போர்த் துணியால் என் முகத்தை மூடுகிறேன்
குதிரை மீதேறி உன்னுடன் மலைகளுக்குள் பயணிக்கிறேன்."

எனக்குப் பக்கத்தில் தலைமை ஆசிரியரும் புவியியல் ஆசிரியரும் நின்றார்கள். "என்ன கொடுமையான இசை" என்று மெதுவாகச் சொன்னார் தலைமை ஆசிரியர். "காக்கேசிய கழுதை இரவில் கத்துவதுபோல. இந்த வார்த்தைகளுக்கு என்ன அர்த்தமாக இருக்கும்?"

"பெரும்பாலும் ஓர் அர்த்தமும் இருக்காது, இந்த இசையைப் போலவே."

நான் மெதுவாக நடந்து விலக நினைத்தபோது, என் பின்னே வடிவுருக்கள் நெய்த கனமான திரை அசைந்ததைக் கவனித்தேன். நான் கவனமாகச் சுற்றும் முற்றும் பார்த்தேன். பனி வெள்ளை

முடியும் விசித்திரமான ஒளி பொருந்திய கண்களும் கொண்ட ஒரு முதியவர் திரைக்குப் பின்னால் நின்று இசையைக் கேட்டு அழுதுகொண்டிருந்தார்: மாண்புமிகு செயினல், இலியாஸின் அப்பா. அவரது நீல நரம்புகள்கொண்ட மென்மையான கைகள் நடுங்கின. இந்தக் கைகளால் அவற்றின் சொந்தக்காரர் பெயரைக்கூட எழுத முடியாது. ஆனால் அவை பல கோடி ரூபிள்களை ஆண்டன. நான் பார்வையை விலக்கிக்கொண்டேன். இந்தச் செயினல் ஓர் எளிய விவசாயி. ஆனால் அவர் எங்களை முதிர்ச்சி அடைந்தவர்கள் என்று அறிவித்த ஆசிரியர்களைவிட இந்தக் கலைஞர்களின் இசையைப் புரிந்துகொண்டார். பாடல் முடிந்தது. இசைக்கலைஞர்கள் ஒரு காக்கேசிய நடன இசையை ஆரம்பித்தார்கள். நான் கூடத்தைச் சுற்றி நடந்தேன். மாணவர்கள் குழுக்களாக நின்றிருந்தார்கள். அவர்கள் வைன் அருந்தினார்கள், முகமதியர்களும்கூட. நான் குடிக்கவில்லை. பெண்கள், எங்கள் வகுப்பு மாணவர்களின் சகோதரிகளும் தோழிகளும், மூலைகளில் அரட்டை அடித்துக்கொண்டிருந்தார்கள்.

ரஷ்யப் பெண்கள் பலர் இருந்தார்கள். அவர்களின் ஜடை மஞ்சளாகவும் கண்கள் சாம்பல் அல்லது நீல நிறத்திலும் அவர்களின் நெஞ்சங்கள் முகப்பூச்சு மாவு படர்ந்தும் இருந்தன. அவர்கள் ரஷ்யர்களுடன் மட்டுமே பேசினார்கள். ஆர்மீனியர்களிடமும் ஜார்ஜியர்களிடமும்கூட. ஆனால் ஒரு முகமதியர் அவர்களை அணுகினால் அவர்கள் சங்கடப் பட்டார்கள், கிளுகிளுவென்று சிரித்தார்கள், சில வார்த்தைகள் சொல்லிவிட்டுத் திரும்பிக்கொண்டார்கள். யாரோ ஒருவர் பியானோவைத் திறந்து மூன்று தாள வால்ட்ஸ் இசையை வாசிக்கத் தொடங்கினார். தலைமை ஆசிரியர் ஆளுநரின் மகளுடன் நடனமாடினார்.

கடைசியாக! படிக்கட்டிலிருந்து அவள் குரல். "மாலை வணக்கம், இலியாஸ். நான் கொஞ்சம் தாமதமாக வந்திருக்கிறேன், ஆனால் அது என் தவறு அல்ல." நான் வெளியே ஓடினேன். நினோ மாலை உடையையோ புனித தமார் பள்ளியின் சீருடையையோ அணிந்திருக்கவில்லை. தங்கப் பொத்தான்கள் கொண்ட குட்டையான வெல்வெட் அங்கியை மேலே அணிந்திருந்தாள். அவளது இடுப்பைப் பட்டையால் இறுக்கமாகக் கட்டியிருந்தாள். நான் என்னுடைய ஒரு கையாலேயே அதைச் சுற்றிப் பிடித்துவிட முடியும் என்று நினைக்கும் அளவுக்கு அது ஒல்லியாக இருந்தது. ஒரு நீண்ட கருப்பு வெல்வெட் பாவாடை அவளுடைய பாதங்களை நோக்கி நீண்டு, அவளது குழந்தைக் காலணியின் தங்கநிற முனைகளைக் காட்டியது. அவளது தலையில் சிறிய வட்டத் தொப்பி இருந்தது. அதிலிருந்து இரண்டு கனமான

தங்க நாணய வரிசைகள் அவளது நெற்றிமீது தொங்கின. இது ஜார்ஜியா இளவரசியின் பண்டைய சடங்கு அங்கி. பைசாண்டிய மடோனாவின் முகம் அவளுடையது. மடோனா சிரித்தாள். "இல்லை அலி கான், நீ கோபப்படக் கூடாது. இந்தப் பாவாடையைக் கட்ட பலமணி நேரம் ஆகிறது. உன் பொருட்டுதான் நான் இதற்குள் என்னைத் திணித்துக் கொண்டு வந்தேன்."

"முதல் நடனம் என்னோடு!" என்று கத்தினான் இலியாஸ். நினோ என்னைப் பார்க்க, நான் தலையசைத்தேன். நான் மோசமாக நடனமாடுவேன். எனக்கு அது பிடிப்பதும் இல்லை. மேலும் நினோவுடன் இலியாஸை நம்பலாம். எப்படி நடந்து கொள்ள வேண்டும் என்பது அவனுக்குத் தெரியும். "ஷாமிலின் பிரார்த்தனை!" என்று இலியாஸ் இசைக்கலைஞர்களிடம் சொன்னான். உடனே ஒரு கொந்தளிப்பான மெல்லிசை எழுந்தது. இல்ஜாஸ் கூடத்தின் நடுவே குதித்தான். தனது குத்துவாளை உருவினான். அவனுடைய கால்கள் காக்கேசிய மலை நடனத்தின் தீப் பறக்கும் தாளத்துக்கு ஏற்ப ஆடின. கத்தி அவன் கையில் மின்னியது. நினோ அவனுடன் நடனம் ஆடினாள். அவளுடைய பாதங்கள் சிறிய விசித்திரமான பொம்மைகளைப்போல இருந்தன. ஷாமிலின் மர்மம் தொடங்கியது. நாங்கள் இசையின் தாளத்திற்கு ஏற்ப கைதட்டினோம். நினோதான் கடத்திச் செல்லப்பட வேண்டிய மணப்பெண்... இலியாஸ் கத்தியை அவனுடைய பற்களுக்கு இடையே வைத்துக்கொண்டான். இரை தேடும் பறவை போல அவனுடைய கைகள் நீண்டிருக்க, அவன் பெண்ணைச் சுற்றிச்சுற்றி வந்தான். நினோவின் கால்கள் கூடத்தில் சுழன்று பறந்தன. அவளது வளையும் கரங்கள் பயத்தின், விரக்தியின், சமர்ப்பிப்பின் அத்தனை நிலைகளையும் சித்தரித்தன. இடது கையில் அவள் ஒரு கைக்குட்டையைப் பிடித்திருந்தாள். அவள் உடல் முழுவதும் நடுங்கியது. அவளது தொப்பியில் இருந்த காசுகள் மட்டும் அவள் நெற்றியில் அமைதியாகக் கிடந்தன. இதுதான் சரியான முறை. இதுதான் நடனத்தின் கடினமான பகுதி. வேறு யாராலும் முடியாது. ஒரு ஜார்ஜியப் பெண்ணால் தான் இதுபோன்ற அற்புதமான விரைந்த சுழற்சிகளை அவளது தொப்பியின் நாணயம் ஒன்றுகூடக் கிணுங்காமல் ஆட முடியும். இலியாஸ் அவளைத் துரத்தினான். நிறுத்தாமல் அவளைச் சுற்றிச்சுற்றித் துரத்தினான். அவனது கைகளின் பரந்த சைகைகள் மேலும் மேலும் ஆதிக்கம் செலுத்தின. நினோவின் தற்காப்பு அசைவுகள் மேலும் மேலும் மிருதுவாகின. கடைசியில் அவள் வேட்டைக்காரனால் முந்தப்பட்ட ஒரு மானைப் போல நிறுத்தினாள். இலியாஸ் நெருங்கி நெருங்கி வட்டமிட்டான். நினோவின் கண்கள் மென்மையாகவும் அடக்கமாகவும்

இருந்தன. அவள் கைகள் நடுங்கின. இசையில் ஒரு கொந்தளிப்பான குறுகிய ஊளை கேட்டதும் அவள் தனது இடது கையைத் திறந்தாள். அந்தக் கைக்குட்டை படபடத்துத் தரைக்கு இறங்கியது. சட்டென்று இலியாஸின் குத்துவாள் பறந்து அந்தப் பட்டுத்துண்டின்மீது பாய்ந்து அதைத் தரையில் குத்திட்டது. அந்தக் குறியீட்டு நடனம் முடிந்தது.

நான் இதைச் சொன்னேனா, நடனத்திற்கு முன்பு என்னுடைய குத்துவாளை இலியாஸிடம் கொடுத்துவிட்டு அவனுடையதை எடுத்துக்கொண்டேன் என்பதை? என் கத்தி தான் நினோவின் கைக்குட்டையைத் துளைத்தது. எப்போதும் பாதுகாப்பாக இருப்பது நல்லது. அறிவார்த்தமான விதி அதைத்தான் சொல்லித்தருகிறது: "உன்னுடைய ஒட்டகத்தை அல்லாவின் பாதுகாப்பில் விடுவதற்கு முன்னால், அதை உன் வேலியில் இறுக்கக் கட்டு."

5

"ஓ கான், நமது புகழ்பெற்ற முன்னோர்கள் முதலில் இந்த நாட்டில் அவர்களுக்கான பெரிய அச்சம் தரக்கூடிய பெயரை எடுக்கக் காலடி எடுத்துவைத்தபோது, அவர்கள், 'பனி' என்னும் அர்த்தம் தரும் 'கார்' என்கிற சொல்லை வைத்துக் கூவினார்கள்: "காரா பக்!" – "அங்கே பனியைப் பார்!" ஆனால் அவர்கள் மலைகளுக்கு வந்து காடுகளைப் பார்த்த பிறகு, 'பசுங்கருமை' என்னும் அர்த்தம் தரும் 'காரா' என்னும் சொல்லைக் கூவினார்கள்: "காரா பாக்!" –"கருமைத் தோட்டம்!" அப்போதிலிருந்து இந்த இடம் காராபாக் என்று அழைக்கப்படுகிறது. அதற்கு முன்னால் அது சூனிக் என்று அழைக்கப்பட்டது. அதற்கு முன் அக்வார். கான், நீங்கள் அறிந்திருக்க வேண்டும், மிகவும் தொன்மையான பிரபலமான நாடு நமது." முதியவர் முஸ்தபா கண்ணியமான அமைதியில் ஆழ்ந்தார். நான் ஷூஷாவில் இவரிடம்தான் வாடகைக்கு அறை எடுத்திருந்தேன். பிறகு அவர் ஒரு சின்னக் குவளை காராபாக் பழ மதுவைக் குடித்தார். எண்ணற்ற இழைகளைக் கொண்டு பெண்களின் ஜடையைப் போல வடிவமைத்திருந்த விசித்திரமான பாலாடைக்கட்டியின் ஒரு துண்டை வெட்டினார். பிறகு தொடர்ந்தார்: "காராலிக் என்னும் கறுப்புப் பேய்கள் நம் மலைகளில் வாழ்ந்து பெரிய புதையல்களைக் காக்கின்றன. இது எல்லோருக்கும் தெரியும். காட்டில் புனிதக் கற்கள் இருக்கின்றன. அங்கே புனிதச் சுனைகள் பாய்கின்றன. நம்மிடம் எல்லாம் இருக்கின்றன. ஊருக்குள் நடந்து போய் சுற்றிலும் பாருங்கள் – யாராவது வேலை செய்கிறார்களா? மிக அரிது. யாராவது சோகமாக இருக்கிறார்களா? யாரும் இல்லை! யாராவது நிதானம் தவறாமல் இருக்கிறார்களா? யாரும் இல்லை! நீங்கள் ஆச்சரியப்படுவீர்கள், ஐயா!"

இது உண்மையிலேயே ஆச்சரியமாக இருந்தது, இந்த மக்கள் எவ்வளவு அற்புதமான பொய்யர்கள். இவர்கள் தங்களுடைய நாட்டைப் பெருமைப்படுத்த எந்தக் கதையையும் கண்டு பிடிக்காமல் விட மாட்டார்கள். நேற்றுதான் ஒரு பருத்த ஆர்மீனியர் ஷுஷாவில் இருக்கும் கிறிஸ்துவ மராஸ் தேவாலயம் ஐந்தாயிரம் ஆண்டுகள் பழமையானது என்று சொல்லப் பார்த்தார். “பெரிதாகக் கதை அளக்காதே,” என்றேன் நான். “கிறிஸ்துவ மதமே இரண்டாயிரம் ஆண்டு பழமையானது இல்லை. கிறிஸ்து பிறக்கும் முன்பே அவர்களால் கிறிஸ்துவத் தேவாலயம் கட்டியிருக்க முடியாது.” என்றேன். அந்தக் குண்டு மனிதர் மிகவும் நொந்துபோய் கடுப்புடன் சொன்னார்: “நீங்கள் நிச்சயமாக ஒரு படித்த மனிதர். ஆனால் ஒரு கிழவன் சொல்ல அனுமதியுங்கள்: கிறிஸ்துவ மதம் மற்ற நாடுகளில் வேண்டுமானால் வெறும் இரண்டாயிரம் ஆண்டுகள் பழமையானதாக இருக்கலாம். ஆனால் நமக்கு, காராபாகின் மனிதர்களுக்கு, தேவன் மற்றவர்களைவிட மூவாயிரம் ஆண்டுகளுக்கு முன்பாகவே ஒளி காட்டிவிட்டார். அப்படித்தான் அது.” ஐந்து நிமிடம் கழித்து அதே மனிதர் கொஞ்சமும் அசராமல் என்னிடமே பிரெஞ்சு தளபதி முராத் ஷுஷாவைச் சேர்ந்த ஒரு ஆர்மீனியர் என்று சொன்னார். அவர் காராபாகின் பெயருக்கு அங்கே புகழ் சேர்க்க, சிறிய வயதிலேயே பிரான்ஸ் போனாராம். ஷுஷாவுக்குப் போகும் வழியில்கூட வண்டி ஓட்டுபவர் நாங்கள் கடக்க இருந்த ஒரு சின்ன கற்பாலத்தைக் காட்டி, “பாரசீகத்தில் அழியா வெற்றிகளை நோக்கிப் போகும்போது மாவீரர் அலெக்சாண்டர் கட்டிய பாலம் இது!” என்றார். பாலத்தின் கைப்பிடியில் ‘1897’ என்று பெரிதாகப் பொறித்திருந்தது. நான் இதை அந்த வண்டியோட்டியிடம் சுட்டிக்காட்டினேன். அவர் அதைக் கைவீசிப் புறந்தள்ளினார். “அட, ஐயா, ரஷ்யர்கள் பின்னாளில் அதை அங்கே வைத்தார்கள், ஏனென்றால் அவர்களுக்கு நமது மகிமையைக் கண்டு பொறாமை!”

ஷுஷா ஒரு விசித்திரமான நகரம். இது ஐந்தாயிரம் மீட்டர் உயரத்தில் மலைகளின் மேலே காடுகளாலும் ஆறுகளாலும் சூழப்பட்டிருக்கிறது. ஆர்மீனியர்களும் முகமதியர்களும் இங்கே ஒன்றாய் நிம்மதியாய் வாழ்கிறார்கள். பல நூற்றாண்டு களுக்கு இது காக்கேசிய நாடுகளுக்கும் பாரசீகத்துக்கும் துருக்கிக்கும் பாலமாக இருந்திருக்கிறது. பூர்வீகச் செல்வக்குடிகள் – ஆர்மீனிய நாச்சரராரியன்கள், மாலிக்குகள், முகமதிய பெய்கள், அகாக்கள் – இந்த மலைகளிலும் பள்ளத்தாக்குகளிலும் வீடு கட்டிக்கொண்டிருந்தார்கள். பெரும்பாலும் ஒரு வெகுளியான குழந்தைத்தனமான அனுமானத்தில் அவர்களுடைய சிறிய

மண் குடிசைகள் அரண்மனைகள் என்று அழைக்கப்பட்டன. இந்த மக்கள் தங்கள் வீட்டு வாசல் படிகளில் அமர்ந்து புகைபிடிப்பதில் ஒருபோதும் சோர்வடைவதில்லை. ரஷ்யப் பேரரசும் ஜார் பேரரசரும் காராபாக் தளபதிகளால் எத்தனை முறை காப்பாற்றப்பட்டிருக்கிறார்கள் என்றும் அவர்களின் பாதுகாப்புப் பொறுப்பு வேறு யாருக்காவது கொடுக்கப் பட்டிருந்தால் எப்படிப்பட்ட கொடூரமான விதி அவர்களைத் தாக்கியிருக்கும் என்றும் ஒருவருக்கொருவர் சொல்லிக் கொள்வதிலும் சோர்வடைவதேயில்லை. நானும் என்னுடைய அடியாளும் இந்த மேடுபள்ளமான பாதையில் வண்டி ஓட்டிக்கொண்டு ஷுஷா வந்து சேர ஏழு மணி நேரம் ஆனது. கோட்ஷிக்கள் தொழில்முறையில் ஆயுதம் ஏந்திய பணி யாளர்கள், மனதளவில் கொள்ளைக்காரர்கள். அவர்களுக்குப் போர் வீரர்களின் முகம் இருக்கும். குத்துவாள், உடைவாள், கைத்துப்பாக்கி, கைக்குண்டுகள் வைத்திருப்பார்கள். பொதுவாக இருண்ட சிந்தனை அமைதியில் மூழ்கியிருப்பார்கள். ஒரு வேளை அவர்கள் கடந்த காலச் சாகசக் கொள்ளையையும் சூறையாடியதையும் பற்றி ஆழ்ந்து நினைத்துக்கொண்டிருக்க லாம். அல்லது அவர்கள் அப்படித்தான், அதற்கு ஒரு பொருளும் இல்லை என்றும் இருக்கலாம். என் அப்பா, தெரியாத மனிதர்களிடமிருந்து என்னைக் காப்பாற்றவோ, என்னிடமிருந்து தெரியாத மனிதர்களைக் காப்பாற்றவோ கோட்ஷி இருக்க வேண்டும் என்று வற்புறுத்தினார். ஆனால் எனக்கு அது பிரச்சினை இல்லை. அவர் நல்ல மனிதர். ஏதோவொரு வகையில் ஷிர்வான்ஷிர் குடும்பத்துடன் தொடர்புடையவர். அப்படிப் பட்ட கிழக்கத்திய வேலைக்காரர்களை எந்த அளவுக்கு நம்ப முடியுமோ, அந்த அளவுக்கு மட்டுமே நம்பத்தகுந்தவர்.

நான் ஷுஷாவிற்கு வந்து ஐந்து நாட்கள் ஆகிவிட்டன. நினோவுக்காகக் காத்திருந்தேன். நான் சந்தித்த எல்லோரும், உலகத்தில் இருக்கும் அத்தனைச் செல்வந்தர்களும் தைரியசாலி களும், எந்த வகையிலாவது தனிச்சிறப்பு வாய்ந்தவர்களும் ஷுஷாவிலிருந்துதான் வந்தார்கள் என்று சொல்வதைக் கேட்டுக்கொண்டிருந்தேன். சமூகத் தோட்டங்களைப் பார்த்தேன். தேவாலய ஊசிக் கோபுரங்களையும் தூபிகளையும் எண்ணினேன். ஷுஷா ஒரு மதம் சார்ந்த நகரம் என்பது வெளிப்படையாகத் தெரிந்தது. அறுபதாயிரம் நகரவாசிகளுக்கு பதினேழு தேவாலயங்களும் பத்து மசூதிகளும் தேவைக்கு அதிகம். மேலும் நகரத்துக்கு அருகாமையிலும் எண்ணற்ற புனிதத் தலங்கள் இருந்தன. அவற்றில் மிக முக்கியமானவை

நிச்சயமாக புனித 'சாரி பெய்'யின் புகழ்பெற்ற கல்லறை, தேவாலயம், இரண்டு மரங்கள். என்னுடைய முதல் நாளிலேயே எனது பீற்றிக்கொள்ளும் புது நண்பர்களால் அங்கே இழுத்துச் செல்லப்பட்டேன். அந்தப் புனிதரின் கல்லறை ஷுஷாவி லிருந்து ஒரு மணி நேரப் பயணம். ஒவ்வொரு ஆண்டும் அந்த முழு நகரமும் அந்த இடத்துக்குப் புனித யாத்திரை போகும். புனிதத் தோட்டத்தில் விருந்துகள் நடக்கும். அதிக பக்தி கொண்டவர்கள் முழுத் தூரத்தையும் தங்கள் முழங்கால்களில் நடந்தே பயணிப்பார்கள். இது மிகவும் அசௌகரியமான விஷயம். ஆனால் பக்தியுள்ள யாத்ரீகர்களின் மதிப்பை இது மற்றவர்கள் பார்வையில் கணிசமாக உயர்த்துகிறது.

புனிதரின் கல்லறைக்கு அருகில் இரண்டு புனித மரங்கள் வளர்கின்றன. அவற்றைத் தொடுவது தெய்வக் குற்றம். ஓர் இலையைத் தொட்டாலும் உடனே கைகால் செயலிழந்து முடங்கிவிடும். புனிதரின் சக்தி அந்த அளவுக்கு மகத்தானது – இது எப்போதாவது உண்மையில் நடந்ததா அல்லது வேறு என்ன அற்புதங்களை அந்தப் புனிதர் செய்தார் என்று யாராலும் சொல்ல முடியவில்லை. ஆனால் இதை ஈடுகட்டுவது போல, ஒருமுறை எதிரிகளால் துரத்தப்பட்டபோது அவர் எப்படிக் குதிரையில் மலைகளின் மீது ஏறி, உச்சிக்குப் போய், இப்போதுகூட ஷுஷா எங்கே இருக்கிறதோ அந்த இடத்துக்கு வந்ததை எனக்குச் சொன்னார்கள். அவருடைய விரோதிகள் மிக அருகில் வந்துவிட்டார்கள். உடனே அவரது குதிரை ஒரு பிரமாதமான பாய்ச்சல் பாய்ந்தது. மலைகளைத் தாண்டி, பாறைகளைத் தாண்டி, ஷுஷா நகரம் முழுவதையும் தாண்டிப் பாய்ந்தது. அந்தக் குதிரை எங்கே பாய்ந்து வந்து இறங்கியதோ, அந்த இடத்தில் பக்தர்கள் இன்றைக்கும் ஒரு கல்லில் அந்தப் புனித விலங்கின குளம்பு ஆழமாகப் பதிந்த அடையாளத்தைப் பார்க்க முடியும். அவர்கள் அப்படித்தான் எனக்குச் சொன்னார்கள். நான் துணிந்து அப்படிப்பட்ட பாய்ச்சல் நடந்திருக்கும் சாத்தியங்கள் குறித்து சில சந்தேகங்களை வெளிப்படுத்த, அவர்கள் கடுப்புடன் சொன்னார்கள்: "ஆனால் ஐயா, அது காராபாக்கிலிருந்து வந்த குதிரை."

பிறகு அவர்கள் என்னிடம் காராபாக் குதிரையின் கதையைச் சொன்னார்கள்: "இந்த நாட்டில் எல்லாமே அழகாகத்தான் இருந்தன," என்றார்கள். "ஆனால் ஆகச்சிறந்த அழகு, காராபாக் குதிரை. அந்தப் பிரபலமான குதிரை. தன்னுடைய அந்தப்புரம் மொத்தத்தையும் அதற்காகத் தந்துவிடுகிறேன் என்று பாரசீக மன்னன் அகா முகமது சொன்னாரே, அந்தக் குதிரை." (என்னுடைய நண்பர்களுக்கு அகா முகமது ஒரு திருநர் என்று

தெரியுமா?) "இந்தக் குதிரைதான் இருப்பதிலேயே புனிதமானது. பெரியவர்கள் பல நூற்றாண்டுகளாக இந்த அற்புத இனம் உண்டாகும் வரைக்கும் யோசித்து பொருத்தம் பார்த்துச் செய்தார்கள். உலகின் மிகச்சிறந்த குதிரை. பிரபலமான செம்பொன்னிற காராபாகின் உயர் குணமுள்ள குதிரை." இவ்வளவு புகழுரைகளைக் கேட்டு எனக்கும் ஆர்வம் வந்தது. அந்த அற்புதக் குதிரைகளில் ஒன்றை எனக்குக் காட்டும்படி கேட்டேன். என்கூட இருந்தவர்கள் என்னைப் பரிதாபமாகப் பார்த்தார்கள். "மன்னரின் அந்தப்புரத்துக்குள்ளேயே நுழைவது, காராபாக் குதிரைகள் இருக்கும் குதிரைக்கொட்டிலுக்குள் நுழைவதைவிடச் சுலபம். இந்த ஊர் முழுதிலுமே மொத்தமே பன்னிரண்டு தூய்மையான செம்பொன்னிற மிருகங்கள்தான் இருக்கின்றன. அவற்றைப் பார்ப்பது என்பது குதிரைத் திருடனாக ஆவது. போர் மூளும் தருணங்களில்தான் சொந்தக்காரர் தன்னுடைய செம்பொன்னிற அற்புதத்தின் மீது ஏறுவார்." ஆகவே நான் அவர்கள் அந்தப் புகழ்பெற்ற குதிரை பற்றிச் சொல்லிய கதைகளுடன் திருப்தியடைய வேண்டியிருந்தது.

இப்போது நான் ஷுஷாவில் ஒரு முற்றத்தில் உட்கார்ந்து, முஸ்தபாவின் அரட்டையைக் கேட்டுக்கொண்டு, நினோவுக்குக் காத்துக்கொண்டு, இந்தக் கட்டுக்கதை நாட்டை விரும்பினேன். "ஓ கான்," என்றார் முஸ்தபா, "உங்களுடைய முன்னோர்கள் போரிட்டார்கள், ஆனால் நீங்கள் அறிவின் உறைவிடத்தில் அமர்ந்தவர், கற்றவர். ஆகவே நீங்கள் நுண்கலைகள் பற்றிக் கேள்விப்பட்டிருப்பீர்கள். பாரசீகர்கள் ஸே'டி, ஹாவிஸ், ஃபிர்தௌசி பற்றிப் பெருமைப்படுகிறார்கள். ரஷ்யர்கள் புஷ்கின் பற்றி. வெகுதொலைவில் இருக்கும் மேற்கத்தியத்திலோ கோத்தே என்று ஒரு கவிஞர் இருந்தார், சைத்தானைப் பற்றி ஒரு கவிதை எழுதியவர்."

"இவர்களெல்லாம் காராபாக்கிலிருந்து வந்தவர்களா?" என்று குறுக்கிட்டேன்.

"இல்லை, மேதகு ஐயா. ஆனால் தங்கள் வார்த்தைகளை இறந்த எழுத்துகளில் சிறை வைக்க மறுத்தாலும், நம் கவிஞர்கள் மேம்பட்டவர்கள். தங்கள் கவிதைகளை எழுத்தில் வடிப்பது அவர்களுக்குக் கௌரவக்குறைவு – அவர்கள் கவிதைகளை வாய்மொழியாய்ச் சொல்லுவார்கள்."

"யார் இந்தக் கவிஞர்கள்? நாடோடிப் பாடகர்களா?"

"ஆமாம், நாடோடிப் பாடகர்கள்," என்று அந்த முதியவர் அழுத்திச் சொன்னார். "அவர்கள் ஷுஷாவைச் சுற்றியிருக்கும் கிராமங்களில் வசிக்கிறார்கள். நாளைக்கு அவர்கள் ஒரு

அலியும் நினோவும்

போட்டியை நடத்துகிறார்கள். நீங்கள் போய் அவர்களைப் பார்த்து வியக்க விரும்புகிறீர்களா?” காராபாக்கின் ஒவ்வொரு கிராமத்திலும் பூர்வீகக் கவிஞர்கள் வாழ்கிறார்கள். அவர்கள் குளிர்காலம் முழுவதும் கவிதை இயற்றுகிறார்கள். வசந்த காலத்தில் அவர்கள் வெளியில் வந்து அந்தப் பாடல்களைக் குடிசைகளிலும் அரண்மனைகளிலும் பாடுகிறார்கள். ஆனால் மூன்று கிராமங்களில் வெறும் கவிஞர்கள் மட்டுமே வாழ்கிறார்கள். கிழக்கத்திய பகுதிகள் கவிதைக்குத் தரும் உயர் மதிப்பைக் காட்ட இந்தக் கிராமங்களுக்கு எல்லா வரிகள், காணிக்கைகளி லிருந்து விலக்கு அளிக்கப்பட்டிருக்கிறது. அவற்றில் ஒரு கிராமம் தாஷ் – கெண்டா.

ஒரு பார்வையிலேயே அந்தக் கிராமத்தின் ஆண்கள் சாதாரண விவசாயிகள் இல்லை என்பது தெரிந்துவிடும். அவர்கள் முடியை நீளமாக வளர்த்திருந்தார்கள். பட்டாடை உடுத்தியிருந்தார்கள். அவர்கள் ஒருவரை ஒருவர் சந்தேகமாகப் பார்த்துக்கொண்டார்கள். அவர்களுடைய பெண்கள் மனச்சோர்வுடன், அவர்களுடைய இசைக்கருவிகளைத் தூக்கிக்கொண்டு அவர்களுக்குப் பின்னால் நடந்தார்கள். கிராமம் முழுக்க நாடோடிப் பாடகர்களை ரசிக்க வந்த பணக்கார ஆர்மீனியர்களும் முகமதியர்களும் நிறைந்திருந்தார்கள். அந்தச் சிறிய ஊர் முற்றத்தில் ஆர்வத்துடன் ஒரு கூட்டம் காத்திருந்தது. நடுவில் இரண்டு வீரக் கவிப் பெருமகன்கள் நின்றிருந்தார்கள். அவர்கள் ஒற்றைக்கு ஒற்றையாகக் கடும் சண்டையிட வந்திருந் தார்கள். ஒருவரையொருவர் ஏளனமாகப் பார்த்தார்கள். அவர்களின் நீண்ட கூந்தல்கள் காற்றில் படபடத்தன. ஒருவர் உரக்கக் கூவினார்: “உனது ஆடையில் சாண நாற்றம் வீசுகிறது. உனக்கு இருப்பது பன்றியின் முகம். உனது திறமை ஒரு கன்னி வயிற்றின் மயிரைப் போல மெலிந்தது. கொஞ்சம் பணத்துக்காக நீயே உன் அவமானத்தைப் பற்றிக் கவிதை படைப்பாய்.”

அடுத்தவர் கடுப்புடன் பதிலுக்குக் குரைத்தார்: “நீ ஒரு காமத் தரகரின் அங்கியை அணிந்திருக்கிறாய். உனக்கு இருப்பது ஒரு திருநரின் குரல். உன்னால் உனது திறமையை விற்க முடியாது, ஏனென்றால் உனக்குத் திறமை எதுவும் இல்லை. எனது மேதைமையின் விருந்து மேஜையிலிருந்து விழும் பொருக்குகளை வைத்து நீ பிழைக்கிறாய்.”

இப்படியாக, அவர்கள் ஒருவரையொருவர் வெறித் தனமாகக் கொஞ்சமும் சலிப்பூட்டாமல் திட்டிக்கொண்டார்கள். பொதுமக்கள் கைதட்டினார்கள். அப்போது திருத்தூதரின் முகத்துடன் இருந்த ஒரு நரைத்த முதியவர் வந்து போட்டிக்கான இரண்டு கருப்பொருள்களை அறிவித்தார்: ‘அராக்கஸ் நதிமீது

நிலவு' மற்றும் 'அகா முகமது ஷாவின் மரணம்!' கவிஞர்கள் வானத்தைப் பார்த்தார்கள். பிறகு பாடினார்கள். அகா முகமது என்ற கொடூரமான திருநர் பற்றி அவர்கள் பாடினார்கள். இழந்த தனது ஆண்மையைக் கந்தகச் சுனைகளில் மீட்டெடுப்பதற்காக டிபிலிசிக்குப் பயணித்த ஷா பற்றிப் பாடினார்கள். கந்தகச் சுனைகள் அவருக்கு உதவாமல் போனபோது, அந்தத் திருநர் ஊரையே அழித்து அங்கிருந்த எல்லா ஆண்களையும் பெண்களையும் கொடூரமாகக் கொன்றார். ஆனால் அவர் காராபாக் திரும்பும் வழியில் விதி அவரை முந்தியது. இரவில் கூடாரத்தில் தூங்கிக்கொண்டிருந்தபோது அவர் குத்திக் கொல்லப்பட்டார். மாமன்னர் ஷா வாழ்க்கையை அனுபவிக்க வில்லை. தனது படையெடுப்புகளின்போது அவர் பட்டினி கிடந்தார். கருப்பு ரொட்டியைச் சாப்பிட்டார். புளித்த பாலைக் குடித்தார். அவர் எண்ணற்ற நாடுகளை வென்றார். ஒரு பாலைவனத்துப் பிச்சைக்காரனை விட ஏழையாக இருந்தார் திருநர் அகா முகமது ஷா. இதையெல்லாம் மரபுக் கவிதையில் பாடினார்கள். அவர்களில் ஒருவர், உலகின் மிக அழகான பெண்களின் நிலத்தில் திருநரின் துன்பங்களை மிக விரிவாக விவரித்தார். அடுத்தவர், அந்தப் பெண்களைக் கொன்றதைப் பற்றி அதே அளவு நீட்டித்துக் கவிதை சொன்னார். பொதுமக்களுக்கு மனநிறைவாக இருந்தது. கவிஞர்களின் முன் நெற்றியில் வியர்வை பெருந்துளிகளாய் இறங்கியது. பிறகு கொஞ்சம் மென்மையாகப் பேசியவர் உரக்கச் சொன்னார்: "அராக்கஸ் நதி மீது நிலவு எப்படி இருந்தது?"

"எனது காதலியின் முகம்போல இருந்தது," என்று குறிப்பிட்டார் அந்தக் கடுப்புக் கவிஞர்.

"மென்மைதான் நிலவின் தங்கம்!" என்கிறார் மென் கவிஞர்.

"இல்லை, இறந்த வீரனின் கேடயம் அது," என்றார் கடுப்புக் கவி. கொஞ்ச நேரத்தில் அவர்கள் எல்லா உவமைகளையும் தீர்த்துவிட்டார்கள். பிறகு அவர்கள் ஒவ்வொருவரும் ஒரு பாடல் பாடினார்கள், நிலவின் அழகைப் பற்றி, சமவெளியில் பெண்களின் பின்னலைப் போல வளைந்துசெல்லும் அராக்கஸ் நதியைப் பற்றி, அராக்கஸ் நதியில் இரவில் பிரதிபலிக்கும் நிலவைப் பார்க்க வரும் காதலர்களைப் பற்றி... கடுப்புக் கவி வெற்றிபெற்றவராக அறிவிக்கப்பட்டார். ஒரு நச்சுப் புன்னகை யுடன் அவர் எதிரியின் சிறு யாழை எடுத்துக்கொண்டார். நான் அவரிடம் போனேன். அவரது கிண்ணம் நாணயங்களால் நிரப்பப்பட்டுக் கொண்டிருந்தபோது, அவர் வாட்டத்துடன் இருந்தார். "வெற்றி பெற்றதில் உங்களுக்கு மகிழ்ச்சி தானே?" என்றேன்.

அருவருப்புடன் எச்சில் துப்பினார். "இது வெற்றி இல்லை ஐயா. முந்தைய காலங்களில் வெற்றிகள் இருந்தன. நூறு ஆண்டுகளுக்கு முன்பு வெற்றியாளர் தோற்றவர்களின் தலையை வெட்ட அனுமதிக்கப்பட்டார். அந்தக் காலத்தில் கலைக்கு மிகுந்த மரியாதை இருந்தது. இப்போது நாம் மிகவும் திடமற்றுப் போய்விட்டோம். இனி ஒரு கவிதைக்காக யாரும் ரத்தத்தைக் கொடுக்க மாட்டார்கள்."

"நீங்கள் இப்போது நாட்டின் சிறந்த கவிஞர்."

"இல்லை" என்று மறுபடியும் சொன்னார். "நான் வெறும் கைவினைஞன். நான் உண்மையான நாடோடிப் பாடகன் இல்லை."

"உண்மையான நாடோடிப் பாடகன் என்றால் என்ன?"

"ஹமதான் மாதத்தில், ஒரு மர்மமான இரவு இருக்கிறது," என்றார் கடுப்புக் கவி. "காதிர் இரவு என்று சொல்வார்கள். இந்த இரவில் அனைத்து இயற்கைக்கூறுகளும் ஒரு மணி நேரம் தூங்குகின்றன. ஆறுகளின் ஓட்டம் நின்றுவிடும், தீய ஆவிகள் தங்கள் பொக்கிஷங்களைப் பாதுகாப்பதில்லை. புல் வளரும் சத்தம் கேட்கும். மரங்கள் பேசும். நீர்த் தேவதைகள் நதியிலிருந்து எழுவார்கள். அந்த இரவில் கருவான ஆண்கள் அறிவார்ந்தவர்களாக, கவிஞர்களாக ஆவார்கள். இந்த இரவில் கவிஞர்கள், எல்லாக் கவிஞர்களுக்கும் புரவலர் தெய்வமான இலியாஸ் நபியை அழைக்க வேண்டும். சரியான நேரத்தில் நபிகள் தோன்றி, தனது கிண்ணத்திலிருந்து கவிஞரைக் குடிக்க அனுமதித்து அவரிடம் சொல்வார்: "இப்போதிலிருந்து நீ ஓர் உண்மையான நாடோடிப் பாடகன். உலகில் இருக்கும் அனைத்தையும் நீ எனது கண்களால் பார்ப்பாய்." அப்படி ஆசீர்வதிக்கப்பட்டவர், சர்வ பூதங்களையும் ஆளுவார். விலங்குகளும் மனிதர்களும், காற்றும் கடலும் அவரது குரலுக்குக் கீழ்ப்படிவன. ஏனென்றால், அவரது சொல்லில் நபியின் வல்லமை இருக்கிறது." அந்த வாட்டமானவர் கீழே உட்கார்ந்து முகத்தை கைகளால் ஏந்திக்கொண்டார். பிறகு அவர் விரைந்தும் கசந்தும் அழுதார். அவர் சொன்னார்: "ஆனால் காதிர் இரவு எந்த இரவு என்பது யாருக்கும் தெரியாது. இரவின் எந்த மணிநேரம் உறக்கத்தின் நேரம் என்றும் யாருக்கும் தெரியாது. இனிமேல் உண்மையான நாடோடிப் பாடகர்கள் இல்லை." அவர் எழுந்து போய்விட்டார். தனித்து, இருண்டு, துயரார்ந்து, காராபாக் எனும் பசும் சொர்க்கத்தில் ஒரு வறள்பாலை ஓநாய்.

6

பெஷாப்பூர் சுனை அதன் குறுகிய பாறைப் படுகையில் முணுமுணுத்தது. அதைச் சுற்றி மரங்கள் சோர்வடைந்த புனிதர்களைப் போலச் சொர்க்கத்தைப் பார்த்தன. அந்தக் காட்சி அற்புதமாக இருந்தது: தெற்கில், ஆர்மீனியாவின் புல்வெளிகள் விவிலிய மேய்ச்சல் நிலங்கள் போலப் பரவி, இனிமையாகவும் முழு அறுவடைக்கான சத்தியங்கள் நிரம்பியதாகவும் இருந்தன. ஷூஷா, மலைகளுக்குப் பின்னால் மறைந்திருந்தது. கிழக்கில், காராபாக் வயல்வெளிகள் அஜர்பைஜானின் மணல் நிறைந்த பாலைவனங்களில் கலந்து மறைந்தன. ஜராதுஷ்டரது நெருப்பின் ஒளிரும் சுவாசம் பாலைவனக் காற்றின் சிறகுகளின் மீதேறி சமவெளி முழுவதும் பரவியது. ஆனால் எங்களைச் சுற்றியுள்ள தோப்பில் எந்த இலையும் அசைய வில்லை. ஏதோ செவ்வியல் காலத்துக் கடவுள்கள் ஒரு கணம் முன்புதான் புறப்பட்டுப் போனது போலவும் அந்த வசியம் இன்னும் நீடித்திருப்பது போலவும் இருந்தது. எங்கள் நெருப்பின் புகை இந்தப் புனித இடத்தைத் தெய்வீகமாக்க உருவாக்கப்பட்ட பல நெருப்புகளின் வழித்தோன்ற லாக இருக்கலாம். தீப்பிழம்புகளைச் சுற்றி பல வண்ண விரிப்புகளில் அமர்ந்தபடியும், சாய்ந்தபடியும் ஜார்ஜியர்கள் சிலர். அவர்களுடன் நானும் இருந்தேன். மதுக் கோப்பைகளும், பழங்களும், காய்கறிகளும் பாலடைக் கட்டிகள் குவிக்கப்பட்ட தட்டுகளும் நெருப்பைச் சுற்றி வைக்கப்பட்டிருந்தன. கம்பியில் செருகிய இறைச்சி தீயில் சுழன்றுகொண்டிருந்தது. சுனைக்கு அருகில் நாடோடி இசைக்கலைஞர்களான சசாந்திரிகள் அமர்ந்திருந்தார்கள். அவர்களது இசைக்கருவி களின் பெயர்களே இசைபோல ஒலித்தன: தைரா, ஷியானோரி, தாரா, டிப்லிபிட்டோ. அவர்கள் பயட் என்கிற பாரசீக தாளத்தில் அமைந்த காதல்

பாடல் ஒன்றைப் பாடத் தொடங்கினார்கள். நகரத்து ஜார்ஜியர்கள் அந்தக் காட்சியின் சிறப்புக் கவர்ச்சியைக் கூட்ட இதைக் கேட்டிருந்தார்கள். இப்படி மனம்போன போக்கில் நாட்டின் வழமைகளின் ஓர் அங்கமாகிவிடுவதை எங்களுடைய லத்தீன் ஆசிரியர்கள் 'டியோநிஸிக் மனநிலை' என்று சொல்லி யிருப்பார்கள். கிபியானி குடும்பத்தினர் தான் மகிழ்ச்சியான விடுமுறைக்கு வந்திருக்கும் எல்லாரையும் ஷூஷாவின் தோட்டத்தில் இந்த இரவு விருந்துக்கு அழைத்திருந்தார்கள்.

என் முன்னே நினோவின் அப்பா உட்கார்ந்திருந்தார். அவர் தான் இன்றைய இரவின் 'தமடா'வாக – விருந்துத் தலைவராக – இருந்து, கறாரான விதிகளின்படி, விருந்தை வழிநடத்துபவர். அவருடைய கண்கள் பளபளத்தன. அவரது சிவந்த முகத்தில் புதர்போல கருப்பு மீசை. அவர் ஒரு கோப்பையைக் கையில் ஏந்தி என்னை வாழ்த்திவிட்டுக் குடித்தார். நான் சாதாரணமாகக் குடிப்பதில்லை என்றாலும், என் கோப்பையில் இருந்ததை மெல்லப் பருகினேன். ஆனால் விருந்துத் தலைவராக இருந்தது நினோவின் அப்பா என்பதால், அவர் அழைக்கும்போது குடிக்காமல் இருப்பது அநாகரிகமாக இருந்திருக்கும். வேலைக் காரர்கள் கிணற்றிலிருந்து தண்ணீர் கொண்டு வந்தார்கள். காராபாக்கின் எண்ணற்ற அற்புதங்களில் இதுவும் ஒன்று: இதை அருந்தினால், எவ்வளவு வேண்டுமானாலும் நாம் சாப்பிட முடியும் மிதமிஞ்சிச் சாப்பிட்ட உணர்வே இருக்காது. நாங்கள் தண்ணீரைக் குடித்தபோது மலைகள் போன்ற உணவு சிறியதாக மாறியது. நினோவின் அம்மா மினுக்கும் நெருப்புக்கு அருகே கணவரின் பக்கத்தில் உட்கார்ந்திருந்தார். அவரது முகம் இறுக்கமாக இருந்தாலும் கண்கள் சிரித்தன. அந்தக் கண்கள், முன்பொரு காலத்தில் மெதியா மந்திரக்காரி அர்கோனாத்துகளின் தலைவன் ஜேசனை சந்தித்த ரியான் நதிச் சமவெளியான மிங்ரேலியாவிலிருந்து வந்தவை. விருந்துத் தலைவர் தன்னுடைய கோப்பையை உயர்த்தினார்: "பெருந்தகை தாதியானி அவர்களைக் கௌரவிக்க." குழந்தை போன்ற கண்களைக் கொண்ட ஒரு கிழவர் அவருக்கு நன்றி சொல்ல, மூன்றாவது சுற்று தொடங்கியது. எல்லோரும் கோப்பைகளைக் காலி செய்தார்கள். யாரும் குடிபோதையில் இல்லை. ஏனென்றால், ஜார்ஜியர்கள் விருந்தில் உற்சாகமூட்டும் மகிழ்ச்சியை உணர்கிறார்கள். பெஷாப்பூர் தண்ணீரைப் போல அவர்களது மூளைகள் தெளிவாக இருக்கின்றன. அந்தத் தண்ணீரின் அற்புதமான குணங்களில் ஒருவரை நிதானமாக வைத்திருக்கும் சக்தியும் இருக்கிறது.

விருந்து உண்டு களிப்பது எங்கள் குழு மட்டும் அல்ல. தோட்டம் பலரின் நெருப்பு ஒளியால் பிரகாசமாக இருந்தது.

ஒவ்வொரு வாரமும் முழு ஷுஷாவும் சுனைகளுக்கு யாத்திரையாக வந்துவிடும். விடியும்வரை விருந்துகள் நடக்கும். கிறிஸ்துவர்களும் முகமதியர்களும் புனிதத் தோட்டத்தின் மதங்களை மீறிய நிழல்களில் சேர்ந்து கொண்டாடுகிறார்கள்.

நான் என் அருகில் அமர்ந்திருந்த நினோவைப் பார்த்தேன், அவளும் என்னைப் பார்த்தாள். அவள் முடி நரைத்த தாதியானியுடன் பேசிக்கொண்டிருந்தாள். அது நன்றாகவும் சரியாகவும் இருந்தது. முதியவர்களிடம் மரியாதைப் பணிவு, இளைஞர்களிடம் அன்பு. "ரியோன் நதியருகிலுள்ள என்னுடைய ஜுக்திதி நகரத்துக் கோட்டைக்கு நீ வந்து என்னுடன் தங்க வேண்டும்," என்றார் முதியவர். "நீண்ட காலத்திற்கு முன்பு மெதியாவின் அடிமைகள் அங்கே கம்பளிகளில் தங்கத்தை வடிகட்டிப் பிடிப்பார்கள். வாருங்கள் அலி கான் நீங்களும். நீங்கள் மிங்ரேலியாவின் வெப்ப மண்டலக் காட்டில் இருக்கும் பழங்கால மரங்களைப் பார்க்கலாம்."

"மகிழ்ச்சியுடன் வருவேன், பெருந்தகையே. மரங்களுக்காக அல்ல, உங்களுக்காக."

"மரங்களுக்கு எதிராக அப்படி என்ன உனக்கு? என்னைப் பொறுத்தவரை அவை நிறைவாழ்வின் உருவகங்கள்."

"குழந்தை பேய்க்குப் பயப்படுவதுபோல அலி கான் மரங்களைக் கண்டு பயப்படுகிறான்" என்றாள் நினோ.

"அவ்வளவு மோசம் இல்லை. ஆனால் மரங்களைப் பற்றி நீங்கள் எப்படி உணர்கிறீர்களே அப்படித்தான் நான் பாலைவனத்தைப் பற்றி உணர்கிறேன்," என்றேன் நான்.

தாதியானியின் குழந்தைத்தனமான கண்கள் சிமிட்டின. "பாலைவனம்," என்றார் அவர். "தரிசுப் புதர்களும் சூடான மணலும்."

"மரங்களின் உலகம் என்னைக் குழப்புகிறது, பெருந்தகையே! அது முழுக்க பயமும் மர்மமும், ஆவிகளும், பேய்களும். நாம் முன்னோக்கிப் பார்க்க முடியாது. நாம் சூழப்பட்டிருப்போம். இருள். மரங்களின் அந்தியில் சூரியக் கதிர்கள் மறைந்து போகின்றன. இந்த அந்தியில் எல்லாமே உண்மையற்றவை. இல்லை, நான் மரங்களை நேசிக்கவில்லை. காடுகளின் நிழல்கள் என்னை ஒடுக்குகின்றன. கிளைகளின் சலசலப்பைக் கேட்பது என்னைச் சோகமாக்குகிறது. நான் எளிய விஷயங்களை நேசிக்கிறேன்: காற்று, மணல், கற்கள். பாலைவனம் என்பது ஒரு வாளின் செருகல்போல எளிமையானது. காடு என்பது கோர்டியன்

முடிச்சுபோலச் சிக்கலானது. காடுகளில் நான் வழிதவறிப் போகிறேன், பெருந்தகையே."

தாதியானி யோசனையோடு என்னைப் பார்த்தார்: 'பாலைவன மனிதனின் ஆன்மா உன்னிடம் இருக்கிறது" என்றார். "ஒருவேளை அது மனிதர்களுக்கு இடையேயான ஓர் உண்மை யான பிரிவு: காடுகளின் மனிதர்களுக்கும் பாலைவனங்களின் மனிதர்களுக்கும். கிழக்கத்திய வறண்ட போதை பாலைவனத்தி லிருந்து வருகிறது, அங்குச் சூடான காற்றும் சூடான மணலும் மனிதர்களைக் குடிகாரர்களாக ஆக்குகிறது. அங்கே உலகம் எளிமையானது, பிரச்சினைகள் அற்றது. காடுகள், கேள்விகளால் நிரம்பியுள்ளன. பாலைவனம் மட்டுமே எதுவும் கேட்பதில்லை, எதுவும் கொடுப்பதில்லை, எதையும் உறுதியளிப்பதில்லை. ஆனால் ஆன்மாவின் நெருப்பு காடுகளிலிருந்து வருகிறது. பாலைவன மனிதனுக்கு – என்னால் அவனைப் பார்க்க முடிகிறது ஒரே ஒரு முகம் இருக்கிறது, ஒரே ஒரு உண்மை தெரிகிறது, அந்த உண்மை அவனை நிறைக்கிறது. காட்டின் மனிதனுக்குப் பல முகங்கள் இருக்கின்றன. வெறியன் பாலைவனத்திலிருந்து வருகிறான், படைப்பாளி காடுகளிலிருந்து வருகிறான். கிழக்கிற்கும் மேற்கிற்கும் இருக்கும் முக்கிய வேறுபாடு இதுவாகக்கூட இருக்கலாம்."

"அதனால்தான் நாங்கள் ஆர்மீனியர்களும் ஜார்ஜியர்களும் மரத்தை விரும்புகிறோம்," ஆர்மீனியாவின் உயர் செல்வக்குடிக் குடும்பங்களில் ஒன்றைச் சேர்ந்த பருத்த ஆளான மாலிக் நாச்சராரியன் குறுக்கிட்டான். அவனுக்குத் துருத்திக் கொண்டிருக்கும் கண்கள், புதர்ப் புருவங்கள். தத்துவமும் மதுவும் ஆர்வங்கள். நாங்கள் ஒருவருக்கொருவர் நன்றாகப் பழகிவிட்டோம். அவன் என்னைக் கௌரவிக்கும் வகையில் குடித்தான். பிறகு உரக்கக் கேட்டான்: "அலி கான்! மலைகளி லிருந்து கழுகுகள் வருகின்றன. காட்டிலிருந்து புலிகள் வருகின்றன. பாலைவனத்திலிருந்து எது வருகின்றது?"

"சிங்கங்களும் போர் வீரர்களும்" என்று பதிலளித்தேன். நினோ மகிழ்ச்சியுடன் கைதட்டினாள்.

கம்பியில் செருகித் தீயில் வாட்டிய ஆட்டிறைச்சியை ஒவ்வொருவரிடமும் கொண்டுவந்தார்கள். கோப்பைகள் மீண்டும் மீண்டும் நிரப்பப்பட்டன. ஜார்ஜிய மகிழ்ச்சி காட்டை நிரப்பியது. தாதியானி மாலிக்குடன் ஒரு விவாதத்தில் ஆழ்ந்திருந்தார். நினோ கண்களில் ஒரு தந்திரமான கேள்வியுடன் என்னைப் பார்த்தாள்.

நான் தலையசைத்தேன். இருள் கவிழ்ந்திருந்தது. நெருப்புகளின் வெளிச்சத்தில் மனிதர்கள் பேய்களைப் போலவோ, கொள்ளைக்காரர்களைப் போலவோ தோற்றம் அளித்தார்கள். யாரும் எங்களைக் கவனிக்கவில்லை. நான் எழுந்து மெதுவாக சுனைக்கு நடந்தேன். நான் தண்ணீரை குனிந்து என் உள்ளங்கையில் பிடித்து குடித்தேன். அது நன்றாக இருந்தது. தண்ணீரில் விண்மீன்களின் பிரதிபலிப்பை வெகுநேரம் பார்த்துக்கொண்டிருந்தேன். பிறகு எனக்குப் பின்னால் காலடிச் சத்தத்தைக் கேட்டேன். ஒரு சிறிய பாதத்தின் கீழே ஓர் உலர்ந்த கிளை ஒடிந்தது. நான் கையை நீட்டினேன். நினோ அதைப் பற்றிக் கொண்டாள். நாங்கள் காட்டுக்குள் போனோம். நாங்கள் தீயை விட்டு விலகியதும், நினோ ஒரு சிறிய புல்வெளியில் விளிம்பில் உட்கார்ந்ததும் என்னை அவளிடம் இழுத்ததும் முற்றிலும் சரியானது இல்லைதான். மகிழ்ச்சியான காராபாக்கில் பழக்க வழக்கங்கள் கடுமையாக இருந்தன. கிழவர் முஸ்தபா, பதினெட்டு ஆண்டுகளுக்கு முன்னால் இருந்த ஒரு திருமணத்தை மீறிய உறவுபற்றிய என்னிடம் திகில் நிரம்பச் சொல்லியிருக்கிறார். அதன்பிறகு பழங்களின் அறுவடை ஒருபோதும் முன் போல இருப்பதில்லை. நாங்கள் ஒருவரையொருவர் பார்த்துக் கொண்டோம். நிலவொளியில் நினோவின் முகம் வெளிறிப்போய் மர்மம் படர்ந்து இருந்தது. "இளவரசி," என்றேன் நான். நினோ என்னைப் பக்கவாட்டில் பார்த்தாள். அவள் இளவரசியாகி இருபத்தி நான்கு மணி நேரம் ஆகியிருந்தது. பட்டத்திற்கு உரிமைகோரி பீட்டர்ஸ்பர்கிலிருந்து அதற்கு ஒப்புதல் பெற அவளது அப்பாவுக்கு இருபத்தி நான்கு ஆண்டுகள் பிடித்தன. இன்று காலைதான் அவரது வேண்டுகோள் நிறைவேற்றப் பட்டதாக வந்த தந்தியை அவர் பெற்றிருந்தார். குழந்தை தான் தொலைத்த அம்மாவை மீண்டும் கண்டதைப் போல அந்த முதியவரை அது மகிழ்ச்சி கொள்ளவைத்தது. இன்றிரவு நாங்கள் கொண்டாடினோம். "இளவரசி," என்று மீண்டும் சொன்னேன். அவளது முகத்தை எனது கரங்களில் ஏந்தினேன். அவள் எதிர்க்கவில்லை. ஒருவேளை அவள் கச்சேதியன் மதுவை அதிகமாகக் குடித்திருக்கலாம். ஒருவேளை காடும் நிலவும் அவளைப் போதையில் ஆழ்த்தியிருக்கலாம். நான் அவளை முத்தமிட்டேன். அவளது உள்ளங்கைகள் மென்மையாகவும் சூடாகவும் இருந்தன. அவளுடைய உடல் வளைந்து கொடுத்தது. உலர்ந்த கிளைகள் சடசடவென்றன.

நாங்கள் மிருதுவான பாசியில் படுத்திருந்தோம். நினோ என் முகத்தைப் பார்த்தாள். நான் அவளது உறுதியான மார்பகங்களின் சிறிய உருண்டைத்தன்மையைத் தொட்டேன்.

நினோவிடமிருந்து எனக்கு ஒரு புதிய விசித்திரமான உணர்வு வெளிப்பட்டு, எங்கள் இருவரையும் திணறடித்தது. அவள் பூமியின் மர்மமான தூண்டுதல்களுடன் ஒன்றாகிவிட்டாள். அவளது புலன்களில் மட்டுமே வாழ்ந்தாள். அவளது முகம் சிறுத்துத் தீவிரமானது. நான் அவளுடைய ஆடையைத் திறந்தேன். அவள் தோல் நிலவொளியில் மாணிக்கக் கல்போலப் பளபளத்தது. அவளது இதயம் துடித்தது. அவள் மிருதுவும் ஏக்கமுமான உடைந்த வார்த்தைகளைப் பேசினாள். நான் அவளது சிறிய மார்பகங்களுக்கு நடுவே என் முகத்தைப் புதைத்தேன், அவள் தோல் வாசனையாக, மெல்லிய உப்புச் சுவையோடு இருந்தது. அவள் முழங்கால்கள் நடுங்கின. அவள் முகத்தில் கண்ணீர் வழிந்து கொண்டிருந்தது. நான் முத்தமிட்டு அவளது ஈரமான கன்னங்களை உலர்த்தினேன். அவள் எழுந்தாள். இப்போது தனது சொந்த மர்மங்கள், உணர்வுகள் பற்றிய நிச்சயமின்மையோடு அமைதியாக இருந்தாள். அவளுக்கு, என் நினோவுக்கு, பதினேழு வயதுதான். அவள் புனித ராணி தாமரின் பள்ளிக்குப் போகிறாள். அவள் சொன்னாள்:

"நான் உன்னை மிகவும் நேசிக்கிறேன் என்று நினைக்கிறேன், அலி கான், நான் இப்போது இளவரசியாக இருந்தாலும்."

"நீ நீண்ட நாட்களுக்கு இளவரசியாக இல்லாமலும் போகலாம்" என்றேன். நினோ என்னைக் குழப்பத்துடன் பார்த்தாள்.

"என்ன அர்த்தத்தில் சொல்கிறாய்? ஜார் மீண்டும் பட்டத்தைப் பறித்துவிடுவாரா?"

"நீ திருமணம் செய்துகொள்ளும்போது அதை இழந்து விடுவாய். ஆனால் கவலைப்படாதே. கான் என்னும் பட்டமும் அருமையானதுதான்."

நினோ தன் கழுத்துக்குப் பின்னால் கைகளைப் பிணைத்துக் கொண்டு தலையைப் பின்னால் சாய்த்து சிரித்தாள்: "கான் இருக்கலாம், ஆனால் கானி? அப்படி ஏதும் இல்லை. எப்படி யிருந்தாலும், உன்னிடம் காதலைச் சொல்ல வேடிக்கையான முறை இருக்கிறது – அதாவது, இது காதலை முன்மொழியும் அர்த்தத்தில் சொல்லப்பட்டிருந்தால்."

"ஆமாம், இது அந்த அர்த்தத்தில் சொன்னதுதான்."

நினோவின் விரல்கள் என் முகத்தை வருடி என் தலைமுடி யில் வந்து நின்றன. "நான் சரி என்று ஒப்புதல் சொன்னால்,

நீ எப்பொழுதும் ஷுஷாவின் காட்டுக்கு நன்றியுள்ளவனாய் இருந்து மரங்களோடு சமாதானம் ஏற்படுத்திக்கொள்வாயா?"

"செய்வேன் என்று நினைக்கிறேன்."

"ஆனால் நம்முடைய தேனிலவுக்கு நீ தீரானில் இருக்கும் உன் பெரியப்பாவிடம் செல்வாய். நான் ஒரு சிறப்பு விருந்துக்காக அரச அந்தப்புரத்துக்குப்போய், தேநீர் அருந்தி அங்கிருக்கும் கொழுத்த பெண்மணிகளுடன் உரையாடலாம்."

"ம்?"

"பிறகு, நான் பாலைவனத்தைப் பார்க்க அனுமதிக்கப் படுவேன், ஏனென்றால் என்னைப் பார்க்கக் கூடிய ஒருத்தரும் அங்கே இல்லை."

"இல்லை, நினோ, நீ பாலைவனத்தைப் பார்க்கத் தேவை யில்லை. உனக்கு அது பிடிக்காது."

நினோ எனது கழுத்தைச் சுற்றிக் கைகளைப் போட்டு அவளது மூக்கை எனது நெற்றியில் அழுத்தினாள்.

"ஒருவேளை நான் உன்னைத் திருமணம் செய்து கொள்வேன், அலி கான். ஆனால் நாம் கடக்க வேண்டியவற்றை யெல்லாம் பற்றி நீ எப்போதாவது யோசித்திருக்கிறாயா? காடுகளையும் பாலைவனங்களையும் தவிர,

"என்ன விஷயங்கள்?"

"முதலில் நான் ஒரு முகமதியனைத் திருமணம் செய்து கொண்டதால் என்னுடைய அப்பாவும் அம்மாவும் துக்கத்தில் இறந்துவிடுவார்கள். பிறகு உன்னுடைய அப்பா உன்னைச் சபிப்பார். என்னை முகமதியர் ஆகச் சொல்லுவார். அப்படி நான் செய்தால், என் சித்தப்பா ஜார் நான் கிறிஸ்துவ மத நம்பிக்கைக்குத் துரோகம் செய்துவிட்டேன் என்பதற்காக என்னை சைபீரியா வுக்கு அனுப்புவார். உன்னையும்தான். ஏனென்றால், நீதானே என்னைச் செய்ய வைத்தது."

"பிறகு நாம் ஆர்க்டிக் கடலின் நடுவில் ஒரு பனிப்பாறை மேல் உட்கார்ந்திருப்போம். பெரும் வெள்ளைக்கரடிகள் நம்மைத் தின்னும்," என்று சிரித்தேன். "இல்லை நினோ. அது அப்படியெல்லாம் மோசமாக ஆகாது. நீ முகமதியராக மாற வேண்டியதில்லை. உன்னுடைய பெற்றோர்கள் துக்கத்தால் சாக மாட்டார்கள். நாம் நமது தேனிலவுக்கு பாரீஸுக்கும்

பெர்லினுக்கும் போவோம். புவா த புலன்ய பூங்காவிலும் தியர்கார்ட்டன் பூங்காவிலும் இருக்கும் மரங்களை நீ பார்க்கலாம். நீ என்ன சொல்கிறாய்?"

"நீ எனக்கு நல்லவன்," என்று அவள் ஆச்சர்யத்துடன் சொன்னாள். "நான் சம்மதம் இல்லை என்று சொல்லவில்லை. ஆனால் சம்மதம் என்று சொல்ல இன்னும் நிறைய நேரம் இருக்கிறது. கவலைப்படாதே, நான் ஓடிவிட மாட்டேன். நான் பள்ளிப் படிப்பை முடித்ததும் நம்முடைய பெற்றோர்களிடம் பேசுவோம். ஆனால் என்னைக் கடத்திக்கொண்டு போகாதே. என்னவானாலும் அதை மட்டும் செய்யாதே. உங்கள் முறைகள் எனக்குத் தெரியும். குதிரைச் சேணத்தின் மேலே, மலைகளைக் கடந்து. அதற்குப் பிறகு கிபியானி குடும்பத்துடன் ஒரு நீண்ட கால ரத்தப் பகை." திடீரென்று அவள் அடக்க முடியாத மகிழ்ச்சியில் திளைத்தாள். அவள் முழுமையும் சிரிப்பதுபோலத் தோன்றியது: அவளது முகம், அவளுடைய கைகள், அவளுடைய கால்கள், அவளது தோல். அவள் ஒரு மரத்தின்மீது சாய்ந்து தலையை வளைத்து எதிரே நிற்கும் என்னை நிமிர்ந்து பார்த்தாள். அந்த மரத்தின் நிழலில் அவள் வேட்டைக்காரனுக்குப் பயந்து காட்டுக்குள் ஒளிந்திருக்கும் ஒரு சிறப்பு இன விலங்குபோலத் தோற்றமளித்தாள். "போகலாம்" என்றாள் நினோ. நாங்கள் காடு வழியாகப் பெருந்தீயை நோக்கிப் போனோம். வழியில் அவளுக்குத் திடீரென்று ஒரு சிந்தனை வந்தது. அவள் நின்று, நிலவை நிமிர்ந்து பார்த்தாள். "ஆனால் நம் பிள்ளைகள், அவர்கள் எந்த மதத்தில் இருப்பார்கள்?" என்று கவலையுடன் கேட்டாள்.

"ஓ, நான் உறுதியாக நம்புகிறேன், மிகவும் நல்ல, ஏற்றுக் கொள்ளக்கூடிய மதத்தில்" என்று நான் நழுவலாகச் சொன்னேன். அவள் என்னைச் சந்தேகத்துடன் பார்த்தாள். சற்று நேரம் அமைதியாகச் சிந்தித்தபடி இருந்தாள். பிறகு சோகத்துடன் சொன்னாள்: "எப்படியும், நான் உனக்கு ரொம்பவும் வயதானவள் இல்லையா? எனக்கு விரைவில் பதினேழு வயதாகிவிடும். உன்னுடைய எதிர்கால மனைவிக்கு இப்போது பன்னிரண்டு வயது இருக்க வேண்டும்." நான் அவள் மனத்தை அமைதிப் படுத்தினேன். இல்லை, அவள் நிச்சயம் மிகுந்த வயதானவள் இல்லை. மிகவும் புத்திசாலியாக இருக்கலாம். மிகவும் புத்திசாலியாக இருப்பது நல்லதா? கிழக்கத்தியர்களான நாங்கள் எல்லோரும் மிகச் சீக்கிரத்திலேயே முதிர்வும் மூப்பும் புத்திசாலித்தனமுமாய் ஆகிவிடுகிறோம் என்று சமயங்களில் எனக்குத் தோன்றும். அப்படி இருந்தாலும், நாங்கள் எல்லோருமே வெறும் மடையர்கள், எளிமையானவர்கள் என்றும் எனக்குத் தோன்றும். எனக்கு நிஜமாகவே என்ன சிந்திப்பது என்று

தெரியவில்லை: மரங்களாலும் நினோவாலும் தூரத்து நெருப்பின் பிரகாசத்தாலும் எல்லாவற்றிற்கும் மேலாக என்னாலும்கூட மிரண்டுபோயிருந்தேன். ஏனென்றால், நானும் மிக அதிகமாக கச்சேதியன் மதுவைக் குடித்துவிட்டு அமைதியான காதல் பூங்காவில் பாலைவனக் கொள்ளைக்காரனைப் போல அலைந்துதிரிந்ததால் இருக்கலாம். நினோ ஒரு பாலைவனக் கொள்ளைக்காரனிடம் பலியானவளாக உணர்ந்த மாதிரி தெரியவில்லை. அவள் அமைதியாக நிச்சலனமாகத் தெரிந்தாள். கண்ணீரின், சிரிப்பின், மயக்கும் ஏக்கத்தின் எல்லா சுவடுகளும் மறைந்துவிட்டன. நான் சாதாரணமாகத் தெரிய அதிக நேரம் பிடித்தது.

நாங்கள் மீண்டும் பெஷாப்பூர் சுனைக்கு வந்தோம். ஆனால் யாரும் எங்கள் இல்லாமையைக் கவனித்ததாகத் தெரியவில்லை. நான் எனது கோப்பையில் தண்ணீரை நிரப்பி பேராசையுடன் குடித்தேன் – என் உதடுகள் எரிந்துகொண்டிருந்தன. நான் எனது கோப்பையைக் கீழே வைத்தபோது மாலிக்கின் புரிதலுடன் பார்த்த கண்களைச் சந்தித்தேன்: நட்புடன், கொஞ்சம் ஆதரவுடன்.

7

நான் மொட்டை மாடியில் திவானில் படுத்துக்கொண்டு, காதல் கனவு கண்டுகொண்டிருந்தேன். என்னுடைய காதல், என் அப்பா, பெரியப்பாக்கள் தாத்தாக்களின் காதல்களைவிட மிகவும் வித்தியாசமானது. எப்படி இருந்திருக்க வேண்டுமோ அதிலிருந்து மிகவும் வித்தியாசம். நினோ கிணற்றடியில் குடத்தில் நீர் நிரப்பும்போது சந்திக்காமல், அவள் பள்ளிக்குப் போகும்போது நிகோலாய் தெருவில் சந்தித்தேன். கிழக்கத்திய காதல் சின்ன முணுமுணுக்கும் கிராமத்துக் கிணற்றடியிலோ அல்லது நீர்வளம் நிரம்பிய நகரங்களில் பெரிய இசை நீர்த்தாரைகளின் அருகிலோதான் ஆரம்பிக்கிறது.

ஒவ்வொரு மாலையிலும் பெண்கள் பெரிய மண் குடங்களைத் தோளில் சுமந்துகொண்டு கிணற்றுக்குப் போகிறார்கள். கிணற்றுக்குப் பக்கத்தில் இளைஞர்கள் வட்டமாக உட்கார்ந்து, பெண்களைக் கவனிக்காமல், போரைப் பற்றியும் கொள்ளைகளைப் பற்றியும் பேசுகிறார்கள். பெண்கள் மெதுவாகக் குடங்களை நிரப்புகிறார்கள், மெதுவாக திரும்பிப் போகிறார்கள். குடங்கள் கனமானவை, விளிம்புவரை நீர் நிரம்பியிருக்கிறது. தடுமாறி விழக்கூடாது என்பதற்காக அவர்கள் தங்கள் முகத்திரைகளைப் பின்னுக்குத் தள்ளிவிட்டு, கண்ணியமாகக் கீழே பார்க்கிறார்கள். ஒவ்வொரு மாலையும் பெண்கள் கிணற்றுக்குப் போகிறார்கள், ஒவ்வொரு மாலையும் இளைஞர்கள் சதுக்கத்தின் ஒரு முனையில் உட்காருகிறார்கள். கிழக்கத்தியக் காதல் இப்படித்தான் தொடங்குகிறது. மிக மிகத் தற்செயலாகப் பெண்களில் ஒருத்தி கண்களை உயர்த்தி இளைஞர்களைப் பார்க்கிறாள். அவர்கள் கவனம் செலுத்துவதில்லை. ஆனால் அந்தப் பெண் திரும்பி வரும்போது அவர்களில் ஒருவன்

திரும்பி வானத்தைப் பார்க்கிறான். சிலசமயங்களில் அவனது பார்வையும் பெண்ணின் பார்வையும் சந்திக்கின்றன. சமயங்களில் சந்திப்பதில்லை. அடுத்த நாள் அவனுடைய இடத்தில் வேறொருவன் அமர்ந்திருக்கிறான். ஆனால் கிணற்றடியில் இரண்டு பேரின் பார்வைகள் சில தடவைகள் சந்தித்துவிட்டன என்றால் காதலில் விழுந்த பையன் கிராமமெல்லாம் நாட்டுப்புறப் பாடல்களைப் பாடிக்கொண்டு திரிவான். அவனுடைய உறவினர்கள் மணமகள் விலைக்குப் பேரம் பேசுவார்கள், பெரியவர்கள் இந்த இளம் ஜோடி எத்தனை போர்வீரர்களை வளர்ப்பார்கள் என்பதைக் கணக்கிடுவார்கள். எல்லாமே எளிமையானவை. ஒவ்வொரு அடியும் முடிவு செய்யப்பட்டு முன்பே வகுத்தமைக்கப்பட்டவை.

ஆனால் எனக்கு? என் கிணறு எங்கே? நினோவின் முகத்தில் முகத்திரை எங்கே? அது விசித்திரமானது: திரைக்குப் பின்னால் இருக்கும் பெண்ணை நீங்கள் பார்க்க முடியாது, ஆனால் நீங்கள் அவளை அறிவீர்கள்: அவளுடைய பழக்கங்கள், அவளுடைய எண்ணங்கள், அவளுடைய ஆசைகள். முகத்திரை அவள் கண்களையும், மூக்கையும், வாயையும் மறைக்கிறது. ஆனால் அவளுடைய ஆன்மாவை இல்லை. கிழக்கத்திய பெண்ணின் ஆன்மாவில் எந்தப் பிரச்சனையும் இல்லை. முகத்திரை போடாத பெண்கள் முற்றிலும் வேறுபட்டவர்கள். நீங்கள் அவர்களது கண்களை, மூக்குகளை, வாய்களை, இன்னும் பலவற்றை, பலபலவற்றைப் பார்க்கிறீர்கள். அவளை உங்களுக்கு நன்றாகத் தெரியும் என்று நீங்கள் நினைத்துக்கொண்டிருக்கலாம். ஆனால் அந்தக் கண்களின் பின்னால் மறைந்திருப்பது ஒருபோதும் உங்களுக்குத் தெரியாது. நான் நினோவைக் காதலிக்கிறேன். ஆனாலும் அவள் என்னைக் குழப்பமடையச் செய்கிறாள். தெருவில் மற்ற ஆண்கள் அவளைப் பார்க்கும்போது அவள் மகிழ்ச்சி அடைகிறாள். ஒரு நல்ல கிழக்கத்திய பெண் வெறுப்படைவாள். அவள் என்னை முத்தமிடுகிறாள். நான் அவள் மார்பைத் தொடலாம், தொடைகளைத் தடவலாம், ஆனால் எங்களுக்கு இன்னும் நிச்சயதார்த்தம்கூட ஆகவில்லை. காதல் கதைகளைப் படிக்கும்போது அவள் எதற்காகவோ ஏங்குவதைப் போல அவளுடைய கண்கள் மென்மையாகவும் கனவு காண்கின்றவையாகவும் மாறுகின்றன. ஆனால் எதற்காக ஏங்குகிறாள் என்று நான் அவளிடம் கேட்டால் அவள் ஆச்சரியத்துடன் தலையை மட்டும் ஆட்டுகிறாள் – அவளுக்குத் தெரியாது. அவள் என்னோடு இருக்கும்போது எனக்கு வேறு எதுவுமே வேண்டியிருக்காது. அவள் அடிக்கடி ரஷ்யாவுக்குப் போயிருக்கிறாள் என்று நினைக்கிறேன். அவளுடைய

அப்பா அவளை பீட்டர்ஸ்பர்க்கிற்கு அழைத்துச் செல்வது வழக்கம். எல்லா ரஷ்யப் பெண்களும் பைத்தியங்கள் என்பது எல்லோருக்கும் தெரியும். அவர்களின் கண்கள் ஏக்கத்தால் நிரம்பியுள்ளன, அவர்கள் பெரும்பாலும் தங்கள் கணவருக்குத் துரோகம் செய்கிறார்கள், ஆனாலும் அவர்களுக்கு இரண்டு குழந்தைகளுக்கு மேலே இருப்பது அரிது. இறைவன் அவர்களை இப்படித்தான் தண்டிக்கிறார்! ஆனால் நான் நினோவைக் காதலிக்கிறேன். அவள் கண்கள், குரல், அவள் பேசும் விதம், சிந்திக்கும் விதம். நான் அவளைத் திருமணம் செய்துகொள்வேன். அவள் எல்லா ஜார்ஜிய பெண்களையும் போல – அவர்கள் குதூகலமானவர்களாக, கவலையற்றவர்களாக, கனவில் மிதப்பவர்களாக இருந்தாலும் – ஒரு நல்ல மனைவியாக மாறுவாள். இன்ஷா அல்லா.

நான் புரண்டு படுத்தேன். இந்த எண்ணங்கள் எல்லாம் என்னைச் சோர்வடையச் செய்தன: கண்களை மூடிக்கொண்டு எதிர்காலத்தைப் பற்றி கனவு காண்பது பலமடங்கு இதமாக இருந்தது. அது நினோவைப் பற்றியது. ஏனென்றால், எதிர்காலம் என்பது நினோ என் மனைவியாகும் நாளில் தொடங்குகிறது. அது உற்சாகமான நாளாக இருக்கும். அவளைப் பார்க்க என்னை அனுமதிக்க மாட்டார்கள். மணமகனும் மணமகளும் திருமண நாளில் ஒருவரை ஒருவர் பார்க்கக் கூடாது. திருமண இரவுக்கு அதைவிட வேறு எந்தக் கேடும் வர முடியாது. என்னுடைய நண்பர்கள் ஆயுதம் ஏந்தியபடி குதிரையில் நினோவை அழைத்து வருகிறார்கள். அவளுக்குக் கனமான முகத்திரை போடப் பட்டிருக்கிறது. இந்த நாளில் அவள் கிழக்கத்திய அங்கியை அணிய வேண்டும். முல்லா கேள்விகளைக் கேட்கிறார், என் நண்பர்கள் மண்டபத்தின் நான்கு மூலைகளிலும் நின்று, மலட்டுத்தன்மை ஏற்படாமலிருக்க மந்திரங்களை முணுமுணுக் கிறார்கள். இப்படித்தான் மரபு கட்டளையிடுகிறது. ஏனென்றால் ஒவ்வொரு மனிதனுக்கும் எதிரிகள் இருக்கிறார்கள். அவர்கள் அவனது திருமண நாளில் தங்களது குத்துவாளை உறையிலிருந்து உருவி, மேற்கு நோக்கி நின்று கிசுகிசுப்பார்கள்: 'அனிசானி, பனிசானி, மாமவெர்லி, கனியானி – அவனால் முடியாது, அவனால் முடியாது, அவனால் முடியாது.' ஆனால் இறைவன் புண்ணியத்தில் எனக்கு நல்ல நண்பர்கள் வாய்த்திக்கிறார்கள். இலியாஸுக்குப் பாதுகாப்பு மந்திரங்கள் எல்லாமே மனப்பாட மாகத் தெரியும். திருமணம் முடிந்த உடனேயே நாங்கள் பிரிந்துவிடுகிறோம். நினோ அவளுடைய நண்பர்களிடமும் நான் என்னுடைய நண்பர்களிடமும் போகிறோம். நாங்கள் எங்களுடைய இளம்பருவத்திலிருந்து விடை பெறுவதைக் கொண்டாடுகிறோம். அதற்குப் பிறகு? பிறகு?

ஒரு கணம் நான் கண்களைத் திறந்து மரப் பலகை வேய்ந்த மாடத்தையும் தோட்டத்தில் இருந்த மரங்களையும் பார்த்தேன். ஆனால் நான் மறுபடியும் கண்களை மூடிக்கொண்டேன், இதற்குப் பிறகு என்ன வரப்போகிறது என்பதை நன்றாகப் பார்க்க வேண்டும் என்பதற்காக. ஏனென்றால், திருமண நாள் அதி முக்கியமானது. சொல்லப்போனால், ஒருவரின் வாழ்க்கையில் ஒரே முக்கியமான நாள். ஆனால் இது மிகவும் கடினமான நாளும் கூட. திருமண இரவில் மணப்பெண்ணின் அறைக்குப் போவது எளிதான காரியமல்ல. நீண்ட நடையின் ஒவ்வொரு கதவிலும் முகமூடி போட்ட உருவங்கள் நிற்கின்றன. மணமகன் அவர்களின் கைகளில் நாணயங்களை வைத்த பிறகே அவர்களைக் கடக்க அனுமதிக்கப்படுவான். மணப்பெண்ணின் அறையிலேயும் நல்ல எண்ணம் கொண்ட நண்பர்கள் ஒரு சேவலையோ, பூனையையோ, அல்லது எதிர்பார்க்காத எதையாவதோ மறைத்து வைத்திருக்கிறார்கள். நான் நன்றாகச் சுற்றுமுற்றும் பார்க்க வேண்டும். சில சமயங்களில் ஒரு மூதாட்டி படுக்கையின் மேலே சிரித்துக்கொண்டிருப்பாள். அவளும் போகும்முன் பணம் வேண்டும் என்பாள். கடைசியில், நான் தனியே இருக்கிறேன். கதவு திறக்கிறது. நினோ உள்ளே வருகிறாள். இப்போது திருமணத்தின் மிகவும் கடினமான பகுதி தொடங்குகிறது. நினோ சிரித்தபடி, எதிர்பார்ப்புடன் என்னைப் பார்க்கிறாள். அவளது உடம்பு ஒரு இளம் தோல் விறைப்புக் கச்சில் திணிக்கப்பட்டிருக்கிறது. அது நாடாக்களால் இறுக்கப்பட்டு, முன் பக்கத்தில் மிகவும் சிக்கலான முடிச்சுகளுடன் கட்டப்பட்டிருக்கிறது. மணமகனைக் கலங்கடிக்க, நிபுணர்களின் கைகளால் போடப்பட்ட முடிச்சுகள். ஆனால் அவை அத்தனையையும் நானே அவிழ்க்க வேண்டும். நினோ எனக்கு உதவ அனுமதி இல்லை. ஆனால் ஒருவேளை அவள் செய்வாள். ஏனென்றால் இந்த முடிச்சுகள் உண்மையில் மிகவும் சிக்கலானவை. நான் அவற்றை வெட்டினால், அது அவமானத்தையும் அவமதிப்பையும் கொண்டுவரும். ஒரு மனிதன் சுயக்கட்டுப்பாட்டை வெளிப்படுத்த வேண்டும், ஏனென்றால் மறுநாள் காலையில் அவனுடைய நண்பர்கள் அவிழ்க்கப்பட்ட முடிச்சுகளைப் பார்க்க வருவார்கள். அவற்றைக் காட்ட முடியாத ஈனனுக்கு அழிவுதான். ஊர் முழுக்க அவனைப் பார்த்துச் சிரிக்கும். திருமண இரவில், வீடு ஒரு எறும்புப் புற்று மாதிரி இருக்கும். நண்பர்கள், நண்பர்களின் உறவினர்கள், நண்பர்களின் உறவினர்களின் நண்பர்கள் என்று எல்லோரும் வீட்டின் நடைகளில், மாடியில், தெருவில்கூட, காத்துக்கொண்டிருக்கிறார்கள். நேரம் மிக அதிகமானால் பொறுமை இழந்துபோகிறார்கள். கதவைத் தட்டுகிறார்கள், பூனை மாதிரி, நாய் மாதிரி சத்தம் எழுப்புகிறார்கள். ஆவலுடன்

காத்துக்கொண்டிருக்கும் துப்பாக்கி சுடும் ஒலி கேட்கும் வரைக்கும். உடனே அவர்கள் உற்சாகத்துடன் காற்றில் சுடத் தொடங்குகிறார்கள். வீட்டை விட்டு வெளியே ஓடி வந்து ராணுவ மரியாதை போல அணிவகுத்து நின்றுகொள்கிறார்கள். அவர்கள் சரி என்று கருதும்வரை என்னையும் நினோவையும் வீட்டை விட்டு வெளியே வர விட மாட்டார்கள். ஆமாம், அது அற்புதமான திருமணமாக இருக்கும், பெரும் பழமையான முறையில், நம் தந்தையர்களின் மரபு கட்டளையிட்டபடி.

நான் திவானில் தூங்கியிருக்க வேண்டும். ஏனென்றால் கண்களைத் திறந்தபோது என் கோட்ஷி தரையில் குந்தியபடி, தனது நீண்ட குத்துவாளால் தனது நகங்களைச் சுத்தம்செய்து கொண்டிருந்தார். அவர் வந்த சத்தம் எனக்குக் கேட்கவில்லை. "என்ன செய்தி, தம்பி?" என்று சோம்பலாகக் கேட்டு கொட்டாவி விட்டேன். "விசேஷமாக ஒன்றுமில்லை, சின்னையா" என்று சலிப்பான குரலில் பதிலளித்தார். "பக்கத்து வீட்டுப் பெண்கள் சண்டை போட்டுக்கொண்டார்கள். ஒரு கழுதை ஓடிவிட்டது, அது ஒரு கிணற்றுக்குள் விழுந்துவிட்டது. இன்னமும் அதிலேயே இருக்கிறது." கோட்ஷி தனது குத்துவாளை மீண்டும் உறைக்குள் வைத்துவிட்டு, அசிரத்தையுடன் தொடர்ந்தார்: "ஜார் மன்னர் பல ஐரோப்பிய மன்னர்களுக்கு எதிராகப் போரை அறிவிக்குமாறு அருளியிருக்கிறார்."

"என்ன? என்ன போர்?" என்று துள்ளி எழுந்து அவரைக் குழப்பத்துடன் பார்த்தேன்.

"ஓ, வெறும் ஒரு சாதாரணப் போர்."

"என்ன சொல்கிறாய்? யாருக்கு எதிராக?"

"பல ஐரோப்பிய மன்னர்கள். அவர்களின் பெயர்களை என்னால் நினைவில் கொள்ள முடியவில்லை. மிக அதிகப் பேர். ஆனால் முஸ்தபா அவற்றை எழுதிக்கொண்டார்."

"அவரை உடனே கூப்பிடுங்கள்."

கோட்ஷி மனதில்லாமல் தலையை அசைத்தார் – எதற்கு இப்படி அவசரம்! பிறகு, கதவின் வழியே மறைந்து, நான் தங்குவதற்கு ஏற்பாடுகள் செய்திருந்த முஸ்தபாவுடன் திரும்பி வந்தார். முஸ்தபா புன்முறுவல் செய்தார். ஏனென்றால் அவர் மேலாக உணர்ந்தார். மேலும் அவர் பிரகாசமாக இருந்தார், ஏனென்றால் அவருக்கு எல்லாம் தெரிந்திருந்தது. நிச்சயமாக ஜார் மன்னர் போரை அறிவித்திருக்கிறார். அது ஊருக்கே தெரிந்திருந்தது. நான் மட்டுமே மொட்டை மாடியில் தூங்கிக் கொண்டிருந்தேன். ஆனால் இதையும் கவனிக்க வேண்டும்: ஜார்

மன்னர் ஏன் போரை அறிவித்தார் என்பது நிச்சயமாக யாருக்கும் தெரியாது. அப்படிச் செய்ய வேண்டும் என்று அவர் தனது ஞானத்தின்படி முடிவு செய்திருந்தார்.

"ஆனால் ஜார் மன்னர் யாருக்கு எதிராகப் போரை அறிவித்திருக்கிறார்?" நான் எரிச்சலாகிக் கத்தினேன்.

முஸ்தபா தனது சட்டைப் பையில் தேடி தான் குறிப்புகள் எழுதிவைத்திருந்த காகிதத்தை எடுத்தார். அவர் தொண்டையைச் செருமிக்கொண்டு, கம்பீரமாக ஆனால் கஷ்டப்பட்டுப் படித்தார்: "ஜெர்மானியப் பேரரசர், ஆஸ்திரியப் பேரரசர், பவேரிய மன்னர், புருஷ்யாவின் மன்னர், சாக்சானிய மன்னர், வூர்ட்டம்பேர்க்கின் மன்னர், ஹங்கேரியின் மன்னர் மற்றும் பல பிரபுக்கள் இளவரசர்கள்மீது."

"சின்னையா, நான் சொன்னது போல், என்னால் இவை எல்லாவற்றையும் நினைவில் வைத்துக்கொள்ள முடியவில்லை" என்று கோட்ஷி பணிவுடன் சொன்னார். முஸ்தபா தனது துண்டுக் காகிதத்தை மடித்துவிட்டுச் சொன்னார்: "இன்னொரு பக்கம், துருக்கியப் பேரரசின் சுல்தான் மெஹ்மத் ரஷீத்தும் இரானின் மாமன்னர் சுல்தான் அஹ்மத் ஷாவும், மறுஅறிவிப்பு வரும்வரை தாங்கள் போரில் பங்கேற்பதில்லை என்று அறிவித்திருக்கிறார்கள். எனவே இது காபிர்கள் இடையே நடக்கும் போர். இதில் நமக்கு அதிகம் தொடர்பு இல்லை. மெஹ்மத் – அலி மசூதியின் முல்லா, ஜெர்மானியர்கள் வெற்றி பெறுவார்கள் என்று நினைக்கிறார்." முஸ்தபாவால் முடிக்க முடியவில்லை. நகரத்திலிருந்து, மற்ற எல்லா ஒலிகளையும் மூழ்கடித்து, பதினேழு தேவாலயங்களின் மணிகள் ஒலிக்கத் தொடங்கின. நான் வெளியே ஓடினேன். ஒளிரும் ஆகஸ்ட் வானம் நகரத்தின்மீது அசைவற்று அச்சுறுத்தலாய்த் தொங்கிக் கொண்டிருந்தது. தூரத்தில் நீல மலைகள் அசட்டையான சாட்சிகள்போலத் தெரிந்தன. மணிகளின் ஒலி சாம்பல் பாறைகளில் மோதியது. தெருக்கள் மக்களால் நிறைந்திருந்தன. சிவந்த பரபரப்பான முகங்கள் தேவாலயங்களின், மசூதிகளின் மாடங்களை அண்ணாந்து பார்த்தன. காற்றில் தூசி சுழன்று கொண்டிருந்தது. மக்களின் குரல்கள் கரகரப்பாக இருந்தன. பல தேவாலயங்களின் வெயில் மழை பாதித்த பேசாச் சுவர்கள் நித்தியத்தின் இறுகிய கண்கள்போல எங்களைப் பார்த்தன. அவற்றின் கோபுரங்கள் மௌனமான அச்சுறுத்தல்களைப் போல எங்களுக்கு மேலே உயர்ந்தன. மணிகள் ஒலிப்பதை நிறுத்திவிட்டன. பல்வண்ண அங்கியைத் தழையத்தழைய அணிந்திருந்த கொழுத்த முல்லா ஒருவர் எங்கள் அருகில் இருக்கும் பள்ளிவாசல் கோபுரத்தில் ஏறினார். கைகளை வாயருகே

புனல்போலக் பெருமிதத்துடனும் துக்கத்துடனும் சொன்னார்: "தொழுகைக்காக எழுந்திரு, தொழுகைக்காக எழுந்திரு, தூக்கத்தை விடத் தொழுகை சிறந்தது!" நான் லாயத்திற்கு ஓடினேன். கோட்ஷி எனது குதிரைக்குச் சேணம் போட்டார். நான் ஏறிக்கொண்டு தெருக்களில் பயந்த பார்வையுடன் எனக்கு வழிவிட்ட கூட்டங்கள் வழியாகத் தாவிச் சென்றேன். நான் நகரத்திலிருந்து ஓட்டியபோது, குதிரையின் காதுகள் மகிழ்ச்சி யான எதிர்பார்ப்பில் உயர்ந்து நின்றன. என் முன்னால் அகன்ற நாடாவைப் போன்ற, பாம்பாய் வளையும் பாதை. நான் காராபாக் பிரபுக்களின் வீடுகளைக் கடந்துபோனேன். எளிய பண்ணை முதலாளிகள் எனக்குக் கையாட்டினார்கள்: 'போருக்கு விரைகிறாயா, அலி கான்?' நான் பள்ளத்தாக்கிற்குள் பார்த்தேன். தோட்டத்தின் நடுவில் சிறிய தட்டைக்கூரைப் போட்ட வீடு இருந்தது. அந்த வீட்டைப் பார்த்ததும் குதிரை யேற்ற விதிகளை எல்லாம் மறந்துவிட்டேன். செங்குத்தான மலைச்சரிவில் காட்டுத்தனமாகச் சவாரி செய்தேன். வீடு பெரிதானது. அதன் பின்னால் மலைகள் மறைந்தன, வானம், நகரம், ஜார் மன்னர் மற்றும் உலகம் முழுவதும். நான் மூலையில் திரும்பித் தோட்டத்துக்குள் நுழைந்தேன். ஒரு வேலைக்காரர் வீட்டிலிருந்து வந்து என்னை உணர்ச்சியற்ற கண்களுடன் பார்த்துச் சொன்னார்: "பிரபுவின் குடும்பம் மூன்று மணி நேரத்துக்கு முன்பே கிளம்பிப்போய்விட்டது." எனது கை தானாகவே குத்துவாளுக்குப் போனது. பணியாள் ஒதுங்கினார். "இளவரசி நினோ மேதகு அலி கானுக்கு ஒரு கடிதத்தை விட்டுப் போயிருக்கிறார்." அவரது கை சட்டையின் உள் பைக்குப் போனது. நான் குதிரையிலிருந்து இறங்கி மாடிப்படிகளில் உட்கார்ந்தேன். கடித உறை மென்மையாகவும் வெண்மை யாகவும் வாசனையாகவும் இருந்தது. பொறுமையின்றி அதைத் திறந்தேன். அவள் பெரிய குழந்தைத்தனமான எழுத்துகளில் எழுதியிருந்தாள்:

'அன்புள்ள அலி கான்! திடீரென்று போர். நாங்கள் மீண்டும் பாக்கூவுக்குத் திரும்பிப் போக வேண்டும். உனக்குச் செய்தி அனுப்ப நேரம் இல்லை. கோபப்படாதே. நான் அழுகிறேன். நான் உன்னைக் காதலிக்கிறேன். இது ஒரு குறுகிய கோடை. விரைவாக எங்களைப் பின்தொடர்ந்து வா. நான் உனக்காகக் காத்திருக்கிறேன். நான் உனக்காக ஏங்குகிறேன். எங்கள் பயணத்தில் நான் உன்னைப் பற்றி மட்டுமே நினைப்பேன். அப்பா, போர் விரைவில் முடிவடையும், நம் பக்கம் வெற்றி பெறும் என்று நினைக்கிறார். இந்த எல்லாக் குழப்பத்திலும் நான் மிகவும் முட்டாள்தனமாக உணர்கிறேன். தயவுசெய்து

ஷுஷாவில் இருக்கும் சந்தைக்குப்போய், எனக்கு கம்பளி வாங்கு. எனக்கு நேரமில்லை. பல வண்ணங்களில் சிறிய குதிரைகளின் தலைகள் போட்டிருக்கும் ஒன்று வேண்டும். நான் உன்னை முத்தமிடுகிறேன். பாக்கூவில் பயங்கர வெப்பமாக இருக்கும்!”

கடிதத்தை மடித்தேன். எல்லாம் சரியாகவே இருந்தது, உண்மையில். நான்தான், அலி கான் ஷிர்வான்ஷிர், சரியான முறையான விஷயத்தைச் செய்வதற்குப் பதில், ஒரு முட்டாள் பையனைப் போலச் சேணத்தைப் பூட்டி ஏறியிருக்கிறேன்: நகரத்தின் ஆளுநரைப் போருக்காக வாழ்த்தியிருக்க வேண்டும். அல்லது குறைந்தபட்சம், ஜார் மன்னரின் படைகளின் வெற்றிக்காக மசூதிகளில் ஒன்றில் தொழுகை செய்திருக்க வேண்டும். நான் மாடிக்குச் செல்லும் படிக்கட்டுகளில் உட்கார்ந்து எதிரே எதையும் பார்க்காமல் வெறித்தேன். நான் ஒரு முட்டாள்! நினோ தனது அப்பா அம்மாவுடன் வீட்டிற்குச் செல்வதைத் தவிர, கூடிய விரைவில் என்னைப் பின்தொடரச் சொல்வதைத் தவிர வேறு என்ன செய்திருக்க முடியும்? நிஜம்தான்: நாட்டில் போர் நடந்தால், காதலி காதலனைத் தேடி வர வேண்டும். வாசனைக் கடிதங்களை எழுதக் கூடாது. ஆனாலும் எங்கள் நாட்டில் போர் இல்லை, போர் ரஷ்யாவில். அது உண்மையில் நினோவுக்கும் எனக்கும் பொருட்டே இல்லை. அப்படியிருந்தும், நான் வெறித்தனமான கோபத்தில் இருந்தேன் – போர்மீது, வீட்டுக்குப் போவதற்கு அவ்வளவு அவசரப்பட்ட முதிய கிபியானி மீது, பெண்கள் எப்படி நடந்துகொள்ள வேண்டும் என்று சொல்லித்தராத புனித ராணி தமார் பள்ளியின் மீது, எல்லாவற்றிற்கும் மேலாக, கடமையையும் கண்ணியத்தையும் மறந்தும் நான் அவளிடம் விரைவாக வந்து சேர முடியாமல் இருக்க, சட்டென்று கிளம்பிப் போய்விட்ட நினோமீது. அவளுடைய கடிதத்தை மீண்டும் மீண்டும் படித்தேன். திடீரென்று நான் என் குத்துவாளை உருவினேன். என் கையைத் தூக்கினேன் – ஒரு சிறு மின்னலில் ஒரு தேம்பும் ஒலியுடன் அந்தக் கத்தி என் எதிரே இருந்த மரத்தின் பட்டையில் பறந்து இறங்கியது. அந்தப் வேலைக்காரர் குத்துவாளை மரத்திலிருந்து எடுத்து, ஒரு தேர்ந்த ரசிகனின் கண்களுடன் அதைப் பார்த்து விட்டுத் திருப்பித் தந்தார்: “உண்மையான குபாஸ்தானிய எஃகு. உங்கள் கையும் வலுவாக இருக்கிறது,” என்று அவர் கூச்சத்துடன் தயங்கிச் சொன்னார்.

நான் என் குதிரையில் ஏறினேன். மெதுவாக வீட்டிற்குப் போனேன். வெகுதொலைவில் நகரத்தின் மாடங்கள் உயர்ந்தன. நான் கோபமாக இருக்கவில்லை. நான் என் கோபத்தை மரத்தின் பட்டையில் விட்டுவிட்டேன். நினோ மிகவும்

சரியாகத்தான் இருந்தாள். அவள் ஒரு நல்ல மகளாக இருந்தாள். நல்ல மனைவியாக ஆகிவிடுவாள். நான் வெட்கத்துடன் தலையைக் குனிந்தபடி சவாரி செய்தேன். தெருவில் தூசி நிறைந்திருந்தது. சிவப்பு சூரியன் மேற்கில் மூழ்கிக்கொண்டிருந்தது. திடீரென்று ஒரு குதிரையின் கனைப்பு கேட்டது. நான் என் தலையை உயர்த்தினேன், பயந்து நின்றுவிட்டேன். ஒரு நிமிடம் நினோவையும் முழு உலகத்தையும் மறந்துவிட்டேன். எனக்கு முன்னால் சிறிய, குறுகிய தலையும் செருக்கான கண்களும் ஒடுங்கிய பிட்டமும் நாட்டியக்காரியின் கால்களுமாய் ஒரு குதிரை நின்றது. சூரியனின் சாய் கிரணங்களில் அதன் தோல் செம்பொன்னாய் மின்னியது. தொங்கிய மீசையும் வளைந்த மூக்கும் கொண்ட ஒரு முதியவர் சேணத்தில் இருந்தார்: கோமான் மெலிகோவ், அருகிலுள்ள ஒரு பண்ணையின் நிலக்கிழார். நான் முதன்முதலில் ஷுஷா வந்தபோது புனித சாரி பெய்கின் புகழ்பெற்ற குதிரைகளைப் பற்றி அவர்கள் என்ன சொல்லியிருந்தார்கள்? "இது செம்பொன் நிறம், காராபாக் முழுக்கவே அவை மொத்தமே பன்னிரண்டு மட்டுமே இருக்கின்றன. சுல்தானின் அந்தப்புரப் பெண்களைப் போல அவை பாதுகாக்கப்படுகின்றன." இப்போது அந்தச் செம்பொன் அதிசயம் என் கண்முன் நின்றது.

"எங்கே செல்கிறீர்கள், கோமானே?"

"போருக்கு, என் மகனே."

"என்ன ஒரு குதிரை, கோமானே!"

"ஆமாம், உனக்கு ஆச்சரியமாக இருக்கிறது, இல்லையா? மிகச்சில ஆண்கள் மட்டுமே செம்பொன்னைப் பார்த்திருக்கிறார்கள்..." கோமானின் கண்கள் மென்மையாகின. "இவனுடைய இதயம் சரியாக ஆறு பவுண்டு எடை. இவனுடைய உடல் மேலே தண்ணீர் ஊற்றினால், தங்க மோதிரம் மாதிரி ஒளிரும். இவன் இதுவரை சூரிய ஒளியைப் பார்த்ததே இல்லை. இன்றைக்கு அவனை வெளியே அழைத்துவந்தபோது, சூரியக் கதிர்கள் அவன் கண்ணில் பட்டபோது, அப்போதுதான் பாறையிலிருந்து உடைந்து மேலே வரும் சுனைபோல அவை மின்னின. முதன்முதலில் நெருப்பைக் கண்டுபிடித்த மனிதனின் கண்கள் அந்த முதல் தீப்பிழம்பைப் பார்த்தபோது இப்படித்தான் மின்னியிருக்க வேண்டும். இவன் சாரி பெய்யின் குதிரையின் வழித்தோன்றல். நான் இவனை எவருக்கும் காட்டியதில்லை. ஜார் மன்னர் போருக்கு அழைக்கும்போது மட்டும்தான் கோமான் மெலிகோவ் செம்பொன் அதிசயத்தில் ஏறுவார்." அவர்

பெருமிதத்துடன் வணக்கம் செய்துவிட்டு அவரது உடைவாள் மெல்லியதாக கிணுங்க சவாரி செய்தார். உண்மையில் நாட்டுக்குப் போர் வந்துவிட்டது.

நான் தங்கியிருந்த வீட்டுக்கு வரும்போது இருட்டாகி விட்டது. ஊர் முழுவதும் போர் மோகத்தால் கட்டுக்கடங்காமல் இருந்தது. பூர்வீகப் பிரபுக்கள் குடிபோதையில் சத்தம் போட்டபடி ஓடி, தங்கள் துப்பாக்கிகளால் வானத்தை நோக்கி சுட்டார்கள். "ரத்த ஆறு ஓடும்!" என்று கூவினார்கள். "ரத்த ஆறு ஓடும்! ஓ, காராபாக், உனது பெயர் சிறக்கும்!"

எனக்காக ஒரு தந்தி காத்திருந்தது. "உடனே வீட்டுக்கு வா. அப்பா." "நம்முடைய பொருட்களை மூட்டை கட்டு" என்று கோட்ஷிக்குச் சொன்னேன். "நாம் நாளை புறப்படுகிறோம்." நான் வெளியே தெருவுக்குப் போய் அந்த ஆரவாரத்தைப் பார்த்துக்கொண்டிருந்தேன். நான் கவலைப்பட்டேன், ஆனால் ஏன் என்று எனக்குத் தெரிந்திருக்கவில்லை. நான் மேலே நிமிர்ந்து விண்மீன்களைப் பார்த்தபடி நெடுநேரம் ஆழ்ந்து சிந்தித்தேன்.

8

“சொல்லுங்கள் அலி கான், யார் நமக்கு நண்பர்கள்?” என்றார் கோட்ஷி. நாங்கள் ஷுஷாவி லிருந்து செங்குத்தாக இறங்கும் வளைந்த பாதை யில் போய்க்கொண்டிருந்தோம். அந்த எளிமை யான நாட்டுப்புற மனிதர் போர், அரசியல் தொடர்புடைய விசித்திரமான கேள்விகளைக் கேட்பதில் சோர்வடைவதே இல்லை. எங்கள் நாட்டில் ஒரு சாதாரண மனிதருக்கு உரையாட மூன்றே விஷயங்கள்தான் இருக்கின்றன: மதம், அரசியல், வணிகம். ஒரு போர் இந்த மூன்றையும் தொடுகிறது. நாம் போரைப்பற்றி எப்போதும் எங்கேயும் எத்தனை முறையும் பேசலாம். எவ்வளவு பேசினாலும் முடிந்து போகாத விஷயம் அது.

“கோட்ஷி, இவர்கள் நமது நண்பர்கள் – ஜப்பான் பேரரசர், இந்தியாவின் பேரரசர், இங்கிலாந்து மன்னர், செர்பியாவின் மன்னர், பெல்ஜிய மன்னர், பிரெஞ்சு குடியரசின் குடியரசுத் தலைவர்.”

கோட்ஷி உதட்டைப் பிதுக்கி மறுத்தார். “ஆனால் பிரெஞ்சு குடியரசுத் தலைவர் ஒரு குடிமகன், அவன் எப்படிச் சண்டைக்குப்போய் போர் செய்ய முடியும்?”

“ஒருவேளை அவர் ஒரு தளபதியை அனுப்புவார்.”

“ஒருவர் தனது சொந்தப் போரை அவரே தான் செய்ய வேண்டும், அதை மற்றவர்களுக்கு விட்டுவிடக் கூடாது. இல்லையென்றால் அது நல்லதாகவே இருக்காது.” அவர் கவலையுடன் எங்கள் வண்டியோட்டியின் முதுகைப் பார்த்தார். பிறகு விஷயம் தெரிந்தவர் மாதிரி பேசினார்: “ஜார் மன்னர் ஒரு குட்டியான ஒல்லி மனிதர். ஆனால் கைஸர் வில்ஹெல்ம் திடகாத்திரமான வலிய மனிதர். முதல் போரிலேயே மன்னரை வென்றுவிடுவார்.”

இந்த நல்ல மனிதர் ஒரு போர் தொடங்க வேண்டுமானால் இரண்டு எதிரி அரசர்கள் குதிரைகளின் மேல் ஏறி, ஒருவருக்கு ஒருவர் நேரடியாக மோதுவார்கள் என்று நிச்சயமாக நம்பினார். அவரிடம் அப்படி இல்லை என்று முயன்று விளக்குவதில் பயனில்லை. "கில்ஜோம் ஜார் மன்னரை வீழ்த்தியதும் ஜாரின் வாரிசு சண்டைக்குப் போக வேண்டும். ஆனால் அவரோ இளையவர், நோய்வாய்ப்பட்டவர். மேலும் கில்ஜோமுக்கு ஆரோக்கியமான ஆறு மகன்கள் இருக்கிறார்கள்."

நான் அவரை சமாதானப்படுத்த முயன்றேன். "கில்ஜோம் அவருடைய வலது கையால் மட்டுமே போராட முடியும், அவரது இடது கை செயலிழந்துவிட்டது."

"ஐயோ, குதிரையின் கடிவாளத்தைப் பிடிக்க அவருக்கு இடது கைதான் தேவை. வலது கை சண்டை போடுவதற்குரியது." ஆழ்ந்த சிந்தனை அவரது நெற்றியில் ஆழமான சுருக்கங்களை ஏற்படுத்தியது. அவர் திடீரென்று கேட்டார்: "பேரரசர் ஃபிரான்ஸ் ஜோசப்புக்கு நூறு வயதாகிறது என்பது உண்மையா?"

"எனக்கு உறுதியாகத் தெரியவில்லை. ஆனால் அவருக்கு நல்ல வயது."

"அவ்வளவு வயதானவர் தன்னுடைய குதிரையில் ஏறி வாளை உருவ வேண்டும் என்பது பயங்கரமானது," என்றார் கோட்ஷி.

"அவர் செய்தாக வேண்டும் என்பது இல்லை."

"கட்டாயம் அவர் செய்தாக வேண்டும். அவரும் செர்பிய கிரால்ஜூம் ரத்த உறவு. இப்போதோ ரத்த எதிரிகள். பேரரசர் அவருடைய பட்டத்து இளவரசரின் ரத்தத்துக்குப் பழிவாங்க வேண்டும். அவர் மட்டும் எங்கள் கிராமத்தைச் சேர்ந்த விவசாயியாக இருந்திருந்தால், ரத்த விலை கொடுத்துவிட முடிந்திருக்கும். சுமார் நூறு பசுக்களும் ஒரு வீடும். ஆனால் ஒரு பேரரசர் ரத்தக்களரியை மன்னிக்க முடியாது. அவர் செய்தால் எல்லோரும் அதைச் செய்வார்கள். அதன் பிறகு ரத்தப் பகையே இல்லாமல் போய்விடும். பிறகு நாடு நாசமாகிவிடும்." கோட்ஷி சொன்னது சரி தான். ஐரோப்பியர்கள் என்ன சொன்னாலும், ரத்தப் பகை என்பது நாட்டின் ஒழுங்குக்கும் நன்னடத்தைக்கும் அதிமுக்கியமான அடிப்படை. இது உண்மைதான்: முதியவர்களும் ஞானிகளும் கெஞ்சிக் கேட்டுக்கொண்டால் – மனதார கெஞ்சினால் – சிந்திய ரத்தத்தை மன்னிக்கலாம். அப்படியானால் அதிக விலை கேட்கப்படலாம், மன்னிப்பை அடையலாம். ஆனால் இரத்தப் பகையின் கொள்கை பேணப்பட வேண்டும்.

இல்லையெனில், அவை எல்லாம் எப்படி முடியும்? மனிதகுலம் குடும்பங்களாகப் பிரிக்கப்பட்டிருக்கிறார்கள், நாடுகளாக அல்ல. குடும்பங்கள் தங்களுக்கு இடையே ஒரு குறிப்பிட்ட – இறைவனால் கொடுக்கப்பட்ட – சமநிலையை வைத்திருக்கின்றன, ஆண்களின் வீரியத்தின் அடிப்படையில். ஒரு கொலைகார சக்தியால் இந்தச் சமநிலை சீர்குலைந்தால், இறைவனின் விருப்பத்திற்கு எதிராக ஒழுங்கு மீறின குடும்பம் ஒரு உறுப்பினரை இழக்கவும் வேண்டும். இவ்வாறு சமநிலை மீட்டெடுக்கப்படுகிறது. நிச்சயமாக, இரத்தப் பகையைச் செயல்படுத்துவது சமயங்களில் கொஞ்சம் சீர்குலைந்து இருக்கலாம். குண்டுகள் தவறிவிடுகின்றன. அவசியத்துக்கும் அதிகமான மனிதர்கள் கொல்லப்பட்டுவிடுகிறார்கள். அப்படியானால் ரத்தப் பகை முடிவில்லாமல் நீண்டுகொண்டே போகும். ஆனால் கொள்கை நன்றாகவும் தெளிவாகவும் இருக்கிறது. என் கோட்ஷி இதை நன்கு புரிந்துகொண்டு, திருப்தி யுடன் தலையசைத்தார்: ஆம், தன் மகனின் இரத்தத்திற்குப் பழிவாங்கத் தனது குதிரையில் ஏறிய நூறு வயது முதிய பேரரசர் நல்ல நியாயமான மனிதர்.

“அலி கான், பேரரசரும் கிரால்ஜும்தான் இரத்தத்திற்காகச் சண்டையிடுகிறார்கள் என்றால், மற்ற மன்னர்கள் எதற்கு வருகிறார்கள்?”

இது ஒரு கடினமான கேள்வி. அதற்கான பதில் எனக்கே தெரியவில்லை. “பாருங்கள்,” என்றேன். “நமது ஜார் மன்னருக்கும் செர்பிய கிரால்ஜுகும் ஒரே இறைவன் என்பதால், இவர் அவருக்கு உதவுகிறார். கைசர் கில்ஜோமும் பிற எதிரி மன்னர்களும் பேரரசருக்குத் தொடர்புடையவர்கள் என்று நினைக்கிறேன். இங்கிலாந்து மன்னர் ஜார் மன்னருடன் தொடர்புடையவர், அதனால் ஒரு விஷயம் இன்னொன்றுக்கு இட்டுச் செல்கிறது.” இந்தப் பதிலில் கோட்ஷி கொஞ்சமும் திருப்தியடையவில்லை. அவர் ஜப்பான் பேரரசர் எங்கள் ஜார் வணங்கிய இறைவனி லிருந்து முற்றிலும் மாறுபட்ட இறைவனை வணங்கினார் என்றும் பிரான்சை ஆண்ட இந்த மர்மமான குடிமகன் எந்த மன்னருடனும் தொடர்புடையவராக இருக்க முடியாது என்றும் உறுதியான நம்பினார். அதுமட்டுமின்றி, கோட்ஷிக்குத் தெரிந்த வரையில், பிரான்சில் இறைவனே இல்லை. அதனால்தான் அந்த நாடு குடியரசு என்று அழைக்கப்பட்டது. இதையெல்லாம் பற்றி நானே தெளிவாக இல்லை. நான் அவருக்குத் தெளிவில்லாமல் பதில் சொன்னேன். கடைசியில் அவரைக் கேள்வி கேட்க ஆரம்பித்தேன்: அவர் போருக்குச் செல்வாரா? அவர் கனவுக்

கண்களுடன் தனது ஆயுதங்களைப் பார்த்தார். "ஆமாம், நிச்சயமாக நான் போருக்குச் செல்வேன்" என்றார்.

"நீங்கள் போக வேண்டிய அவசியமில்லை என்பது உங்களுக்குத் தெரியுமா? முகமதியர்களாகிய நமக்குப் போர்ச் சேவையிலிருந்து விலக்கு உண்டு."

"எனக்குத் தெரியும், ஆனால் நான் செல்ல விரும்புகிறேன்." அந்த எளிய மனிதர் திடீரென்று வளவளவென்று பேசினார். "போர் நல்லதுதான். நான் இந்தப் பெரிய உலகில் வெகுதூரம் பயணிப்பேன். நான் மேற்கில் காற்றின் ஊதலைக் கேட்பேன். எனது எதிரிகளின் கண்களில் கண்ணீரைப் பார்ப்பேன். என்னிடம் ஒரு குதிரையும் துப்பாக்கியும் இருக்கும். நான் என் நண்பர்களுடன் வெற்றிகொண்ட கிராமங்களின் வழியாகச் சவாரி செய்வேன். நான் திரும்பி வரும்போது என்னிடம் நிறையப் பணம் இருக்கும். மேலும் எல்லோரும் என்னைப் புகழ்வார்கள், ஏனென்றால் நான் ஒரு நாயகனாக இருப்பேன். ஒருவேளை நான் இறந்தால் அது உண்மையான மனிதனின் மரணமாக இருக்கும். அப்போது எல்லோரும் என்னைப்பற்றி உயர்வாகப் பேசுவார்கள். என் மகனுக்கோ அப்பாவுக்கோ மரியாதை செய்வார்கள். இல்லை, போர் ஓர் அற்புதமான விஷயம், அது யாருக்கு எதிரானது என்பது ஒரு பொருட்டல்ல. மனிதன் வாழ்நாளில் ஒருமுறையாவது போருக்குச் செல்ல வேண்டும்." அவர் நிறுத்தாமல் பேசிக்கொண்டிருந்தார்.

அவர் தனது எதிரிகளுக்கு ஏற்படுத்த வேண்டிய காயங்களை, தன்முன் தோன்றும் கொள்ளையிட வேண்டிய செல்வங்களைக் கணக்கிட்டார். போர்மீது அவருக்குள் எழுந்த வேட்கையில் கண்கள் பளிச்சிட்டன. அவரது பழுப்பு முகம் ஷா நாமா என்கிற தெய்வீகப் புத்தகத்தில் இருந்த ஒரு முதிய போர்வீரனின் முகம்போல இருந்தது. அவர்மீது நான் பொறாமை பட்டேன், ஏனென்றால் அவர் ஒரு எளிய மனிதர், தான் என்ன செய்ய வேண்டும் என்பதில் அவர் உறுதியாக இருந்தார், நானோ, ஒரே யோசனையாக, தீர்மானமில்லாமல் எதிர்காலத்தைப் பார்த்துக்கொண்டிருந்தேன். நான் ரஷ்யப் பேரரசின் பள்ளியில் மிக நீண்ட காலமாக இருந்து, ரஷ்ய உள்முகத் தேடல் முறைகள் என்னும் தொற்றுநோயால் பாதிக்கப்பட்டிருந்தேன்.

நாங்கள் ரயில்நிலையத்திற்கு வந்தோம். ஜார்ஜியாவிலிருந்து வந்திருந்த பெண்கள், குழந்தைகள், முதியவர்கள், விவசாயிகளும், சகடலியில் இருந்து நாடோடிகளும் வந்து கட்டிடங்களை முற்றுகையிட்டார்கள். அவர்கள் எங்கிருந்து எங்கே போகிறார்கள் என்பதைக் கண்டுபிடிக்கவே முடியாது. அவர்களுக்கேகூட

அது தெரிந்ததாகத் தெரியவில்லை. அவர்கள் வயல்களில் மண்ணாங்கட்டிகளைப் போலப் படுத்திருந்தார்கள், அல்லது வரும் ரயில்கள் எந்தப் பக்கம் போகிறது என்பதுகூடத் தெரியாமல் பாய்ந்து ஏறினார்கள். ஒரு முதியவர் கிழிந்த ஆட்டுத்தோல் மேலுடையும் சீழ் நிறைந்த கண்களுமாய் காத்திருப்பு அறையின் வாசலில் அமர்ந்து தேம்பிக்கொண்டிருந்தார். அவர் பாரசீக எல்லையில் இருக்கும் லெங்கரானிலிருந்து வந்தவர். அவரது வீடு அழிக்கப்பட்டுவிட்டது, அவருடைய பிள்ளைகள் இறந்து விட்டார்கள் என்று உறுதியாக நம்பினார். நான் அவருக்கு பாரசீகம் நம்முடன் போரிடவில்லை என்று சொன்னேன். அவர் ஆறுதல்படுத்த முடியாதவராக இருந்தார். "இல்லை ஐயா, ஈரானின் வாள் துருப்பிடித்து நீண்ட காலம் ஆகிவிட்டது. இப்போது அதைக் கூர்மைப்படுத்துகிறார்கள். நாடோடிகள் எங்களைத் தாக்குவார்கள், ஷாசெவன்கள் எங்கள் வீடுகளை அழித்துவிடுவார்கள், ஏனென்றால் நாங்கள் காபிர்களின் நாட்டில் வாழ்கிறோம். ஈரான் சிங்கம் எங்கள் நாட்டை சீரழிக்கும். எங்கள் மகள்கள் அடிமைகளாவார்கள், எங்கள் மகன்கள் கேளிக்கைப் பையன்களாக ஆவார்கள்." அவரது அர்த்தமில்லாத புலம்பல் நிற்கவேயில்லை. எனது கோட்ஷி கூட்டத்தைப் பின்னுக்குத் தள்ளினார். ஒருவழியாக நாங்கள் நடைமேடையில் ஏறினோம். ரயில் வண்டியின் இன்ஜின் தொல்பழங்காலத்திய அசுரனின் முகமூடிபோல இருந்தது. அது மஞ்சள் பாலைவனத்தின் பின்னணியில் கருமையும் தீமையுமாய் நின்றது. நாங்கள் ரயிலின் உள்ளே நுழைந்தோம். நடத்துநர், தாராளமான அன்பளிப்பை வாங்கிக்கொண்டு ஒரு முழு தடுப்பு அறையையும் எங்களுக்கே விட்டுவிட்டார். கோட்ஷி பெஞ்சில் அமர்ந்தார். அதைப் போர்த்தியிருந்த சிவப்பு வெல்வெட் துணியில் டிரான்ஸ்காக்கேசிய ரயில்வே என்று நெய்திருந்தது. ரயில் பாலைவன நிலப்பரப்பு வழியாக நகர ஆரம்பித்தது. வெகுதூரம் நீண்டு விரிந்த மஞ்சள் மணல், சிறிய மென்மையான வட்டமான மொட்டை மலைகள், சிவப்பாய் ஒளிரும் வெயிலும் மழையும் பட்டு பாதித்த பாறைகள். பல மைல்கள் தொலைவில் இருந்த கடலிலிருந்து குளிர்ந்த காற்று வந்தது. ஆங்காங்கே தூசி படிந்த மூலிகைகள் தாழ்வான செங்குத்துப் பாறைகளில் பின்னகர்ந்தன. பிறகு ஒரு வணிகக் கூட்ட வரிசை தென்பட்டது. நூறு அல்லது அதற்கு மேற்பட்ட ஒட்டகங்கள், சில ஒற்றைத் திமிலுடன், சில இரட்டைத் திமிலுடன், சில பெரியவை, சில சிறியவை, ஆனால் எல்லாமே பதற்றத்துடன் ரயிலை உற்றுப் பார்த்தன.

அவற்றின் தலைகள் கழுத்துகளில் அணிந்திருந்த சிறிய மணிகளின் சலிப்பான ஒலிகளுக்கு ஏற்றவாறு ஆடிக் கொண்டிருக்க, அவை அகலமான தளர்ந்த அடியெடுத்துவைத்து

நகர்ந்தன. அவற்றில் ஒன்று தடுமாறினால், மணியின் ஓசை தவறினால், வணிகக் கூட்டத்து வரிசையின் தாளகதி குலையும். மற்ற எல்லா விலங்குகளும் இதை உணர்ந்து ஒருமை மீட்டெடுக்கப் படும்வரை உளைச்சல் அடைகின்றன. இதுதான் பாலைவனத்தின் சின்னம்: இந்த விசித்திரமான உயிரினம், விலங்குக்கும் பறவைக்கும் பிறந்தது, நளினமும் சங்கடமுமாய், கவர்ச்சியும் அருவருப்புமாய், பாலைவனத்தின் சூடான கனவுகளிலிருந்து, சூடான கனவுகளுக்காகப் பிறந்தது.

என்னைப் பொறுத்தவரை இதுதான் தடுமாறி ஒலித்த மணி: கூடிய விரைவில் போருக்குச் செல்ல வேண்டும் என்று எனக்கு வந்த முதல் எண்ணம். இப்போது நான் சிந்திக்க நேரம் கிடைத்தது. அந்த வணிகக் கூட்ட வரிசை ஒரு கனவில் தொலைந்துபோய் மிருதுவான நிலத்தின் மீது கிழக்கு நோக்கித் திரிந்து கொண்டிருந்தது. ரயில் சிந்தனையின்றி எந்திரத்தனமாய் அதன் இரும்புத் தண்டவாளங்களின் மீது மேற்கு நோக்கி விரைந்து கொண்டிருந்தது. நான் ஏன் கையை உயர்த்தி அந்தத் தொடர்பு கொள்ளும் கயிற்றை இழுக்கவில்லை? நான் இந்த இடத்தைச் சேர்ந்தவனாகத்தான் இருந்தேன். ஒட்டகங்களை, அவற்றை வழிநடத்தும் மனிதர்களை, மணலைச் சேர்ந்தவனாகத்தான் இருந்தேன்! இந்த மலைகளுக்குப் பின்னால் இருக்கும் உலகம் எனக்கு என்ன? அவர்களுடைய போர்கள், நகரங்கள், ஜார்கள், கைஸர்கள், மன்னர்கள் கொண்ட ஐரோப்பா? அவர்களின் துக்கங்கள், அவர்களின் மகிழ்ச்சி, அவர்களின் தூய்மையும் அவர்களின் அழுக்கும் – நாங்கள் தூய்மையாகவோ அழுக்காகவோ நல்லதாகவோ கெட்டதாகவோ வேறுவகையில் இருக்கிறோம். எங்களுக்கு வேறு தாளகதி, வேறு முகங்கள். ரயில் மேற்கு நோக்கி விரைந்து செல்லட்டும்.

என் இதயமும் ஆன்மாவும் கிழக்குக்குச் சொந்தமானது.

நான் ஜன்னலை அகலமாகத் திறந்து என்னால் முடிந்தவரை வெளியே சாய்ந்தேன். என் கண்கள் இப்போது வெகுதொலைவில் இருந்த வணிகக் கூட்ட வரிசையைப் பின்தொடர்ந்தன. நான் அமைதியாக நிச்சலனமாக இருந்தேன். என் மனம் முடிவுக்கு வந்திருந்தது. என் நாட்டில் எதிரி இல்லை. யாரும் காக்கேசியத்துக்கு அப்பாற்பட்ட பிரதேசத்தின் வறள்பாலை களை அச்சுறுத்தவில்லை. எனவே இந்தப் போர் என்னுடைய போர் அல்ல. எனது கோட்ஷிக்கு இது வேறு. அவருக்கு தான் ஜார் மன்னருக்காகப் போரிடுகிறோமா அல்லது மேற்கத்திய நாடுகளுக்காகப் போரிடுகிறோமா என்பது ஒரு பொருட்டு இல்லை. அவர் அவருடைய சொந்தச் சாகச மோகத்துக்கு அடிமை. எல்லா ஆசியர்களையும் போலவே அவரும் இரத்தம்

சிந்தவும், எதிரிகள் அழுவதைப் பார்க்கவும் விரும்புகிறார். நானும் போருக்குச் செல்ல விரும்புகிறேன், என் முழு ஆன்மாவும் போர் சுதந்திரத்திற்காக, மாலைநேரப் போர்க்களத்தின் புகைக்காக ஏங்குகிறது. போர் – ஓர் ஆண்மையான, வலுவான, ஈட்டியின் செருகுதல் போன்ற அற்புதமான வார்த்தை. ஆனால் நான் காத்திருக்க வேண்டும். நான் மங்கலாக உணர்கிறேன்: இந்தப் போரில் யார் வெற்றி பெற்றாலும், எங்களுக்கு ஆபத்து உருவாகி வருகிறது, நெருங்கி வருகிறது, ஜார் மன்னரின் வெற்றிகள் எல்லாவற்றையும் ஒன்றாகச் சேர்த்தால் வருவதைவிடப் பெரிய ஆபத்து. எனவே எங்கள் நாட்டில் போதுமான ஆண்கள் இருக்க வேண்டும், இந்த வருங்கால எதிரியை எதிர்த்துப் போராட, அவன் நம் ஊரை, நம் நாட்டை, நம் கண்டத்தை ஆக்கிரமிக்கும்போது எதிர்த்துப் போராட வேண்டும். கண்ணுக்குத் தெரியாத ஒரு கை இப்போதுகூட வணிகக் கூட்ட வரிசையின் கடிவாளத்தைப் பற்றிக்கொண்டிருக்கிறது. அதைப் புதிய மேய்ச்சல் நிலங்களுக்கு, புதிய வழிகளுக்குக் கட்டாயப்படுத்த முயல்கிறது. இந்த வழிகள் நான் பின்பற்ற விரும்பாத மேற்குலகின் வழிகளாக மட்டுமே இருக்க முடியும்.

அதனால்தான் நான் வீட்டில் இருப்பேன். கண்ணுக்குத் தெரியாத ஒன்று என் உலகத்தைத் தாக்கும்போது மட்டுமே – அப்போது மட்டுமே என் வாளை உருவுவேன். நான் இருக்கையில் சாய்ந்தேன். இதைக் கடைசிவரைக்கும் சிந்தித்து முடித்தது நன்றாக இருந்தது. மற்றவர்கள் நான் நினோவின் கருமையான கண்களை விட்டு விலக விரும்பவில்லை என்பதால் வீட்டில் இருக்கிறேன் என்பார்கள். இருக்கலாம். இந்த மக்கள்கூடச் சரியாகக்கூட இருக்கலாம். என்னைப் பொறுத்தவரை அந்தக் கருமையான கண்கள்தான் எனது பூர்வீகப் பூமி. வழிதவறவைக்க நினைக்கும் அந்நியனிடமிருந்து காப்பாற்ற ஒரு மகனுக்கு வீட்டிலிருந்து வரும் அழைப்பு. நான் எனது பிறந்த நாட்டின் கருமையான கண்களைக் கண்ணுக்குத் தெரியாத ஆபத்திலிருந்து காப்பாற்றுவேன்.

நான் கோட்ஷியைப் பார்த்தேன். அவர் போர் உற்சாகத்தில் குறட்டைவிட்டு ஆழ்ந்து தூங்கிக்கொண்டிருந்தார்.

9

காக்கேசியத்துக்கு அப்பாலான ஆகஸ்டு சூரியனின் கண் கூசும் ஒளியில் அந்த நகரம் சோம்பலுடன் அலட்சியமாக நின்றது. அதன் பழமை பூசிய முகம் மாறவே இல்லை. பல ரஷ்யர்கள் ஜார் மன்னருக்காகவும் பிறந்த நாட்டுக்காகவும் போராடக் காணாமல் போயிருந்தார்கள். காவல்காரர்கள் ஜெர்மானியர்களின் ஆஸ்திரியர்களின் வீடுகளைச் சோதனையிட்டார்கள். எண்ணெய் விலை அதிகரித்தது. கோட்டைச் சுவருக்கு உள்ளேயும் வெளியேயும் இருந்த மனிதர்கள் நன்றாக வாழ்ந்தார்கள், மகிழ்ச்சியாக இருந்தார்கள். தேநீர்க் கடைகளுக்குத் தொழில்முறை வாடிக்கையாளர் களாக வழக்கமாக வருபவர்கள்தான் செய்திகளைப் படித்தார்கள். போர் வெகு தொலைவில் இருந்தது, வேறொரு கிரகத்தில்... போரில் கைப்பற்றப்பட்ட அல்லது இழந்த நகரங்களின் பெயர்கள் அன்னிய மாகவும் தொடர்பில்லாமலும் ஒலித்தன. தளபதி களின் நட்பான, வெற்றி நிச்சயம் என்னும் முழு நம்பிக்கையுடனான படங்கள் எல்லா இதழ்களிலும் முன் பக்கங்களில் இருந்தன. நான் போரின்போது வீட்டை விட்டு வெளியேற விரும்பவில்லை என்பதால், மாஸ்கோவில் இருந்த கல்விக் கூடத்துக்குப் போகவில்லை. என் படிப்பு ஓடிவிடாது. பலர் என்னை இதற்காகவும் நான் போருக்குப் போகவில்லை என்பதற்காகவும் பழித்தார்கள். ஆனால் எங்கள் வீட்டின் மாடியிலிருந்து கீழே பழைய நகரத்தின் பல வண்ணச் சுழற்சியைப் பார்த்தபோது, எந்த ஜாரின் கட்டளையும் என் வீட்டைச் சுற்றியுள்ள சுவரிலிருந்து என்னை ஒருபோதும் பிய்த்துவிடாது என்று எனக்குத் தெரிந்தது.

என் அப்பா வியப்பும் கவலையுமாக இருந்தார்: “உண்மையிலேயே நீ போருக்குச் செல்ல விரும்ப வில்லையா? நீ, அலி கான் ஷிர்வான்ஷிர்?”

"இல்லை அப்பா, நான் போக விரும்பவில்லை."

"நம் முன்னோர்களில் பெரும்பாலானோர் போர்க்களத்தில் வீழ்ந்தவர்கள். நம் குடும்பத்தில் இயற்கையாக மரணமடைவது என்றால் இதுதான்."

"எனக்குத் தெரியும் அப்பா. நானும் போர்க்களத்தில் இறப்பேன், ஆனால் இப்போது அல்ல, அவ்வளவு நெடுந்தொலை விலும் அல்ல..."

"அவமானத்துடன் வாழ்வதை விடச் சாவதே மேல்."

"நான் அவமானத்துடன் வாழவில்லை. இந்தப் போர் எனக்குத் தொடர்பில்லாதது." என் அப்பா என்னைச் சந்தேகத் துடன் பார்த்தார். தன் மகன் கோழையா? நூறாவது முறையாக அவர் எங்கள் குடும்ப வரலாற்றை என்னிடம் சொன்னார்: நாதிர் ஷாவின் கீழ் ஐந்து ஷிர்வான்ஷிர்கள் எப்படி வெள்ளி சிங்கத்தின் சாம்ராஜ்யத்திற்காகப் போராடினார்கள். நான்கு பேர் இந்தியாவுக்கு எதிரான போரில் இறந்தார்கள். ஒருவர் மட்டும் தில்லியிலிருந்து கொள்ளைப் பணத்துடன் திரும்பினார். அவர் பண்ணைகளை வாங்கினார். அரண்மனைகளைக் கட்டினார். கொடுங்கோல் மன்னனைவிட நீண்டநாள் வாழ்ந்தார். ஷா ருக், ஹுசைன் கானை எதிர்த்துப் போராடிய போது இந்த மூதாதையர் காட்டுத்தனமான கட்ஜார் இளவரசர் அகா முகமதின் பக்கம் நின்றார். அவரும் அவருடைய எட்டு மகன்களும் செண்ட், கொராசான், ஜார்ஜியா வழியாக அவரைப் பின்தொடர்ந்தார்கள். மூன்று பேர் மட்டுமே தப்பிப்பிழைத்தார்கள். அவர் ஷாவாக ஆனபிறகும் அந்தப் பெரும் திருநருக்குப் பணிபுரிந்தார்கள். அவர்களது கூடாரங்கள் அகா முகமது கொல்லப்பட்ட இரவில் அந்த ஸூஷா முகாமில் இருந்தன. ஒன்பது உறுப்பினர்களின் ரத்தத்தால் ஷிர்வான்ஷிர்கள் தங்களது பண்ணைகளுக்கு விலை தந்திருந்தார்கள். அகா முகமதுவின் பண்பார்ந்த வாரிசான ஃபேத் அலி அவர்களுக்குக் கொடுத்த பண்ணைகள். ஷிர்வானில், மசெந்தரானில், கில்ஜானில், அஜர்பைஜானில். மூன்று சகோதரர்களும் மாமன்னரின் பரம்பரை நிலமானியக் குத்தகைக்காரர்களாக மாறினார்கள். ஷிர்வானை ஆண்டார்கள். பிறகு, ரஷ்யர்கள் வந்தார்கள். இப்ராஹிம் கான் ஷிர்வான்ஷிர் பாக்கூவைக் காப்பாற்றப் போராடினார். கண்ட்ஷாவில் அவரது வீர மரணம் எங்கள் பெயருக்குப் புதிய மரியாதையைப் பெற்றுத்தந்தது. துர்க்மென்ஷாயின் அமைதி ஒப்பந்தத்துக்குப் பிறகுதான் ஷிர்வான்ஷிர்கள் பிரிந்தார்கள். குடும்பத்தின் பாரசீக

உறுப்பினர்கள் துருக்கியர்களுக்கும் ஆப்கானிஸ்தானியர்களுக்கும் எதிரான சண்டைகளில் முகமது ஷாவுக்கும் நஸ்ருதீன் ஷாவுக்கும் கீழே இருந்து போரிட்டு மடிந்தார்கள். ரஷ்ய உறுப்பினர்கள் ஜார் மன்னருக்காக கிரீமியப் போரிலும் துருக்கியர்களுக்கு எதிரான போரிலும், ஜப்பானியப் போரிலும் ரத்தம் சிந்தி இறந்தார்கள். நாங்கள் பல கௌரவங்களையும் பதக்கங்களையும் பெற்றதும் எங்கள் குடும்பத்துப் பிள்ளைகள் லத்தீன் மொழியில் வினைப் பெயருக்கும் வினையாலணையும் பெயருக்கும் வித்தியாசம் சொல்லத் தெரியாதபோதும் தேர்வுகளில் வெற்றிபெறுவதும் இப்படித்தான்.

"இப்போது நாடு மீண்டும் போரில் இருக்கிறது," என் அப்பா முடித்தார், "ஆனால் நீ, அலிகான் ஷிர்வான்ஷிர், ஜாரின் இலேசான கட்டளையின் பின்னால் ஒளிந்துகொண்டு கோழைத்தனத்தின் கம்பளத்தின் மீது உட்கார்ந்திருக்கிறாய். நமது குடும்பத்தின் வரலாறு உன் ரத்தத்தில் இல்லை என்றால் வார்த்தைகளால் பயனில்லை. நீ நமது முன்னோர்களின் வீரச் செயல்களைச் செத்துப்போன தூசி படிந்த புத்தகங்களில் அல்ல, உன்னுடைய இதயத்திலும் நரம்புகளிலும் படிக்க வேண்டும்." துயரமாக என் அப்பா அமைதியாகிவிட்டார். அவர் என்னை வெறுத்தார், ஏனென்றால் அவர் என்னைப் புரிந்துகொள்ள வில்லை. அவன் மகன் கோழையா? நாடு போரிட்டுக்கொண்டிருக்கிறது. அவரது மகன் போருக்கு விரைந்து செல்லவில்லை, எதிரிகளின் ரத்தத்திற்கான தாகம் அவனுக்கு எடுக்கவில்லை, அவர்களின் கண்களில் கண்ணீரைப் பார்க்க ஆசைப்பட வில்லை. இந்த மகன் ஒரு சீரழிந்தவனாக இருக்க வேண்டும்! நான் கம்பளத்தில் உட்கார்ந்து மிருதுவான திண்டில் சாய்ந்தபடி நகைச்சுவையாகச் சொன்னேன்: நீங்கள் எனக்கு மூன்று விஷயங்களுக்கு வாக்கு கொடுத்தீர்கள். முதலில் காராபாக்கில் ஒரு கோடை விடுமுறை. இதோ, இரண்டாவது: நான் விரும்பும் போது என்னுடைய வாளை உருவுவேன். அது ஒருபோதும் மிகத் தாமதமாக இருக்கும் என்று நான் நினைக்கவில்லை. வெகுகாலத்துக்கு அமைதி என்பது இறந்தகால விஷயமாக இருக்கும். எனது வாள், நம் நாட்டுக்குப் பின்னால் தேவைப்படும்."

"சரி," என்றார் அப்பா. அதற்குப் பிறகு அவர் போர் பற்றிப் பேசவில்லை, ஆனால் என்னை ஆராய்வதுபோல ஓரமாகப் பார்த்தார். ஒருவேளை அவரது மகன் ஒரு சீரழிந்தவனாக இல்லாது இருக்கலாம். நான் தெஸே - பீர் மசூதியின் முல்லாவிடம் பேசினேன். அவர் உடனே என்னைப் புரிந்து கொண்டார். தழைத்த ஆடைகளை அணிந்து திமிங்கில

எண்ணெய் நறுமணத்தைப் பரப்பியபடி எங்கள் வீட்டுக்கு வந்தார். நெடுநேரம் அப்பாவுடன் மூடிய அறையில் பேசிக் கொண்டிருந்தார். அவர் அப்பாவிடம் குரானின்படி இந்தப் போர் ஓர் முஸ்லீமின் கடமைகளின் பகுதி அல்ல என்று சொன்னார். நபிகளின் பல முதுமொழிகளை இதற்கு ஆதரவாக எடுத்துக்காட்டினார். அதற்குப் பிறகு என் வீட்டில் எனக்கு நிம்மதியும் அமைதியும் இருந்தன. ஆனால் என் வீட்டில் மட்டும்தான். போர் மோகம் இளைஞர்களிடையே பரவியபடி இருந்தது. கட்டுப்படுத்திக்கொள்ளும் அளவுக்கு எல்லோரிடமும் நிதானம் இல்லை. சிலசமயம் நண்பர்களைப் பார்க்கப் போனேன். நான் சிசியாநாஷ்விலியின் வாயிலைக் கடந்து, வலதுபுறம் அஷும் சந்தில் புகுந்து, புனித ஓல்கா தெருவைக் கடந்து, செயினல் அகாவின் வீட்டை நோக்கி நிதானமாக நடந்தேன்.

இலியாஸ் மேசையில் உட்கார்ந்து, இராணுவக் கட்டுரை களின் மீது குனிந்திருந்தான். அவனுக்கு அடுத்ததாகப் பள்ளியின் மடையன் ஹைதர் குனிந்து உட்கார்ந்திருந்தான். அவனது புருவம் சுருங்கியிருந்தது. பயந்திருந்தான். போர் அவனை உலுக்கி விட்டிருந்தது. அவன் உடனடியாகக் கல்விக்கூடத்திலிருந்து விலகிவிட்டான். இலியாஸைப் போலவே அவனுக்கும் ஒரே ஆசைதான்: அவனது தோள்களில் சிவப்பு அதிகாரியின் அலங்கார நாடாவைத் தொட்டுப் பார்க்க வேண்டும். ஆகவே, அவர்கள் இரண்டு பேரும் அதிகாரிகள் தேர்வுக்காகத் தயார் செய்துகொண்டிருந்தார்கள். நான் அறைக்குள் வந்ததும் ஹைதரின் அவநம்பிக்கையான முணுமுணுப்பைப் பொதுவாகக் கேட்டேன்: "வெளி எதிரிகள் மற்றும் உள் எதிரிகளிடமிருந்து ஜார் மன்னரையும் பிறந்த நாட்டையும் காப்பது ராணுவக் கடற்படையின் கடமை." நான் அந்த இரங்கத்தக்கப் பையனின் புத்தகத்தை எடுத்து அவனைக் கேள்வி கேட்டேன்: "மதிப்பிற்குரிய ஹைதர், நம்முடைய வெளி எதிரி யார்?"

அவன் தன்னுடைய புருவங்களைச் சுருக்கி, மிக ஆழ்ந்து யோசித்துவிட்டு, திடீரென்று வெடித்தான்: "ஜெர்மானியர்களும் ஆஸ்திரியர்களும்."

"மிகவும் தவறு, என் நண்பனே," என்று குதூகலித்தேன். வெற்றித்தோரணையுடன் படித்தேன்: "வெளி எதிரி என்னும் பதம், நமது எல்லைகளைப் போர் போன்ற நோக்கத்துடன் அத்துமீறப் போவதாக அச்சுறுத்தும் எந்த ஒரு ராணுவ அமைப்பையும் குறிக்கும்." பிறகு நான் இலியாஸை நோக்கித் திரும்பினேன்: "சுடுதல் என்றால் என்ன?"

அவன் ஒரு தானியங்கிபோலப் பதில் சொன்னான்: "வெடிமருந்தின் உதவியுடன் குழலின் முன்பகுதியிலிருந்து ஒரு தோட்டா வெளியேறுவது சுடுதல் எனப்படும்." இந்தக் கேள்வி – பதில் விளையாட்டு கொஞ்ச நேரம் நீடித்தது. சட்ட விதிமுறைகளின்படி ஓர் எதிரியைக் கொல்வது எவ்வளவு சிரமம் என்பதைக் கண்டு நாங்கள் எல்லோருமே மிகவும் வியப்படைந்தோம். இந்தக் கலையைப் பயில்வதில் எங்கள் நாட்டில் நாங்கள் எல்லோரும் எவ்வளவு தெளிவற்ற கும்பலாக இருந்திருக்கிறோம்! பிறகு ஹைதரும் இலியாஸும் எதிர்காலச் சண்டைகளைப் பற்றி உற்சாகப்படத் தொடங்கினார்கள். அழிக்கப்பட்ட நகரங்களின் இடிபாடுகளிலிருந்து பாதிப்பு ஏதும் இல்லாமல் பாதுகாப்பாக அழைத்துவரப்பட்ட அயல்நாட்டுப் பெண்கள் அவர்களது பகல்கனவுகளில் முக்கிய பங்கு வகித்தார்கள். ஒவ்வொரு சிப்பாயும் தனது தலைமை அதிகாரியின் பிரம்புக் கோலை தனது தோள்பையில் தூக்கிச் செல்வதாக சொன்னார்கள். பிறகு என்னை இரக்கத்துடன் பார்த்தார்கள்: ஹைதர் சொன்னான்: "நான் அதிகாரி ஆகும்போது தெருவில் நீ எனக்கு வழிவிட வேண்டும். மரியாதை தர வேண்டும். ஏனென்றால் நான் உங்கள் சோம்பேறி எலும்புகளை என் துணிச்சல் ரத்தத்தால் பாதுகாக்கிறேன்."

"நீ ஓர் அதிகாரியாக இருக்கும்போது, போர் நீண்ட காலத்திற்கு முன்பே முடிந்துவிட்டிருக்கும். ஜெர்மானியர்கள் மாஸ்கோவைக் கைப்பற்றியிருப்பார்கள்." என்னுடைய இரண்டு வருங்கால நாயகர்களும் இந்தத் தீர்க்கதரிசனத்தால் கொஞ்சமும் அருவருப்பு அடையவில்லை. போரில் யார் வென்றார்கள் என்பது பற்றி நான் கவலைப்பட்டதை விடக் கொஞ்சமும் அவர்கள் கவலைப்படவில்லை.

எங்களுக்கும் போர்க்களத்துக்கு இடையில் உலகின் ஆறில் ஒரு பகுதி நிலம் இருந்தது. ஜெர்மானியர்களால் அது அனைத்தையும் கைப்பற்றுவது வெளிப்படையாகவே சாத்தியம் இல்லாதது. ஒரு கிறிஸ்துவ மன்னருக்குப் பதிலாக இன்னொரு கிறிஸ்துவ மன்னர் எங்களை ஆள்வார். இது மட்டும்தான் அதைப் பற்றிய விஷயம். இல்லை, இலியாஸுக்கு இது ஒரு சாகசம். ஹைதருக்குத் தனது படிப்பை முடிக்காமல் நிறுத்தவும் இயற்கையான ஆண்மை பொருந்திய தொழிலுக்குத் தன்னை அர்ப்பணித்துக்கொள்ளவும் ஒரு கண்ணியமான வழி. அவர்கள் இரண்டு பேருமே நல்ல போர்க்கள அதிகாரிகளாக இருப்பார்கள் என்று நான் உறுதியாக இருந்தேன். எங்கள் மக்கள் போதிய அளவு தைரியமாக இருந்தார்கள். ஆனால் எதற்கான தைரியம்? இலியாஸோ ஹைதரோ ஒருபோதும் இந்தக் கேள்வியைக்

கேட்டுக்கொண்டதில்லை. என்னுடைய எல்லா எச்சரிக்கைகளும் வீணாகப் போயின. ஏனென்றால், கிழக்கத்திய ரத்த மோகம் அவர்களுக்குள் விழித்துக்கொண்டது.

அவர்கள் என்னைப் போதுமான அளவு அவமதித்த பிறகு, நான் செயினலின் வீட்டிலிருந்து கிளம்பினேன். ஆர்மீனியக் குடியிருப்பின் சிக்கலான சிறிய சந்துகளின் வழியே குறுக்கே புகுந்து மதிற்கோட்டைக்கும் நகரத்துக்கும் இடையில் இருக்கும் கடற்கரைப் பகுதிக்கு வந்தேன். காஸ்பியன் கடல், உப்பும் ஈய நிறமுமாய் கருங்கற்களை நக்கிக்கொண்டிருந்தது. துறைமுகத்தில் துப்பாக்கி படகு ஒன்று கிடந்தது. நான் உட்கார்ந்து அலைகளோடு வீரத்துடன் போராடும் சிறிய உள்ளூர் பாய்மரப் படகுகளைப் பார்த்தேன். அவற்றில் ஒன்றில் என்னால் எளிதாகவும் வசதியாகவும் பாரசீகத்தில் இருக்கும் அஸ்டாரா துறைமுகத்திற்குப் போக முடியும். அங்கே ஷாவின் பெரிய பசும் நாட்டில் ஒரு பாழடைந்த அமைதியான கூட்டுக்குப் போக முடியும். அங்கே செவ்விய கவிஞர்களால் அழகிய பாடல்களான காதலின் சோகப் பெருமூச்சுகளையும், நாயகன் ருஸ்டமின் சாகசச் செயல்களின் நினைவுகளையும், டெஹ்ரான் அரண்மனைகளில் மணம்வீசும் ரோஜாத் தோட்டங்களையும் காண்பேன். ஓர் அற்புதமான கனவுகாணும் நாடு.

கடற்கரையில் நான் மேலும் கீழும் நடந்து சிறிது நேரம் கழித்தேன். ஏனென்றால், நினோவை அவள் வீட்டிற்குப் போய்ப் பார்ப்பது இன்னும் விசித்திரமான உணர்வாக இருந்தது. அது சரியான நடத்தை பற்றிய எல்லாக் கருத்துருவாக்கங்களுக்கும் எதிரானதாக இருந்தது. ஆனால் ஒரு போர் நடந்து கொண்டிருந்ததால், முதிய கிபியானி அவர் ஒரு கருத்தை நீட்டிக்க முடியலாம் என்று உணர்ந்தார். கடைசியில், ஒரு ஆழமான மூச்சை இழுத்துக்கொண்டு அவள் வாழ்ந்த வீட்டின் மாடிப்படிகளில் ஓடி ஏறினேன். அது நான்கு மாடி வீடு. இரண்டாவது தளத்தில் 'இளவரசர்' என்ற வார்த்தைகளுடன் ஒரு பித்தளை தகடு இருந்தது. வெள்ளை மேலுடை அணிந்திருந்த ஒரு பணிப்பெண் கதவைத் திறந்து முகமன் கூறினாள். கிழக்கில் விருந்தினர் அவருடைய தொப்பியைப் போட்டுக்கொண்டே இருப்பார் என்றாலும் நான் அவளிடம் எனது தொப்பியைத் தந்தேன். ஆனால் ஐரோப்பியர்களுடன் பழகும்போது எப்படி நடந்துகொள்ள வேண்டும் என்று எனக்குத் தெரியும். அந்த புகழ்பெற்ற குடும்பத்தினர் வரவேற்பறையில் தேநீர் அருந்திக் கொண்டிருந்தார்கள்.

அது பெரிய அறை. மரச்சாமான்கள் சிவப்பு பட்டால் போர்த்தப்பட்டிருந்தன. ஈச்ச மரங்களும் பூந்தொட்டிகளும்

மூலைகளில் நின்றன. சுவர்களுக்கு வண்ணமும் இல்லை, கம்பளியும் இல்லை, காகிதம். அந்தப் புகழ்பெற்ற குடும்பம் ஆங்கில முறைப்படி, பால் சேர்த்த ஆங்கிலத் தேநீரை அழகாக அலங்கரிக்கப்பட்ட பெரிய கோப்பைகளில் குடித்துக் கொண்டிருந்தது. அங்கே பிஸ்கட்டுகளும் ரஸ்குகளும் இருந்தன. நான் நினோவின் அம்மாவின் கையை முத்தமிட்டபோது, எனக்கு பிஸ்கட், ரஸ்க், லாவெண்டர் பூக்களின் பன்னீர் வாசம் வந்தது. இளவரசர் என்னுடன் கைகுலுக்கினார். நினோ தேநீர்க் கோப்பையினுள்ளே பக்கவாட்டில் பார்த்தபடி, எனக்கு மூன்று விரல்களைக் கொடுத்தாள். நான் உட்கார்ந்தேன். எனக்குத் தேநீர் வழங்கப்பட்டது. "ஆகவே, இப்போதைக்குப் போருக்குப் போவதில்லை என்று நீ முடிவெடுத்துவிட்டாய், கான்?' என்று இளவரசர் கனிவுடன் கேட்டார்.

"இல்லை, பெருந்தகையே, இன்னும் இல்லை."

இளவரசி கோப்பையைக் கீழே வைத்தாள். "ஆனால் நான் நீயாக இருந்திருந்தால் போர் முயற்சிக்கு ஏதேனும் ஒரு வகையில் உதவும் குழுவில் சேருவேன். குறைந்த பட்சம் உனக்கு ஏதாவது சீருடையாவது இருக்கும்."

"ஒருவேளை நான் செய்வேன், இளவரசி. இது ஒரு நல்ல யோசனை."

"நான்கூட அதைச் செய்வேன்," என்றார் இளவரசர். "என்னை எனது வேலை விடாது என்றபோதிலும் நான் எனது ஓய்வு நேரத்தை எனது தந்தை நாட்டுக்குத் தியாகம் செய்வேன்."

"நிச்சயமாக, இளவரசே. ஆனால் கெடுவாய்ப்பாக எனக்குக் குறைவான ஓய்வு நேரமே இருக்கிறது. தந்தை நாடு என்னிடமிருந்து அதிகம் பெறாது என்று பயப்படுகிறேன்."

இளவரசர் உண்மையிலேயே வியப்படைந்தார்: "அப்படி நீங்கள் என்ன செய்து கொண்டிருக்கிறீர்கள்?"

"எங்கள் பண்ணையின் நிர்வாக வேலைகளில் நான் ஈடுபடுகிறேன், இளவரசே.' இது நன்றாக வேலைசெய்தது. இந்த வாக்கியத்தை என்னிடம் இருந்த ஏதோ ஓர் ஆங்கில நாவலிலோ அல்லது வேறு எதிலேயோ படித்திருந்தேன். ஒரு மேதகு தலைவர் எதுவும் செய்யவில்லை என்றால் அவர் தனது பண்ணை நிர்வாகத்தில் ஈடுபடுகிறார். அந்தப் புகழ்பெற்ற பெற்றோரின் மதிப்பில் நான் கணிசமாக உயர்ந்தேன் என்பதை என்னால் பார்க்க முடிந்தது. நாங்கள் இன்னும் சில நேர்த்தியான வார்த்தைகளைப் பரிமாறிக்கொண்டோம். பிறகு நான் நினோவை அன்றிரவு இசை நாடகத்துக்கு அழைத்துச் செல்ல

அலியும் நினோவும்

அனுமதிக்கப்பட்டேன். மீண்டும் நான் இளவரசியின் கையை முத்தமிட்டேன். இடுப்பு வரை வளைந்து குனிந்து வணங்கினேன். 'R' என்கிற எழுத்தை பீட்டர்ஸ்பர்க் முறையில் உச்சரிக்கக்கூடச் செய்தேன். ஏழரை மணிக்குத் திரும்பி வருவேன் என்று உறுதியளித்தேன்.

நினோ என்னை வழியனுப்ப வாசல்வரை வந்தாள். நான் வேலைக்காரரிடமிருந்து எனது தொப்பியை எடுத்துக் கொண்டபோது அவள் மிகவும் சிவந்து, தலையைச் சாய்த்து, அவளது மனங்கவரும் உடைந்த தத்தாரிய மொழியில் சொன்னாள்: "நீ இங்கேயே இருப்பதில் எனக்கு மிகவும் மகிழ்ச்சி. உண்மையிலே எனக்கு மகிழ்ச்சிதான். ஆனால் சொல் அலி கான், நீ உண்மையில் போருக்குச் செல்லப் பயப்படுகிறாயா? நிச்சயமாக ஆண்கள் போரை நேசிக்க வேண்டும். நான் உன்னுடைய காயங்களைக் கூட நேசிப்பேன்." நான் சங்கடமடைய வில்லை, மாறாக அவள் கையை எடுத்து அழுத்தினேன்.

"இல்லை, நான் பயப்படவில்லை. என் காயங்களுக்கு நீ மருந்திடும் காலம் வரும். ஆனால் அதுவரைக்கும் உனக்கு மகிழ்ச்சி தருமென்றால் என்னை நீ கோழை என்று நினைத்துக் கொள்ளலாம்." நினோ புரியாமல் என்னைப் பார்த்தாள். நான் வீட்டுக்குப் போய் ஒரு பழைய வேதியியல் பாடப் புத்தகத்தை ஆயிரம் துண்டுகளாக வெட்டினேன். பிறகு ஒரு கோப்பை உண்மையான பாரசீகத் தேநீர் குடித்தேன். இசை நாடகத்துக்குத் தனி இருக்கைப் பெட்டியை முன்பதிவு செய்தேன்.

10

கண்களை மூடிக்கொள்ளுங்கள், கைகளால் காதுகளை மூடிக்கொள்ளுங்கள், இப்போது உங்கள் ஆன்மாவைத் திறங்கள். டெஹ்ரானில் அந்த இரவு நினைவிருக்கிறதா? ஒரு பிரம்மாண்டமான நீலக்கல் மண்டபம், நுழைவாயிலின் மீது மேதகு நஸ்ருதீன் ஷாவின் கையெழுத்து. மண்டபத்தின் நடுவில் ஒரு சதுர மேடை. சுற்றிலும் உட்கார்ந்தபடி, நின்றபடி, சாய்ந்தபடி, மதிப்புக்குரிய மனிதர்கள், உற்சாகமான குழந்தைகள், வெறித்தனமான இளைஞர்கள் –புனித ஹுசைனின் தீவிரப்பற்று நாடகத்துக்கு வந்திருக்கும் முழு ஈடுபாடுள்ள பொதுமக்கள். மண்டபத்தில் மங்கலான வெளிச்சம். மேடையில் தாடி வைத்த தேவதைகள் இளம் ஹுசைனுக்கு ஆறுதல் கூறுகிறார்கள். இரக்கமற்ற கலீபா ஜாசித் அந்த இளைஞரின் தலையைக் கொண்டுவரும்படி தனது குதிரைவீரர்களைப் பாலைவனத்திற்கு அனுப்புகிறார். துயரம் நிறைந்த பாடல்களை வாள்களின் ஓசை குறுக்கிடுகின்றன. அலியும் பாத்திமாவும் முதல் பெண்ணான ஏவாளும் பலவிதமான நாலடிப் பாடல்களைப் பாடி மேடை முழுவதும் அலைகிறார்கள். யாரோ ஒருவர், இளம் ஹுசைனின் தலையை ஒரு தங்கத் தட்டில் வைத்து கலீபாவுக்குத் தருகிறார். பார்வையாளர்கள் நடுங்கி அழுகிறார்கள். முல்லா ஒருவர் இருக்கை வரிசைகளுக்குப் போய் பருத்திப் பஞ்சில் கண்ணீர்த்துளிகளைச் சேகரிக்கிறார். அந்தக் கண்ணீரில் வலுவான மந்திரச் சக்திகள் இருக்கின்றன. பார்ப்பவரின் நம்பிக்கை எவ்வளவு ஆழமாக இருக்கிறதோ, அந்தளவுக்கு நாடகத்தின் தாக்கம் அவர்மீது கூடும். ஒரு மரப்பலகை பாலைவனமாக மாறுகிறது. ஒரு பெட்டி கலீபாபின் வைரம் பதித்த சிம்மாசனமாக மாறுகிறது. சில மரக் கம்பங்கள் ஏதேன் தோட்டமாகின்றன. ஒரு தாடி வைத்த மனிதர் நபியின் மகளாகிறார்.

இப்போது கண்களைத் திறந்து, கைகளை எடுத்துவிட்டுச் சுற்றிலும் பாருங்கள்: எண்ணற்ற மின் விளக்குகளிலிருந்து திகைப்பூட்டும் ஒளி. சுவர்களும் நாற்காலிகளும் சிவப்பு வெல்வெட் துணியால் போர்த்தப்பட்டிருக்கின்றன. தங்க முலாம்பூசிய காகிதக்கூழ் கடவுள்கள் அரங்கத்தின் தனி இருக்கைப் பெட்டிகளைத் தாங்கிப் பிடித்திருக்கிறார்கள். தரைத் தளத்து இருக்கைகளில் மொட்டைத் தலைகள் இரவு வானத்தில் நட்சத்திரங்கள்போல ஜொலிக்கின்றன. பெண் களின் வெண்ணிற முதுகுகளும் மறைக்கப்படாத கைகளும் உற்சாகத்தைக் கூட்டுகின்றன. ஓர் இருண்ட பள்ளம் பார்வையாளர்களை மேடையிலிருந்து பிரிக்கிறது. கீழே, பெயர் தெரியாத, முகம் தெரியாத இசைக்கலைஞர்கள் உட்கார்ந்து, கருவிகளைச் சுருதி சேர்த்துக்கொண்டிருக்கிறார்கள். அரங்கம் ஒன்றிலிருந்து இன்னொன்றுக்குத் தாவும் மென்மையான உரையாடல்களின் ஒலியால், நிகழ்ச்சிநிரலின் சரசரப்பால், விசிறிகளின் சிறகடிப்பால், கைப்பிடி வைத்த தங்கக் கண் கண்ணாடிகளின் ஒலியால் நிரம்பியிருந்தது. இது யூஜீன் ஓனெகன் நாடகம் தொடங்குவதற்குச் சில நிமிடங்களுக்கு முன்பு பாக்கூவின் இசை நாடக அரங்கம். நினோ என் பக்கத்தில் உட்கார்ந்திருந்தாள். அவளது நீள்வட்ட முகம் என் பக்கம் திரும்பியிருந்தது. அவளுடைய உதடுகள் ஈரமாகவும் கண்கள் உலர்ந்தும் இருந்தன. அவள் அதிகம் பேசவில்லை. விளக்குகள் அணைந்ததும் என் கையை அவளது தோளைச் சுற்றிப் போட்டேன். அவள் தலையைப் பக்கவாட்டில் சாய்த்து சாய்கோவ்ஸ்கியின் இசையில் மூழ்கியிருப்பதுபோலத் தோன்றி னாள். நாயகன் யூஜீன் ஓனெகன் தனது ராஜாங்க ஆடையில் மேடையில் சுற்றித் திரிந்தார். நாயகி டாட்யானா ஒரு பெரும்பாடலான அரியாவைப் பாடினார்.

நான் நாடகத்தை விட இசை நாடகத்தை விரும்புகிறேன். இசை நாடகக் கதைகள் ஒப்பீட்டளவில் எளிமையானவை. அவற்றில் பெரும்பாலானவை எப்படியும் பரவலாகத் தெரிந்திருந்தவை. இசை மிகவும் சத்தமாக இல்லையென்றால் எனக்குக் கவலையில்லை. ஆனால் நாடகத்திலோ அந்த விசித்திரமான நிகழ்வுகளின் மூலம் மேடையில் என்ன நடக்கிறது என்பதை முயன்று புரிந்துகொள்வது என்பது பெரும்பாலும் எனக்கு ஒரு உண்மையான கடும் முயற்சி. இருட்டாக இருக்கிறது, நான் கண்களை மூடும்போது என் ஆன்மா இசை மயக்கத்தின் கடலில் மூழ்கிவிட்டதாகப் பக்கத்தில் இருப்பவர்கள் நினைக்கிறார்கள். இம்முறை நான் கண்களைத் திறந்து வைத்திருந்தேன். நினோ முன்புறம் சாய்ந்திருந்தாள். அவளுடைய அழகிய பக்கவாட்டுத்

தோற்றத்துக்குப் பின்னால், தரைத் தளத்து இருக்கைகளின் முதல் வரிசையைப் பார்த்தேன். நடுவில் ஒரு பருத்த ஆள் ஆட்டுக் கண்களும் தத்துவ நெற்றியுமாக உட்கார்ந்திருந்தான் – எனது பழைய நண்பன் மாலிக் நாச்சரராரியன். இசைக்கு ஏற்றவாறு அவன் தலையை நினோவின் இடது கண்ணுக்கும் மூக்குக்கும் இடையில் ஆட்டிக்கொண்டிருந்தான்.

“அதோ பார், மாலிக்” என்று கிசுகிசுத்தேன்.

“மேடையைப் பார், காட்டுமிராண்டி,” என்று அவள் பதிலுக்குக் கிசுகிசுத்தாள். ஆனால் சட்டென்று அந்தப் பருத்த ஆர்மீனியனைக் கண்ணோட்டமிட்டாள். அவன் திரும்பி நட்பு வாழ்த்தாகத் தலையை ஆட்டினான்.

இடைவேளையில், நான் நினோவுக்குச் சாக்லேட் வாங்கும்போது உணவுப் பகுதியில் அவனைச் சந்தித்தேன். அவன் எங்கள் தனி இருக்கைப் பெட்டிக்கு வந்து அங்கே உட்கார்ந்தான். பருத்த, புத்திசாலியான, கொஞ்சம் வழுக்கை விழுந்த ஆள்.

“உனக்கு என்ன வயது, மாலிக்?” என்று கேட்டேன்.

“முப்பது” என்று பதில் சொன்னான்.

நினோ நிமிர்ந்து பார்த்தாள். “முப்பதா?” என்றாள். “அப்படியென்றால் உன்னை எங்கள் ஊரில் இன்னும் நீண்ட காலத்துக்குப் பார்க்க மாட்டோம் என்று நினைக்கிறேன்”

“அது ஏன் இளவரசி?”

“உங்கள் வயதுப் பிரிவினர் ஏற்கெனவே அழைக்கப் பட்டிருக்கிறார்கள்.”

அவன் சத்தமாக, கண்கள் பிதுங்க, வயிறு குலுங்க, சிரித்தான்: “இளவரசி, கெடுவாய்ப்பாக நான் போருக்குப் போக முடியாது. எனது மருத்துவர், எனக்குச் சிறுநீரகத்தில் பித்தத்தால் உருவான குணப்படுத்த முடியாத நுண்ணடுக்குப் புரை இருப்பதாக கண்டுபிடித்திருக்கிறார். அதனால் நான் இருந்தாக வேண்டும்.” அவன் சொன்ன நோயின் பெயர் மிகவும் விசித்திரமாக இருந்தது. மேலும் வயிற்று வலியைப்பற்றி என்னைச் சிந்திக்க வைத்தது. நினோவின் கண்கள் அகலமாக விரிந்தன.

‘மிகவும் ஆபத்தான நோயா?’ என்று பரிவுடன் கேட்டாள்.

“பலதைப் பொறுத்தது. தனது தொழிலை அறிந்த மருத்துவரின் உதவியோடு எந்த நோயும் ஆபத்தானதாக மாற முடியும்.”

நினோவுக்கு ஆச்சரியமாகவும் வெறுப்பாகவும் இருந்தது. மாலிக் நாச்சரராரியன் காராபாக்கில் இருக்கும் அதிஉயர் குடும்பங்களில் ஓர் உறுப்பினன். அவனது அப்பா ஒரு தளபதி. அவனே ஒரு எருது மாதிரி வலிமையுடன் இருந்தான். ஒருத்தரால் எவ்வளவு ஆரோக்கியமாக இருக்க முடியுமோ அவ்வளவு ஆரோக்கியமாக இருந்தான். திருமணம் ஆகாதவன்.

அவன் எங்கள் தனி இருக்கைப் பெட்டியை விட்டு வெளியேறும்போது நான் அவனை எங்களுடன் உணவருந்தச் சொன்னேன். அவன் பணிவாக எனக்கு நன்றி சொல்லிவிட்டு அழைப்பை ஏற்றுக்கொண்டான். திரை உயர்ந்தது. நினோ என் தோளில் தலையைச் சாய்த்துக்கொண்டாள். புகழ்பெற்ற சாய்கோவ்ஸ்கி வால்ட்ஸ் நடன இசையின்போது அவள் கண்களை உயர்த்தி என்னிடம் கிசுகிசுத்தாள்: ‘மாலிக்குடன் ஒப்பிடும்போது நீ ஒரு நாயகன். குறைந்தபட்சம் உனக்குச் சிறுநீரகப் பித்த நுண்ணடுக்குப் புரை இல்லை.”

“முகமதியர்களைவிட ஆர்மீனியர்களுக்குக் கற்பனைத் திறன் அதிகம்.” நான் மாலிக்குக்குச் சாக்குச் சொல்லப் பார்த்தேன்.

வீரமான உச்சஸ்தாயி பாடகர் லென்ஸ்கீ, நாயகன் யூஜீன் ஒனெகனின் துப்பாக்கிக்கு முன்னால் காலடி எடுத்துவைத்து, திட்டப்படியே, கொல்லப்பட்டபோதும்கூட நினோ என் தோளில் தலை வைத்து இருந்தாள். இது எளிதான, நேர்த்தியான, முழுமையான வெற்றி. நாங்கள் கொண்டாட வேண்டும் என்று எங்களுக்குத் தோன்றியது. நுழைவாயிலில் மாலிக் எங்களுக்காகக் காத்திருந்தான். அவனிடம் மோட்டார் கார் இருந்தது. ஷிர்வான்ஷிர் குடும்பத்தின் இரட்டைக் குதிரை வண்டிக்குப் பக்கத்தில் அது மிகவும் நேர்த்தியாகவும் ஐரோப்பியத் தன்மையுடனும் நின்றுகொண்டிருந்தது. நாங்கள் நகரத்தின் இருண்ட சந்துகள் வழியாக எங்கள் பள்ளிகள் இரண்டையும் கடந்து போனோம். இரவில் இந்தக் கட்டிடங்கள் சற்று நட்பாகத் தெரிந்தன. நாங்கள் நகர மன்றத்தின் பளிங்குப் படிக்கட்டின் முன்னால் நிறுத்தினோம். சொல்லப்போனால் அது ஆபத்தானது. ஆனால் கூட இருப்பவர்களில் ஒருவர் ஷிர்வான்ஷிர் என்றும் மற்றவர் நாச்சரராரியன் என்றும் அழைக்கப்பட்டால், புனித ராணி தாமரின் பள்ளிக்கூடச் சட்ட விதிமுறைகள் பற்றி இளவரசி கிபியானி கவலைப்படத் தேவையில்லை.

அந்த அகன்ற மொட்டை மாடி வெள்ளை விளக்குகளால் பிரகாசமாக இருந்தது. நாங்கள் ஆளுநரின் இருண்ட தோட்டத்தையும் மென்மையாக மின்னும் கடலையும் நார்கின் தீவின் கலங்கரை விளக்கத்தையும் பார்த்தவாக்கில் இருந்த

ஒரு மேசையில் உட்கார்ந்தோம். கண்ணாடிக் கோப்பைகள் சிணுங்கின. நினோவும் மாலிக்கும் ஷாம்பெயின் குடித்தார்கள். ஆனால் உலகில் எதுவும் – நினோவின் கண்கள் கூட – என்னைப் பொது இடத்தில் குடிக்க வைக்க முடியாது. நான் வழக்கம் போல் ஓர் ஆரஞ்சுப் பழரசத்தைப் பருகினேன். ஒரு வழியாக அந்த ஆறு பேர் கொண்ட நடனக் குழு எங்களுக்கு ஓய்வு தந்தபோது, மாலிக் தீவிரமாகவும் சிந்தனையுடனும் சொன்னான்: "இங்கே நாம் இருக்கிறோம், காக்கேசியாவின் முப்பெரும் மனிதர்களின் பிரதிநிதிகளாய்: ஒரு ஜார்ஜியர், ஒரு முகமதியர், ஓர் ஆர்மீனியர். ஒரே வானத்தின் கீழ் பிறந்து, ஒரே பூமியால், வேறுபட்டும் ஆயினும் ஒன்றாக, இறைவனின் திரித்துவத்தைப் போல. ஐரோப்பியர்கள், ஆயினும் ஆசியர்கள். கிழக்கிலிருந்தும் மேற்கிலிருந்தும் பெற்று, இரண்டிற்கும் கொடுப்பவர்கள்."

"நான் எப்போதும் போரிடுவது காக்கேசிய அம்சம் என்று நினைத்திருந்தேன்," என்றாள் நினோ. "ஆனால் இங்கே நான் இரண்டு காக்கேசியர்களுக்கு நடுவில் உட்கார்ந்திருக்கிறேன். இரண்டு பேருமே போரிட விரும்பவில்லை."

மாலிக் அவளைச் செல்லமாய்ப் பார்த்தான்: 'நாங்கள் இரண்டு பேருமே போரிட விரும்புகிறோம், இளவரசி. ஆனால் ஒருவருக்கொருவர் எதிராக இல்லை. நமக்கும் ரஷ்யர்களுக்கும் இடையே ஓர் உயர்ந்த சுவர் இருக்கிறது. காக்கேசிய மலைகள்தான் அந்தச் சுவர். ரஷ்யர்கள் வெற்றிபெற்றால், நம் நாடு முழுவது மாக ரஷ்ய மயமாகிவிடும். நாம் நம்முடைய தேவாலயங்களை, நமது மொழியை, நமது அடையாளத்தை இழப்போம். இரண்டு உலகங்களுக்கு இடையே பாலமாக இல்லாமல் நாம் முறை தவறிப் பிறந்த ஐரோப்பிய – ஆசியர்களாக ஆவோம். இல்லை, ஜார் மன்னருக்காகப் போரிடுபவர் யாரானாலும் அவர்கள் காக்கேசியத்துக்கு எதிராகப் போரிடுகிறார்கள்."

நினோவின் உதடுகள் அவளது பள்ளியில் கற்றதைப் பேசின: "பாரசீகர்களும் துருக்கியர்களும் நம் நாட்டைக் கிழித்துப் போட்டார்கள். ஷா கிழக்கை அழித்தார். சுல்தான் மேற்கை அழித்தார். எத்தனை ஜார்ஜியப் பெண்கள் அடிமைகள் ஆனார்கள். அந்தப்புரங்களுக்கு வெகுதூரம் இழுத்துச் செல்லப்பட்டார்கள்! ரஷ்யர்கள் அவர்களின் சொந்த விருப்பத்தின் பேரில்கூட வரவில்லை. நாம் அவர்களை வரச் சொன்னோம். பன்னிரண்டாம் ஜார்ஜ் மன்னர் ஜார் மன்னருக்கு ஆதரவாக அவரே முடி துறந்தார். "ஏற்கெனவே வரம்பற்ற பிரதேசங்களைக் கொண்ட நம் நாட்டை இன்னும் விரிவாக்க அல்ல, ஜார்ஜியா சாம்ராஜ்யத்தின் பாதுகாப்பை

நாம் ஏற்றுக்கொண்டதற்காக"...இந்த வார்த்தைகள் உங்களுக்குத் தெரியாதா?" நிச்சயமாக எங்களுக்குத் தெரியும். ஒரு நூறு ஆண்டுகளுக்கு முன்னால் முதலாம் அலெக்சாண்டரின் ஆணையிட்ட இந்தக் கொள்கையறிக்கையின் வார்த்தைகள் எட்டு ஆண்டுகளாகப் பள்ளியில் எங்களுக்கு முரசடிக்கப் பட்டன. டிபிலிசியின் பிரதானத் தெருவில், ஒரு வெண்கலப் பலகையில் பொறிக்கப்பட்டுள்ளது: "ஏற்கெனவே வரம்பற்ற பிரதேசங்களைக் கொண்ட பேரரசை இன்னும் விரிவுபடுத்த அல்ல..." இதுவரை நினோ சொன்னதில் தவறில்லை. அந்தக் காலத்துக் கிழக்கத்திய அந்தப்புரங்கள் சிறைபிடிக்கப்பட்ட கிறிஸ்துவப் பெண்களாலும், காக்கேசிய நகரத் தெருக்கள் கிறிஸ்துவச் சடலங்களாலும் நிரம்பியிருந்தன. நான் நிச்சயமாகப் பதில் சொல்லியிருக்கலாம்: "நான் ஒரு முகமதியர், நீ ஒரு கிறிஸ்துவர், நீங்கள் எங்கள் சட்டப்பூர்வமான இரையாக இறைவனால் எங்களுக்கு வழங்கப்பட்டீர்கள்." ஆனால் நான் அமைதியாக இருந்தேன். மாலிக்கின் பதிலுக்காகக் காத்திருந்தேன்.

"சரி, இதோ பாருங்கள், இளவரசி," என்றான் அவன். "அரசியல் அடிப்படையில் சிந்திக்கும் நபர் சில சமயங்களில் அநியாயமாகவும், அநீதியாகவும்கூட இருக்கத் தைரியம் உள்ளவராக இருக்க வேண்டும். நான் ஒப்புக்கொள்கிறேன்: ரஷ்யர்கள் நம் நாட்டில் அமைதியைக் கொண்டு வந்தார்கள். ஆனால் நாங்கள், காக்கேசிய மக்கள், இப்போது அவர்கள் இல்லாமல் அந்த அமைதியைக் காக்க முடியும். அவர்கள் நம்மில் ஒருவரிடமிருந்து இன்னொருவரைப் பாதுகாக்க வேண்டியிருப்பதாகப் பாவனை செய்கிறார்கள். எனவே இங்கே ரஷ்யப் படைகள் இருக்கின்றன. ரஷ்ய நிர்வாகிகள், ஆளுநர்கள் இருக்கிறார்கள். ஆனால் இளவரசி, நீங்களே சொல்லுங்கள்: உங்களை என்னிடமிருந்து பாதுகாக்க வேண்டுமா? அலி கானிடமிருந்து நான் பாதுகாக்கப்பட்டாக வேண்டுமா? நாம், எல்லோரும், பெஷாப்பூர் சுனைக்கு அருகில் அமைதியாக உட்கார்ந்திருக்கவில்லையா? நிச்சயமாகக் கடந்த காலத்தில் காக்கேசிய மக்கள் பாரசீகத்தை ஒரு எதிரியாக நினைக்க வேண்டியிருந்தது. எதிரி வடக்கில் இருக்கிறான். அதே எதிரி நாம் குழந்தைகள், நாம் ஒருவரிடமிருந்து ஒருவர் பாதுகாக்கப்பட வேண்டும் என்று சொல்ல முயல்கிறான். ஆனால் நாம் இனியும் குழந்தைகள் அல்ல. நாம் வளர்ந்தவர்களாகிப் பல காலம் ஆகிவிட்டது."

"அதனால்தான் நீ போருக்குப் போகவில்லையா?" என்று நினோ கேட்டாள்.

மாலிக் அளவுக்கு அதிகமாக ஷாம்பெயின் குடித்திருந்தான். "அதனால் மட்டுமல்ல" என்றான். "நான் சோம்பேறி. என் வசதிகளை நான் விரும்புகிறேன். ஆர்மீனியத் தேவாலயப் பண்ணைகளைப் பறிமுதல் செய்தார்கள் என்று ரஷ்யர்கள் மீது எனக்குக் கோபம். போரின் பதுங்குக் குழிகளை விட இங்கே வசதியாக இருக்கிறது. எனது குடும்பம் புகழுக்காகப் போதுமான அளவு செய்துவிட்டது. நான் ஓர் இன்பியலாளன்."

"நான் வேறுவிதமாக யோசிக்கிறேன்" என்றேன். 'நான் இன்பியலாளன் இல்லை, நான் போரை விரும்புகிறேன்."

"நீ இளைஞன், நண்பனே" என்று மாலிக் மீண்டும் கோப்பையை உயர்த்தினான். அவன் நெடுநேரத்துக்குப் பேசியபடி இருந்தான், பெரும்பாலும் மிகவும் புத்திசாலித்தனமாக. நாங்கள் வீட்டுக்குக் கிளம்பியபோது நினோ ஏறக்குறைய – முற்றிலுமாக இல்லை – அவன் சொல்வது சரி என்று நம்பினாள். நாங்கள் மாலிக்கின் காரில் போனோம். "இது அற்புதமான ஊர்," என்றான் அவன். "ஐரோப்பாவின் வாசல். ரஷ்யா மிகவும் பிற்போக்குத்தனமாக இல்லாதிருந்தால் நாம் ஏற்கெனவே ஓர் ஐரோப்பிய நாடாக ஆகியிருப்போம்."

எனது புவியியல் பாடத்தின் மகிழ்ச்சியான நாட்களை நினைத்துச் சத்தமாகச் சிரித்தேன். அது ஒரு மகிழ்ச்சியான மாலையாக இருந்தது. நாங்கள் இரவு வணக்கம் சொன்னதும் மாலிக் கடலைப் பார்த்தபோது நான் நினோவின் கண்களில் கைகளில் முத்தமிட்டேன். பிறகு அவன் சிசியாநாஷ்விலி வாசல் வரை என்னைக் கூட்டிப் போனான்... அதற்கு மேல் கார் செல்ல முடியவில்லை. சுவரின் பின்னால் ஆசியா இருந்தது. "நீ நினோவை மணந்துகொள்வாயா?" என்பதுதான் அவன் கடைசியாகக் கேட்டது.

"இன்ஷா அல்லாஹ்"

"சில சிரமங்களை நீ கடக்க வேண்டும் நண்பா. உனக்கு எந்த உதவி தேவைப்பட்டாலும் – நான் இருக்கிறேன். நம் மக்களின் முதன்மைக் குடும்பங்களிடையே கலப்புத் திருமணம் நடப்பதில் எனக்கு முற்றாக உடன்பாடு உண்டு. நாம் ஒன்றாக நிற்க வேண்டும்."

நான் அவன் கையை நட்புடன் அழுத்தினேன். உண்மையில் நாகரிகமான ஆர்மீனியர்கள் இருக்கிறார்கள் என்பதை இது காட்டியது. இது மிகவும் குழப்பமான சிந்தனையாக இருந்தது. சோர்வாகி, வீட்டிற்குள் போனேன். வேலைக்காரர் தரையில்

உட்கார்ந்து படித்துக்கொண்டிருந்தார். நான் புத்தகத்தைக் கண்ணோட்டம் இட்டேன். குரானின் அரபி அலங்கார எழுத்துகள் பக்கங்களில் வளைந்தோடின. வேலைக்காரர் எழுந்து எனக்கு வணக்கம் சொன்னார். நான் தெய்வீகப் புத்தகத்தை எடுத்துப் படித்தேன்: “ஓ, நம்பிக்கையுள்ள நீங்கள், மதுவும் சூதாட்டமும், படங்களும் அருவருப்பானவை, சைத்தானின் வேலை என்பதைக் கூர்ந்து பாருங்கள். அவற்றைத் தவிர்த்தால் நீங்கள் நன்றாக இருக்கலாம். சைத்தான் உங்களை அல்லாவைப் பற்றிய சிந்தனையிலிருந்தும் தொழுகையிலிருந்தும் திசை திருப்ப முயல்கிறான்.” அந்தப் பக்கங்களிருந்து ஓர் இனிமையான நறுமணம் கிளம்பியது. மெல்லிய, மஞ்சள் நிறக் காகிதம் சலசலத்தது. இரண்டு தோலட்டைகளுக்கு இடையில் அடைக்கப் பட்டிருந்த இறைவனின் வார்த்தை, கடுமையானதாகவும் எச்சரிப்பதாகவும் இருந்தது. புத்தகத்தைத் திருப்பிக் கொடுத்து விட்டு மேலே என் அறைக்குப் போனேன். திவான் அகலமாகவும் தாழ்வாகவும் மென்மையாகவும் இருந்தது. நான் எப்போதும் சிறப்புத் தெளிவுடன் பார்க்க விரும்பும்போது செய்வதைப் போலக் கண்களை மூடினேன். நான் ஷாம்பெயினைப் பார்த்தேன், நடனக்கூடத்தில் யூஜின் ஓனெகனை, மாலிக்கின் வெளிர் ஆட்டுக் கண்களை, நினோவின் மென்மையான உதடுகளை, எதிரியின் கும்பல்கள் எங்கள் நகரத்தைக் கைப்பற்றுவதற்காக மலைச் சுவருக்கு மேல் வெள்ளமாய் பெருக்கெடுப்பதை.

தெருவிலிருந்து ஏற்றம் இறக்கமில்லாத பாடல் ஒலித்தது. அது காதல் ஏக்க ஹாஷிம். அவர் மிகவும் வயதானவர். அவர் எவரது காதலுக்காகப் புலம்புகிறார் என்று யாருக்கும் தெரியாது. மக்கள், அவருக்குக் காதல் நோயாளி மஜ்னு என்கிற பெயர் கொடுத்துக் கௌரவித்தார்கள். இரவில் அவர் காலியான சந்துகள் வழியாக நழுவிப் போய் ஏதோ ஒரு மூலையில் உட்கார்ந்து அழுது, விடியும்வரை தனது சோகத்தைப் பாடுவார். ஏற்றம் இறக்கமில்லாத மெல்லிசை என்னை உறங்கச் செய்தது. நான் சுவரைப் பார்த்துத் திரும்பி இருளிலும் கனவுகளிலும் மூழ்கினேன். வாழ்க்கை இன்னும் அற்புதமாகவே இருந்தது.

11

குச்சிக்கு இரண்டு முனைகள் உண்டு: மேல் முனை, கீழ் முனை. குச்சியைத் தலைகீழாக மாற்றினால், மேல் முனை கீழே வரும், கீழ் முனை இப்போது மேலே போகும். ஆனால் குச்சி கொஞ்சமும் மாறியிருக்காது. எனக்கும் அப்படித்தான். நான் ஒரு மாதத்துக்கு முன்னால், ஒரு வருஷத்துக்கு முன்னால் எப்படி இருந்தேனோ அப்படியேதான் இருக்கிறேன். அதே போர் பெரிய உலகில் நடக்கிறது, அதே தளபதிகள் வெற்றிபெறுகிறார்கள் அல்லது தோல்வியடைகிறார்கள். ஆனால் சில காலத்துக்கு முன்பு என்னைக் கோழை என்று அழைத்தவர்கள் இப்போது என்னைச் சந்திக்கும்போது கண்களைத் தாழ்த்திக்கொள்கிறார்கள். இப்போது நண்பர்களும் உறவினர்களும் என் ஞானத்தைப் போற்றுகிறார்கள். என் அப்பா என்னை மெச்சுதலுடன் பார்க்கிறார். ஆனால் குச்சி மாறவே இல்லை. ஒரு நாள் ஊர் முழுவதும் வதந்திகள் பறந்தன: பேரரசுப் பெருந்தகை துருக்கியச் சாம்ராஜ்ஜியத்தின் சுல்தான் மெஹ்மத் ரஷீத், காபிர்களின் உலகத்தின் மீது போரை அறிவிக்க முடிவு செய்திருக்கிறார். அவரது வெற்றிப் படைகள் ரஷ்யா, இங்கிலாந்தின் பிடியிலிருந்து நம்பிக்கை கொண்டோரை விடுவிக்கக் கிழக்கு நோக்கியும் மேற்கு நோக்கியும் நகர்கின்றன. புனிதப்போர் அறிவிக்கப்பட்டுவிட்டது என்று சொல்லப்பட்டது. மேலும் நபிகளாரின் பச்சைப் பதாகை கலீபாவின் அரண்மனை மீது படபடத்தது. எனவே நான் நாயகன் ஆனேன். நண்பர்கள் என்னைப் பார்க்க வந்தார்கள், எனது தொலைநோக்குப் பார்வையைப் பற்றி உயர்த்திப் பேசினார்கள். நான் மிகச் சரியாகத்தான் போருக்குச் செல்ல மறுத்தேன். ஒரு முகமதியன் ஒரு போதும் சுல்தானுக்கு எதிராகப் போராடக் கூடாது. எங்கள்

சகோதரர்களான துருக்கியர்கள் பாக்கூவுக்கு வருவார்கள். துருக்கியர்களுடன் ஒன்றாகி நம் மக்கள் நம்பிக்கையாளர்களின் மிகப்பெரிய நாடாக மாறிவிடுவோம்.

நான் அவர்களின் புகழ்ச்சிகளுக்குப் பதில் சொல்லாமல் மௌனம் காத்து வணங்கினேன். ஒரு ஞானி தன்னைப் புகழ்ச்சியாலும் பழியாலும் தொந்தரவு செய்யவிடக் கூடாது. என்னுடைய நண்பர்கள் வரைபடங்களைப் பரப்பினார்கள். ஊரின் எந்தப் பகுதி வழியாகத் துருக்கியர்கள் அணிவகுத்து வருவார்கள் என்பது குறித்து அவர்களுக்குள் கடும் வாக்குவாதம் ஏற்பட்டது. அவர்கள் எந்தத் திசையிலிருந்து வந்தாலும் துருக்கியர்கள் மிகப் பெரும்பாலும் ஆர்மீனியக் குடியிருப்புகளின் வழியாகத்தான் வருவார்கள் என்பதைச் சுட்டிக்காட்டி சண்டையை நிறுத்தினேன். என்னுடைய நண்பர்கள் என்னைப் பெருமையுடன் பார்த்து மீண்டும் எனது ஞானத்தைப் புகழ்ந்தார்கள்.

மனிதனின் ஆன்மா ஒரே இரவில் மாறுகிறது. எந்த முஸ்லீமும் ஆயுதம் எடுக்க அவசரப்படவில்லை. இலியாசுக்கு திடீரென்று போர் சலித்துவிட்டது. அவன் பாக்கூ படைக்குத் திரும்பிவர அவனுடைய அப்பா செயினல் அகா பெரும் தொகையைச் செலுத்த வேண்டியிருந்தது. பாவம் அவன் துருக்கியப் போர்ப் பிரகடனத்திற்குச் சற்று முன்பு படை அதிகாரிகள் தேர்வில் வெற்றிபெற்றிருந்தான். இந்த அதிசயமும் நடந்தது: ஹைதரும்கூடத் தேர்ச்சி பெற்றான். இப்போது அவர்கள் இரண்டு பேரும் படைத்துணைத் தலைவர்கள். படைவீரர் குடியிருப்பில் உட்கார்ந்துகொண்டு ஜார் மன்னரை ஆதரிக்கிறேன் என்று சொல்லாத என்மீது பொறாமைப்பட்டார்கள். அவர்களுக்குத் திரும்பி வர வழியில்லை. யாரும் அவர்களைக் கட்டாயப்படுத்தவில்லை. அவர்கள் தானாக முன்வந்து உறுதிமொழி எடுத்தார்கள். அவர்கள் அதை முறித்திருந்தால் அவர்களிடமிருந்து விலகும் முதல் ஆள் நானாகத்தான் இருந்திருப்பேன்.

அந்த நாட்களில் நான் மிகவும் அமைதியாக இருந்தேன், ஏனென்றால் என்னால் தெளிவாகச் சிந்திக்க முடியவில்லை. மிகச் சில முறைகள் மட்டுமே நான் மாலையில் வெளியே போய் கோட்டைக்கு அருகில் இருக்கும் சிறிய மசூதிக்கு விரைந்து நடந்தேன். அங்கே ஒரு பழைய வீட்டில், என்னுடைய பழைய பள்ளி நண்பன் சையத் முஸ்தபா வசித்தான். அவன் நபிகள் வழி வந்தவன். அவன் முகத்தில் அம்மை போட்டிருக்கும். சிறிய பிளவு போன்ற கண்கள். அவன் தனது கௌரவத்தைக் குறிக்கும் பச்சை நிற இடுப்புப் பட்டை அணிந்திருப்பான்.

அவனது அப்பா சிறிய மசூதியின் இமாம். அவனது தாத்தா புனித நகரான மெஷத்தில் இமாம் ரேசாவின் கல்லறையில் பிரபல மான சாது. அவன் ஒரு நாளைக்கு ஐந்துமுறை பிரார்த்தனை செய்தான். அவன் இறைநம்பிக்கையற்ற கலீபா எஸித்தின் பெயரை தனது உள்ளங்கால்களில் சுண்ணக்கட்டியால் எழுதினான். உண்மையான மார்க்கத்தை வெறுத்தவரின் பெயரைத் தினமும் மண்ணின் புழுதியில் மிதித்துத் தேய்க்க வேண்டும் என்பதற்காக. துக்கத்தின் புனித நாளான மொஹரத்தின் பத்தாம் நாள் அவன் தனது நெஞ்சில் ரத்தம் ஓடும் வரைக்கும் தோலைப் பிய்த்துக்கொண்டான். நினோ அவனை மதவெறி பிடித்தவன் என்று நினைத்து, இகழ்ந்தாள். நான் அவனது பார்வையின் தெளிவுக்காக அவனை நேசித்தேன். ஏனென்றால், அவன் நல்லது கெட்டது, உண்மை பொய் என்று வேறுபடுத்துவது போல வேறு யாரும் செய்ய முடியாது.

அவன் ஒரு ஞானியின் உற்சாகப் புன்னகையுடன் என்னை வரவேற்றான். "கேட்டாயா, அலி கான்? அந்தப் பணக்கார ஜாகுப் ஒக்லி, இந்த ஊருக்கு வரும் முதல் துருக்கிய அதிகாரியுடன் குடிக்க பன்னிரண்டு பெட்டி ஷாம்பெயின் வாங்கியிருக்கிறாராம். ஷாம்பெயின்! முகமதியப் புனிதப் போரின் நினைவாக ஷாம்பெயின்!"

நான் தோள்களைக் குலுக்கினேன். "அது உனக்கு ஆச்சரிய மாக இருக்கிறதா, முஸ்தபா? உலகம் பைத்தியமாகிவிட்டது."

"அல்லா தன் கோபத்தை யாருக்கு எதிராகத் திருப்புகிறாரோ, அவர்களை நிர்மூலமாக்குகிறார்," என்று கடுமையாகச் சொன்னான் முஸ்தபா. அவன் துள்ளி எழுந்தான். அவனுடைய உதடுகள் நடுங்கின. "நேற்று எட்டுப் பேர் சுல்தானின் படையில் சண்டையிடுவதற்காக வெளியேறினார்கள். எட்டுப் பேர்! உன்னிடம் கேட்கிறேன், அலி கான், இந்த எட்டுப் பேரும் என்ன செய்வதாக நினைத்துக்கொண்டிருக்கிறார்கள்?"

"அவர்களின் தலைகள், பசித்த கழுதையின் வயிற்றைப் போலக் காலியாக இருக்கின்றன" என்று நான் எச்சரிக்கையுடன் பதில் சொன்னேன்.

முஸ்தபாவின் கோபத்துக்கு எல்லையே இல்லை: "இதோ பார்!" என்று கத்தினான். "சன்னிப் பிரிவு கலீபாவுக்காக ஷியா பிரிவினரை எதிர்த்துச் சண்டையிடுகிறார்கள். நபியின் பேரனின் இரத்தத்தை யஸீத் சிந்தவில்லையா? யாருடைய பெயர் போற்றப்பட வேண்டுமோ அந்த அலியை மோவாவியா கொலை செய்யவில்லையா? நபிகளாரின் வாரிசு யார்? கலீபாவா அல்லது காணப்படாத, யாருடைய நரம்புகளில் நபியின் ரத்தம்

பாய்கிறதோ, அந்த மறுமையின் இமாமா? பல நூற்றாண்டு களாக ஷியா மக்கள் துக்கம் அனுசரிக்கிறார்கள். நமக்கும் காபிர்களைவிட மோசமான துரோகிகளுக்கும் இடையே இரத்தம் ஓடுகிறது. ஷியா இங்கே – சன்னி அங்கே – நமக்கு இடையே பாலம் இல்லை. சுல்தான் சலீம் நாற்பதாயிரம் ஷியாக்களைப் படுகொலைசெய்து வெகு காலம் ஆகிவிட வில்லை. இப்போது? ஷியாக்கள் நபிகளாரின் பாரம்பரியத்தைத் திருடின கலீபாவுக்காகப் போராடுகிறார்கள். எல்லாம் மறக்கப்பட்டுவிட்டது: ஈமான்களின் ரத்தம், இமாம்களின் மறைபொருள். இங்கே நமது ஷியா நகரத்தில், சன்னிகள் வந்து நமது மார்க்கத்தை அழிக்க ஜனங்கள் காத்திருக்கிறார்கள். துருக்கியருக்கு என்ன வேண்டும்?! அன்வர் ஊர்மியாவரை கூட முன்னேறிவிட்டார். ஈரான் பாதியாக வெட்டப்படும். உண்மையான மார்க்கம் அழிக்கப்படுகிறது. ஓ அலி, உங்கள் சுடர் வாளுடன் வாருங்கள், துரோகிகளுக்குத் தண்டனை வழங்குங்கள்! ஓ அலி, அலி. . .!' கண்ணீர் வழிந்தோட, அவன் மார்பில் முஷ்டியால் அடித்துக்கொண்டான்.

நான் அதிர்ந்து அவனைப் பார்த்தேன். எது சரி, எது தவறு? உண்மைதான், துருக்கியர்கள் சன்னிகள்தான். என்றாலும் எனது உள்ளம் அன்வர் எங்கள் ஊருக்கு வருவதைப் பார்க்க ஏங்கியது. அதன் அர்த்தம் என்ன? எங்கள் தியாகிகளின் இரத்தம் உண்மையில் வீணாகப் பாய்ந்ததா? "சையத்," என்றேன் நான். "துருக்கியர்கள் நமது ரத்தம். அவர்களின் மொழி நமது மொழி. துரானின் ரத்தம் இரண்டு பேரின் நரம்புகளிலும் ஓடுகிறது. அதனால்தானோ என்னவோ ஜாரின் சிலுவையின் கீழே இறப்பதைவிட கலீபாக்களின் அரை நிலவின் கீழே இறப்பது எளிதானது."

முஸ்தபா கண்களைத் துடைத்துக்கொண்டான்: "என் நரம்புகளில் முகமதுவின் இரத்தம் ஓடுகிறது," என்று மிதப்பாக வும் பெருமையாகவும் சொன்னான். "துரானின் இரத்தமா? பள்ளியில் கற்றுக்கொண்ட கொஞ்சநஞ்சத்தையும் மறந்து விட்டாய் போல் தெரிகிறது. அல்தாய் மலைகளுக்குப்போ. அல்லது இன்னும் மேலே சைபீரியாவின் எல்லைக்குப் போ: அங்கே யார் வாழ்கிறார்கள்? நம்மைப் போன்ற துருக்கியர்கள், நம் மொழி, நம் ரத்தம். இறைவன் அவர்களை வழிதவறச் செய்தார், அவர்கள் புறச்சமயத்தவர்களாகவே இருந்துவிட்டார்கள். அவர்கள் சிலை வணக்கம் செய்கிறார்கள்: தண்ணீரின் இறைவன் சு – தெங்ரி, வானத்தின் இறைவன் டெப் – தெங்ரி. இந்த யகூத்துகளோ அல்தாய்களோ பலம் வாய்ந்தவர்களாகி நம்முடன் சண்டை இட்டால், ஷியாக்களான நாம் அவர்கள்

நம் ரத்தம் என்கிற காரணத்திற்காக அந்தப் புறச்சமயத்தினரின் வெற்றிக்கு மகிழ வேண்டுமா?”

“நாம் என்ன செய்ய வேண்டும், சையத்?” என்று கேட்டேன். “ஈரானின் வாள் துருப்பிடித்துவிட்டது. துருக்கியர்களுக்கு எதிராக யார் சண்டை போட்டாலும் அவர்கள் ஜார் மன்னருக்கு உதவுகிறார்கள். நாம் முகமதுவின் பெயரில் கலீபாவின் அரை நிலவுக்கு எதிராக ஜாரின் சிலுவையைக் காக்க வேண்டுமா? நாம் என்ன செய்ய வேண்டும், சையத்?” அவன் பயங்கரச் சோகத்தில் மூழ்கினான். அவன் என்னைப் பார்த்தான். மடிந்துகொண்டிருக்கும் ஆயிரம் ஆண்டுகளின் விரக்தி அவன் கண்களில் இருப்பதாகத் தோன்றியது.

“நாம் என்ன செய்ய வேண்டும், அலி கான்? எனக்குத் தெரியவில்லை.” அவன் வேதனையில் இருந்தான். ஆனாலும் அவன் அப்போதும் வெற்று வார்த்தைகளின் பின்னால் மறைந்து கொள்ளவில்லை.

நான் குழப்பத்தில் அமைதியாகிவிட்டேன். சிறிய எண்ணெய் விளக்கு புகைந்துகொண்டிருந்தது. விளக்கின் சிறிய ஒளி வட்டத்தில் தொழுகை விரிப்பின் வண்ணங்கள், பயணத்துக்கு மடித்து எடுத்துச் செல்லத்தக்கத் தோட்டத்துப் பூக்களைப் போல மின்னின. சையத் முஸ்தபா ஒரு பயணி போலத்தான் இந்த உலகில் இருந்தான். ஆகவே, அவனுக்கு மற்றவர்களின் பாவத்தைக் கண்டனம் செய்வது எளிதாக இருந்தது. இன்னும் பத்து அல்லது இருபது ஆண்டுகளில் மெசெத்தில் இமாம் ரேசாவின் கல்லறையில் அவன் இமாமாக இருப்பான். பாரசீகத்தின் தலைவிதி புலப்படாமல், உணரப்படாமல் வழிநடத்தும் சாதுக்களில் ஒருவராக. ஏற்கெனவே அவனுக்குத் தனது மூப்பை அறிந்து அதனை ஏற்றுக்கொண்ட ஒரு வயதான மனிதனின் சோர்வான கண்கள்.

உண்மை மார்க்கத்தின் ஓர் அங்குலத்தையும் அவன் விட்டுக்கொடுக்க மாட்டான், அப்படிச் செய்வதன் மூலம் பாரசீகத்தை மீண்டும் பெரிய வலிமை மிக்கதாக மாற்ற முடியும் என்றாலும்கூட. பாவத்தின் சதுப்புநிலத்தின் வழியே போய் உலகின் சீரும் சிறப்பை எல்லாம் வரமளிக்கும் மந்திர வாயு பூதங்களைக் கண்டடைவதைக் காட்டிலும் மடிந்து கீழே விழுவதுமேல். ஆகவே, என்ன செய்வதென்று தெரியாமல் அமைதியாக இருந்தான். ஆகவே, நான் அவனை நேசிக்கிறேன், எங்கள் உண்மை மார்க்கத்தின் வாசலில் நிற்கும் ஒற்றைக் காவலாளி. “நமது விதி அல்லாவின் கையில் இருக்கிறது,

முஸ்தபா," என்று நான் விஷயத்தை மடை மாற்றினேன். "இறைவன் நம்மைச் சரியான வழியில் நடத்தட்டும். ஆனால் இன்றிரவு நான் உன்னிடம் வேறு ஒரு விஷயத்தைப் பேச விரும்பினேன்." முஸ்தபா மருதாணி வண்ணம் படிந்த நகங்களைப் பார்த்தான். ஓர் அரக்கு நிற தஸ்பீஹ் மணிமாலை அவனது விரல்களில் சறுக்கிக்கொண்டிருந்தது. அவன் நிமிர்ந்து பார்த்தான். அவனுடைய அம்மைத்தழும்பு முகம் புன்சிரிப்பாக மாறியது.

"எனக்குத் தெரியும் அலி கான், நீ திருமணம் செய்து கொள்ள விரும்புகிறாய்."

நான் திகைத்துக் குதித்தெழுந்தேன். ஒரு முகமதிய – ஷியா சாரணர் அமைப்பு உருவாக்குவது பற்றிப் பேச நினைத்திருந்தேன். ஆனால், ஏற்கெனவே ஒரு மதகுருவின் பொறுப்பையும் அறிவையும் இவனே எடுத்துக்கொண்டான்.

"நான் திருமணம் செய்துகொள்ள விரும்புகிறேன் என்பது உனக்கு எப்படித் தெரியும்? அதற்கும் உனக்கும் என்ன சம்பந்தம்?"

"நான் அதை உன் கண்களில் பார்க்கிறேன். அது ஏன் என்னுடன் தொடர்புடையது என்றால், நான் உன் நண்பன். நீ நினோவைத் திருமணம் செய்துகொள்ள விரும்புகிறாய். அவளுக்கு என்னைப் பிடிக்காது. அவள் கிறிஸ்துவ மதத்தைச் சேர்ந்தவள்."

"அப்படித்தான். சரி, நீ என்ன சொல்கிறாய்?"

முஸ்தபா என்னை ஒரு ஞானியின் ஆராயும் பார்வை பார்த்தான். "சரி என்று சொல்கிறேன், அலி கான். ஒரு மனிதன் திருமணம் செய்துகொள்ள வேண்டும், முடிந்தவரைக்கும் அவன் விரும்பும் பெண்ணை. பதிலுக்கு அவள் அவனை விரும்ப வேண்டியதில்லை. ஓர் அறிவாளி பெண்ணோடு ஈடுபாடுகொள்வதில்லை. பெண் என்பவள் வெறும் வயல் நிலம். அதில் ஆண் விதைக்கிறான். விவசாயியை வயல் நேசிக்க வேண்டுமா? விவசாயி வயலை நேசித்தால் போதும். திருமணம் செய்துகொள், ஆனால் ஒருபோதும் மறக்காதே: பெண் ஒரு வயல் நிலம் மட்டுமே."

"அப்படியென்றால் பெண்ணுக்கு ஆன்மாவும் கிடையாது, புத்திசாலித்தனமும் கிடையாது என்று நீ நம்புகிறாயா?"

அவன் என்னைப் பரிதாபமாகப் பார்த்தான்: "நீ எப்படிக் கேட்கலாம் அலி கான்? நிச்சயமாக கிடையாது. இரண்டுமே தான் பெண்ணுக்கு எதற்கு? அவள் கற்போடு இருந்து, நிறையக் குழந்தைகள் பெற்றுக்கொண்டால் அதுவே போதும். சட்டம் சொல்கிறது: ஓர் ஆணின் சாட்சி, மூன்று பெண்களின்

சாட்சிக்குச் சமம். இதை ஒருபோதும் மறந்துவிடாதே, அலி கான்." அவனைப் பிடிக்காத ஒரு கிறிஸ்துவப் பெண்ணை நான் திருமணம் செய்துகொள்ளப் போவதால் பக்திமான் முஸ்தபா என்னைச் சபிப்பதைக் கேட்க தயாராகவே இருந்தேன். ஆகவே, அவனுடைய பதில் என் மனதைத் தொட்டது. இது அவன் நேர்மையான ஞானி என்பதை மறுபடியும் நிரூபித்தது. நான் மெதுவாக கேட்டேன்: "ஆக அவள் கிறிஸ்துவ மதத்தைச் சேர்ந்தவள் என்பது பற்றி உனக்குப் பிரச்சினை இல்லையா? அல்லது அவள் முஸ்லீமாக மாற வேண்டுமா?"

"அவள் ஏன் மாற வேண்டும்?" அவன் கேட்டான். "ஆன்மாவும் புத்திசாலித்தனமும் இல்லாத ஓர் உயிரினத்துக்கு மதமும்தான் இருக்க முடியாது. ஒரு பெண்ணுக்காகச் சொர்க்கமோ நரகமோ காத்திருக்கவில்லை. அவள் இறக்கும்போது அவள் பலகூறாகச் சிதறி ஒன்றுமில்லாமல் போகிறாள். மகன்கள் நிச்சயமாக ஷியாக்களாக இருக்க வேண்டும்." நான் தலை ஆட்டினேன். அவன் எழுந்து புத்தக அலமாரிக்குப் போனான். அவனுடைய நீண்ட கைகள், ஓர் அறிவார்ந்த குரங்கின் கைகள், ஒரு புழுதி படிந்த புத்தகத்தை வெளியே எடுத்தது. அட்டையைப் பார்த்தேன். தலைப்பு இப்படி இருந்தது: 'செல்யுக்குகள் குடும்பத்தின் கதை.' அவன் புத்தகத்தைத் திறந்தான். "இதோ, இங்கே இருக்கிறது," என்றான். "பக்கம் 207." பிறகு அவன் உரக்கப் படித்தான்: "ஹிஜ்ரா 637இல் சுல்தான் அலாவுதீன் கெய்குபாத் கபாடியா கோட்டையில் இறந்தார். ஜியாசுதீன் கெய்சோஸ்ரோவ், செல்யுக் அரியணையில் ஏறினார். மேலும் அவர் ஜார்ஜிய இளவரசரின் மகளைத் திருமணம் செய்து கொண்டார். இந்தக் கிறிஸ்துவ ஜார்ஜியள்மீது அவர் கொண்டிருந்த அன்பு எவ்வளவு உயர்ந்தது என்றால், தனது சாம்ராஜ்யத்தின் நாணயங்களில் தன் உருவத்துக்குப் பக்கத்தில் அவளுடைய உருவமும் இருக்க வேண்டும் என்று கட்டளை யிட்டார். பிறகு ஞானிகளும் பக்திமான்களும் அவரிடம் வந்து சொன்னார்கள்: 'இறைவனின் சட்டங்களுக்கு எதிராகச் செல்வது சுல்தானுக்கு உகந்தது அல்ல. இந்தத் திட்டம் ஒரு பாவச்செயல்.' அந்த வல்லவர் கோபம் பொங்கச் சொன்னார்: 'இறைவன் என்னை உங்களுக்கு மேலாக வைத்துள்ளார். கீழ்ப்படிவது உங்களின் விதி.' பிறகு ஞானிகளும், பக்திமான் களும் திரும்பிப் போனார்கள். சோகமாக இருந்தார்கள். ஆனால் இறைவன் சுல்தானுக்கு உள்ளொளி தந்தார். சுல்தான் ஞானிகளையும் பக்திமான்களையும் திரும்ப அழைத்து இவ்வாறு சொன்னார்: 'நான் என் மீது விதிக்கப்பட்டுள்ள

இறைவனின் புனிதச் சட்டங்களுக்கு எதிராக நடக்க மாட்டேன். ஆகவே இவ்வாறு இருக்கட்டும்: நீண்ட பிடரியும் வலது பாதத்தில் வாளும் கொண்ட சிங்கம் – அது நான். என் தலைக்கு மேலே உதிக்கும் சூரியன் – அது நான் நேசிப்பவள். அதுவே சட்டமாகட்டும்.' அன்றிலிருந்து, சிங்கமும் சூரியனும் பாரசீகத்தின் அடையாளங்களாக இருக்கின்றன. ஆனாலும் அறிந்தவர்கள் சொல்கிறார்கள்: ஜார்ஜியப் பெண்களைவிட அழகான பெண்கள் யாரும் இல்லை." முஸ்தபா புத்தகத்தை மூடிவிட்டுச் சிரித்தான். "இதுதான் – அப்போது கெய்சோஸ்ரோவ் செய்ததை நீ செய்கிறாய். அதற்கு எதிராக எந்தச் சட்டமும் இல்லை. ஜார்ஜிய பெண்கள், நபிகள் நாயகம் தம்மைப் பின்பற்றுபவர்களுக்கு வாக்களித்த கொள்ளையின் ஒரு பகுதி: 'செல்லுங்கள், சென்று, அவர்களை எடுத்துக்கொள்ளுங்கள்.' இவ்வாறு புத்தகத்தில் எழுதப்பட்டிருக்கிறது." அவனது சோர்ந்த முகம், திடீரென ஒளி பெற்றது. அந்தப் பொல்லாத சிறிய கண்கள் பிரகாசித்தன. அவன் இருபதாம் நூற்றாண்டின் மன உறுத்தல்களைப் புனித நூலின் வார்த்தைகளால் கலைந்துபோகச் செய்வதில் மகிழ்ந்தான். காபிர்கள் உண்மை யான முன்னேற்றம் எங்கே இருக்கிறது என்பதைப் பார்க்கட்டும். நான் அவனைத் தழுவி முத்தமிட்டேன். பிறகு வீட்டிற்குப் போனேன். இருண்ட சந்துகளில் என்னுடைய அடிகள் உறுதி யாகவும் வலுவாகவும் இருந்தன. புனித நூலும், பழைய சுல்தானும், ஞானி முஸ்தபாவும் என் பக்கத்தில் இருந்தார்கள்.

12

பாலைவனம் ஒரு மர்மமான, புரிந்து கொள்ள முடியாத உலகத்திற்கான நுழைவாயில். புழுதியும் கற்களும் எனது குதிரையின் கால்களுக்குக் கீழே சுழல்கின்றன. என்னுடைய டெரெக் கோசாக் ராணுவ சேணம் இதமானது, மென் இறகால் நிரப்பப்பட்ட மாதிரி. அதில் போர்வீரர் தூங்கலாம், எழுந்து நிற்கலாம், படுத்துக்கொள்ளலாம். அவரது அடிப்படை தேவைகள் எல்லாமே அந்தச் சேணத்தின் பையில் இருக்கின்றன: ஒரு ரொட்டி, ஒரு வோட்கா பாட்டில், கபார்டின் கிராமத்திலிருந்து கொள்ளையடிக்கப்பட்ட ஒரு பை தங்க நாணயங்கள். எனது சேணத்தின் பைகள் காலியாக இருக்கின்றன. குமுறிக் கொந்தளிக்கும் பாலைவனக் காற்றில் நான் விரைந்து கொண்டிருக்கிறேன், முடிவற்ற சாம்பல் மணலில் ஒன்றுமேயில்லாமல். என் தோளிலிருந்து கருப்பு புர்கா தொங்குகிறது. கருப்பு ஒட்டுக்கம்பளி கபார்டின் நீளுடை என்னை வெப்பத்திலிருந்தும் குளிரிலிருந்தும் பாதுகாக்கிறது. கொள்ளையர்களும் சவாரி செய்பவர்களும் கொள்ளையடிக்கவோ சவாரி செய்யவோ இந்த ஆடையைக் கண்டுபிடித்திருக்கிறார்கள். சூரியனின் கதிர்களோ மழைத் துளிகளோ இதை ஊடுருவ முடியாது. இதை எளிதில் ஒரு கூடாரமாக மாற்றிவிட முடியும். துணிச்சலான கொள்ளையில் கிடைக்கும் லாபம் அத்தனையையும் இந்தப் புர்காவின் கருப்பு மடிப்புகளில் மறைக்க முடியும். கூண்டில் இருக்கும் கிளிகள்போல, கடத்தப்பட்ட பெண்கள் சிறைபிடித்தவர்களின் பின்னால் அகலமான ஒட்டுக்கம்பளி நீளுடையின் பாதுகாப்பில் வளைந்து உட்கார்ந்திருக்கிறார்கள்.

நான் சாம்பல் ஓநாய் வாயிலுக்குச் செல்கிறேன். வரலாற்றுக்கு முந்தைய டைட்டன்கள் பாக்கூவுக்கு அருகிலுள்ள பாலைவனத்தின் நடுவில் மணற் பெருங்கடலில் வெயில் மழை இந்தச் சாம்பல்

பாறைகள் இரண்டையும் நட்டார்கள். துருக்கியர்களின் மூதாதையரான சாம்பல் ஓநாய், ஒரு காலத்தில் ஒஸ்மானிய பழங்குடியினரை இந்த வலுவான குறுகிய வாயில் வழியாக அனடோலியாவின் பச்சை சமவெளிக்கு வழிநடத்தியது என்று ஒரு பழைய புராணக்கதை சொல்கிறது. முழு நிலவின் இரவுகளில் நரிகளும் பாலைவன ஓநாய்களும் பாறைகளில் கூடி, நாய்கள் பிணத்தைப் பார்த்து ஊளையிடுவது போல ஊளையிடும். அவற்றுக்கு மரணத்தின் வாசனையை முகரும் பிரபஞ்ச உணர்வு உண்டு. நிலவு ஒரு பிணம் என்று அவை உணர்கின்றன. ஒரு மனிதன் இறக்கும் நேரத்தில் அவனது வீட்டில் இருக்கும் நாய்கள் ஊளையிட ஆரம்பிக்கின்றன. மனிதன் உயிருடன் இருக்கும்போதே மரணத்தின் வாசனையை அவற்றால் உணர முடியும். அவை பாலைவன ஓநாய்களுக்கு உறவு. ரஷ்ய குடிமக்களாகிய நாங்கள் காக்கேசியாவுக்கு அன்வர் பெய் வழிநடத்திச்செல்லும் ஓநாய்களுக்கு உறவு என்பதைப் போல. நான் பெரிய பாலைவனத்தின் வெறுமையில் சவாரி செய்கிறேன், என் பக்கத்தில் அப்பா. அவர் சேணத்தில் இருக்கும்போது, அவரும் அவருடைய குதிரையும் ஒன்றாகி விட்டது போல இருக்கிறது. மனித உடலும் குதிரை உடம்பும் கொண்ட புராண உருவமான 'சென்டார்'போல. "ஸபர் கான்," என் குரல் கரகரப்பாக இருக்கிறது. நான் எப்போதாவதுதான் என் அப்பாவைப் பெயரிட்டு அழைப்பேன். "ஸபர் கான், நான் உங்களிடம் பேச வேண்டும்."

"சவாரி செய்யும்போது பேசு மகனே. குதிரையும் சவாரி செய்பவனும் ஒன்றாகும்போது பேசுவது எளிதாக இருக்கும்." அப்பா என்னைப் பார்த்துச் சிரிக்கிறாரா? என் சாட்டை குதிரையின் பக்கவாட்டில் உரசிக் கொண்டிருக்கிறது. என் தந்தை புருவங்களை உயர்த்துகிறார். தன் தொடைகளின் சிறிய அசைவில், அவர் மறுபடியும் எனக்கு ஈடாக வந்துவிட்டார்.

"என்ன, மகனே?" அவன் குரல் என்னை ஏளனம் செய்வது போல் இருக்கிறது.

"நான் திருமணம் செய்துகொள்ள விரும்புகிறேன், ஸபர் கான்."

ஒரு நீண்ட மௌனம். காற்று, விசில் அடிக்கிறது. எங்கள் குதிரைகளின் குளம்புகளின் அடியில் கற்கள் சுழல்கின்றன. கடைசியாக அவரது பதில்: "உனக்காக நான் சோலை சூழந்த பங்களாவைக் கட்டுவேன். கடற்கரைப் பகுதியில் எனக்கு ஒரு இடம் தெரியும். அங்கே ஒரு லாயம் இருக்கும் என்று நினைக்கிறேன். கோடைக் காலத்தில் உங்களால் மர்தக்கானில்

தங்க முடியும். நம் மூதாதையர்களின் நினைவாக உன் முதல் மகனுக்கு இப்ராஹிம் என்று பெயர் வை. உனக்கு வேண்டு மென்றால், நான் ஒரு மோட்டார் கார் தருகிறேன். ஆனால் உண்மையில் ஒரு கார் வைத்திருப்பது அர்த்தமில்லாதது. அவை ஓட நம்மிடம் சாலைகள் இல்லை. அதைவிட, குதிரைகள் நிறைந்த லாயம் நல்லது."

மீண்டும் மௌனம். சாம்பல் ஓநாய் வாயில் எங்களுக்குப் பின்னால் இருக்கிறது. நாங்கள் கடல் பக்கமாக, பைலோவ் புறநகர் நோக்கி சவாரி செய்கிறோம். அப்பாவின் குரல் வெகு தூரத்திலிருந்து ஒலிக்கிறது. "நான் போய் உனக்காக ஒரு அழகான மனைவியைக் கண்டுபிடிக்கட்டுமா, அல்லது நீயாகவே ஒருத்தியைத் தேடிக் கொண்டுவிட்டாயா? இப்போதெல்லாம் இளையவர்கள் தங்களுக்கான பெண்களை அவர்களே தேர்ந்தெடுத்துக்கொள்ளுவது அடிக்கடி நடக்கிறது."

"நான் நினோ கிபியானியைத் திருமணம் செய்துகொள்ள விரும்புகிறேன்."

என் அப்பாவின் முகத்தில் சலனமில்லை. அவருடைய வலது கை குதிரையின் பிடரி முடியை வருடுகிறது. "நினோ கிபியானி," என்கிறார் அவர். "அவளுக்கு இடுப்பு ரொம்பக் குறுகல். ஆனால் எல்லா ஜார்ஜியர்களும் இப்படித்தான் படைக்கப்பட்டிருக்கிறார்கள் என்று நினைக்கிறேன். ஆனாலும் அவர்கள் ஆரோக்கியமான குழந்தைகளைப் பெற்றெடுக்கிறார்கள்."

"அப்பா!" நான் ஏன் வெறுப்பாக உணர்ந்தேன் என்று எனக்குத் தெரியவில்லை, ஆனால் நான் அப்படித்தான் உணர்ந்தேன். அவர் என்னைப் பக்கவாட்டில் பார்த்துப் புன்னகைக்கிறார்.

"நீ இன்னும் சின்னவன், அலி கான். ஒரு பெண்ணின் இடுப்பு அவளுடைய மொழி அறிவைவிட முக்கியமானது." அவர் வேண்டுமென்றே சாதாரணமாக இருந்தார்: "எப்போது திருமணம் செய்துகொள்ள விரும்புகிறீர்கள்?"

"இலையுதிர் காலத்தில், நினோ பள்ளியை முடித்ததும்."

"ரொம்ப நல்லது. அப்போது அடுத்த மே மாதம் குழந்தை பிறக்கும். மே ஓர் அதிர்ஷ்ட மாதம்."

"அப்பா!" மீண்டும் எனக்கே புரியாத ஆத்திரம் மேலிட்டது. அப்பா என்னை முட்டாளாக்குவதாக உணர்கிறேன். நான் நினோவை அவளது இடுப்புக்காகவோ மொழி அறிவுக்காகவோ திருமணம் செய்துகொள்ளவில்லை – நான் அவளை நேசிக்கிறேன்

அலியும் நினோவும்

என்பதற்காக திருமணம் செய்துகொள்கிறேன். என் அப்பா புன்னகைக்கிறார். பிறகு அவர் தனது குதிரையை நிறுத்திவிட்டுச் சொல்கிறார்: "பாலைவனம் அகலமாகவும் காலியாகவும் இருக்கிறது. எந்த மலையில் காலை உணவு சாப்பிடுகிறோம் என்பது முக்கியமில்லை. எனக்குப் பசிக்கிறது. இங்கேயே ஓய்வெடுப்போம்." நாங்கள் எங்கள் குதிரைகளிலிருந்து இறங்குகிறோம். அப்பா அவருடைய சேணத்திலிருந்து ஒரு ரொட்டியையும் கொஞ்சம் ஆட்டுப் பாலாடையையும் எடுத்து, அதில் பாதியை எனக்குக் கொடுக்கிறார். ஆனால் எனக்குப் பசி இல்லை. நாங்கள் மணலில் கிடக்கிறோம், அவர் சாப்பிட்டபடியே தூரத்தே பார்க்கிறார். பிறகு அவருடைய முகம் தீவிரமாகிறது. அவர் எழுந்து கால்களைச் சம்மணமிட்டு ஒரு துப்பாக்கியில் மருந்தடைக்கும் குச்சியைப் போல நேராக நிமிர்ந்து கால்களை மடக்கி உட்காருகிறார். அவர் சொல்கிறார்: "நீங்கள் திருமணம் செய்துகொள்வது மிகவும் நல்லது. நான் மூன்று முறை திருமணம் செய்துகொண்டேன். ஆனால் பெண்கள் இலையுதிர்கால ஈக்கள் போலச் செத்துப்போனார்கள். இப்போது, உனக்குத் தெரியும், நான் திருமணம் செய்துகொள்ளவே இல்லை. ஆனால் நீ திருமணம் செய்துகொள்ளும்போது, நானும் திருமணம் செய்து கொள்ளக் கூடும். உன் நினோ ஒரு கிறிஸ்துவப் பெண். நம் வீட்டுக்குள் வெளிநாட்டு நம்பிக்கையைக் கொண்டு வர அனுமதிக்காதே. பெண் ஒரு உடையக்கூடிய பாத்திரம். இதைத் தெரிந்துகொள்வது முக்கியம். அவள் கர்ப்பமாக இருக்கும்போது அவளை அடிக்காதே. ஆனால் மறக்க வேண்டாம்: நீ எஜமான், அவள் உனது நிழலில் வாழ்கிறாள். முஸ்லீம் ஆணிற்கு ஒரே நேரத்தில் நான்கு மனைவிகள் அனுமதிக்கப்படுவது உனக்குத் தெரியும். ஆனால் ஒரே ஒருத்தியோடு திருப்தியடைவது உனக்கு நல்லது. நினோவுக்குக் குழந்தைகள் இல்லை என்றால் தவிர. துரோகம் செய்யாதே. உன் மனைவி உனது ஒவ்வொரு துளி விந்துவுக்கும் உரிமை உள்ளவள். தகாத உறவு கொள்பவர்களுக்கு நித்திய சாபம் காத்திருக்கிறது. அவளிடம் பொறுமையாக இரு. பெண்கள் குழந்தைகளைப் போன்றவர்கள், ஆனால் குழந்தைகளைவிட மிகவும் தந்திரமும் தீமையும் வாய்ந்தவர்கள். இதையும் தெரிந்துகொள்வது முக்கியம். நீ விரும்பினால் அவளைப் பரிசுகளால் போர்த்து. பட்டும் நகையும் கொடு. ஆனால் உனக்கு எப்போதாவது அறிவுரை தேவைப்பட்டால், அவள் உனக்கு அதை அளித்தால் அதற்கு நேர்மாறாகச் செய். இதுதான் தெரிந்துகொள்ள வேண்டிய மிக முக்கியமான விஷயம்."

"ஆனால் அப்பா, நான் அவளை நேசிக்கிறேன்."

அவர் தலையை ஆட்டினார். "பொதுவாகச் சொன்னால், ஒரு பெண்ணை நேசிப்பது நல்ல விஷயம் அல்ல. ஒரு மனிதன் தனது பிறந்த நாட்டை நேசிக்கிறான், அல்லது போரை. சில ஆண்கள் அழகான தரைவிரிப்புகளை நேசிக்கிறார்கள், அல்லது ஆயுதங்களை. ஆனால் – இப்படியும் நடக்கும், ஒரு மனிதன் ஒரு பெண்ணை நேசிப்பது. உனக்கு லைலா மஜ்னு காதல் பற்றிய எல்லாப் பாடல்களும் தெரியும். அல்லது ஹஃபிஸின் காதல் பற்றிய கஸல் பாடல்கள். ஹஃபிஸ் அவரது வாழ்நாள் முழுவதும் காதலைப் பற்றியே பாடினார். ஆனால் சில பெரியவர்கள் கூறுகிறார்கள்: அவரது வாழ்நாளில் "ஹஃபிஸ் தனது வாழ்நாளில் ஒரு பெண்ணுடன்கூட படுத்ததே இல்லை." மஜ்னு ஒரு வெற்று பித்துக்குளி தான். என்னை நம்பு: ஆண் பெண்ணைக் கவனித்துக்கொள்ள வேண்டும், ஆனால் அவள்தான் அவனை நேசிக்க வேண்டும். அதுவே இறைவனின் விருப்பம்." நான் அமைதியாக இருந்தேன். அப்பாவும் ஒரு வார்த்தையும் சொல்லவில்லை. ஒருவேளை அவர் சொன்னது சரியாக இருக்கலாம்! ஒரு மனிதனுக்கு இந்த உலகில் காதல் அதிமுக்கியமான விஷயம் இல்லை. நான் இன்னும் அவருடைய ஞானத்தின் உயரத்தை எட்டவில்லை என்பதுதான். திடீரென்று அப்பா சிரித்துவிட்டு உரக்கச் சொன்னார்: "சரி, நாளைக்கு நான் இளவரசர் கிபியானியிடம் போய் அவருடன் பேசுகிறேன். அல்லது இன்றைய இளைஞர்கள் அவர்களே முன்மொழிகிறார்களா?"

"கிபியானிகளிடம் நானே பேசுகிறேன்," என்று சட்டென்று சொன்னேன்.

நாங்கள் மீண்டும் குதிரைகளில் ஏறி பெய்லோவுக்குப் போனோம். விரைவில் நாங்கள் பிபி – ஹைபத்தின் எண்ணெய் ராட்டினங்களைப் பார்த்தோம். கருப்பு சாரக்கட்டு ஒரு தீய கருமையான மரம் போல் இருந்தது. எண்ணெய் வாசனை காற்றை நிரப்பியது. தொழிலாளர்கள் கைகளிலிருந்து எண்ணெய் சொட்ட, எண்ணெய்க் குழிகளிலிருந்து பிசுக்கு நிலத்தில் எண்ணெய் அகலமான ஓடையாய் பாய்ந்த இடத்துக்கு அருகில் நின்றார்கள். நாங்கள் பெய்லோவ் சிறைச்சாலையைக் கடந்தபோது திடீரென்று துப்பாக்கிச் சுடும் சத்தம் கேட்டது. "அது மரண தண்டனையா?" என்று கேட்டேன். இல்லை, இந்த முறை அது மரண தண்டனை இல்லை. இந்தச் சத்தம் பெய்லோவ் காவல்படையின் குடியிருப்புப் பகுதியிலிருந்து வந்தது. அங்கே அவர்கள் போர்க்கலையைப் பயில்கிறார்கள்.

"உன் நண்பர்களைப் பார்க்க வேண்டுமா?" என்றார் அப்பா. நான் தலையசைத்தேன். இலியாஸும் ஹைதரும் தங்கள்

குழுக்களுடன் பயிற்சி செய்துகொண்டிருந்த பெரிய அணிவகுப்பு மைதானத்திற்குள் போனோம். அவர்கள் முகத்தில் வியர்வை வழிந்தது.

"லெஃப்ட் – ரைட் – லெஃப்ட் – ரைட்!"

ஹைதரின் முகம் மிகவும் தீவிரமாக இருந்தது. இலியாஸ் தன்னுடையதல்லாத இன்னொரு மனத்தால் இயக்கப்படும் உடையக்கூடிய நுட்பமான பொம்மலாட்டப் பொம்மைபோல இருந்தான். இரண்டு பேரும் எங்களிடம் வந்து வணக்கம் செலுத்தினார்கள். "ராணுவம் பிடித்திருக்கிறதா?" என்றேன். இலியாஸ் அமைதியாக இருந்தான். ஹைதர் கருமையாகத் தெரிந்தான். "எப்படியானாலும் பள்ளியைவிடப் பரவாயில்லை," என்று முணுமுணுத்தான்.

"நாங்கள் புது தளபதியைப் பெறப்போகிறோம். ஷுஷாவிலிருந்து கோமான் மெலிகோவ்!" என்றான் இலியாஸ்.

"மெலிகோவ்? எனக்கு அவரைத் தெரியும். அவர்தானே செம்பொன் நிறக் குதிரை வைத்திருப்பவர்?"

"அவரேதான். ஏற்கெனவே காவல்படை குடியிருப்பு முழுக்க இந்தக் குதிரையைப் பற்றிய கதைகள் நிரம்பியிருக்கின்றன."

நாங்கள் அமைதியாக இருந்தோம். அணிவகுப்பு மைதானத்தில் அடர்ந்த புழுதி படிந்திருந்தது. இலியாஸ் கண்களில் பொறாமை பொங்க, கனவுபோல வாயில் கதவைப் பார்த்தான். என் அப்பா அவனது தோளில் தட்டினார்: "அலி கானின் சுதந்திரத்தைப் பார்த்துப் பொறாமைப்படாதே. அவன் விரைவில் அதை விட்டுக்கொடுத்துவிடப் போகிறான்."

"ஆமாம், ஆனால் அவன் அதை நினோவுக்குக் கொடுக்கிறான்."

ஹைதர் கேள்வியுடன் தலையை உயர்த்தினான். "ஓ! ஓ!" என்றான். "நேரமும் சரியானதுதான்."

அவன் கணவனாகிப் பல காலம் ஆகிவிட்டது. அவனது மனைவி முகத்திரை போட்டிருப்பாள். இலியாஸுக்கோ எனக்கோ அவளது பெயர்கூடத் தெரியாது. அவன் அவனது தாழ்ந்த புருவம் சுருங்க அனுசரணையுடன் பார்த்துச் சொன்னான்: "இப்போது நீ வாழ்க்கை என்றால் உண்மையில் என்ன என்று தெரிந்துகொள்வாய்." அது, அவனிடமிருந்து வந்தது, மிகவும் முட்டாள்தனமாக ஒலித்தது. ஹைதரும் அவனது முகத்திரை போட்ட மனைவியும் வாழ்க்கையைப்

பற்றி என்ன தெரிந்து கொண்டிருக்க இயலும்? நான் இரண்டு நண்பர்களிடமும் கைகுலுக்கினேன். பிறகு நாங்கள் கிளம்பினோம்.

வீட்டுக்கு வந்ததும் திவானில் படுத்தேன். ஆசிய அறை எப்போதும் குளிராக இருக்கும். கிணற்றில் தண்ணீர் ஓடி நிரம்புவதுபோல இரவில் குளுமை நிரம்பும். பகலில் வெளியிலிலிருந்து உள்ளே வந்தால் குளிர்ந்த குளியல் தொட்டிக்குள் இறங்கினதுபோல இருக்கும். திடீரென்று தொலைப்பேசி அடித்தது. நினோவின் குரல் புகார் செய்தது: "அலி கான், நான் வெய்யிலாலும் கணக்காலும் செத்துக்கொண்டிருக்கிறேன். வந்து எனக்கு உதவு!"

பத்து நிமிடம் கழித்து நினோ தன் மெல்லிய கைகளை எனக்கு நீட்டினாள். அவளுடைய மென்மையான விரல்களில் மைக் கறை. நான் அந்தக் கறைகளை முத்தமிடுகிறேன். "நினோ, நான் என் அப்பாவிடம் பேசினேன். அவர் சம்மதிக்கிறார்." நினோ நடுங்கிச் சிரிக்கிறாள். வெட்கத்துடன் அறையைச் சுற்றிப் பார்த்து கன்னம் சிவக்கிறாள். அவள் எனக்கு மிக அருகில் நிற்கிறாள். நான் அவளது விரிந்த கண் பாவைகளைப் பார்க்கிறேன். அவள் கிசுகிசுக்கிறாள்: "அலி கான், எனக்குப் பயமாக இருக்கிறது. எனக்கு மிகவும் பயமாக இருக்கிறது."

"பரீட்சையாலா, நினோ?"

'இல்லை.' அவள் திரும்பி கடலைப் பார்க்கிறாள். அவள் கைகளால் முடியைக் கோதிக்கொள்கிறாள். பிறகு சொல்கிறாள்: "அலி கான், X நகரத்திலிருந்து ஒரு ரயில் Y நகரத்துக்கு, மணிக்கு 50 மைல் வேகத்தில் செல்கிறது..." என் இனியவளே! நான் அவளுடைய பள்ளி புத்தகங்கள் மீது கவிகிறேன்.

அலியும் நினோவும்

13

கடலிலிருந்து அடர்ந்த மூடுபனி உருண்டு, நகரத்தை நிரப்பியது. தெரு முனைகளில் விளக்குகள் இருட்டாகப் புகைந்தன. நான் கடற்கரை வழியாக ஓடிக்கொண்டிருந்தேன். எனக்கு முன்னே முகங்கள் தோன்றி மறைந்துகொண்டிருந்தன, சட்டை செய்யாத அல்லது பயந்துபோன முகங்கள். நான் சாலையின் குறுக்கே போடப்பட்டிருந்த ஒரு பலகையில் கால் தடுமாறி, குந்திய வாக்கில் இருந்த ஒரு துறைமுகத் தொழிலாளியின் மேலே விழுந்தேன். அவருடைய கண்கள் திரைபோட்டதுபோல நெடுந்தொலைவில் குத்திட்டிருந்தன. அவர் கஞ்சாவை மென்றுகொண்டு கட்டற்ற காட்சிகளைக் கண்டுகொண்டிருந்தார். நான் அவரது முதுகில் முஷ்டியால் குத்திவிட்டுத் தொடர்ந்து ஓடினேன். துறைமுகத்திற்கு அருகில் இருக்கும் சிறிய வீடுகளின் ஜன்னல்கள் என்னைப் பார்த்து கண் சிமிட்டின. நான் கீழே கிடந்த கண்ணாடி மேல் கால் வைத்தேன். அது உடைவதைக் கேட்டேன். பயத்தில் கோணியிருந்த ஒரு பாரசீக முகத்தைப் பார்த்தேன். திடீரென்று என் முன்னே ஒரு வயிறு தோன்றியது. மனித உடலின் பருமனின் காட்சி எனக்குக் கோபமூட்டியது. நான் என் முழு பலத்துடன் என் தலையை அதில் முட்டினேன். அது மென்மையாகவும் கொழுத்தும் இருந்தது. ஒரு குரல் நல்லியல்புடன் சொன்னது: "இனிய மாலை வணக்கம், அலி கான்." நான் தலையை உயர்த்தினேன். மாலிக் நாச்சராரியன் முகத்தில் புன்னகையுடன் என்னைப் பார்த்துக் கொண்டிருந்ததைக் கண்டேன். "நாசமாகப் போக!" நான் கத்தினேன். தொடர்ந்து ஓட இருந்தபோது, அவன் என்னைப் பிடித்துக்கொண்டான்:

"நீ நிலைகுலைந்திருக்கிறாய், என் நண்பனே. நீ என்னுடன் இருப்பது நல்லது." அவன் குரல் நட்பாக

ஒலித்தது. திடீரென்று நான் மிகவும் சோர்வடைந்தேன். நான் அப்படியே நின்றேன், களைத்துப்போய், வியர்வை சொட்டச் சொட்ட. "ஃபிலிபோயான்ஸுக்குப் போவோம்" என்றான். நான் தலையசைத்தேன். எனக்கு எல்லாமே ஒன்றுதான்.

அவன் என் கையைப் பிடித்து பர்யாடின்ஸ்கி தெரு வழியாகப் பெரிய காபிக் கடைக்கு அழைத்துப்போனான். நாங்கள் ஆழமான நாற்காலிகளில் மூழ்கியதும் அவன் புரிந்துகொண்டவனாக சொன்னான்: "தறிகெட்ட தனம். காக்கேசியத்தின் தறிகெட்ட தனம். பெரும்பாலும் இந்த ஒடுக்கும் வெப்பம். இல்லை வேறு ஏதாவது சிறப்புக் காரணம் உண்டா, அலி கான், உன்னை ஆவேசத்துடன் ஓட வைத்தது?" நான் மிருதுவான நாற்காலிகளும் சிவப்புப் பட்டால் போர்த்தப்பட்ட சுவர்களும் கொண்ட காபிக் கடையின் உள்ளே உட்கார்ந்து, சூடான தேநீரைப் பருகியபடி மாலிக்கிடம் முழுக் கதையையும் சொன்னேன்: எப்படி நான் முதிய கிபியானிகளிடம் தொலைப்பேசியில் பேசினேன், எப்படி நான் இன்று அவர்களின் வீட்டுக்கு வர விரும்புகிறேன் என்று சொன்னேன், எப்படி நினோ வீட்டிலிருந்து மெதுவாகப் பயத்துடன் வெளியே வந்தாள், எப்படி நான் இளவரசியின் கைகளை முத்தமிட்டேன், எப்படி இளவரசரின் கைகளைக் குலுக்கினேன், எப்படி என் பண்டைய குடும்பத்தின் முன்னோர்களைப் பற்றியும் என் குடும்ப வருமானம் பற்றியும் பேசினேன், எப்படி இளவரசி நினோவைக் கரம்பிடிக்க விரும்புவதைச் சொன்னேன், மேலும் எப்படி இது அத்தனையை யும் ஜார் மன்னரே பொறாமைப்படும் அளவுக்குச் சுத்தமான ரஷ்ய மொழியில் சொன்னேன்.

"அப்புறம் என் நண்பா?" மாலிக் நிஜமாகவே மிகவும் ஆர்வத்துடன் இருப்பதாகத் தோன்றியது.

"அப்புறம்? இதைக் கேள்!" நான் இளவரசரின் சற்றே ஜியார்ஜியன் வழக்கில் ஒலிக்கும் குரலையும் அசைவுகளையும் போலவே செய்தேன்: "என் அன்பு மகனே, மதிப்பிற்குரிய கான். தயவுசெய்து என்னை நம்பு, என் குழந்தைக்கு இதைவிடச் சிறந்த ஒரு கணவரை என்னால் கற்பனை செய்துகூடப் பார்க்க முடியவில்லை. உன்னைப் போன்ற குணம் கொண்ட ஒரு ஆணால் தேர்ந்தெடுக்கப்படுவது ஒரு பெண்ணுக்கு எத்தனை மகிழ்ச்சி. ஆனால் நினோவின் வயதையும் பார்க்க வேண்டும், அவள் இன்னும் ஒரு பள்ளி மாணவி தானே? அத்தகைய குழந்தைக்குக் காதல் பற்றி என்ன தெரியும்? நிச்சயமாக நாம் இந்தியக் குழந்தை திருமண முறையைக் கடைப்பிடிக்கப் போவதில்லை. இது போக, இருக்கவே இருக்கிறது, மதம், வளர்ப்பு, வம்சாவளி

வேறுபாடுகள். நான் இதை உன்னுடைய நலனுக்காகவும் அவளுடைய நலனுக்காகவும்தான் சொல்கிறேன். உன்னுடைய தந்தையும் அப்படித்தான் நினைப்பார் என்று நான் உறுதியாக நம்புகிறேன். அப்புறம், இந்தக் காலம். இந்தப் பயங்கரமான போர். நம் எல்லோருக்கும் என்ன நடக்கப் போகிறது என்று இறைவனுக்குத்தான் தெரியும். நான் அவள் வழியில் குறுக்கிட விரும்பவில்லை. ஆனால் இப்போதைக்கு அதை அப்படியே விட்டுவிடுவோம். போர் முடியும்வரை விட்டுவிடுவோம். அப்போது நீங்கள் இருவரும் பெரியவர்களாக இருப்பீர்கள். இதைப்பற்றி நீ இன்றைக்கு உணர்வதைப் போல அப்போதும் உணர்ந்தால், நாம் இன்னொரு முறை பேசுவோம்."

"இப்போது நீ என்ன செய்யப் போகிறாய், கான் ?" என்றான் மாலிக்.

"நினோவைக் கடத்தி பாரசீகத்திற்கு அழைத்துச் செல்வது. என்னால் இதைக் கேட்டுக்கொண்டு சும்மா இருக்க முடியாது. ஒரு ஷிர்வான்ஷிருக்கு இல்லை என்று சொல்வதா! அவர் யாரென்று நினைத்துக்கொண்டிருக்கிறார்? நினைக்கிறார்? நான் அவமதிக்கப்பட்டதாக உணர்கிறேன், மாலிக். ஷிர்வான்ஷிர் குடும்பம் கிபியானிகளைவிட பழமையானது. அகா முகமது ஷாவின் கீழே நாங்கள் ஜார்ஜியா முழுவதையும் அழித்தோம். அப்போது எந்த கிபியானியும் தன் மகளை ஷிர்வான்ஷிருக்குக் கொடுப்பதில் மிகவும் மகிழ்ச்சி அடைந்திருப்பார். அவர் என்ன அர்த்தத்தில் சொல்கிறார், மதத்தின் வேறுபாடு என்று? இஸ்லாத்தை விடக் கிறிஸ்துவம் சிறந்ததா? மேலும் என் கௌரவம்? என் சொந்த அப்பாவே என்னைப் பார்த்துச் சிரிப்பார். ஒரு கிறிஸ்துவர் தன் மகளை எனக்கு மறுக்கிறார். முகமதியர்களான நாங்கள் பற்களை இழந்த ஓநாய்கள். நூறு ஆண்டுகளுக்கு முன்னால்..." கோபத்தில் எனக்குத் தொண்டை அடைத்து என் கொந்தளிப்பை நிறுத்தியது. ஒரு வகையில் நல்லதுதான் – நான் சொல்லாமல் விடுவது நல்லது என்கிற பல விஷயங்களைச் சொல்லிவிட்டிருந்தேன். மாலிக்கும் ஒரு கிறிஸ்துவன். அவன் அவமதிக்கப்பட்டதாக உணர முழு உரிமையும் இருந்தது. ஆனால் அவன் அவமதிக்கப்படவில்லை:

"உன் கோபம் எனக்குப் புரிகிறது. ஆனால் முடியாது என்று அவர் சொல்லவில்லை. நிச்சயமாகப் போர் முடிவடையும் வரை காத்திருப்பது அபத்தம். அவருடைய மகள் வளர்ந்து விட்டாள் என்பதை அவரால் உணர முடியாது. நான் அவளை கடத்துவதை எதிர்க்கவில்லை. இது விஷயங்களைத் தீர்ப்பதற்கான நன்கு நிறுவப்பட்ட பழைய நல்ல வழி, நம் நாட்டின் பாரம்பரியத்தில் ஒன்றியது. ஆனால் நிச்சயமாக இது வேறு

வழியில்லாதபோது பயன்படுத்த வேண்டிய கடைசி வழி. யாராவது அந்த இளவரசருக்கு இந்தத் திருமணத்தின் பண்பாட்டு அரசியல் முக்கியத்துவத்தை விளக்க வேண்டும். அப்போது அவர் மாறுவார் என்று நான் நிச்சயமாக நம்புகிறேன்."

"ஆனால் அதை யார் செய்வார்கள்?"

மாலிக் தன் அகன்ற உள்ளங்கையை மார்பில் தட்டி உரக்கச் சொன்னான்: "நான் செய்வேன். என்னை நம்பு, அலிகான்!"

நான் ஆச்சரியத்துடன் அவனைப் பார்த்தேன். இந்த ஆர்மீனியனின் மனதில் என்ன இருந்தது? இரண்டாவது முறையாக அவன் என் வாழ்க்கையில் குறுக்கிடுகிறான். ஒருவேளை துருக்கியர்கள் முன்னேறுவதைக் கண்டு முகமதியர்களிடம் நட்பாக இருக்க அவன் முயலலாம். அல்லது நிஜமாகவே காக்கேசிய மக்களின் கூட்டணியை உருவாக்க அவன் திட்டமிட்டு இருக்கலாம். எனக்கு அது பொருட்டு இல்லை. அவன் ஒரு கூட்டாளி என்பது கண்கூடு. நான் அவனுக்குக் கை கொடுத்தேன். அவன் அதை அவனுடைய கையில் வைத்துக்கொண்டான்: "என்னிடம் விட்டுவிடு. நான் நடப்பது என்ன என்பதை உனக்குத் தெரிவித்துக்கொண்டிருக்கிறேன். கடத்திக் கொண்டு போவதென்பது வேண்டாம். அது கடைசி வழி மட்டுமே."

நான் எழுந்தேன். இந்தப் பருத்த மனிதனை நம்பலாம் என்று உறுதியான உணர்வு எழுந்தது. நான் அவனைத் தழுவி விட்டு, காபி கடையை விட்டு வெளியேறினேன். நான் தெருவுக்கு வந்தபோது யாரோ என்னைத் தொடர்ந்தார்கள். நான் திரும்பி, என்னுடைய அப்பாவின் பழைய நண்பர் சுலைமான் அகாவைப் பார்த்தேன். அவர் உள்ளே இருந்திருக்கிறார். என் தோள்மீது அவருடைய கை கனமாக இருந்தது: "அவமானத்துக்குரிய செயல், ஒரு ஷிர்வான்ஷிர் ஓர் ஆர்மீனியனைத் தழுவுவது." நான் திணறினேன். ஆனால் அவர் அதற்குள் மூடுபனியில் மறைந்து விட்டார். நான் என் அப்பாவிடம் எதற்கு கிபியானிகளின் வீட்டுக்குப்போகிறேன் என்பதைச் சொல்லாமல் இருந்தது எவ்வளவு நல்ல விஷயம் என்று நினைத்தேன். நான் அவர்களிடம் இன்னும் பேசவில்லை என்றுதான் சொல்லுவேன். எங்கள் கதவின் சாவித்துவாரத்தில் சாவியை வைத்ததும் என் தலையைச் சிந்தனையுடன் ஆட்டினேன்: "இது மடத்தனம், ஆர்மீனியர்களுக்கு எதிரான இந்த வெறுப்பு."

அடுத்த சில வாரங்கள் முழுதும் என்னுடைய வாழ்க்கைத் தொலைப்பேசி கருப்புப் பெட்டியைச் சுற்றி இருந்தது. பெரிய வளைந்த கைப்பிடியுடன் இருக்கும் இந்த மோசமான வடிவம் திடீரென்று பெரும் முக்கியத்துவம் வாய்ந்த கருவியாக மாறி

விட்டது. நான் ஒவ்வொரு நாளும் வீட்டிலேயே உட்கார்ந்து இருந்தேன். என்னுடைய அப்பா ஏன் என்னுடைய முன்மொழிதலை இன்னும் சொல்லவில்லை என்று கேட்ட போது புரியாத ஏதோ ஒன்றை உறுமினேன். அவ்வப்போது அந்தக் கருப்பு அரக்கனின் மணி ஒலித்தபோது நான் கேட்கும் கருவியைக் காதுக்கு உயர்த்தினேன். நினோ போர்க்களத்தி லிருந்து செய்திகளை அறிவித்தாள்: "நீயா, அலி? கேள்: மாலிக் அம்மாவுடன் உட்கார்ந்திருக்கிறான். அவளுடைய தாத்தா இலிகோ சவ்சவாத்ஸேவின் கவிதைகளைப் பற்றி பேசிக்கொண் டிருக்கிறான்." கொஞ்ச நேரம் கழித்து: "அலி, நான் பேசுவது உனக்குக் கேட்கிறதா? ருஸ்தாவலியின், தமாரின் சகாப்தங்கள் பாரசீகக் கலாச்சாரத்தால் வலுவாகப் பாதிக்கப்பட்டன என்கிறான் மாலிக்."

பிறகு மீண்டும்: "அலி கான்! மாலிக் அப்பாவுடன் தேநீர் அருந்திக்கொண்டிருக்கிறார். அவன் சொன்னான்: 'இந்த ஊரின் மந்திரவித்தை அதன் இனங்களுக்கும் மக்களுக்கும் இடையிலான மாயப் பந்தத்தில் இருக்கிறது'. அரை மணிநேரம் கழித்து: "ஒரு முதலைக்குக் கண்ணீர் ஒழுகிப் பெருகுவதுபோல இவனுக்கு ஞானம் ஒழுகிப் பெருகுகிறது. அவன் சொல்கிறான்: 'காக்கேசிய பகுதியின் அமைதி, பாக்கூ எனும் பட்டறையில் காய்ச்சி அடித்து உருவாக்கப்பட்டது.' நான் சிரித்துவிட்டுத் தொலைப்பேசியைக் கீழே வைத்தேன்.

இப்படியே, இது தொடர்ந்தது, ஒவ்வொரு நாளும். மாலிக் கிபியானிகளுடன் சாப்பிட்டான், குடித்தான், உட்கார்ந்திருந்தான். அவர்களுடன் உல்லாசப்பயணம் போனான். அவர்களுக்கு ஆலோசனைகள் – சில நடைமுறைப்படி, சில மறைபொருளாக – கொடுத்தான். நான் இந்த ஆர்மீனியனின் கபட நாடகத்தை வியப்புடன் கவனித்துவந்தேன்: "நிலாதான் முதல் பணம் என்கிறான் மாலிக். தங்க நாணயங்களும் மக்கள்மீது அவற்றின் அதிகாரமும் காக்கேசியர்களின் ஈரானியர்கள் பண்டைய நிலவு வழிபாட்டின் விளைவாகும் என்கிறான். அலி கான், இந்த முட்டாள்தனத்தை இனியும் என்னால் தாங்க முடியாது. தோட்டத்திற்கு வா."

நாங்கள் பழைய கோட்டைச் சுவர் அருகில் சந்தித்தோம். அவள் விரைவாக அவசரமாக தன்னுடைய அம்மா எப்படி ஒரு காட்டு முஸ்லீமிடம் அவளுடைய வாழ்க்கையை நம்பி ஒப்படைக்க வேண்டாம் என்று மன்றாடிக் கேட்டுக்கொண்டாள் என்பதை என்னிடம் சொன்னாள். அவளுடைய அப்பா எப்படி, பாதி நகைச்சுவையாக, நான் கட்டாயம் அவளை அந்தப்புரத்தில் அடைப்பேன் என்று எச்சரித்ததை. எப்படிக் குட்டி நினோ

அதற்குச் சிரித்ததை. ஆனால் அதே நேரத்தில் அவளது பெற்றோர்களை எச்சரித்ததை: "நீங்கள் கொஞ்சம் காத்திருங்கள் – அவன் என்னைக் கடத்தக்கூடும். அப்புறம் என்ன செய்வீர்கள்?" நான் அவள் தலைமுடியைக் கோதினேன். என் நினோவை நான் அறிவேன். அவள் விரும்பியதைப் பெறுகிறாள், அவளுக்கே அது உண்மையில் என்ன என்று தெரிந்திருக்காவிட்டாலும். "இந்தப் போர் இன்னும் இருபது வருடங்களுக்குத் தொடரலாம்," அவள் குறைபட்டுக்கொண்டாள், "நாம் அவ்வளவு காலம் காத்திருக்க வேண்டும் என்று அவர்கள் எதிர்பார்ப்பது கொடுமை இல்லையா?"

"உனக்கு என் மீது அவ்வளவு காதலா, நினோ?"

அவள் உதடுகள் நடுங்கின. "நாம் ஒருவரையொருவர் சேர்ந்தவர்கள். என் பெற்றோர்கள் இதை மிகவும் சிக்கலாக்கு கிறார்கள். நான் விட்டுக்கொடுக்க வேண்டுமானால், இந்தக் கல்லைப் போல வயதாகி மழை வெயிலால் சிதைந்திருக்க வேண்டும். பிறகு அதற்குமேல்: நான் உன்னை உண்மையாகக் காதலிக்கிறேன். ஆனால் என்னைக் கடத்தினால் உனக்கு இன்னல்தான்." பிறகு அவள் அமைதியாக இருந்தாள், ஏனென்றால் உங்களால் ஒரே நேரத்தில் முத்தமிடவும் பேசவும் முடியாது. பிறகு அவள் ரகசியமாக வீட்டுக்குள் நுழைந்துவிட்டாள். மீண்டும் தொலைப்பேசி விளையாட்டுத் தொடங்கியது: "அலி கான், கலப்புத் திருமணங்களுக்கு ஆளுநர் முழு ஆதரவு தெரிவிப்பதாக டிபிலிசியில் இருக்கும் அவனது உறவினர் எழுதியிருப்பதாக மாலிக் சொல்கிறான். இதை, மேற்கத்திய கலாச்சாரத்தின் உடல்ரீதியான கிழக்கத்திய ஊடுருவல் என்று அழைக்கிறான் அவன். உனக்குப் புரிகிறதா இது?" இல்லை, எனக்குப் புரிய வில்லை. நான் முடிந்த அளவு குறைவாகப் பேசி வீட்டுக்குள்ளேயே கிடக்கிறேன். என் உறவுக்காரப் பெண் ஆயிஷா, நினோவின் வகுப்பில் படிப்பவள், என்னிடம் இதைச் சொல்வதற்காக வந்தாள்: நினோவுக்கு மூன்று நாட்களில் ஐந்து முறை மிகக் குறைந்த மதிப்பெண்கள் கொடுக்கப்பட்டன, அது என்னால் தான் என்று எல்லோரும் சொல்கிறார்கள். நான் நினோவின் எதிர்காலத்தை விட வீட்டுப்பாடம் பற்றி அதிகம் சிந்திக்க வேண்டும். எனக்கு வெட்கமாக இருந்தது. என் உறவுக்காரப் பெண்ணுடன் பகடை ஆட்டத்தை ஆடினேன். அவள் வென்றாள். பள்ளியில் நினோவுக்கு உதவுவதாகச் சத்தியம் செய்தாள். மீண்டும் தொலைப்பேசி ஒலித்தது: "நீ தானா? அவர்கள் மணிக்கணக்கில் அரசியலும் வணிகமும் பேசிக் கொண்டிருக்கிறார்கள். முகமதியர்கள் பாரசீகப் பண்ணைகளில் பணம் முதலீடு செய்யலாம் என்பதால் அவர்களைக் கண்டு

பொறாமையாக இருக்கிறது என்கிறான் மாலிக். ரஷ்யா என்ன ஆகும் என்று யாருக்குத் தெரியும்? ஒருவேளை எல்லாமே துண்டுத் துண்டாக உடையலாம். முகமதியர்கள் மட்டுமே பாரசீகத்தில் நிலம் வாங்கலாம். ஏற்கெனவே கில்ஜானின் பாதி ஷிர்வான்ஷிர் குடும்பத்துக்குச் சொந்தம் என்று அவனுக்குத் தெரியும். ரஷ்யாவில் எந்தக் கொந்தளிப்பு வந்தாலும் அதற்கு எதிரான சிறந்த காப்பீடு மற்ற நாடுகளில் பண்ணைகளை வைத்திருப்பதுதான். என் அம்மா அப்பாவுக்குப் பயங்கரமான தாக்கம். நாகரிகமான ஆன்மா கொண்ட சில முகமதியர்களும் இருக்கிறார்கள் என்கிறார் அம்மா."

இன்னும் இரண்டு நாட்கள் போனதும், ஆர்மீனிய சாதுரியப் போர் வெல்லப்பட்டது. நினோ தொலைப்பேசியில் அழுகையும் சிரிப்புமாக இருந்தாள். "'பெற்றோரின் ஆசீர்வாதம் நமக்குக் கிடைத்துவிட்டது. ஆமென்."

"ஆனால் இப்போது உன் அப்பா என்னை அழைக்க வேண்டும். அவர் என்னை அவமதித்துவிட்டார்" என்றேன்.

"அதை என்னிடம் விட்டுவிடு."

அது அப்படித்தான் நடந்தது. இளவரசரின் குரல் மென்மையாகவும் மிருதுவாகவும் இருந்தது: "நான் என் குழந்தையின் இதயத்தினுள்ளே பார்த்தேன். உனக்கான அவளுடைய உணர்வுகள் உண்மையானவை, புனிதமானவை. அவளது வழியின் குறுக்கே நிற்பது பாவக் காரியம். வா, அலி கான்."

நான் போனேன். இளவரசி அழுது என்னை முத்தமிட்டாள். இளவரசர் ஆணித்தரமாகத் திருமணத்தைப் பற்றிப் பேசினார். ஆனால் திருமணம் என்பது பரஸ்பர நம்பிக்கையையும் மரியாதையையும் உள்ளடக்கியது என்று ஒருபோதும் நினைக்காத என் அப்பா பேசிய விதத்திலிருந்து முற்றிலும் மாறுபட்ட விதத்தில். ஒரு ஆணும் மனைவியும் சொல்லாலும் செயலாலும் ஒருவருக்கொருவர் உதவ வேண்டும். மேலும் அவர்களுக்குச் சம உரிமைகள் உண்டு என்பதையும் அவர்களின் ஆன்மா அவர்களுக்கே சொந்தமானது என்பதையும் அவர்கள் ஒருபோதும் மறக்கக் கூடாது. நான் நினோவை முகத்திரை அணியச் செய்ய மாட்டேன் என்றும் அந்தப்புரத்தில் அடைக்க மாட்டேன் என்றும் உறுதி கொடுத்தேன். நினோ உள்ளே வந்தாள். நான் அவள் புருவத்தில் முத்தமிட்டேன். அவள் தனது தோள்களுக்கு நடுவே அவளது தலையை இறுக்கிக்கொண்டு, பாதுகாப்பு தேவைப்படும் சிறிய பறவைபோல இருந்தாள். "ஆனால் இது பகிரங்கப்படுத்தப்படக் கூடாது" என்றார் இளவரசர். "முதலில்

நினோ பள்ளிப் படிப்பை முடிக்க வேண்டும். நன்றாகப் படி, என் குழந்தையே. நீ தேர்வில் வெற்றிபெறாவிட்டால் இன்னும் ஒரு ஆண்டு காத்திருக்க வேண்டும்." நினோ பேனாவால் வரைந்ததைப் போலிருந்த தன்னுடைய புருவங்களை உயர்த்தினாள்:

"கவலைப்படாதீர்கள் அப்பா. பள்ளியிலும் திருமணத்திலும் தேர்ச்சி பெறுவேன். இரண்டிலும் அலி கான் எனக்கு உதவுவான்."

நான் வீட்டிலிருந்து வெளியே வரும்போது மாலிக் காரில் அமர்ந்து எனக்காகக் காத்திருந்தான். அவனுடைய துருத்திய கண்கள் என்னை நோக்கிச் சிமிட்டின. "மாலிக்," என்று நான் உரக்கச் சொன்னேன், "உனக்கு நான் ஒரு நல்ல குதிரை தரட்டுமா? அல்லது தாகெஸ்தானில் ஒரு கிராமம்? உனக்குப் பாரசீகப் பதக்கம் வேண்டுமா? அல்லது அன்சலேவில் ஆரஞ்சு தோட்டம்?" அவன் என் முதுகில் தட்டினான்.

"இதுவும் வேண்டாம் – அதுவும் வேண்டாம்," என்றான் அவன். "விதியை மாற்றியதில் மகிழ்ச்சி அடைகிறேன். அது போதும் எனக்கு."

நான் அவனை நன்றியுடன் பார்த்தேன். நாங்கள் நகரத்தை விட்டு எண்ணெய் நனைந்த பூமியைக் கருப்பு இயந்திரங்கள் சித்திரவதை செய்த பிபி – ஹைபத் விரிகுடாவிற்குப் போனோம். மாலிக் எனது விதியில் குறுக்கிட்டதைப் போல, நோபல் மாளிகை அந்த நிலப்பரப்பின் நித்திய வடிவங்களில் குறுக்கிட்டது. கடலின் பெரும் பகுதி வலுக்கட்டாயமாகக் கரையிலிருந்து தள்ளப்பட்டிருந்தது. இப்போது, புதிதாக வென்ற அந்த நிலம் கடலின் பகுதியாக இல்லை, ஆனால் இன்னும் கரையின் ஒரு பகுதியாகவும் இல்லை. ஆனால் நல்ல வியாபார மூளை உடைய யாரோ புதிதாக வென்ற நிலத்தில் எவ்வளவு தொலைவில் முடியுமோ அவ்வளவு தொலையில் ஒரு தேநீர்க் கடையைக் கட்டியிருந்தார். அங்கே நாங்கள் அமர்ந்து உலகின் மிகச் சிறந்த தேநீரான மதுவைப் போன்ற திடமான க்யாச்டா தேநீரைக் குடித்தோம். வாசமுள்ள திரவத்தால் குடிபோதையிலிருந்த மாலிக், காராபாக்மீது படையெடுக்கப்போகும் துருக்கியர்களைப் பற்றி, ஆசியா மைனரில் ஆர்மீனியர்கள் செய்த படுகொலைகளைப் பற்றி வெகுநேரம் பேசினான். நான் காதில் போட்டுக் கொள்ளவில்லை.

"பயப்படாதே," என்றேன், "துருக்கியர்கள் பாக்கூவுக்கு வந்தால், நான் உன்னை என் வீட்டில் மறைத்துவைப்பேன்."

"நான் பயப்படவில்லை" என்றான் மாலிக்.

நார்கின் தீவுக்குப் பின்னால் கடலுக்கு மேலே விண்மீன்கள் மின்னிக்கொண்டிருந்தன.

அமைதியான மௌனம் கரையில் மூழ்கியது. "கடலும் கரையும் ஆணும் பெண்ணும் போல, நித்தியப் போரில் ஒன்று பட்டவை." நான் அப்படிச் சொன்னேனா அல்லது அவன் சொன்னானா? எனக்குத் தெரியவில்லை. அவன் என்னை வீட்டிற்கு அழைத்துப்போனான். நான் என் அப்பாவிடம் சொன்னேன்: "கிபியானி, ஷிர்வான்ஷிர் குடும்பத்தினர் அவருடைய குடும்பத்துக்கு அளிக்கும் கௌரவத்துக்கு நன்றி தெரிவிக்கிறார். நினோ என் வருங்கால மனைவி. நாளைக்குப் போய் மற்ற ஏற்பாடுகளைச் செய்யுங்கள்." எனக்கு மிகுந்த சோர்வாகவும் மிகுந்த மகிழ்ச்சியாகவும் இருந்தது.

14

நாட்கள் வாரங்களாக, மாதங்களாக மாறின. உலகிலும் இந்த நாட்டிலும், என் வீட்டிலும் எவ்வளவோ விஷயங்கள் நடந்தன. ஆளுநர் தோட்டத்தில் மஞ்சள் இலைகள் இறந்து சோகம் நிறைந்து இருந்தன. அடிவானம் இலையுதிர் காலத்து மழையுடன் இருண்டிருந்தது. மெல்லிய பனிக்கட்டி கடலில் மிதந்து, பாறைக் கரையில் தூளாக்கப் பட்டது. ஒரு நாள் காலை தெருக்கள் வெண்மை யாகவும், முகத்திரைபோல் சன்னமாகவும் இருந்த பனியால் மூடப்பட்டிருந்தன, ஒரு குறுகிய கணத்துக்குக் குளிர்காலம் ஆட்சி செய்தது. பிறகு இரவுகள் மீண்டும் சிறுத்தன.

பாலைவனத்திலிருந்து ஒட்டகங்கள் நீண்ட சோகமான அடி வைத்து, அவற்றின் மஞ்சள் முடிகளில் மணல் ஒட்டியிருக்க, நித்தியத்தைப் பார்த்துவிட்டிருந்த கண்களால் வெகுதொலைவில் பார்வையைப் பதித்தபடி நகரத்துக்குள் வந்தன. அவை அவற்றினுடைய திமில்களில் துப்பாக்கிகளைச் சுமந்திருந்தன. துப்பாக்கிகளின் குழல்கள் அவற்றின் பக்கங்களில் கீழே தொங்கிக் கொண்டிருக்க, துப்பாக்கிகளையும் வெடிமருந்து களையும் கொண்ட பெட்டிகள்: பெரிய போர்களி லிருந்து அடித்த கொள்ளை. துருக்கியப் போர்க் கைதிகள் கந்தலும் காயங்களுமாய் அவர்களுடைய சாம்பல் நிறச் சீருடையில் நகரத்துக்குள் அணிவகுப்பாய் அழைத்துச்செல்லப்பட்டார்கள். அவர்கள் கடலுக்கு வந்தபோது, சிறிய நீராவிப் படகுகள் அவர்களை நார்கின் தீவுக்கு அழைத்துப் போயின. அங்கே அவர்கள் வயிற்றுப்போக்கால், பசியால், வீட்டைப் பிரிந்த சோகத்தால் செத்தார்கள். அவர்கள் தப்பித்தால், பாரசீகத்தின் உப்புப் பாலைவனங்களிலோ அல்லது காஸ்பியன் கடலின் கனமான தண்ணீரிலோ செத்தார்கள். வெகு தொலைவில் தொடங்கிய போர், திடீரென்று

எங்கள் அருகில் வந்துவிட்டிருந்தது. வீரர்கள் நிறைந்த ரயில்கள் வடக்கிலிருந்து வந்தன. காயமுற்றவர்கள் நிறைந்த ரயில்கள் மேற்கிலிருந்து வந்தன. ஜார் மன்னர் அவருடைய பெரியப்பாவைப் பதவி விலக்கினார். இப்போது அவரது கோடி வீரர்கள் கொண்ட இராணுவத்தை அவரே வழிநடத்துகிறார். அந்த பெரியப்பா இப்போது காக்கேசியாவை ஆட்சி செய்தார். அவருடைய பூதாகரமான இருண்ட நிழல் எங்கள் நாட்டின்மீது கனமாக விழுந்தது. பெருங்கோமான் நிகோலாய் நிக்கொலாய்விச்! அவரது நீண்ட எலும்புக் கை அனடோலியாவின் இதயத்துக்கு உள்ளே கூட எட்டியது. அவருடைய இதயத்தைத் தின்றுகொண்டிருந்த ஜார் மீதான அவரது ஆத்திரத்தில் உந்தப்பட்டு அவருடைய படைகள் காட்டுத்தனமாகத் தாக்கின. பனி மலைகள் மீதும் மணல் பாலைவனங்கள் நெடுகிலும் பெரும்கோமானின் கடுஞ்சினம் இடி முழக்கமிட்டது, த்ராப்சோனை நோக்கி, இஸ்தான்புல்லை நோக்கி. 'நெடும் நிக்கோலாய்' என்று மக்கள் அவரை அழைத்தார்கள். அவரது ஆன்மாவில் இருக்கும் காட்டு வெறியைப் பற்றியும், அவரது பொங்கி எழும் வீரர்களின் கோபத்தைப் பற்றியும் பயத்துடன் பேசினார்கள். எண்ணற்ற நாடுகள் போரில் இணைந்தன. இது ஒரு நீண்ட போர்முனையாக இருந்தது, ஆப்கானிஸ்தான் முதல் வட கடல் வரைக்கும். விஷ ஈக்கள் இறந்த மாவீரர்களின் சடலங்கள்மீது உட்கார்ந்திருப்பது போல நேச நாட்டு மன்னர்கள், நாடுகள் தளபதிகளின் பெயர்கள் செய்தித்தாள்களின் பக்கங்களை ஆக்கிரமித்தன.

மீண்டும் கோடைகாலம் வந்தது. கடுமையான வெப்பம் அழுத்திக்கொண்டிருந்தது. கருங்காரைத் தெருக்கள் எங்கள் காலடியில் உருகின. கிழக்கிலும் மேற்கிலும் வெற்றிகள் கொண்டாடப்பட்டன. நான் தேநீர்க் கடைகளில், காபி கடைகளில் நண்பர்களின் வீடுகளில், என் வீட்டில் அமர்ந்திருந்தேன். ஆர்மீனியன் மாலிக் நாச்சராரியனுடன் எனக்கிருந்த நட்பின் காரணமாகப் பலர் என்னைக் கண்டித்தார்கள். இலியாஸின் படைப்பிரிவு இன்னும் நகரத்தில் படைவீடு அமைத்துப் புழுதி நிறைந்த அணிவகுப்பு மைதானத்தில் போர் விதிகள் பயிற்சியில் ஈடுபட்டது. இசைநாடக அரங்கம், நாடக அரங்கம், திரையரங்கங்கள் போருக்கு முந்தையதைப் போலவே செயல் பட்டன. நிறைய நடந்திருந்தன, ஆனால் எதுவும் மாறவில்லை உலகத்தில், ஊரில், என் வீட்டில்.

ஞானச் சுமையால் பெருமூச்சு விட்டபடி நினோ என்னிடம் வந்தபோது, என் கை அவளது வழுவழுப்பான தோளைத் தொட்டது. அவளது கண்கள் ஆழத்தில் போயிருந்தன; வருங்கால திருமதி ஷிர்வான்ஷிருக்கு ஆசிரியர்கள் மௌனமான

சகிப்புத்தன்மையுடன் ஒன்றன்பின் ஒன்றாக 'தேர்ச்சி' என்று பயிற்சிப் புத்தகங்களில் இட்டதாக என் உறவுக்காரப் பெண் ஆயிஷா என்னிடம் சொன்னாள். நானும் நினோவும் தெருவில் நடந்தபோது அவள் பள்ளி நண்பர்களின் கண்கள் பார்வை மறையும் வரையிலும் எங்களைப் பின்தொடர்ந்தன. நாங்கள் நகர மன்றத்துக்கு, நாடக அரங்கங்களுக்கு, நடன விருந்துகளுக்குப் போனோம். ஆனால் நாங்கள் தனியாகவே இருப்பதில்லை. அஞ்சத்தக்கக் கருணையின் செங்குத்தான சுவர்போல எங்கள் நண்பர்கள் எங்களைச் சூழ்ந்தார்கள். இலியாஸ், ஹைதர், முஸ்தபாகூட எங்களுடன் இருந்தார்கள். அவர்கள் மத்தியில் எப்போதும் உடன்பாடு இல்லை. கொழுத்த பணக்காரனான மாலிக் நாச்சாராரியன் ஷாம்பெயின் பருகிக்கொண்டு அமர்ந்து காக்கேசிய மக்களிடையே பரஸ்பர அன்பைப் பற்றிப் பேசும்போது ஹைதரின் முகம் இருண்டது. அவன் சொன்னான்: 'திரு நாச்சாராரியன், நீங்கள் அதைப்பற்றிக் கவலைப்படத் தேவையில்லை என்று நினைக்கிறேன். எப்படியும் போருக்குப் பிறகு மிகக் குறைவான ஆர்மீனியர்கள் மட்டுமே எஞ்சியிருப்பார்கள்."

"ஆனால் மாலிக் நாச்சராரியன் எஞ்சியவர்களில் ஒருவனாக இருப்பான்!' என்று நினோ உரக்கச் சொன்னாள். மாலிக் அமைதியாக வெறுமனே ஷாம்பெயினைப் பருகியபடி இருந்தான். அவன் தன் பணம் முழுவதையும் ஸ்வீடனுக்கு அனுப்பிவைக்கிறான் என்று வதந்திகள் பரவின. நான் எந்தப் பக்கத்திலும் கவலைப்படவில்லை. நான் ஹைதரை மாலிக்கிடம் கொஞ்சம் நட்பாக இருக்கச் சொன்னபோது அவன் புருவங்களை நெரித்தான்: "என்னால் ஆர்மீனியர்களைப் பொறுத்துக்கொள்ள முடியவில்லை, ஏன் என்று இறைவனுக்குத்தான் வெளிச்சம்."

பிறகு ஒரு நாள் நினோ புனித ராணி தமார் பள்ளிக்கூடத்தின் தேர்வு மண்டபத்தில் நின்று தன்னுடைய முதிர்ச்சியை நிரூபித்துக்கொண்டிருந்தாள், கணிதச் சமன்பாடுகள், இலக்கியக் குறிப்புகள், வரலாற்றுத் தரவுகள் இவற்றின் மூலமும் நம்பிக்கையிழந்த தருணங்களில் அவளது ஜார்ஜிய கண்களின் மன்றாடும் பார்வைகள் மூலமும். அது வேலைசெய்தது – அவள் தேர்ச்சி அடைந்தாள்.

பெண்கள் தங்களின் வெற்றிகளைக் கொண்டாடும் வகையில் பள்ளிக்கூடத்தில் ஏற்பாடு செய்திருந்த நடன விருந்து முடிந்தது. சுடரிடும் நினோவை நான் வீட்டுக்கு அழைத்துப் போனபோது முதிய கிபியானி சொன்னார்: "இப்போது உங்களுக்கு நிச்சயதார்த்தம் ஆகிவிட்டது. பெட்டிகளை அடுக்கு, அலி கான். நாம் டிபிலிசிக்குப் போகிறோம். நான் உன்னைக்

குடும்பத்துக்கு அறிமுகப்படுத்த வேண்டும்." ஆகவே, நாங்கள் ஜார்ஜியாவின் தலைநகரான டிபிலிசிக்குப் போனோம்.

டிபிலிசி ஒரு காடுபோல இருந்தது. ஒவ்வொரு மரத்திற்கும் அதன் சொந்தப் பெயர் இருந்தது. அது ஒரு பெரியப்பாவாக, ஒரு உறவினராக, ஓர் பெரியம்மாயாக இருந்தது. விஷயங் களைப் புரிந்துகொள்வது கொஞ்சமும் எளிதாக இருக்க வில்லை. பழங்கால எஃகுபோல ஒலித்த பெயர்கள் காற்றில் சுழன்று வந்தன: ஓர்பிலியானி, ஷாத்ஷாவத்ஸே, ஸிரேடெலி, அமிலாச்வாரி, அபாத்ஷிட்ஸே. இந்தப் புதிய உறவுக்காரரைக் கௌரவிக்கும் வகையில் ஓர்பிலியானி குடும்பத்தினர் சார்பாக திதுபே தோட்டத்தில் ஒரு விருந்து நடந்தது. ஜார்ஜிய இசைக்கலைஞர்கள் கச்சேதிய போர் பாடல்களையும் நாட்டுப்புறப் பாடல்களையும் பாடினார்கள். குத்தாயைச் சேர்ந்த உறவினர் அபாத்ஷிட்ஸே, இம்ரெதி மலைகளின் புயல் பாடலைப் பாடினார். ஒரு பெரியப்பா, 'டாவ்லோர்' நடனமாடி னார், ஒரு வயதான, வெள்ளைத் தாடி மனிதர் பச்சை புல்வெளியை மூடியிருந்த கம்பளத்தின் மீது குதித்து 'புக்னா'வின் போஸ் கொடுத்து உறைந்தார். இரவு முழுவதும் விருந்து நடந்தது. மலைகளுக்குப் பின்னால் மந்தமாகச் சூரியன் உதித்த போது, இசைக்கலைஞர்கள் 'எழுக, ராணி தமார், ஜார்ஜியா உங்களுக்காக அழுகிறது' என்கிற பாடலைத் தொடங்கினார்கள். நினோ என் பக்கத்தில் இருக்க, நான் அமைதியாக மேஜையில் அமர்ந்திருந்தேன். திடீரென்று குத்துக்கத்திகளும் வாள்களும் மின்னின. இது ஜார்ஜியன் கத்திகளின் நடனம். விடியற்காலையில் உறவினர்கள் கூட்டத்தால் நிகழ்த்தப்பட்ட அது, மேடையில் நிகழ்த்தப்படும் நாடகம்போல நிஜமாக இல்லாமல் எங்கோ நடப்பதுபோல இருந்தது.

எனக்குப் பக்கத்தில் இருந்தவர்கள் பேசுவதைக் கேட்டுக்கொண்டிருந்தேன்: அவை நீண்ட காலமாக இழந்த நூற்றாண்டுகளிலிருந்து வரும் எதிரொலியாக ஒலித்தன: "சாகட்சேயின் கீழ் ஒரு ஸிரேடெலி, செங்கிஸ்கானிடம் இருந்து டிபிலிசியைப் பாதுகாத்தார்." "நிச்சயமாக உங்களுக்குத் தெரியும், நாங்கள் ஷாத்ஷாவத்ஸே குலத்தினர், பாக்ரேஷன்களை விட மூத்த குடி, மன்னர்களின் பரம்பரை."

"முதல்முதலாக வந்த ஓர்பிலியானியா? அவர் மூவாயிரம் ஆண்டுகளுக்கு முன்பு சீனாவிலிருந்து வந்தார். அவர் பேரரசரின் மகன்களில் ஒருவர். சில ஓர்பிலியானிகளுக்கு இப்போதும்கூடக் கண்கள் இடுங்கி இருக்கின்றன." நான் வெட்கத்துடன்

சுற்றிப் பார்த்தேன். எனக்கு முன் மறுமைக்குப் போன சில ஷிர்வான்ஷிர்கள் இவர்களுக்கு முன்னால் எம்மாத்திரம்? ஆனாலும் நினோ என் பக்கத்தில் இருந்தாள்: "பரவாயில்லை, அலி கான். நிச்சயமாக என் உறவினர்களின் குடும்பத்தின் வேர்கள் பழமையானவை, உயர்குடியைச் சேர்ந்தவை. ஆனால் உன்னுடைய முன்னோர்கள் டிபிலிசியை ஜெயித்தபோது இவர்களின் முன்னோர்கள் எங்கே இருந்தார்கள்?" நான் எதுவும் பேசாமல் அவளை நன்றியுடன் பார்த்தேன். இக்கணத்தில் கூட, தனது சொந்த உறவினர்களுக்கு மத்தியில் நினோ தன்னை ஒரு ஷிர்வான்ஷிரின் மனைவியாக உணர்கிறாள். எனக்கு இது மிகவும் பெருமையாக இருந்தது.

ஒரு வயதான பெண் என்னை நோக்கிக் குனிந்து கூறினார்: "இந்த மது தூய்மையானது, ஏனென்றால் இறைவன் இதில் இருக்கிறார். வேறு எந்த வகையான போதையும் பிசாசிடமிருந்து வருகிறது. இது பலருக்கும் தெரியாது. குடி, அலி கான்!" அந்தச் சிவப்பு கச்சேதிய திராட்சை ரசம் திரவ நெருப்பாக இருந்தது. நான் தயங்கினேன், ஆனால் இறுதியில் ஓர்பிலியானியின் குடும்பத்தின் பெருமைக்காக என் கோப்பையை உயர்த்தினேன்.

நாங்கள் நகரத்துக்குத் திரும்பும்போது சூரியன் பிரகாசித்துக் கொண்டிருந்தது. நான் நேராக எனது ஹோட்டலுக்குப் போக விரும்பினேன். ஆனால் உறவுக்காரர் அல்லது அது ஒரு பெரியப்பாவா? – என்னைத் தடுத்து நிறுத்தினார். 'நேற்று இரவு நீங்கள் ஓர்பிலியானி மாளிகையின் விருந்தினராக இருந்தீர்கள், இன்று நீங்கள் என்னுடையவர். நாம் புர்க்வினோவில் காலை உணவு சாப்பிடுவோம். எங்கள் நண்பர்கள் மதிய உணவிற்கு வருவார்கள்.' நான் ஜார்ஜிய பிரபுக்களின் கைதியாக இருந்தேன். இப்படியே இது ஒரு வாரம் முழுவதும் தொடர்ந்தது. அல்சானிய, கச்சேதிய திராட்சை ரசங்கள், வறுத்த ஆட்டுக்கறி, மொத்தாலி பாலாடைக்கட்டி – மீண்டும் மீண்டும். உறவுக்காரர்கள் ஜார்ஜிய விருந்தோம்பல் போர்முனையில் சிப்பாய்களைப் போல வரிசைக் கட்டி நின்றார்கள். நாங்கள் இருவர்தான் பாக்கி: நினோவும் நானும். நினோவின் தாக்குப்பிடிக்கும் சக்தியை நான் மனதார மெச்சினேன். வாரத்தின் முடிவில் அவள் இன்னும் வசந்த காலத்துப் பனி போலப் புதியதாக இருந்தாள். அவள் கண்கள் சிரித்தன. உறவினர்களுடன் பெரியம்மாக்களுடன் பேசுவதில் அவள் உதடுகள் ஒருபோதும் சோர்வடையவில்லை. கூர்ந்து கவனித்தாலொழிய கவனிக்க முடியாத தொண்டைக் கரகரப்புதான் பல நாட்களாகத் தொடர்ந்து அவள் நடனமாடினாள், திராட்சை ரசம் குடித்தாள், ஆனால் பெரும்பாலும் தூங்கவே இல்லை என்பதைக் காட்டியது.

எட்டாவது நாள் காலையில் உறவினர்கள் சந்த்ரோ, தோதிகா, வோமெச், ஸோஸோ என் அறைக்கு வந்தார்கள். நான் பயந்துபோன முயல்போலப் போர்வைக்கு அடியில் பதுங்கினேன். அவர்கள் இரக்கமின்றி, "அலி கான், இன்றைக்கு நீ த்ஷாகேலி குடும்பத்தாரின் விருந்தினர். நாம் கோட்ஷோரியில் இருக்கும் அவர்களது பண்ணைக்குப் போகிறோம்," என்றார்கள்.

"இன்றைக்கு நான் யாருக்கும் விருந்தாளி இல்லை," இறுக்கமாகச் சொன்னேன். "இன்று சொர்க்கத்தின் வாயில்கள் ஏழை உயிர்த் தியாகி எனக்காகத் திறக்கும். நான் நீதியின் பாதையில் மரித்ததால், தலைமைத் தேவதூதர் மைக்கேல் தனது தீச்சுடர் வாளுடன் என்னை அனுமதிப்பார்."

உறவினர்கள் ஒருவரையொருவர் பார்த்து உரக்கச் சிரித்தார்கள். பிறகு அவர்கள் ஒரே ஒரு வார்த்தை சொன்னார்கள்: "கந்தகம்."

"கந்தகமா?" நான் மீண்டும் கேட்டேன், "கந்தகமா? அது நரகத்தில் இருக்கிறது. ஆனால் நான் – நான் சொர்க்கத்துக்குப் போகிறேன்."

"இல்லை" என்றார்கள் உறவினர்கள், "கந்தகம்தான்."

நான் படுக்கையிலிருந்து எழுந்துகொள்ள முயன்றேன். என் தலை மிகவும் கனமாக இருந்தது. என் கைகால்கள், என்னுடைய பகுதியாக இல்லாமல் தொங்குவது போல் தோன்றியது. நான் கண்ணாடியில் பார்த்துக்கொண்டேன். ஒளியற்ற கண்களுடன் வெளிறிப்போன பச்சை – மஞ்சள் நிற முகத்தைப் பார்த்தேன். "ஓ, ஆமாம், உண்மையில் திரவ நெருப்பு" என்றேன். காக்கேசிய மதுவைப் பற்றி நினைத்தேன். "எனக்கு வேண்டியதுதான். ஒரு இஸ்லாமியன் குடிக்கக் கூடாது." நான் ஒரு கிழவரைப் போலப் புலம்பியபடி படுக்கையிலிருந்து தவழ்ந்து எழுந்தேன். இந்த உறவுக்காரப் பையன்கள் நினோவின் கண்களுடன் அவளது மெல்லிய ஒசிந்த உருவத்துடன், புத்தம் புதிதாய், நிமிர்ந்து நின்றார்கள். ஜார்ஜியர்கள் எனக்கு ஓர் உன்னத மான் போல் தெரிகிறார்கள், அவர்கள் ஆசிய காட்டுக் கலவையில் வழிதவறி வந்துவிட்டார்கள். வேறு எந்தக் கிழக்கத்திய இனத்திற்கும் இந்த வசீகரம் இல்லை, இந்த நளின அசைவுகள் இல்லை, இந்த வாழ்க்கை மீதான, ஆரோக்கியமான இன்பத்தின் மீதான அற்புதமான காமம் இல்லை. "நாங்கள் நினோவிடம் சொல்கிறோம்," என்றான் வோமெச். "நாம் நான்கு மணி நேரத்தில் கட்ஷோரியில் இருப்போம், நீ மீண்டும் உடல்நலம் பெற்றதும்." அவன் வெளியே போனான். அவன் தொலைப்பேசியில் பேசுவதை நான் கேட்டேன்: "அலி கானுக்குத் திடீரென உடல்நிலை

சரியில்லை. இப்போது நாங்கள் அவரை கந்தக நீரூற்றுகளுக்கு அழைத்துச்செல்கிறோம். இளவரசி நினோவிடம் அவளுடைய குடும்பத்துடன் கட்ஷோரிக்குக் கிளம்பச் சொல். நாங்கள் சிறிது நேரம் கழித்து வருவோம். இல்லை, தீவிரமாக எதுவும் இல்லை. முற்றும் நலமாக உணரவில்லை, அவ்வளவுதான்."

சோம்பலுடன் உடுத்திக்கொண்டேன். எனக்கு மயக்கமாக இருந்தது. இந்த ஜார்ஜிய விருந்தோம்பல், டெஹ்ரானில் இருக்கும் என் பெரியப்பா வீட்டில் கிடைக்கும் அமைதியான, கண்ணியமான வரவேற்புகளிலிருந்து முழுக்க வேறுபட்டிருந்தது. அங்கே நாங்கள் திடமான தேநீர் குடித்துவிட்டு ஞானிகளைப் பற்றியும் கவிதைகளைப் பற்றியும் பேசினோம். இங்கே அவர்கள் குடித்தார்கள், நடனமாடினார்கள், சிரித்தார்கள், பாடினார்கள். ஒசிவாகவும், எஃகுச்சுருள்போல திடமாகவும் இருந்தார்கள். இது ஐரோப்பாவுக்கான வாயிலா? இல்லை, நிச்சயமாக இல்லை. இது எங்களில் ஒரு பகுதியாக இருந்தது, ஆனால் எங்களிலிருந்து மிகவும் வேறுபட்டிருந்தது. ஒரு வாயில், ஆனால் எங்கே போவதற்கு? ஒருவேளை படிப்படியாக அக்கறைகொள்ளாத விளையாட்டுத்தனமாக மாறும் ஞானத்தின் கடைசி நிலைக்கு. எனக்குத் தெரியவில்லை. நான் பயங்கரச் சோர்வாக இருந்தேன். படிக்கட்டுகளில் இறங்குவதே எனக்குப் பெரும்பாடாக இருந்தது. நாங்கள் வண்டியில் ஏறினோம். "குளியல் இடத்துக்கு," என்று கத்தினான் சந்த்ரோ. வண்டியோட்டி சாட்டையைச் சொடுக்கினார். நாங்கள் மைதான் என்று அழைக்கப்பட்ட சதுக்கத்தில் குவிமாடத்தால் மூடியிருந்த ஒரு பெரிய கட்டிடத்திற்குப் போனோம். வாசலில் எலும்புகள் துருத்திக்கொண்டிருந்த ஒரு மனிதன் அரை நிர்வாணமாக நின்றுகொண்டிருந்தார். உயிருள்ள மனிதனாக இல்லாமல் எலும்புக்கூடுபோலத் தெரிந்தார். அவர் கண்கள் எங்களை நேராகப் பார்த்தன, சித்த நிர்வாணமடைந்த நிலையில். "ஹமர்த்ஷோபா, மெகிஸ்ஸே!" என்று சந்த்ரோ உரக்கச் சொன்னான். அந்த மனிதர் ஓர் உலுக்கலுடன் நினைவுலகுக்கு வந்தார். அவர் குனிந்து சொன்னார்: "ஹமர்த்ஷோபா, தாவாதி. இனிய நாளாக அமையட்டும், என் இளவரசர்களே." பிறகு, கதவைத் திறந்தார். பெரிய சூடான மண்டபம் பெஞ்சுகளால் நிறைந்திருந்தது. ஒவ்வொன்றிலும் ஒன்று அல்லது இரண்டு நிர்வாண உடல்கள். நாங்கள் எங்கள் ஆடைகளைக் கழற்றினோம். தாழ்வாரம் வழியாக இரண்டாவது அறைக்குள் போனோம். தரையில் சூடான கந்தக நீரால் நிரப்பப்பட்ட சதுர துளைகள் இருந்தன. கனவில் கேட்பதுபோல சந்த்ரோவின் குரல் கேட்டது: "ஒரு காலத்தில் ஓர் அரசன் வேட்டையாடப் போனான், அவனுடைய பருந்து ஒரு மலைச் சேவலைப் பின்தொடர்ந்தது. ராஜா நீண்ட நேரம்

காத்திருந்தார், ஆனால் பருந்தும் திரும்பவில்லை, மலைச் சேவலும் திரும்பவில்லை. அவர் அவற்றைத் தேடிப் போனபோது கந்தக நிற நீரின் சிற்றோடைக்கு வந்தார். அதில் பருந்தும் மலைச் சேவலும் மூழ்கிவிட்டிருந்தன. அப்படித்தான் மன்னர் கந்தக நீரூற்றைக் கண்டுபிடித்து, டிபிலிசி நகரத்திற்கு அடிக்கல் நாட்டினார். எனவே இங்கே நாம் மலைச் சேவல் குளியல் இடத்தில் இருக்கிறோம். வெளியே இருக்கும் மைதானம்தான் அந்தச் சிற்றோடை ஓடிய தோப்பாக இருந்தது. டிபிலிசி கந்தகத்தில் தொடங்கியது, அது கந்தகத்தில் முடிவடையும்." நீராவியும் கந்தக வாசனையும் அந்தக் குவிமாட அறையை நிரப்பின.

வெந்நீர் குளியல் தொட்டியில் இறங்குவது அழுகிய முட்டைக் குழம்பில் கால் வைப்பது போன்றது. அந்த உறவுக்காரப் பையன்களின் உடல்கள் ஈரமாக மின்னின. நான் என் மார்பில் ஒரு கை வைத்துத் தேய்த்தேன். கந்தகம் என் தோலினுள் ஊறியது. நான் இந்த நகரத்தை வெற்றிகொண்டு இந்த ஊற்றில் முங்கிய வீரர்களையும் வெற்றியாளர்களையும் நினைத்தேன்: ச்வரேஸ்மிர் டிஷெல்லாலெடின், செங்கிஸ்கானின் மகனான தைமூர் லேன் எனும் 'ஷகத்தாய்.' அவர்கள் போதை கொண்டும் அவர்கள் சிந்திய ரத்தத்தால் கனத்தும் இருந்தார்கள். பிறகு, அவர்கள் மீண்டும் கனமற்று இருக்கவும் சுறுசுறுப்பாக மாறவும் கந்தக நீரூற்றுக்குள் நுழைந்தார்கள்.

"போதும், அலி கான், வெளியே வா." உறவுக்காரப் பையனின் குரல் என் குளிக்கும் வீரர்களின் கனவுகளை முடிவுக்குக் கொண்டுவந்தது. நான் என் பள்ளத்திலிருந்து தவழ்ந்து ஏறி, பக்கத்து அறைக்குப்போய் கல்லாலான பெஞ்சில் சுரத்தையின்றி விழுந்தேன். "மெகிஸ்ஸே!" என்று கத்தினான் சந்த்ரோ.

எங்களைச் சந்தித்தவர்தான் உடல் பிடித்துவிடும் ஆள் என்று தெரியவந்தது. அவர் தலைப்பாகையை மட்டும் அணிந்து உள்ளே வந்தார். நான் குப்புற படுக்கவைப்பட்டேன். வெற்றுக் கால்களுடன் அவர் என் முதுகில் குதித்தார், என்னை மிதித்தார், ஒரு கம்பளத்தின் மீது ஆடும் நடனக் கலைஞரைப் போல இலேசாக. பிறகு, அவருடைய விரல்கள் கூரியக் கொக்கிகள்போல என் சதையைக் கிழித்தன. அவர் என் கை கால்களைப் பிய்த்துப்போட்டார். என் எலும்புகள் உடையும் ஒலியை நான் கேட்டேன். என்னுடைய உறவுக்காரப் பையன்கள் சுற்றி நின்று ஆலோசனை சொல்லிக்கொண்டிருந்தார்கள்: "இன்னும் ஒரு முறை அவருடைய கைகளைத் திருப்புங்கள், மெகிஸ்ஸே, அவர் மிகவும் நோய்வாய்ப்பட்டிருக்கிறார்."

"இன்னும் ஒரு முறை அவரது முதுகில் இப்படிக் குதித்து, இப்போது அவருடைய இடது பக்கத்தை நெரியுங்கள்."

அது மிகவும் வலித்திருக்க வேண்டும் என்று நினைக்கிறேன், ஆனால் நான் எந்த வலியையும் உணரவில்லை. நான் வெறுமனே வெள்ளை சோப்பு நுரையால் போர்த்தப்பட்டு, மெகிஸ்ஸின் கடினமான மீட்சிகொள்ளும் குத்துகளின் கீழே ஓய்வெடுத்தேன். நான் உணர்ந்த ஒரே விஷயம் என் தசைகள் எல்லாமே அற்புதமாக, தொங்கலாக, தளர்வாக மாறிக்கொண்டிருந்தன.

"போதும்," என்றார் மெக்கிஸ். மீண்டும் இந்த உலகுக்கு அப்பாற்பட்ட ஒரு தீர்க்கதரிசியின் நிலைக்குப்போய்விட்டார். நான் எழுந்தேன். என் உடம்பெல்லாம் வலித்தது. அடுத்த அறைக்குள் ஓடி பனிக்கட்டிபோலக் குளிர்ந்திருந்த இரண்டாவது கந்தக வெள்ளத்தில் குதித்தேன். ஒரு கணம் என் மூச்சு நின்றது. ஆனால் என் கைகால்கள் மீண்டும் மீள் தன்மை அடைந்து, புத்துணர்வால் நிரம்பின.

நான் ஒரு வெள்ளைத் துவாலையைப் போர்த்திக் கொண்டு திரும்பிவந்தேன். உறவினர்களும் மெகிஸ்ஸும் என்னை எதிர்பார்ப்புடன் பார்த்தார்கள். "பசி" என்று பெரும் கண்ணியத்துடன் சொல்லிவிட்டு ஒரு பெஞ்சில் சம்மணம் போட்டு உட்கார்ந்தேன்.

"சரியாகிவிட்டார்!" என்று உறவுக்காரப் பையன்கள் உரத்துக் கர்ஜித்தார்கள். "கொண்டுவாருங்கள், ஒரு தர்ப்பூசணி, பாலாடைக்கட்டி, காய்கறிகள், மதுரசம் – சீக்கிரம்!"

முன் அறையில் சாய்ந்து விருந்து சாப்பிட்டோம். நான் பலவீனமாக, சோர்வாக இருந்ததையே மறந்துவிட்டேன். கந்தகத்தின் சுவையைக் குளிர்ந்திருந்த வாசம் வீசும் சிவப்பு தர்ப்பூசணியின் சதை விரட்டியது. உறவுக்காரப் பையன்கள் அவர்களுடைய வெள்ளை நபரேலியை மதுரசத்தை உறிஞ்சினார்கள். "உம், பார்" என்றான் டோடிகோ. ஆனால் அவன் வாக்கியத்தை முடிக்கவில்லை. ஏனென்றால், இது உண்மையில் எல்லாவற்றையும் குறிக்கிறது: சொந்த ஊரின் கந்தகக் குளியல் பற்றிய அவனுடைய பெருமை, ஜார்ஜிய விருந்தோம்பலால் உடைந்துபோன வெளிநாட்டவனைப் பற்றிய பரிதாபம், மேலும் டோடிகோ தன்னுடைய முகமதிய உறவினரின் பலவீனத்தைப் புரிந்துகொண்டு மன்னித்து விட்டதற்கான நட்பான உறவுக்கார உத்தரவாதம். எங்கள் வட்டம் விரிவடைந்தது. அக்கம் பக்கத்து ஆட்கள், நிர்வாணமாக,

மது பாட்டில்களை எடுத்துக்கொண்டு வந்தார்கள். இளவரசர்கள், அவர்களுக்குக் கடன் கொடுத்தவர்கள், ஒண்டி வாழ்பவர்கள், வேலைக்காரர்கள், ஞானிகள், கவிஞர்கள், மலைத் தோட்ட உரிமையாளர்கள் எல்லோரும் அமைதியாக ஒன்றாக உட்கார்ந்திருந்தார்கள். ஜார்ஜிய சமத்துவத்தின் மகிழ்ச்சியான காட்சி. இனியும் அது ஒரு குளியல் இடம் இல்லை. ஒரு கேளிக்கை மன்றம், அல்லது ஒரு காபி கடை, அல்லது வெறுமனே கவலையற்ற கண்களும் சிரிப்புமாய் இருந்த மகிழ்ச்சியான நிர்வாண மக்களின் சந்திப்பு. ஆனாலும் அங்கும் இங்குமாக சில இருண்ட முன்னறிவிப்பு நிறைந்த தீவிரமான வார்த்தைகளைக் கேட்டேன். "ஒஸ்மான் வருகிறார்," என்றார் சிறிய கண்களுடன் இருந்த ஒரு மனிதர். "பெரும்கோமான் இஸ்தான்புல்லைப் பிடித்துவிடுவார். அங்கே ஒரு ஜெர்மானியத் தளபதி ஒரு பீரங்கியை நிறுவியிருப்பதாகக் கேள்விப்பட்டிருக்கிறேன். அது வெடிக்கும்போது அது சரியாக டிபிலிசியில் இருக்கும் சீயோனின் குவிமாடத்தைத் தாக்கும்."

"நீங்கள் சொல்வது தவறு, இளவரசே" என்றார் பூசணிக் காயைப் போன்ற முகத்துடன் இருந்தவர். "இந்தப் பீரங்கி இன்னும் உருவாக்கப்படவில்லை. திட்டங்கள் மட்டுமே இருக்கின்றன. அப்படி அது முடிந்தால்கூட, அதனால் டிபிலிசியைத் தாக்க முடியாது. ஜெர்மானியர்களிடம் இருக்கின்ற எல்லா வரைபடங்களும் தவறானவை. ரஷ்யர்கள் அவற்றைப் போருக்கு முன்பே வரைந்தார்கள். புரிகிறதா? ரஷ்ய வரைபடங்கள் – அவை எப்படிச் சரியாக இருக்க முடியும்?" மூலையில் யாரோ பெருமூச்சு விட்டார்கள். நான் திரும்பி ஒரு வெள்ளைத் தாடியையும் நீண்ட கொக்கி மூக்கையும் பார்த்தேன்.

"பாவம், ஜார்ஜியா" என்று தாடி பெருமூச்சுவிட்டது. "சூடாகிச் சிவந்த ஒரு இடுக்கியின் இரண்டு நகங்களுக்கு இடையில் நாம் இருக்கிறோம். ஜெர்மானியர்கள் வெற்றி பெற்றால் – அது தமார் நிலத்தின் முடிவு. ரஷ்யர்கள் வெற்றி பெறுகிறார்கள் என்றால் – அப்போது என்ன? வெளிறிய ஜார் அவர் விரும்பும் எல்லாவற்றையும் வைத்திருக்கிறார். ஆனால் பெருங்கோமானின் விரல்கள் நம் தொண்டையை இறுக்கிப் பிடிக்கின்றன. இப்போதும் நமது சிறந்தவற்றுள்ளும் சிறந்த மகன்கள் சண்டைகளில் இறந்துகொண்டிருக்கிறார்கள். எஞ்சி யிருப்பதன் கழுத்தை நெரிப்பது ஒஸ்மானோ, பெருங்கோமானோ, அல்லது வேறு எந்த எதிரியோ, அது ஒரு இயந்திரமாகக்கூட இருக்கலாம், அல்லது ஒரு அமெரிக்கனோ. இதைப் புரிந்து கொள்ளவே முடியாது என்று தோன்றுகிறது – நமது போரின்

சுடர் எப்படித் திடீரென்று சாம்பலாக மாறியது. இதுதான் தமார் நிலத்தின் முடிவு. சற்று பாருங்கள்: நம்முடைய வீரர்கள் சிறியவர்கள், மெல்லியவர்கள், அறுவடை மோசமாக இருக்கிறது. மது புளித்துவிட்டது." தாடிக்காரர் மிருதுவாக மூச்சிரைத்தபடி அமைதியானார். யாரும் ஒரு வார்த்தை சொல்லவில்லை. திடீரென்று ஒரு கவலை தோய்ந்த தணிந்த குரல்:

"அவர்கள் பக்ராதியோன் பிரபுவைக் கொன்றார்கள். அவர் ஜாரின் அக்கா மகள்களில் ஒருத்தியை மணந்தார். பிறகு ரஷ்யர்கள் அவரை மன்னிக்கவே இல்லை. ஜார் தானே அவருக்கு எரிவன் படைப்பிரிவில் சேரவும் போர்முனையில் இருக்கவும் உத்தரவிட்டார். பக்ராதியோன் சிங்கத்தைப் போலப் போர் புரிந்தார். பதினெட்டு தோட்டாக்களால் துளைக்கப் பட்டு இறந்தார்."

உறவுக்காரப் பையன்கள் அமர்ந்து, அமைதியாக மதுவைப் பருகினார்கள். நான் தரையை வெறித்தேன். நான் நினைத்துப் பார்த்தேன். பக்ராதியோன், கிறிஸ்துவமண்டலத்தின் பழமையான பிரபு குடும்பம். தாடிக்காரர் சொல்வது சரிதான். சூடாகிச் சிவந்த ஒரு இடுக்கியின் இரண்டு நகங்களுக்கு இடையில் ஜார்ஜியா நசுக்கப்பட்டு இறந்துகொண்டிருக்கிறது. மற்றொரு குரல் பேசியது: "அவர் ஒரு மகனை விட்டுப்போனார், தைமூராஸ் பக்ராதியோன், உண்மையான மன்னர். யாரோ அவரைப் பாதுகாப்பாக வைத்திருக்கிறார்கள்."

மீண்டும் மௌனம். மெகிஸ்ஸின் எலும்பு உருவம் இன்னும் கதவுக்கு அருகில் நின்றுகொண்டிருந்தது, அர்ப்பணித்த தீர்க்கதரிசியின் அதே தோரணையில். பிறகு டோடிகா மந்திரக் கட்டு நிலையை உடைத்தான். அவன் சோம்பல் முறித்துக் கொண்டு மகிழ்ச்சியுடன் கொட்டாவிவிட்டான்: "அழகு," என்றான். "இது எங்கள் நாடு. கந்தகமும், நகரமும், போரும், காச்செத்திய மதுவும். சமவெளி முழுவதும் பாயும் ஆலாசன் நதியைப் பாருங்கள்! ஜார்ஜியா அழிந்துபோனாலும் ஜார்ஜியனாக இருப்பது ஒரு அற்புதமான விஷயம். நீங்கள் காபிர்களாக ஒலிக்கிறீர்கள். ஆனால் தமாரின் நிலத்தில் அது எப்போதாவது வேறுவிதமாக இருந்ததா? இருப்பினும் எங்கள் ஆறுகள் ஓடுகின்றன, எங்கள் கொடிகள் வளர்கின்றன, எங்கள் மக்கள் நடனமாடுகிறார்கள். அது அழகிய நாடு, இது நமது ஜார்ஜியா. அதன் எல்லா நம்பிக்கையற்ற தன்மைக்கு மேலும் அது அப்படித்தான் நிலைத்திருக்கும்." பாடகர்கள் மற்றும் நாயகர்களின் வழித்தோன்றலான அவன் எழுந்து நின்றான், இளமையாகவும் ஒடிசலாகவும், அவன் கண்கள் நடனமாடியபடி,

அவனது தோல் வெல்வெட்போல இருக்க. மூலையில் இருந்த தாடிக்காரர் மகிழ்ச்சியுடன் புன்னகைத்தார்: "இறைவனால், இதுபோன்ற இளைஞர்கள் நம்மிடம் இருக்கும் வரை…"

வோமெச் என் பக்கம் சாய்ந்தான்: "அலி கான், மறக்காதே – இன்று நீ தான் காட்ஷோரியில் இருக்கும் ஷாகேலிகளின் விருந்தாளி." நாங்கள் எழுந்து, ஆடை அணிந்து, வெளியேறினோம். வண்டிக்காரர் தனது சாட்டையைச் சொடுக்கினார். வோமெச் சொன்னான்: "ஷாகேலிகள்… என்னும் பழங்கால பிரபுக்குலத்தின் வழித்தோன்றல்கள்." நிச்சயமாக! நான் சிரித்தேன், மீண்டும் குதூகலமும் மகிழ்ச்சியுமாக.

15

நானும் நினோவும் கோலோவின்ஸ்கி தெருவிலுள்ள மெபிஸ்தோ உணவகத்தில் அமர்ந்து பெரிய மடாலயத்துடன் இருந்த டேவிட் மலையைப் பார்த்துக்கொண்டிருந்தோம். உறவுக் காரர்கள் எங்களுக்கு ஒருநாள் ஓய்வு தந்திருந்தார்கள். நினோ என்ன நினைக்கிறாள் என்று எனக்குத் தெரியும். டேவிட் மலையில் இருந்த ஒரு கல்லறைக்கு நாங்கள் போயிருந்தோம். கவிஞரும் ஜார் மன்னரின் அமைச்சருமான அலெக்சாண்டர் கிரிபோயெதோவ் அதில் துயில்கிறார். அவரது கல்லறையில் இப்படி பொறிக்கப்பட்டிருந்தது.

உன்னுடைய படைப்புகள் ஒருபோதும் மறக்கப்படாது, ஆனால் உன் நினோவின் காதல் ஏன் நீ இறந்தபிறகும் வாழ வேண்டும்?

அவள் பெயர் நினோ ஷாத்ஷாவத்ஸே. அமைச்சரும் கவிஞருமான அவர், அவளைத் தன் மனைவியாக ஏற்றபோது அவளுக்குப் பதினாறு வயது. நினோ ஷாத்ஷாவத்ஸே – என் அருகில் அமர்ந்திருந்த நினோவின் அத்தைப் பாட்டி. டெஹ்ரான் கும்பல் அந்த ரஷ்ய அமைச்சரின் வீட்டைச் சுற்றி வளைத்தபோது அவளுக்குப் பதினேழு வயது. "யா அலி ஸலவத், ஓ அலியின் புகழ் ஓங்கட்டும்!" என்ற கூச்சல் எழுந்தது. அமைச்சரிடம் குறுகிய வாளும் கைத்துப்பாக்கியும் மட்டும்தான் இருந்தன. சுல்லி – சுல்தான் தெருவைச் சேர்ந்த கொல்லன் ஒருவன் சுத்தியலால் ஓங்கியடித்து அமைச்சரின் நெஞ்சுக்கூட்டை நொறுக்கினான். சில நாட்களுக்குப் பிறகு, மனித உடலிலிருந்து பிய்த்த சதை தெருக்களில் கிடந்தது – நாய்கள் குதறிய ஒரு தலையும். கவிஞரும் ஜார் மந்திரியு மான அலெக்சாண்டர் கிரிபோயெதோவின் மிச்சம் அவ்வளவுதான். கஜ்ஜார் பேரரசின் மன்னர் பெத் அலி ஷா, திருப்தியடைந்தார். பட்டத்து இளவரசர்

அப்பாஸ் மிர்சா, மிகவும் மகிழ்ந்தார். மற்றவர்களுடன் சேர்ந்து இந்தக் கலவரத்தைத் தூண்டிவிட்ட வெறியரான முது ஞானி மெஷி அகா, பெரிய வெகுமானம் பெற்றார். ஒரு ஷிர்வான்ஷிர், என்னுடைய பெரிய தாத்தா, கில்ஜானில் ஒரு பண்ணை கிடைக்கப் பெற்றார்.

இதெல்லாம் நடந்து நூறு ஆண்டுகள் ஆகிவிட்டன. இப்போது, நாங்கள் மெபிஸ்தோ உணவகத்தின் மொட்டை மாடியில் அமர்ந்திருந்தோம்: நான், ஒரு ஷிர்வான்ஷிர், அவள், நினோ, கிரிபோயெதோவின் ஒன்றுவிட்ட பேத்தி. "நாம் ரத்த எதிரிகளாக இருக்க வேண்டும், நினோ," நான் மலையை நோக்கித் தலை காண்பித்தேன். "அங்கே இருக்கும் கல்லறையைப் போல எனக்கு அழகான கல்லறையை வைப்பாயா?"

"நடக்கலாம்," என்றாள் நினோ. "அது உன் வாழ்நாளில் நீ எப்படி நடந்துகொள்கிறாய் என்பதைப் பொறுத்தது." அவள் காபியைக் குடித்து முடித்தாள். "வா, கொஞ்சம் நடப்போம்," என்றாள்.

நான் எழுந்தேன். ஒரு குழந்தை தன் தாயை நேசிப்பது போல நினோ இந்த நகரத்தை நேசித்தாள். நாங்கள் கோலோவின்ஸ்கி தெரு வழியாகப் பழைய நகரத்தின் சந்துகள் வரை நடந்தோம். நினோ பண்டைய சீயோன் தேவாலயத்தின் முன்னால் நின்றாள். நாங்கள் அந்த இருண்ட ஈரமான அறைக்குள் போனோம். உலக மீட்பர் வந்துவிட்டதாக ஜார்ஜியர்களுக்கு அறிவிக்கப் புனித நினோ மேற்கிலிருந்து வரும்போது கொண்டு வந்த படர்கொடியிலிருந்து செய்த சிலுவை பலிபீடத்தின் மீது உயரமாக நின்றது. நினோ மண்டியிட்டு, சிலுவை இட்டுக் கொண்டு வணங்கி, தனது பாதுகாப்புத் தேவதையின் படத்தைப் பார்த்தாள். அவள் கிசுகிசுத்தாள்: "புனித நினோ, என்னை மன்னியுங்கள்." தேவாலய ஜன்னல்கள் வழியே வந்த வெளிச்சத்தில் அவள் கண்களில் கண்ணீரைப் பார்த்தேன்.

"வெளியே வா" என்றேன். பணிவுடன் எழுந்து என்னைப் பின் தொடர்ந்தாள். அமைதியாக நாங்கள் தெருவில் நடந்தோம். கடைசியாக நான் சொன்னேன்: "புனித நினோவிடம் என்ன மன்னிக்கச் சொல்லிக் கேட்டாய்?"

"உன்னை, அலி கான்."

அவள் சோகமாகவும் சோர்வாகவும் ஒலித்தாள். நினோவுடன் டிபிலிசியின் தெருக்களில் நடப்பது ஒரு கெட்ட விஷயம்.

"ஏன் நான்?" நாங்கள் மைடனுக்கு வந்திருந்தோம். ஜார்ஜியர்கள் காபி கடைகளிலோ அல்லது தெருவின்

நடுவினிலேயோ உட்கார்ந்திருந்தார்கள். யாரோ எங்கோ ஜுர்னா வாசித்துக்கொண்டிருந்தார். வெகு கீழே குரா நதி குறுகிய படுகையில் விரைந்தோடிக்கொண்டிருந்தது. நினோவின் கண்கள் அவள் தன் அடையாளத்தைத் தேடுவதுபோல ஒரு தொலைதூரத் தோற்றத்தைக் கொண்டிருந்தன.

“உன்னை,” என்று மீண்டும் சொன்னாள், “மற்றும் நடந்த எல்லாவற்றையும்.”

நான் புரிந்துகொள்ள ஆரம்பித்தேன், ஆனாலும் நான் கேட்டேன்: “என்ன?” நினோ நின்றாள். அங்கே, சதுக்கத்தில் மறுபுறத்தில், கன்னியின் வெண்மையும் மென்மையும் நொய்மையும் கொண்ட கற்களால் கட்டப்பட்ட காஷ்வெட்டி தேவாலயம் உயர்ந்து நின்றது. நினோ சொன்னாள்:

“டிபிலிசி ஊடாக நட. முகத்திரை போட்ட பெண்களைப் பார்க்கிறாயா? இல்லை. ஆசியக் காற்றை உணர்கிறாயா? இல்லை. இது உன்னுடையதிலிருந்து வேறுபட்ட உலகம். தெருக்கள் அகலமானவை, ஆத்மாக்கள் நேரானவை. நான் டிபிலிசியில் இருக்கும்போது மிகவும் புத்திசாலியாக உணர்கிறேன், அலி கான். சையத் முஸ்தபா போன்ற பெரிய முட்டாள்கள் இங்கே இல்லை. மெஹ்மத் ஹைதர் போன்ற கொடூரமான சிடுமூஞ்சிகள் இல்லை. இங்கே வாழ்க்கை எளிதாகவும் மகிழ்வாகவும் இருக்கிறது.”

“ஆனால் இந்த நாடு சூடாகிச் சிவந்த ஓர் இடுக்கியின் இரண்டு நகங்களுக்கு இடையில் இருக்கிறது, நினோ.”

“அதனாலேயேதான்” என்று மீண்டும் பாவியிருந்த கற்கள் மீது இலேசாக அடியெடுத்து வைத்தாள். “அதுவேதான். ஏழு முறை தைமூர் லேன் டிபிலிசியை அழித்தார். துருக்கியர்களும் பாரசீகர்களும் அரேபியர்களும் மங்கோலியர்களும் நாட்டை ஆக்கிரமித்தார்கள். நாங்கள் இங்கேயே தான் இருந்தோம். அவர்கள் ஜார்ஜியாவை அழித்தார்கள், அதை வன்புணர்வு செய்தார்கள், கொலை செய்தார்கள், ஆனால் ஒருபோதும் உண்மையில் அதை உடைமையாக்கிக்கொள்ளவில்லை. புனித நினோ மேற்கிலிருந்து படர்கொடியை எடுத்துக்கொண்டு வந்தார், நாங்கள் மேற்குக்குச் சொந்தமானவர்கள். நாங்கள் ஆசியம் அல்ல. நாங்கள் கிழக்குப் பகுதியில் இருக்கும் கடைசி ஐரோப்பிய நாடு. நிச்சயம் உன்னால் இதை உணர முடியும்?” அவளது குழந்தைத்தனமான புருவம் சுருங்க, வேகமாக நடந்தாள். “அதனால்தான் நாங்கள் தைமூராயை, செங்கிஸ்ஸை, அப்பாஸ் ஷாவை, தமாஸ்ப் ஷாவை, இஸ்மாயில் ஷாவை

கீழ்ப்படியாது எதிர்த்து நின்றோம். அதனால்தான் நான், உன் நினோ, இருக்கிறேன். இப்போது நீ வாள் இல்லாமல், மிதிக்கும் யானைகள் இல்லாமல், வீரர்கள் இல்லாமல் உடன் வருகிறாய். ஆனாலும் நீ ரத்தம் தோய்ந்த ஷாக்களின் வாரிசு. என் மகள்கள் முகத்திரை போடுவார்கள். மேலும் ஈரானின் வாள் மீண்டும் கூர்மைப்படுத்தப்படும்போது என் மகன்களும் பேரன்களும் நூறாவது முறையாக டிபிலிசியை அழிப்பார்கள். ஓ, அலி கான், நாம் மேற்கின் உலகத்தைச் சேர்ந்தவர்களாக இருக்க வேண்டும்."

நான் அவள் கையைப் பற்றிக்கொண்டேன். "நான் என்ன செய்ய வேண்டும் என்று நீ விரும்புகிறாய், நினோ?"

"ஓ," என்றாள் அவள், "நான் மிகவும் முட்டாள், அலி கான். நீ பரந்த தெருக்களையும் பசுங்காடுகளையும் நேசிக்க வேண்டும் என்று நான் விரும்புகிறேன். நீ அன்பைப் பற்றி மேலும் புரிந்து கொள்ள வேண்டும், ஓர் ஆசியத்தன்மையுள்ள நகரத்தின் இடிந்து விழும் சுவருடன் ஒட்டிக்கொள்ள வேண்டாம் என்று விரும்புகிறேன். இன்னும் பத்து ஆண்டுகளில் நீ பக்தியும் தந்திரமுமானவனாக ஆகிவிடுவாய், அங்கே கில்ஜானில் உட்கார்ந்துகொண்டு. பிறகு அந்த ஒரு நாள் காலையில் நீ எழுந்து சொல்லுவாய்: 'நினோ, நீ வெறும் நிலம்தான்.' சொல்: எதற்காக நீ என்னைக் காதலிக்கிறாய்?"

டிபிலிசி நினோவைக் குழப்பிக்கொண்டிருந்தது. குரா நதியின் ஈரக் காற்றால் அவள் போதை கொண்டிருந்ததாகத் தோன்றியது.

"நான் உன்னை எதற்காகக் காதலிக்கிறேன், நினோ? உன்னுடைய எல்லாவற்றுக்காகவும். உன்னுடைய குரலுக்காக, உன்னுடைய வாசனைக்காக, நீ நடக்கும் விதத்துக்காக. இதற்கு மேலும் உனக்கு என்ன வேண்டும்? நான் காதலிப்பது உன்னையே தான். ஜார்ஜியாவிலும் ஈரானிலும் நிச்சயம் காதல் ஒன்றேதான். இங்கே, இந்த இடத்தில், ஆயிரம் ஆண்டுகளுக்கு முன்பு, உங்கள் ருஸ்தவேலி ராணி தமாரிடம் தனது காதலைப் பாடிக்கொண்டிருந்தார். மேலும் இந்த மாபெரும் கவிஞர்களின் பாடல்கள் முற்றிலும் பாரசீக ருபாயத்துகளைப் போலவே இருக்கின்றன. ருஸ்தவேலி இல்லாமல் ஜார்ஜியா ஒன்றுமில்லை. பாரசீகம் இல்லாமல் ருஸ்தவேலி ஒன்றுமில்லை."

"இங்கே, இந்த இடத்தில்" என்று நினோ சிந்தனையுடன் சொன்னாள். "ஆனால் ஜார்ஜியக் காதலைப் பாடிய

சிறந்த கவிஞர், அதற்காக ஷாவால் தலை வெட்டப்பட்ட சயத் நோவாவும் இங்கே நின்றிருக்கலாம்"

இன்று என் நினோவிடம் என்னால் சொல்லக்கூடியவை அதிகம் இல்லை. அவளது பிறந்தநாட்டிலிருந்து அவள் விடைபெற்றுக்கொண்டிருந்தாள். முன்னெப்போதையும் விட ஆழமாக அவளது அன்பை உணர்கிறாள், வெளிப்படுத்துகிறாள். அவள் பெருமூச்சுவிட்டாள்: 'நீ என் கண்களை, என் மூக்கை, என் தலைமுடியை – அனைத்தையும், நேசிக்கிறாய் அலி கான். ஆனால் நீ ஒன்றை மறந்துவிடவில்லையல்லவா நீ என் ஆன்மாவைக் நேசிக்கிறாயா?"

"ஆமாம், நான் உனது ஆன்மாவைக் நேசிக்கிறேன்," என்று சலிப்புடன் சொன்னேன்.

இது விசித்திரம்தான் பெண்களுக்கு ஆன்மா இல்லை என்று முஸ்தபா சொன்னபோது நான் சிரித்தேன். ஆனால் நினோ அவளது ஆன்மாவை கண்டறிய வேண்டும் என்று விரும்பியபோது நான் எரிச்சலடைந்தேன். என்ன மாதிரியான விஷயம் அது, ஒரு பெண்ணின் ஆன்மா? அவளுடைய ஆன்மாவின் அடி காண முடியாத கிணற்றை ஆண் புரிந்து கொள்ள விரும்பவில்லை என்பதில் அவள் திருப்தி அடைய வேண்டும். "மேலும், நீ என்னை எதற்காகக் காதலிக்கிறாய், நினோ?"

திடீரென்று அவள் அங்கே, நடுத்தெருவில், அழ ஆரம்பித்தாள். பெரிய கண்ணீர்த் துளிகள் அவள் கன்னங்களில் உருண்டோடி அவளை ஒரு சிறுமிபோலக் காட்டின: "என்னை மன்னித்துவிடு, அலி கான். நான் உன்னைக் காதலிக்கிறேன். உன்னையேதான், நீ இருப்பது போலவே. ஆனால் நான் உன் உலகத்தைப் பற்றி பயப்படுகிறேன். நான் பைத்தியமாக இருக்கிறேன், அலி கான். இதோ, உன்னுடன், எனக்கு நிச்சயமானவனுடன், தெருவில் நிற்கிறேன், செங்கிஸ்கானின் எல்லாப் போர்களும் உன்னுடைய தவறு என்பது போல் நடந்துகொள்கிறேன். உன் நினோவை மன்னித்துவிடு. ஒரு ஜார்ஜியனை எப்போதாவது கொன்றுபோட்டிருக்கும் ஒவ்வொரு முகமதியனுக்கும் உன்னைப் பொறுப்பாக்குவது முட்டாள்தனம். நான் அதை மீண்டும் செய்ய மாட்டேன். ஆனால் தெரிந்து கொள்: நான், உன் நினோ, நானும் நீ வெறுக்கும் இந்த ஐரோப்பாவின் ஒரு சிறிய பகுதி. இங்கே டிபிலிசியில் நான் முன்னெப்போதையும் விட அதை அதிகமாக உணர்கிறேன். நான் உன்னைக் காதலிக்கிறேன், நீ என்னைக் காதலிக்கிறாய். ஆனால் நான் காடுகளையும் புல்வெளிகளையும் நேசிக்கிறேன், நீ மலைகளையும் கற்களையும் மணலையும்

நேசிக்கிறாய். அதனால்தான் பயப்படுகிறேன், உன்னைப் பற்றி, உனது காதலைப் பற்றி, உனது உலகத்தைப் பற்றி."

"அதனால்?" நான் திகைப்புடன் கேட்டேன். அவள் என்ன சொல்ல முயல்கிறாள் என்று என்னால் புரிந்துகொள்ள முடியவில்லை.

"அதனால்?" அவள் கண்களைத் துடைத்துக்கொண்டு, மீண்டும் புன்னகைத்தபடி, தலையைத் திருப்பினாள். "அதனால், இன்னும் மூன்று மாதங்களில் நமக்குத் திருமணம். உனக்கு இன்னும் என்ன வேண்டும்?" நினோவால் ஒரே மூச்சில் சிரிக்கவும் அழவும், காதலிக்கவும் வெறுக்கவும் முடியும். அவள் செங்கிஸ்கானின் எல்லாப் படையெடுப்புகளுக்காகவும் என்னை மன்னித்துவிட்டு மீண்டும் காதலித்தாள். அவள் என் கையைப் பற்றிக்கொண்டு வெரி–பாலம் வழியாக அங்காடியின் புதிர்ப்பின்னல் வழிகளுக்கு இழுத்துப்போனாள். அது மன்னிப்புக்கான அடையாளக் கோரிக்கை. அங்காடிதான் டிபிலிசியின் ஐரோப்பிய அங்கியில் இருந்த ஒரே ஆசியத் துண்டு. குண்டான ஆர்மீனியப் பாரசீகக் கம்பள விற்பனையாளர்கள், ஈரானின் பொக்கிஷங்களின் பல வண்ணம் கொண்ட மகிமையை இங்கே காட்சிப்படுத்துகிறார்கள். அவற்றின் மஞ்சள் பரப்பில் ஞான வரிகள் பொரிக்கப்பட்ட பித்தளை தட்டுகள் அரை இருளில் பிரகாசித்தன. வெளிர் சாம்பல் நிறக் கண்களுடன் ஒரு குர்தியப் பெண் ஜோசியம் சொல்லிக் கொண்டிருந்தாள். தனது அறிவால் அவளே வியப்புற்றது போல் காணப்பட்டாள். மதுக்கடைக்கோ உணவகத்துக்கோ செல்லும் ஒவ்வொரு வாசலிலும் டிபிலிசியின் ஏராளமான வீண்பொழுது போக்குபவர்களும் சோம்பித் திரிபவர்களும் கொத்துக்கொத்தாய் கூடிநின்று சூரியனுக்குக் கீழேயுள்ள எதையும், எல்லாவற்றையும் பற்றி ஆர்வத்துடன் விவாதித்துக் கொண்டிருந்தார்கள். எண்பது விதமான வெவ்வேறு மக்களைக் கொண்ட நகரம் இது; ஒவ்வொரு மக்களுக்கும் ஒவ்வொரு மொழி. நகரம் அதற்கேயான பிரத்தியேக நெடியைக் கொண்டிருந்தது. நாங்கள் அதன் குறுகிய சந்துகளில் அதைச் சுவாசித்தோம். அங்காடியின் வண்ணக் கதம்பத்தில் நினோவின் சோகம் மறைந்தது. ஆர்மீனிய நடைபாதை வியாபாரிகள், குர்திய ஜோசியர்கள், பாரசீக சமையல்காரர்கள், ஓஸ்ஸாத்திய பாதிரியார்கள், ரஷ்யர்கள், அரேபியர்கள், இங்குஷ்கள், இந்தியர்கள்: ஆசிய மக்கள் எல்லோரும் டிபிலிசி பஜாரில் சந்திக்கிறார்கள். ஒரு கடையில் ஆரவாரம் கேட்கிறது. வியாபாரிகள் வட்டமாக நிற்கிறார்கள்: ஓர் அசீரியர் ஒரு யூதருடன் சண்டை போட்டுக்கொண்டிருக்கிறார். நாங்கள் சும்மா கவனிக்கிறோம்:

"என் முன்னோர்கள் உங்கள் மூதாதையர்களைக் கைதிகளாக பாபிலோனுக்கு அழைத்துப் போனபோது..." கூட்டம் சிரித்துக் கூச்சலிடுகிறது. பிறகு நினோவும் சிரிக்கிறாள் – அந்த யூதரைப் பார்த்து, அசீரியனைப் பார்த்து, அங்காடியைப் பார்த்து, தான் விட்ட கண்ணீரைப் பார்த்து. நாங்கள் நடக்கிறோம். இன்னும் சில அடிகள் எடுத்துவைத்ததும் நாங்கள் சுற்றை முடித்துவிட்டோம். மீண்டும் நாங்கள் கோலோவின்ஸ்கி தெருவில் இருக்கும் மெபிஸ்தோ உணவகத்தின் முன் நிற்கிறோம். "மறுபடி உள்ளே போகலாமா?" நான் கேட்கிறேன். ஆனால் நான் என்ன செய்ய விரும்புகிறேன் என்று உண்மையிலேயே எனக்குத் தெரியவில்லை.

"இல்லை. நமது நல்லிணக்கத்தைக் கொண்டாட, புனித டேவிட் மடாலயத்துக்குப்போகலாம்." நாங்கள் இழுக்கம்பி ரயில் நிலையத்துக்குப் போகும் பக்கத்துத் தெருக்களில் திரும்பினோம். அந்தச் சிறிய ரயில் பெட்டி டேவிட் மலையின் மீது மெதுவாக ஊர்ந்து ஏறத் தொடங்கியது. நகரம் கீழே அமிழ்ந்தது; இந்தப் பிரபலமான மடாலயம் எப்படி நிறுவப்பட்டது என்கிற கதையை நினோ எனக்குச் சொன்னாள்: "பல ஆண்டுகளுக்கு முன்பு புனித டேவிட் இந்த மலையில் வசித்தார். அந்த ஊரில் ஓர் இளவரசி ஓர் இளவரசனைப் பாவ வழியில் காதலித்தாள். அவள் கர்ப்பமானாள். அந்த இளவரசன் அவளைவிட்டுப் போய்விட்டான். அவளுடைய சீற்றம் கொண்ட அப்பா, யார் அவளை மயக்கியது என்று கேட்டபோது, அவரிடம் சொல்லப் பயந்து, அவள் புனித டேவிட்மீது பழிசுமத்தினாள். கடுஞ்சினம் பொங்கிய அந்த மன்னர், அந்தப் புனித மனிதரை அரண்மனைக்கு வரும்படி கட்டளையிட்டார். அவர் தனது மகளை அழைத்தார், அவள் தனது குற்றச்சாட்டை மீண்டும் கூறினாள். ஆனால் அந்தத் துறவி தனது மந்திரக்கோலால் அவள் உடலைத் தொட்டார். பிறகு ஓர் அதிசயம் நிகழ்ந்தது. அவள் உடலுக்குள் இருந்த குழந்தையின் குரல், உண்மையான குற்றவாளியின் பெயரைச் சொல்லும் ஒலி கேட்டது. பிறகு புனித மனிதர் பிரார்த்தனையுடன் கைகளை உயர்த்தினார். இளவரசி ஒரு கல்லைப் பெற்றெடுத்தார். அந்தக் கல் இன்னும் இங்கே இருக்கிறது. அதிலிருந்து புனித டேவிட் நீர்த்தாரை ஊற்றெடுக்கிறது. குழந்தைக்காக ஏங்கும் பெண்கள், அந்தப் புனித நீரூற்றில் குளிப்பார்கள்." யோசித்துவிட்டு அவள் மேலும் சொன்னாள்: "புனித டேவிட் இறந்துவிட்டார் என்பதும் அவருடைய மந்திரக்கோல் எங்கே இருக்கிறது என்று யாருக்கும் தெரியாது என்பதும் நல்ல விஷயமில்லையா, அலி கான்?" நாங்கள் மடாலயத்துக்கு வந்திருந்தோம்.

"நீ நீரூற்றுக்குப் போக விரும்புகிறாயா, நினோ?"

"இல்லை – அதற்கு, இன்னும் ஒரு வருடம் காத்திருக்கலாம் என்று நினைக்கிறேன்." மடாலய சுற்றுச்சுவரின் அருகில் நின்றபடி நாங்கள் கீழே நகரத்தைப் பார்த்தோம். குரா பள்ளத்தாக்கு நீல நிற மூடுபனியால் நிரப்பப்பட்டிருந்தது. கூரைகளின் கடலிலிருந்து தேவாலயக் குவிமாடங்கள் தனித்த தீவுகள்போல உயர்ந்தெழுந்தன. கிழக்கிலும் மேற்கிலும் நீண்ட கேளிக்கைத் தோட்டங்கள் இருந்தன: டிபிலிசியின் மகிழ்ச்சிக் குழுக்களின் விளையாட்டு மைதானங்கள். தூரத்தில் மெதெக்கின் இருண்ட கோட்டை உயர்ந்தது – ஒரு காலத்தில் ஜார்ஜிய மன்னர்களின் அதிகார பீடமாக இருந்தது அது, இப்போது அரசியலைப் பற்றிச் சிந்திக்கத் துணிந்த காக்கேசியர்களுக்கான ரஷ்யப் பேரரசின் சிறைகளாக இருக்கிறது. நினோ திரும்பிக்கொண்டாள். ஜார் மன்னரின் மீதான அவளது விசுவாசத்தை அந்தப் புகழார்ந்த – அல்லது இகழார்ந்த – சித்திரவதைக்கும் மரணத்துக்குமான இடத்தின் காட்சியுடன் இணைப்பது அவளுக்குக் கடினமாக இருந்தது.

"உன் உறவினர்கள் யாராவது மெதக்கின் உள்ளே இருக்கிறார்களா, நினோ?"

"இல்லை ஆனால் நீ இருக்க வேண்டும். வா, அலி கான்."

"எங்கே?"

"கிரிபோயெதோவைப் போய் பார்த்துவிட்டு வருவோம்." நாங்கள் ஒரு மூலையில் திரும்பி வெயில் மழை பட்டுத் தேய்ந்த கல்லறைக் கல் அருகே வந்து நின்றோம். நினோ ஒரு கூழாங்கல்லை எடுத்து அதைக் கல்லறைக் கல்லில் சட்டென்று அழுத்தி விட்டுவிட்டாள். கல் விழுந்து உருண்டோடியது. நினோ மிகவும் சிவந்தாள். பழைய டிபிலிசி நம்பிக்கையின்படி, ஒரு பெண் ஒரு கூழாங்கல்லை எடுத்து அந்த ஈரமான கல்லறைக் கல்லில் அழுத்தும்போது அது ஒரு கணம் ஒட்டிக்கொண்டிருந்தால், அவள் அதே ஆண்டில் திருமணம் செய்துகொள்வாள். அவளது விழுந்துவிட்டது. நான் அவளது சங்கடப்பட்ட முகத்தைப் பார்த்துச் சிரித்தேன்: "பார்த்தாயா? நம் திருமணத்துக்கு மூன்று மாதங்களுக்கு முன்பு!

"செத்த கற்கள் சொல்வதை நம்பாதே" என்று நம் தீர்க்கதரிசி சொல்வது சரிதானே?"

"ஆமாம்," என்றாள் நினோ.

நாங்கள் மீண்டும் இழுக்கம்பி ரயில் நிலையத்துக்குப் போனோம். "போர் முடிந்ததும் நாம் என்ன செய்வோம்?" என்று கேட்டாள் நினோ.

"போர் முடிந்த பிறகா? நாம் இப்போது செய்துகொண்டிருக்கும் அதே காரியங்களைத்தான். பாக்கூவில் காலாற நடப்பது, நண்பர்களைச் சந்திப்பது, காராபாக் போய் குழந்தைகள் பெற்றுக்கொள்வது. அற்புதமாக இருக்கும்."

"நான் ஐரோப்பாவைப் பார்க்க விரும்புகிறேன்."

"நிச்சயமாக. நாம் பாரிஸுக்கு, பெர்லினுக்கு, உனக்கு எந்த இடம் பிடிக்குமோ அந்த இடத்துக்குப் போகலாம், ஒரு குளிர்காலம் முழுதும்."

"ஆம், ஒரு குளிர்காலத்திற்கு."

"நினோ, உனக்கு நமது நாடு பிடிக்காமல் போய்விட்டதா? நீ விரும்பினால், நாம் டிபிலிசியில் வாழலாம்."

"நன்றி அலி கான். நீ எனக்கு மிகவும் நல்லவன். நாம் பாக்கூவில் வசிப்போம்."

"நினோ, பாக்கூபோல வேறு ஓர் இடம் இல்லை என்று நினைக்கிறேன்."

"ஓ? நீ வேறு பல ஊர்களைப் பார்த்திருக்கிறாயா?"

"இல்லை, நான் பார்க்கவில்லை. ஆனால் நீ விரும்பினால், நான் உன்னுடன் உலகம் முழுவதும் சுற்றி வருவேன்."

"முழு நேரமும் நீ பழைய சுவருக்காகவும் முஸ்தபாவுடனான ஆத்மார்த்தமான பேச்சுகளுக்காகவும் ஏங்கிக்கொண்டிருப்பாய். ஆனால் கவலைப்படாதே. நீ இருப்பது போல் இரு. நான் உன்னைக் காதலிக்கிறேன்."

"நீ சொல்வது சரிதான், நினோ. நான் எங்கள் பிறந்த நாட்டையும் எங்கள் நகரம் முழுதையும், ஒவ்வொரு கல்லையும், பாலைவனத்தில் இருக்கும் ஒவ்வொரு மணலையும் நேசிக்கிறேன்."

"எனக்குத் தெரியும். இது எவ்வளவு விசித்திரமானது – பாக்கூ மீதான இந்தக் காதல். வெளிநாட்டவர்களுக்கு நம் ஊர் வெறும் வெப்பமான, புழுதி நிறைந்த, எண்ணெய் படிந்த மந்தமான இடம்."

"அதற்குக் காரணம் அவர்கள் வெளிநாட்டவர்கள்."

அவள் கையை என் தோளில் போட்டாள். அவள் உதடுகள் என் கன்னத்தைத் தொட்டன: "ஆனால் நாம் வெளிநாட்டவர்கள் அல்ல, ஒருபோதும். அலி கான், நீ எப்போதும் என்னைக் காதலிப்பாயா?"

அலியும் நினோவும்

"எப்போதும் நினோ."

எங்கள் ரயில் வண்டி நகரத்தில் இருக்கும் ரயிலடிக்குத் திரும்பியது. மீண்டும் நாங்கள் கோலோவின்ஸ்கி தெரு வழியாக நடந்தோம், ஆனால் இந்த முறை, எங்கள் கைகள் ஒருவரையொருவர் சுற்றியிருந்தன. இடப்பக்கம் அழகிய வார்ப்பிரும்பு கைபிடிச் சுவரால் சூழப்பட்ட ஒரு பெரிய பூந்தோட்டம் இருந்தது. மூடி இருந்த வாயிலில் இரண்டு வீரர்கள் கல்லால் ஆனதுபோல அசையாமல் காவலில் நின்றிருந்தார்கள். அவர்கள் மூச்சுவிடக்கூட இல்லை என்பது போல் தோன்றியது. கம்பி போட்ட வாயிற்கதவின் மேலே பேரரசின் கழுகு அதன் பொன்முலாமிட்டப் பளபளப்பில் கம்பீரமாக அந்தரத்தில் மிதந்தது. இது ஜார் மன்னரின் காக்கேசிய ஆளுநர் பெருங்கோமான் நிகோலாய் நிகோலேவிச்சின் வசிப்பிடமாய் இருந்தது.

நினோ சட்டென்று நின்றாள். "பார்," என்று பூங்காவைச் சுட்டிக்காட்டிச் சொன்னாள். பைன் மர நிழற்சாலையில் ஓர் உயரமான, ஒற்றைநாடியான நரைத்த மனிதர் மெதுவாக எங்களைக் கடந்துபோனார். இப்போது அவர் திரும்பினார். பெருங்கோமானின் பெரிய, உயிர்ப்பற்ற பித்துக் கண்களை நான் அடையாளம் கண்டுகொண்டேன். அவரது முகம் நீளமாக இருந்தது. அவருடைய உதடுகள் சேர்த்து அழுத்தியிருந்தன. பைன் மரங்களின் நிழலில் அவர் ஒரு பெரிய உயர் காட்டு விலங்கு போல் இருந்தார். "அவர் என்ன சிந்திக்கிறார் என்று யோசிக்கிறேன், அலி கான்?"

"ஜார் மன்னரின் கிரீடம், நினோ."

"அது அவரது நரை முடியில் நன்றாக இருக்கும். என்ன செய்யப்போகிறார்?"

"ஜாரை வீழ்த்தப் போவதாகச் சொல்கிறார்கள்."

"விலகி வா, அலி கான், எனக்குப் பயமாக இருக்கிறது."

நாங்கள் அந்த அழகான வார்ப்பிரும்பு குறுக்குத் தட்டியை விட்டு விலகித் திரும்பினோம். நினோ சொன்னான்: 'நீ ஜார் மன்னரையும் பெருங்கோமானையும் பற்றி மோசமாகப் பேசக் கூடாது. அவர்கள் துருக்கியர்களிடமிருந்து எங்களைப் பாதுகாக்கிறார்கள்."

"அவர்கள் உனது நாட்டை நசுக்கும் சூடாகிச் சிவந்த ஓர் இடுக்கியின் இரண்டு நகங்களில் ஒரு பாதி."

"எனது நாடா? உன்னுடையது என்ன ஆயிற்று?"

"எங்களுக்கு இது வேறு. நாங்கள் பட்டறைக்கல் மீது கிடக்கிறோம், பெருங்கோமான் சம்மட்டியைப் பிடித்திருக்கிறார். அதனால்தான் நாங்கள் அவரை வெறுக்கிறோம்" என்றேன்.

"நீ அன்வர் பாஷாவை விரும்புகிறாய். அது முட்டாள்தனம். எங்கள் ஊருக்குள் அன்வர் வருவதை நீ ஒருபோதும் பார்க்க மாட்டாய். பெருங்கோமான் வெற்றிபெறுவார்."

"இறைவனுக்குத்தான் தெரியும்" என்று நான் சமாதானமாகச் சொன்னேன்.

16

பெருங்கோமானின் படைகள் ட்ரேப்சண்டில் இருந்தன, அவர்கள் எர்செரமைக் கைப்பற்றினார்கள். பாக்தாத் செல்லும் வழியில் குர்திய மலைகளை வெற்றிகொண்டார்கள். பெருங்கோமானின் படைகள் டெஹ்ரானில், தப்ரிஸில், புனித நகரமான மெஷெட்டில்கூட இருந்தன. துருக்கியின் பாதியும் பாரசீகத்தின் பாதியும் நிகோலாய் நிக்கொலாய்விச்சின் கரும் நிழலில் பதைத்து ஒடுங்கியிருந்தன. ஒரு சந்திப்பில் ஜார்ஜிய பிரபு ஒருவர் இப்படி அறிவித்தார்: "ஜார் மன்னரின் கட்டளைப்படி, ஹாகியா சோபியாவின் குவிமாடத்தின் மீது தங்கத்தாலான பைசாந்தியச் சிலுவை புதுப் பொலிவுடன் மின்னும்வரை நான் ஓய்வெடுக்க மாட்டேன்." பிறை நாடுகள் பேரழிவு நிலையில் இருந்தன. சிறிய இருண்ட சந்துகளில் வாழ்ந்த கோட்ஷிகளும் அம்பல்களுமே இன்னும் ஒஸ்மானின் வலிமை பற்றியும் அன்வர் பாஷாவின் வெற்றி வாள் பற்றியும் பேசிக்கொண்டிருந்தார்கள். பாரசீகம் இல்லாமல் போய்விட்டது, விரைவில் துருக்கியும் இல்லாமல் போகும். என் அப்பா மிகவும் அமைதியாக ஆகிவிட்டார். அடிக்கடி வெளியில் இருந்தார். சில நேரங்களில் அவர் செய்திகள், வரைபடங்கள் மீது கவிந்துகொண்டு இழந்த நகரங்களின் பெயர்களைக் கிசுகிசுத்துக் கொண்டிருந்தார். பிறகு மணிக்கணக்கில் அசை யாமல் அமர்ந்து, அரக்குப் பிசின் ஜெபமாலையைத் தன் கையில் பிடித்துக்கொண்டிருந்தார். நான் நகைக்கடைகள், பூக்கடைகள், புத்தகக் கடைகளைச் சுற்றிவந்து நினோவுக்குப் பரிசுகளை வாங்கினேன். நான் அவளை பார்த்தபோது, போரும், பெருங்கோமானும், அச்சுறுத்தப்பட்டிருந்த பாதி நிலவும் பல மணிநேரங்களுக்கு என் எண்ணத்தி லிருந்து மறைந்தன.

ஒரு நாள் என் தந்தை சொன்னார்: "இன்றிரவு வீட்டிலேயே இரு, அலி கான். சிலர் வரப்போகிறார்கள். நாங்கள் முக்கியமான விஷயங்களைப் பற்றி விவாதிப்போம்." அவர் சற்றே சங்கடத் துடன் பார்வையை விலக்கிக்கொண்டார். நான் புரிந்துகொண்டு அவரை கிண்டல் செய்தேன்:

"அரசியல் தொடர்பான எதையும் ஒருபோதும் செய்யாதே என்று என்னை நீங்கள் சத்தியம் செய்ய வைக்கவில்லையா, அப்பா?"

"தனது மக்களின்மீது அக்கறை செலுத்துவது என்பதை அரசியல் என்று அர்த்தம் கொள்ள வேண்டியதில்லை. தன் மக்களைப் பற்றிச் சிந்திக்க வேண்டியது ஒருவரின் கடமையாக மாறும் நேரங்கள் இருக்கின்றன, அலி கான்."

அன்று இரவு நினோவை இசைநாடகத்துக்கு அழைத்துச் செல்ல ஏற்பாடு செய்திருந்தேன். அன்று இரவு ஷாலியாபின் ஒரு சிறப்பு அழைப்புக் கலைஞராகத் தோன்றவிருந்தார். நினோ இதை எதிர்பார்த்துக்கொண்டிருந்தாள். நான் இலியாஸுடன் தொலைப்பேசியில் தொடர்புகொண்டேன். "இலியாஸ், இன்றிரவு எனக்கு வேலை இருக்கிறது. நினோவை இசைநாடகத்துக்குக் கூட்டிச்செல்ல முடியுமா? என்னிடம் நுழைவுச்சீட்டுகள் இருக்கின்றன." ஒரு சிடுசிடுப்பான குரல் பதிலளித்தது:

"என்ன ஒரு யோசனை. என் இஷ்டத்துக்கு என்னால் நடக்க முடியாது என்று உனக்கே தெரியும். நான் ஹைதருடன் இரவுப் பணியில் இருக்கிறேன்." நான் முஸ்தபாவுடன் தொலைப்பேசினேன்.

"மன்னிக்கவும், ஆனால் என்னால் முடியாது. புகழ்பெற்ற முல்லா ஹட்ஷி மச்சூட்டுடன் எனக்கு ஒரு சந்திப்பு இருக்கிறது. அவர் டெஹ்ரானில் இருந்து வந்திருக்கிறார் கொஞ்சநாள்தான் இங்கே இருப்பார்." நான் மாலிக்குடன் தொலைப்பேசினேன். அவனது குரல் மிகவும் சங்கடமாக ஒலித்தது:

"நீ ஏன் போகக் கூடாது அலி கான்?"

"விருந்தினர்கள் வருகிறார்கள்."

"எல்லா ஆர்மீனியர்களையும் எப்படிக் கொல்வது என்று திட்டம் தீட்டவா? என் மக்கள் ரத்த வெள்ளத்தில் இறக்கும் இந்தக் காலத்தில் நான் உண்மையில் நாடக அரங்கத்துக்குப் போகக் கூடாதுதான். ஆனால் நீ என்பதால் – மேலும் ஷாலியாபின்

உண்மையில் ஓர் அற்புதமான பாடகர்." ஒரு வழியாக முடிந்தது ஆபத்துக்கு உதவுபவன்தான் உண்மையான நண்பன். நான் நினோவிடம் சொல்லிவிட்டு வீட்டில் இருந்தேன்.

விருந்தினர்கள் ஏழு மணிக்கு வந்தார்கள். நான் யாரைப் பார்க்க வேண்டும் என்று எதிர்பார்த்திருந்தேனோ அவர்களே தான். எங்கள் பெரிய அறையில் சிவப்புக் கம்பளங்கள், மென்மையான திவான்களில் ஓராயிரம் மில்லியன் ரூபிள்கள் கூடியிருந்தன. அல்லது அங்குக் கூடியிருந்த மனிதர்களில் சிலர் ஓராயிரம் மில்லியன் ரூபிள்களுக்கு மேல் சொத்து வைத்திருந்தார்கள். அப்படிப்பட்டவர்கள் அதிகம் இல்லை. இவர்களையெல்லாம் நான் பல ஆண்டுகளாக அறிந்திருந்தேன். இலியாஸின் அப்பா செயினல் அகாதான் முதலில் வந்தார். அவரது முதுகு கூனியிருந்தது. கண்கள் திரையிட்ட தோற்றம் கொண்டிருந்தன. அவர் குனிந்து ஒரு திவானில் உட்கார்ந்து தன் கைத்தடியைக் கீழே வைத்துவிட்டு, யோசனையோடு துருக்கிய இனிப்பு ஒன்றைச் சாப்பிட ஆரம்பித்தார். பிறகு இரண்டு சகோதரர்கள் வந்தார்கள்: அலி அசாதுல்லா மற்றும் மிர்சா அசாதுல்லா. அவர்களின் அப்பா, மறைந்த ஷம்சி, அவர்களுக்கு ஒரு டஜன் மில்லியன் ரூபிள்களை விட்டுப் போயிருந்தார். அப்பாவின் புத்திசாலித்தனம் பரம்பரையாக மக்களுக்கும் வந்திருந்தது. ஆனால் கூடவே படிக்கவும் எழுதவும் கற்றுக்கொண்டார்கள்.

மிர்சா அசாதுல்லா பணத்தை, ஞானத்தை, அமைதியை நேசித்தார். அவரது சகோதரர் அலி, ஜராதுஷ்ட்ராவின் நெருப்பு போன்றவர், எரியும் ஆனால் எரிந்து அடங்காது. அவர் எப்போதும் நகர்ந்துகொண்டிருந்தார். போரை, சாகசத்தை, ஆபத்தை நேசித்தார். அவரைப் பற்றி நாட்டில் பல கதைகள் சொல்லப்பட்டன. சண்டைகள், தாக்குதல்கள், இரத்தக்களரி பற்றிய கதைகள். அவருக்கு அருகில் அமர்ந்திருந்த புர்ஜாத் சாதே காதலித்தது சாகசத்தை அல்ல, காதலை. எங்களில் அவர் மட்டும்தான் நான்கு மனைவிகளைக்கொண்டவர். அவர்கள் எப்பொழுதும் ஒருவரோடொருவர் கடுமையாகச் சண்டை போட்டுக்கொண்டிருப்பார்கள். அவர் இந்தச் சூழல் குறித்து மிகவும் வெட்கப்படுவார். ஆனால் அவரது இயல்பை மாற்றிக்கொள்ள முடியவில்லை. அவருக்கு எத்தனை குழந்தைகள் இருந்தன என்று கேட்டால், அவர் சோகமாகப் பதில் சொல்லுவார்: "பதினைந்தோ பதினெட்டோ. பரிதாபத்துக்குரிய எனக்கு எப்படித் தெரிந்திருக்க முடியும்?" மேலும் அவருடைய மில்லியன்களைப் பற்றிக் கேட்டாலும் அதே பதிலைத்தான் சொல்லுவார். அறையின் அடுத்த

மூலையில் அமர்ந்திருந்த ஜுசுஃப் ஓக்லி அவரை வெறுப்பும் பொறாமையுமாகப் பார்த்தார். அவருக்கு ஒரே ஒரு மனைவி மட்டுமே இருந்தாள். அவளும் அழகானவள் இல்லை என்று சொல்லிக்கொண்டார்கள். அவர்களின் திருமண நாளில் அவள் அவரிடம் சொல்லியிருந்தாள்: "நீங்கள் உங்களுடைய விந்துகளை மற்ற பெண்களிடம் வாரி இறைத்தால் நான் அந்தப் பெண்களின் காதுகளையும் மூக்குகளையும் மார்பகங்களையும் அறுத்தெறிந்து விடுவேன். மேலும் நான் உங்களுக்கு என்ன செய்வேன் என்பதைச் சொல்லவும் விரும்பவில்லை." இந்தப் பெண்ணின் உறவினர்கள் துப்பாக்கியை உறையிலிருந்து துரிதமாக எடுப்பதில் தகுந்த பேர் பெற்றவர்கள் என்பதால், அவளுடைய அச்சுறுத்தலைத் தீவிரமாக எடுத்துக் கொள்ள வேண்டியிருந்தது. ஆகவே, அந்தப் பரிதாபத்துக்குரிய மனிதர் ஓவியங்களைச் சேகரித்தார்.

ஏழரை மணிக்கு அறைக்குள் வந்த ஒரு மனிதர் மிகவும் சிறியவராகவும், மிகவும் ஒல்லியாகவும் இருந்தார். அவரது மென்மையான கைகளின் நகங்கள் சிவப்பு நிறம் பூசியிருந்தன. நாங்கள் எல்லோரும் எழுந்து அவருடைய கெடுவாய்ப்பின் நினைவாக வணங்கினோம். அவரது ஒரே மகன் இஸ்மாயில் கடந்த சில ஆண்டுகளுக்கு முன்பு இறந்துவிட்டார்.

அப்பாக்காரர் நிகோலாய் தெருவில் ஒரு அற்புதமான வீட்டைக் கட்டியிருந்தார். 'இஸ்மாயில்' என்கிற பெயர் பெரிய தங்க எழுத்துகளில் முன்பக்கத்தில் பிரகாசித்தது. அந்த வீடு இஸ்லாமியத் தொண்டுக்காக அர்ப்பணிக்கப்பட்டது. அவர் பெயர் அகா மூசா நாஜி. தனது இருநூறு மில்லியன் ரூபிள் மூலம் மட்டுமே அவர் எங்கள் வட்டத்தின் உறுப்பினராக இருந்தார். ஏனென்றால், அவர் இப்போது முஸ்லீம் இல்லை. அவர் பாப் தொடங்கிய, நம் மதத்திலிருந்து முரண்பட்ட பஹாய் பிரிவைச் சேர்ந்தவர். நஸ்ருதீன் ஷா பஹாயிஸ்டு களைச் சாகடித்தார். நம்மில் மிகச் சிலருக்குத்தான் பாபின் போதனைகள் என்னவென்று தெரியும். ஆனால் நஸ்ருதீன், பஹாய் பிரிவினரின் விரல் நகங்களில் சூடான ஊசிகளைச் சொருகியதும், அவர்களை உயிருடன் எரித்தும் சாட்டையால் அடித்தும் கொன்றதும் நமக்கெல்லாம் தெரியும். ஒரு பிரிவின் போதனைகள் இப்படிப்பட்ட தண்டனைக்குத் தகுந்தவை என்றால், அவை உண்மையிலேயே மோசமானவையாகத்தான் இருக்க வேண்டும்.

எட்டு மணிக்கு எல்லா விருந்தினர்களும் கூடியிருந்தார்கள். எண்ணெய் இளவரசர்கள் அங்கே இருந்தார்கள், தேநீர் குடித்தபடியும், இனிப்புகளைச் சாப்பிட்டபடியும், தங்களின்

வியாபாரம் வளர்வதைப் பற்றி, அவர்களின் வீடுகள், குதிரைகள், தோட்டங்கள் பற்றி, சூதாட்ட விடுதியின் பச்சை மேடையில் அவர்களின் இழப்புகள் பற்றி பரஸ்பரம் சொல்லிக் கொண்டார்கள். ஒன்பது மணிவரை பேசினார்கள்; அதுதான் சபைப் பண்பாடு. வேலைக்காரர்கள் தேநீர் சிற்றுண்டி விஷயங்களை அப்புறப்படுத்திவிட்டு, கதவை மூடிய பிறகு, என் அப்பா சொன்னார்: "ஷம்சி அசாதுல்லாவின் மகன் மிர்சா அசாதுல்லா நம் மக்களின் தலைவிதி பற்றி அதிகம் யோசித்திருக்கிறார். அவர் சொல்வதைக் கவனிப்போம்." மிர்சா அசாதுல்லா தனது அழகான கனவு முகத்தை உயர்த்தினார்:

"பெருங்கோமான் வெற்றி பெற்றால் வரைபடத்தில் ஒரு முஸ்லிம் நாடுகூட எஞ்சியிருக்காது. ஜார் மன்னரின் கை பலமாக இருக்கும். இன்றிரவு இங்கே இருக்கும் நம்மை அவர் தொட மாட்டார், நம்மிடம் பணம் இருப்பதால். ஆனால் அவர் நமது மசூதிகளையும் பள்ளிகளையும் மூடுவார். நம் மொழி பேசுவதைத் தடை செய்வார். அந்நியர்கள் நிலத்தை ஆக்கிரமிப்பார்கள், ஏனென்றால், நபியின் மக்களைக் காக்க யாரும் இருக்க மாட்டார்கள். அன்வர் வெற்றி பெற்றால் நமக்கு நல்லது, அவருடைய வெற்றிகள் குறைவாக இருந்தாலும். ஆனால் இரண்டில் எது நடந்தாலும் நம்மால் என்ன செய்ய முடியும்? நம்மால் எதுவும் செய்ய முடியாது என்கிறேன். நம்மிடம் பணம் இருக்கிறது, ஜார் மன்னரிடமோ இன்னும் அதிகமாக இருக்கிறது. நாம் என்ன செய்யலாம்? ஒருவேளை ஜாருக்கு நமது பணத்தில் கொஞ்சமும் நம் ஆள்படையில் கொஞ்சமும் கொடுக்க வேண்டும். அவருக்கு ஒரு படைக்குழுவை நாம் கொடுத்தால், போருக்குப் பிறகு அவருடைய கை நம் மீது அவ்வளவு பலமாக இருக்காது. அல்லது வேறு வழி இருக்கிறதா?" அவரது அண்ணன் அலி எழுந்துகொண்டார்:

"யாருக்குத் தெரியும், போருக்குப் பிறகு ஜாரே இல்லாமலும் போகலாம்"

"அப்படி நடந்தாலும், என் சகோதரரே, நம் நாட்டில் மிக அதிகமான ரஷ்யர்கள் இருப்பார்கள்."

"அவர்களின் எண்ணிக்கையைக் குறைக்கலாம், என் சகோதரரே."

"அவர்கள் எல்லோரையும் கொல்ல முடியாது, அலி."

"அவர்கள் எல்லோரையும் கொல்ல முடியும், மிர்சா."

அவர்கள் அமைதியாக இருந்தார்கள். அப்போது செயினல், மிகவும் மென்மையாக, மூப்பின் சோர்வுடன்

எந்த உணர்ச்சியுமில்லாமல் இல்லாமல் பேசினார்: "புனிதப் புத்தகத்தில் என்ன எழுதப்பட்டிருக்கிறது என்பது யாருக்கும் தெரியாது. பெருங்கோமானின் வெற்றிகள் வெற்றிகள் அல்ல, அவர் இஸ்தான்புல்லையே கைப்பற்றினாலும்கூட. நமது விதியின் திறவுகோல் இஸ்தான்புல்லில் இல்லை, மாறாக மேற்கில் இருக்கிறது. அங்குத் துருக்கியர்கள் வெற்றிபெறுகிறார்கள், அங்கு அவர்கள் ஜெர்மானியர்கள் என்று அழைக்கப்பட்டாலும். ரஷ்யர்கள், ட்ரேப்சண்டை ஆக்கிரமித்திருக்கிறார்கள். துருக்கியர்கள், வார்சாவை ஆக்கிரமித்திருக்கிறார்கள். ரஷ்யர்கள்? இன்னும் யாராவது இருக்கிறார்களா? நான் ஒரு விவசாயி பற்றிக் கேள்விப்பட்டிருக்கிறேன் – அவரது பெயர் ரஸ்புதின் என்று நினைக்கிறேன் – அவர் ஜார் மன்னரை ஆள்கிறாராம். ஜாரின் மகள்களை அரவணைக்கிறார், ஜார் ராணியை அம்மா என்று அழைக்கிறார். மேலும், ஜார் மன்னரை அரியணை யிலிருந்து அகற்ற விரும்பும் பிரபுக்களும் இருக்கிறார்கள். ஒரு புரட்சியைத் தொடங்கலாம் என்று அமைதிக்குக் காத்திருக்கும் மக்களும் இருக்கிறார்கள். போருக்குப் பிறகு எல்லாம் மிகவும் மாறிவிடும்."

"ஆமாம்," என்றார் புத்திசாலித்தனமான கண்களும் நீண்ட மீசையும் கொண்ட ஒரு பருத்த ஆள். "போருக்குப் பிறகு எல்லாம் உண்மையில் மாறிவிடும்" இது சோஜாவைச் சேர்ந்த ஃபெதே அலி கான், வழக்கறிஞர் தொழில் செய்பவர். அவர் எப்போதும் மக்களைப் பற்றி, அவர்களின் குறிக்கோளைப் பற்றிச் சிந்திக்கிறார் என்பது எங்களுக்குத் தெரியும். "ஆமாம்," என்று அவர் ஆர்வத்துடன் சொன்னார். "எல்லாமே எந்த அளவுக்கு மாறி இருக்கும் என்றால், வேறு யாருடைய உதவிக்காகவும் நாம் கெஞ்ச வேண்டிய தில்லை என்னும் அளவுக்கு. இந்தப் போரில் யார் வெற்றி பெறுகிறார்களோ அவர்கள் பலவீனமாக, காயங்கள் நிரம்பி வெளியே வருவார்கள். நாம் பலவீனமாகவும் இருக்க மாட்டோம், காயங்களோடும் இருக்க மாட்டோம். நாம் உரிமையுடன் கேட்கும் நிலையில் இருப்போம், பிச்சை கேட்கும் நிலையில் அல்ல. நம்முடையது ஓர் இஸ்லாமிய, ஷியா பிரிவு நாடு. அதைத்தான் நாம் ரோமானோவ் குடும்பத்திடமிருந்தும் ஒஸ்மான் குடும்பத்திடமிருந்தும் எதிர்பார்க்கிறோம். நமக்கு முக்கியமான எல்லாவற்றிலும் சுதந்திரம்! போருக்குப் பிறகு வல்லரசுகள் எந்த அளவுக்குப் பலவீனமாக இருக்கிறதோ, அந்த அளவுக்கு நமக்குச் சுதந்திரம் அருகில் இருக்கும். இந்தச் சுதந்திரம் நம்மிடம் இருந்து, நமது செலவழிக்கப்படாத வலிமை யிலிருந்து, நமது பணத்திலிருந்து, நமது எண்ணெயிலிருந்து வரும். மறந்துவிடாதீர்கள்: நமக்கு உலகம் தேவைப்படுவதை விட, உலகத்துக்கு நாம் தேவைப்படுகிறோம்.

அறையில் கூடியிருந்த ஆயிரம் மில்லியன் ரூபிள்களும் மிகவும் திருப்தி அடைந்தன. காத்திருந்து பார்ப்பது ஒரு நல்ல கொள்கை. எங்களிடம் எண்ணெய் இருக்கிறது. வெற்றி பெற்றவர்கள் எங்கள் தயவுக்குப் பிச்சை எடுக்க வேண்டும். அதுவரை நாம் என்ன செய்வோம்? மருத்துவமனைகளைக் கட்டலாம், குழந்தைக் காப்பகங்கள், பார்வையற்றவர்களுக்கு இல்லங்கள், நமது நம்பிக்கைக்காகப் போராடுபவர்களுக்கான வீடுகள் அமைக்கலாம். யாராலும் எங்களைப் பண்பு இல்லாதவர்கள் என்று குற்றம் சாட்ட முடியாது. நான் ஒரு மூலையில் அமைதியாகவும் கோபமாகவும் உட்கார்ந்திருந்தேன். அலி அசாதுல்லா அறையின் குறுக்கே வந்து என் அருகில் உட்கார்ந்தார்: "அப்புறம், நீங்கள் என்ன நினைக்கிறீர்கள், அலி கான்?" பதிலுக்குக் காத்திராமல் குனிந்து கிசுகிசுத்தார்: "நம் நாட்டில் இருக்கும் எல்லா ரஷ்யர்களையும் கொன்றுவிட்டால் அற்புதமாக இருக்காதா? மேலும் ரஷ்யர்கள் மட்டுமல்ல – நம்மிடமிருந்து மாறுபட்டுப் பேசும், வணங்கும், சிந்திக்கும் வெளிநாட்டவர்கள் எல்லோரையும் கொல்ல வேண்டும். நாம் எல்லோருமே அதைச் செய்ய ஆசைப்படுகிறோம், ஆனால் நான் மட்டுமே அதை உரக்கச் சொல்லத் துணிகிறேன். பிறகு என்ன? நான் அன்வரை விரும்புகிறேன் என்றாலும், என்னைப் பொறுத்தவரை ஃபெதே அலி ஆட்சி செய்யலாம். ஆனால் முதலில் நாம் அனைத்து வெளிநாட்டினரையும் ஒழித்துக்கட்ட வேண்டும்." அவர் 'ஒழித்துக்கட்டுதல்' என்ற வார்த்தையை, அதற்கு 'நேசம்' என்ற பொருள் இருப்பதுபோல மிகவும் மென்மையான ஏக்கத்துடன் பேசினார். அவருடைய கண்கள் பிரகாசித்தன. அவர் குறும்புத்தனமாகச் சிரித்தார். நான் பதில் சொல்லவில்லை.

இப்போது பஹாய் பிரிவைச் சேர்ந்த மூசா நாஜி பேசினார்: "நான் ஒரு கிழவன். நான் பார்ப்பவற்றைப் பார்க்கவும், நான் கேட்பவற்றைக் கேட்கவும் எனக்கு வருத்தமாக இருக்கிறது. ரஷ்யர்கள் துருக்கியர்களைக் கொல்கிறார்கள், துருக்கியர்கள் ஆர்மீனியர்களைக் கொல்கிறார்கள், ஆர்மீனியர்கள் நம்மைக் கொல்ல விரும்புகிறார்கள், நாம், ரஷ்யர்களை. இது நல்லதா? எனக்குத் தெரியாது. செயினல் அகா, மிர்சா, அலி, ஃபெத் அலி ஆகியோர் நம் மக்களின் தலைவிதியைப் பற்றி என்ன நினைக்கிறார்கள் என்பதைக் கேட்டோம். அவர்கள் நம்முடைய பள்ளிகள், நமது மொழி, மருத்துவமனைகள், சுதந்திரம் பற்றி யெல்லாம் ஆழ்ந்த அக்கறை கொண்டிருக்கிறார்கள் என்பது எனக்குப் புரிகிறது. ஆனாலும் கற்பிக்கப்படுவது முட்டாள் தனமாக இருக்கும்போது பள்ளியால் என்ன பயன்? உடல்

மட்டும் குணமாக்கப்பட்டு ஆன்மா மறக்கப்பட்டால் மருத்துவ மனையால் என்ன பயன்? நம் ஆன்மாக்கள் இறைவனிடம் செல்லப் பாடுபடுகின்றன. ஆனால் ஒவ்வொரு தேசமும் தங்களுக்கு மட்டுமேயான ஓர் இறைவன் இருப்பதாகவும், அவரே, அவர் ஒருவரே, இறைவன் என்றும் நம்புகிறார்கள். ஆனால் அதே இறைவன்தான் எல்லா ஞானிகளின் குரல் மூலமாகவும் தன்னைத் தெரியப்படுத்தியவர் என்று நான் நம்புகிறேன். அதனால் நான் கிறிஸ்துவையும் கன்பூசியஸ்லை யும், புத்தரையும் முகமதுவையும் வணங்குகிறேன். நாம் எல்லோரும் ஒரே இறைவனிடமிருந்து வந்தவர்கள். மேலும், பாப் மூலமாக நாம் எல்லோரும் அவரிடம் திரும்புவோம். கருப்பர் இல்லை, வெள்ளையர் இல்லை, கருப்புதான் வெள்ளை, வெள்ளைதான் கருப்பு என்பதை மனிதர்களுக்குச் சொல்ல வேண்டும், எனவே எனது அறிவுரை இதுதான்: உலகில் எங்கும் யாரையும் புண்படுத்தும் எதையும் செய்யக் கூடாது. ஏனென்றால், ஒவ்வொரு ஆன்மாவிலும் நாமும் ஒரு பகுதியாக இருக்கிறோம். ஒவ்வொரு ஆன்மாவும் நம்மில் ஒரு பகுதியாகவும் இருக்கிறது."

நாங்கள் திகைப்புடன் அமைதியாக அமர்ந்திருந்தோம். ஆக பாபின் நாத்திகவாதம் இதுதான். திடீரென்று நான் உரத்த அழுகை கேட்டுத் திரும்பினேன். முழுதும் கண்ணீரால் நனைந்து, துக்கத்தால் கோணலாகி இருந்த அசாதுல்லாவின் முகத்தைப் பார்த்தேன். "அட என் ஆன்மாவே!" என்று தேம்பினார். "நீங்கள் சொல்வது எவ்வளவு சரி! உங்கள் வார்த்தைகளைக் கேட்பதில் என்ன மகிழ்ச்சி! எல்லாம் வல்ல இறைவனே! எல்லா மனிதர்களும் உங்களுடையதைப் போன்ற ஆழ்ந்த ஞானத்தைக் கண்டுகொள்ள முடிந்தால்!" பிறகு அவர் கண்ணீரைத் துடைத்துக்கொண்டு, ஆழ்ந்த பெருமூச்சு விட்டார். பிறகு, வெளிப்படையாகத் தணிந்து சொன்னார்: "வணக்கத்திற்குரிய ஐயா, சந்தேகமின்றி இறைவனின் கை நம் எல்லோரின் கைகளுக்கும் மேலே இருக்கிறது. ஓ ஞானத்தின் ஊற்றே, ஆனாலும் உண்மை என்னவென்றால், ஒருவர் சர்வ வல்லவரின் கருணையுள்ளத் தலையீட்டை எப்போதும் சார்ந்திருக்க முடியாது. நாம் மனிதர்கள்தான். ஊக்கம் தோல்வியடைந்தால், நம் சிரமங்களைக் கடக்க வழிகளைக் கண்டுபிடிக்க வேண்டும்." இது அவரது கண்ணீரைப் போலவே புத்திசாலித்தனமான வாக்கியம். மிர்சா தனது அண்ணனை மிகுந்த மெச்சுதலுடன் பார்த்துக்கொண்டிருந்தார். விருந்தினர்கள் எழுந்தார்கள். மெல்லிய கைகள் கருமையான புருவங்களைத் தொட்டு, வணக்கம் சொல்லின. முதுகுகள் குனிந்து, உதடுகள் முணுமுணுத்தன: "உங்களிடம் அமைதி நிலவட்டும். உங்கள் உதடுகளில் புன்னகை நீடித்திருக்கட்டும், நண்பரே."

அலியும் நினோவும்

சந்திப்பு முடிந்தது. ஆயிரம் மில்லியன் ரூபிள்கள் தெருவுக்கு வந்து, தலையசைத்து, வணக்கம் சொல்லி, கைகுலுக்கிப் பிரிந்தன. மணி பத்தரை ஆகியிருந்தது. அறை காலியாகவும் மனச்சோர்வு தருவதாகவும் இருந்தது. நான் மிகவும் தனிமையாக உணர்ந்தேன். "நான் படைக் குடியிருப்புக்குப் போகிறேன், இலியாஸ் இரவுக் காவல் பணியில் இருக்கிறான்" என்று வேலைக்காரரிடம் சொன்னேன். நான் கடலை நோக்கி, நினோவின் வீட்டைத் தாண்டிப் படைக் குடியிருப்புக்குப் போனேன். காவலர் அறை ஜன்னல்கள் பிரகாசமாக மின்னின. இலியாஸும் ஹைதரும் பகடைகளை உருட்டிக்கொண்டு, என்னை மௌனமான தலையசைப்புடன் வரவேற்றார்கள். ஒரு வழியாக விளையாட்டை முடித்தார்கள். இலியாஸ் பகடையை ஒரு மூலையில் எறிந்து கழுத்துப் பட்டையைத் தளர்த்திக் கொண்டான். "எப்படிப் போனது?" என்றான். "எல்லா ரஷ்யர்களையும் கொல்லப்போவதாக அசாதுல்லா மீண்டும் சத்தியம் செய்தாரா?"

"ஏறத்தாழ. போர் பற்றிய செய்தி என்ன?"

"போர்," என்று சலித்துக்கொண்டான். "ஜெர்மானியர்கள் போலந்து முழுவதையும் ஆக்கிரமித்துவிட்டார்கள். பெருங்கோமான் ஒன்று பனியில் சிக்கிக்கொள்வார், அல்லது பாக்தாத்தை ஆக்கிரமிப்பார். துருக்கியர்கள் எகிப்தைக் கைப்பற்றக்கூடும். யாருக்குத் தெரியும்? இது ஒரு சலிப்பான உலகம்."

ஹைதர் தனது ஒட்டவெட்டப்பட்ட மண்டையைத் தடவிக்கொண்டான். "இது சலிப்பாக இல்லவே இல்லை," என்றான். "நம்மிடம் குதிரைகளும் வீரர்களும் இருக்கிறார்கள். நமக்கு ஆயுதங்களை எப்படிப் பயன்படுத்த வேண்டும் என்பது தெரியும்.ஒரு மனிதனுக்கு இன்னும் என்ன வேண்டும்? இந்த நாட்களில் ஒன்றில் நான் மலைகளின் மீதேறிப் போய், பதுங்குகுழியில் படுத்து, ஒரு எதிரியை என் முன்னே பார்ப்பேன். அவனுக்கு வலிமையான தசைகள் இருக்க வேண்டும், அவனது தோலில் வியர்வையின் வாசனை இருக்க வேண்டும்."

"உனக்கு அதுதான் வேண்டுமென்றால் ஏன் போர்முனைக்குப் போகிறேன் என்று முன்வரக் கூடாது?" என்றேன்.

ஹைதரின் கண்கள் சோகமாக அவனது புருவத்தின் கீழே மறைந்தன: "என்னால் முகமதியர்களைச் சுட முடியாது, அவர்கள் சன்னி பிரிவினராக இருந்தாலும். ஆனால் என்னால்

விட்டுவிட்டுப் போகவும் முடியாது. நான் நம்பிக்கைப் பிரமாணம் எடுத்திருக்கிறேன். நம் நாட்டில் எல்லாமே வித்தியாசமாக இருக்க வேண்டும்." நான் அவனைப் பார்த்தேன், அவனை நேசித்தேன். எங்கே அவன் உட்கார்ந்திருக்கிறான், அகன்ற தோள்கள், சண்டையிடுவதற்கான அவனது பேரார்வத்தால் கிட்டத்தட்ட மூச்சுமுட்டும் வலிமையான, எளிமையான முகம்: "நான் போர்முனைக்குப் போக விரும்புகிறேன், ஆனால் போவதில்லை," என்றான் சோகத்துடன்.

"நம் நாட்டில் என்ன நடக்க வேண்டும்?" என்று அவனைக் கேட்டேன். அவன் புருவங்களை நெருக்கிக்கொண்டான், ஆனால் கொஞ்ச நேரம் பதில் சொல்லவில்லை. சிந்திப்பதில் அவன் கெட்டி அல்ல. கடைசியில் அவன் சொன்னான்: "நம் நாடா? நாம் மசூதிகள் கட்ட வேண்டும். பூமிக்குத் தண்ணீர் இருக்கட்டும். நம் பூமி தாகமாக இருக்கிறது. மேலும் வெளிநாட்டுக்காரர்கள் வந்து நாம் எவ்வளவு முட்டாள்கள் என்று சொல்வதெல்லாம் ஒரு நல்ல விஷயம் இல்லை. நாம் முட்டாள் என்றால், அது நம்முடைய விஷயம். பிறகு: நாம் ஒரு பெரிய தீயை உருவாக்கி, அதில் அந்த எண்ணெய்க் கிணற்று ராட்டினங்களை எல்லாம் எரித்தால் மிகவும் நல்லது என்று நான் நினைக்கிறேன். அது பார்க்க அழகாக இருக்கும். கூடவே, நாம் எல்லோரும் மீண்டும் ஏழைகளாக இருப்போம். எண்ணெய்க் கிணற்று ராட்டினங்களுக்குப் பதில் நான் நீல ஓடுகள் பதித்த ஒரு அழகிய மசூதியைக் கட்டுவேன். நாம் எருமைகளை வைத்துக்கொள்ள வேண்டும். எண்ணெய் நிலத்தில் சோளத்தைப் பயிரிட வேண்டும்." அவன், அவனுடைய எதிர்கால சித்திரத்தைப் பற்றிய கனவு கண்டபடி அமைதி யானான். இலியாஸ் மகிழ்ச்சியுடன் சிரித்தான்:

"மேலும், எழுதுவது, படிப்பது எல்லாம் தடைசெய்யப்பட வேண்டும். நாம் மின்சாரத்திற்குப் பதிலாக மெழுகுவர்த்தி களைப் பயன்படுத்துவோம். நாட்டின் அடிமுட்டாளை மன்னராகத் தேர்ந்தெடுப்போம்." ஹைதர் இந்தக் காலைவாரி விடும் ஆட்டத்துக்கு வரவில்லை:

"அதெல்லாம் பரவாயில்லை. முந்தைய காலத்தில் இன்னும் பல முட்டாள்கள் இருந்தார்கள். அவர்கள் எண்ணெய்க் கிணறுகளுக்குப் பதிலாகக் கால்வாய்களை அமைத்தார்கள். வெளிநாட்டுக்காரர்கள் நம்மைக் கொள்ளையடிக்க விடுவதற்குப் பதிலாக, அவர்கள் வெளிநாட்டுக்காரர்களைக் கொள்ளை அடித்தார்கள். இந்தக் காலத்து மக்களைவிட அந்தக் காலத்தில் மக்கள் மகிழ்ச்சியாக இருந்தார்கள்." எனக்கு

அந்த எளிய மனிதனைத் தழுவி முத்தமிட வேண்டும் போல இருந்தது. அவனும் இந்தப் பரிதாபமாய்ச் சித்திரவதை செய்யப் படும் நிலத்தின் ஒரு பாளம்போலப் பேசினான். ஆனால் திடீரென்று கதவு பலமாகத் தட்டப்படும் சத்தம் என்னைத் தூக்கிவாரிப் போட்டது. நான் வெளியே பார்த்தேன். முஸ்தபா அறைக்குள் விரைந்து வந்தான். அவனது தலைப்பாகை பளபளக்கும் புருவத்தில் ஒரு பக்கமாகத் தொங்கியது. பச்சை இடுப்புப்பட்டை அவிழ்ந்துவிட்டிருந்தது, அவனது சாம்பல் நிற மேலாடை புழுதி படிந்திருந்தது. அவன் ஒரு நாற்காலியில் விழுந்து மூச்சுத் திணறினான்: "மாலிக், நினோவைக் கடத்திவிட்டான், அரை மணிநேரத்துக்கு முன். அவர்கள் மர்தக்கான் போகும் சாலையில் இருக்கிறார்கள்."

17

ஹைதர் சட்டென எழுந்தான். அவன் கண்கள் மிகவும் சிறியதாகிவிட்டன. "நான் குதிரைகளுக்குச் சேணம் போடுகிறேன்." அவன் விரைந்து வெளியே போனான். என் தலையில் ரத்தம் மோதியது. என் காதுகளில் ஒரு முரசு அடிப்பது மாதிரியான ஒலி இருந்தது. மேலும், கண்ணுக்குத் தெரியாத ஒரு கை கொம்பால் என் தலையில் அடிப்பதை உணர்ந்தேன். இலியாஸின் குரல் வெகு தொலைவிலிருந்து வந்தது: "நிதானமாய் இரு, அலி கான், நிதானம். அவர்கள் நம் கையில் கிடைக்கும்வரை பொறுத்திரு." அவனது ஒடுக்க மான முகம் மிகவும் வெளிறியிருந்தது. அவன் எனது இடுப்பைச் சுற்றி ஓர் இடுப்புப்பட்டையைப் போட்டான், அதில் ஒரு நேரான காக்கேசிய குத்துவாள் தொங்கிக்கொண்டிருந்தது. "இதோ," என்றான். என் கையில் ஒரு கைத்துப்பாக்கியை வைத்தான். பிறகு, மீண்டும்: "நிதானம், அலி கான். உன்னுடைய சீற்றத்தை மர்தக்கானுக்குச் செல்லும் பாதை வரை சேமித்து வை." நான் இயந்திரத்தனமாக அந்த ஆயுதத்தை என் ஆடைப்பையில் வைத்தேன். முஸ்தபாவின் அம்மைபோட்ட முகம் என் அருகில் வந்தது. நான் தடித்த உதடுகள் அசைவதைப் பார்த்தேன். உடைந்த வார்த்தைகளைக் கேட்டேன்: 'ஞானி ஹட்ஷி மச்சூட் முல்லாவைப் பார்க்க நான் என் வீட்டைவிட்டு வெளியேறினேன். அவருடைய ஞானக் கூடாரம் நாடக அரங்கத்துக்கு அருகில் இருக்கிறது. நான் பதினொரு மணிக்கு அவரிடம் விடைபெற்றுக் கிளம்பினேன். அந்தப் பழிபாவப்பட்ட நாடகம் அப்போதுதான் முடிந்திருந்தது. நினோ காரில் ஏறுவதைப் பார்த்தேன், அவளுடன் மாலிக். ஆனால் கார் கிளம்ப வில்லை. அவர்கள் பேசிக்கொண்டிருந்தார்கள். எனக்கு மாலிக்கின் முகத்தில் இருந்த தோற்றம் பிடிக்கவில்லை. நான் பதுங்கி அருகில் போனேன்.

உற்றுக்கேட்டேன். "இல்லை" என்றாள் நினோ, "நான் அவனைக் காதலிக்கிறேன்." "நான் உன்னை அதைவிட அதிகம் காதலிக்கிறேன்," என்றான் மாலிக். "இந்த நாட்டில் ஒரு கல்கூட நிற்க விடப்படாது. நான் உன்னை ஆசியாவின் நகங்களிலிருந்து காப்பாற்றுவேன்." "இல்லை," என்றாள் நினோ, "என்னை வீட்டுக்கு அழைத்துப் போ." அவன் காரைக் கிளப்பினான். நான் காரின் பின்னால் குதித்தேறினேன். கார் கிபியானி வீட்டுக்குப் போனது. அவர்கள் சொல்வதை என்னால் கேட்க முடியவில்லை, ஆனால் அவர்கள் எல்லா நேரமும் பேசிக்கொண்டிருந்தார்கள். கார் அந்த வீட்டில் நின்றது. நினோ அழுது கொண்டிருந்தாள். சட்டென்று மாலிக் அவளைத் தழுவி அவள் முகத்தில் முத்தமிட்டான். "நீ இந்தக் காட்டுமிராண்டிகளின் கைகளில் சிக்கக் கூடாது," என்று கத்தினான். பிறகு அவன் ஏதோ கிசுகிசுத்தான், அதன் கடைசி பகுதியை மட்டுமே என்னால் கேட்க முடிந்தது "...மர்தக்கானில் இருக்கும் எனது இடத்திற்கு, நாம் மாஸ்கோவில் திருமணம் செய்துகொண்ட பிறகு நாம் ஸ்வீடனுக்குப் போவோம்." நினோ அவனை விலக்கித் தள்ளுவதைப் பார்த்தேன். பிறகு கார் மீண்டும் கிளம்பியது. நான் காரிலிருந்து குதித்து என்னால் முடிந்தவரை வேகமாக ஓடி..." அவன் வாக்கியத்தை முடிக்கவில்லை, அல்லது நான் முடிவைக் கேட்கவில்லை. ஹைதர் கதவைக் கிழித்துக்கொண்டு வந்து கத்தினான்: "குதிரைகள் தயார்." நாங்கள் முற்றத்துக்கு ஓடினோம். நிலவு, அங்கே காலால் நிலத்தை உதைத்துக் கொண்டு மென்மையாய் கனைத்து நின்ற குதிரைகளின் மீது பொழிந்தது. "இதோ," என்றான் ஹைதர். நான் குதிரையைப் பார்த்து உறைந்துபோனேன். காராபாக்கின் செம்பொன் அதிசயம், அந்தப் படைக்குழுவின் தளபதியான மெலிகோவின் குதிரை, உலகம் முழுவதிலும் பன்னிரண்டே இருக்கும் தங்கக் குதிரைகளில் ஒன்று அங்கே நின்றிருந்தது. ஹைதரின் முகம் இருட்டாக இருந்தது. "தளபதிக்கு மிகவும் கோபம் வரும். அவரைத் தவிர யாரும் இந்தக் குதிரையில் ஏறியதில்லை. இது காற்றுபோல ஓடும். அதை விட்டுவிடாதே. நீ அவர்களைப் பிடித்துவிடுவாய்."

நான் சேணத்தில் மீது ஏறி உட்கார்ந்தேன். எனது சவுக்கு அந்த அற்புதமான விலங்கின் பக்கவாட்டில் வெறுமனே தொட்டது. ஒரு மகத்தான பாய்ச்சல் – நான் படைக் குடியிருப்பின் முற்றத்திற்கு வெளியே இருந்தேன். நாங்கள் கடலை ஒட்டித் துரத்தினோம். வெறுப்பில் நான் குதிரையை அடித்துக் கொண்டே இருந்தேன். குதிரையின் குளம்புகளிலிருந்து தீப்பொறிகள் பறக்க, வீடுகள் நடனமாடிப் பின்னோடின. என் கட்டுக்கடங்காத சினம் மேலும் மேலும் வளர்ந்தது. நான்

கடிவாளத்தை இழுத்துப் பறித்தேன், குதிரை முன்னங்கால்களைத் தூக்கி நின்று மீண்டும் ஓட்டமெடுத்தது. கடைசியில் புறநகர்ப் பகுதிகளின் களிமண் குடிசைகள் எனக்குப் பின்னால். நிலவொளியில் வயல்வெளிகள் அமைதியாகக் கிடப்பதைப் பார்த்தேன். மர்தக்கானுக்குச் செல்லும் பாதை வந்துவிட்டது. இரவுக் காற்று என்னைச் சற்றுத் தண்மையாக உணர வைத்தது. இப்போது எங்கள் வலதுபக்கமும் இடதுபக்கமும் முலாம்பழ வயல்கள். தங்க உருண்டைகளைப் போல தோற்றமளித்தன பெரிய உருண்டைப் பழங்கள்.

குதிரை நீண்ட, மீட்சியுள்ள, ரம்மியமான சீரான அடிகள் வைத்து வேகமாக ஓடியது. நான் என்னால் முடிந்தவரை முன்னோக்கித் தங்கப் பிடரிவரை குனிந்தேன். ஆக, விஷயம் அதுதான்! என்னால் எல்லாவற்றையும் தெளிவாகப் பார்க்க முடிந்தது. அவர்கள் பேசிய ஒவ்வொரு வார்த்தையையும் நான் கேட்டேன். திடீரென்று தொடர்பில்லாத வேறொரு சிந்தனை மனதில் தொடர்ந்தது: அன்வர் ஆசியா மைனரில் சண்டையிடுகிறார். ஜார் மன்னரின் அரியணை அச்சுறுத்தப் படுகிறது. பெருங்கோமானின் படையில் ஆர்மீனிய படைக் குழுக்கள் இருக்கின்றன. போர்முனை உடைந்தால் ஒஸ்மானின் படை, ஆர்மீனியா, காராபாக் மற்றும் பாக்கூவை வென்று விடும். பின்விளைவுகளை மாலிக்கால் கணிக்க முடியும். ஆகவே, தங்கக் கட்டிகள், கனமான ஆர்மீனியத் தங்கம், ஸ்வீடனுக்கு அனுப்பப்படுகின்றன. அதுதான் காக்கேசிய மக்களின் சகோதரத்துவத்தின் முடிவு. அவர்கள் இருவரையும் நாடக அரங்கத்தில் தனி இருக்கைப் பெட்டியில் பார்க்கிறேன்: “இளவரசி, கிழக்குக்கும் மேற்குக்கும் இடையே பாலம் இல்லை, காதல் பாலம்கூட இல்லை.” நினோ பதில் சொல்லவில்லை, ஆனால் அவள் கவனித்துக் கேட்கிறாள். “ஒஸ்மானின் வாளால் அச்சுறுத்தப்படும் நாம் ஒன்றாக நிற்க வேண்டும். நாம், ஆசியாவில் இருக்கும் ஐரோப்பியத் தூதுவர்கள். நான் உன்னைக் காதலிக்கிறேன், இளவரசி. நாம் ஒருவரையொருவர் சார்ந்தவர்கள். ஸ்டாக்ஹோமில் வாழ்க்கை சுலபமானது, எளிமையானது. ஐரோப்பா இருக்கிறது, மேற்கு இருக்கிறது.” பிறகு, அவன் சொல்லுவதை நானே அங்கே இருந்ததைப் போல அவன் சொல்வதைக் கேட்கிறேன்: “இந்த நாட்டில் ஒரு கல்கூட நிற்க விடப்படாது.”

பிறகு, கடைசியில்: “உன் கதி என்னவாக இருக்க வேண்டும் என்பதை நீயே தீர்மானிக்க வேண்டும், நினோ. போருக்குப் பிறகு நாம் லண்டனில் வாழ்வோம். அரச சபையில் அறிமுகப் படுத்தப்படுவோம். ஒரு ஐரோப்பியர் அவசியம் அவரது

விதியின் எஜமானராக இருக்க வேண்டும். நான் அலி கானை உயர்வாக மதிக்கிறேன். ஆனால் அவன் ஒரு காட்டுமிராண்டி, என்றென்றும் பாலைவனத்தின் கைதி.”

நான் குதிரையை அடிக்கிறேன். ஒரு காட்டுத்தனமான கூக்குரல். இப்படித்தான் பாலைவன ஓநாய் நிலவைப் பார்க்கும்போது நீட்டித்து இழுத்து மிகுந்த துக்கத்துடன் அலறும். இரவு முழுதுமே அந்த ஒற்றை அலறல்தான். நான் இன்னும் முன்னோக்கிச் சாய்ந்தேன். என் தொண்டை வலிக்கிறது. நான் ஏன் நிலவு வெளிச்சத்தில் தெரியும் மர்தக்கானுக்குப் போகும் பாதையில் அழுதுகொண்டிருக்கிறேன்? என் கோபத்தைச் சேமித்து வைக்க வேண்டும். ஒரு கூர்மை யான காற்று என் முகத்தைச் சாட்டையாய் அடிக்கிறது. அதுதான் என் கண்ணீர்த்துளிகளை விழ வைக்கிறது, வேறொன்று மில்லை. நான் அழுவதில்லை, கிழக்கிற்கும் மேற்கிற்கும் இடையே பாலம் இல்லை என்று – காதல் பாலம்கூட இல்லை என்று – திடீரென்று தெரிந்தாலும். புன்னகைக்கும், சுடர்விடும் ஜார்ஜியக் கண்கள்! ஆமாம், நானும் பாலைவன ஓநாய்களில், சாம்பல் வண்ணத் துருக்கிய ஓநாய்களில் ஒருவன். மிகவும் அழகாகத் திட்டமிடப்பட்டுள்ளது இல்லையா? “நாம் மாஸ்கோவில் திருமணம் செய்துகொள்ளுவோம், பிறகு, நாம் ஸ்வீடன் செல்வோம்.” ஸ்டாக்ஹோமில் ஒரு ஹோட்டல், வெதுவெதுப்பான, சுத்தமான, வெள்ளைப் படுக்கை விரிப்பு களுடன். லண்டனில் ஒரு மாளிகை. ஒரு மாளிகை? என் முகம் செம்பொன் தோலைத் தொடுகிறது. திடீரென்று நான் விலங்கின் கழுத்தைக் கடிக்கிறேன். என் வாய் ரத்தத்தின் உப்புச் சுவையால் நிறைகிறது. ஒரு மாளிகை? பாக்கூவில் இருக்கும் எல்லாப் பணக்காரர்களையும் போல, மாலிக்குக்கு மர்தக்கானில் ஒரு மாளிகை இருக்கிறது. பளிங்குக் கற்களால் கட்டப்பட்டது. கடலுக்கு அருகே, பாலைவனைச் சோலையின் பழத் தோட்டங் களின் நடுவே நிற்கிறது. ஒரு கார் எவ்வளவு விரைவாகப் போக முடியும்? ஒரு காராபாக் குதிரை எவ்வளவு துரிதமாக ஓட முடியும்? எனக்கு அந்த மாளிகை தெரியும். அந்தப் படுக்கை, சீமைத் தேக்கு மரத்தால் செய்யப்பட்டுச் சிவப்பாக, அகலமாக இருக்கும். ஸ்டாக்ஹோமில் இருக்கும் ஹோட்டலில் இருப்பதைப் போலவே வெள்ளை படுக்கை விரிப்புகளுடன். அவன் இரவு முழுதும் தத்துவம் பேச மாட்டான். அவன் செய்வான்... நிச்சயமாகச் செய்வான். நான் எனக்கு முன்னால் படுக்கையைப் பார்க்கிறேன். காமமும் பயமும் திரையிட்டிருக்கும் அந்த ஜார்ஜிய கண்களையும். என் பற்கள் குதிரையின் சதைக்குள் ஆழமாக மூழ்குகின்றன. அந்த அற்புத விலங்கு விரைந்தோடு கிறது. ஓடு! ஓடு! நீ அவர்களைப் பிடிக்கும்வரை உன்னுடைய

கோபத்தைச் சேமித்து வை, அலி கான். இது, மர்தக்கானுக்குப் போகும் இந்தச் சாலை, ஒரு குறுகிய சாலை. திடீரென்று நான் சத்தமாகச் சிரிக்கிறேன். நாம் ஆசியாவில், காட்டுத்தனமான, பிற்போக்கான ஆசியாவில், இருப்பது எவ்வளவு அற்புதம்! எங்களிடம் மேற்கத்திய கார்களுக்கான மழுமழுப்பான சாலைகள் இல்லை, வெறும் காராபாக் குதிரைகளுக்கான கரடுமுரடான பாதைகள்தான். இந்தச் சாலைகளில் ஒரு கார் எவ்வளவு விரைவாகப் போக முடியும்? ஒரு காராபாக் குதிரை எவ்வளவு துரிதமாக விரைந்தோட முடியும்? சாலையோரம் இருக்கும் முலாம்பழங்கள் அவைகளுக்கு முகங்கள் இருப்பது போல என்னைப் பார்க்கின்றன. "மிக மோசமான சாலை," என்கின்றன முலாம் பழங்கள், "இது ஆங்கில கார்களுக்கு அல்ல. காராபாக் குதிரைகளில் சவாரி செய்பவர்களுக்கு மட்டும்."

இந்தச் சவாரிக்குப் பிறகு இந்தக் குதிரை உயிர் பிழைக்குமா? நான் அப்படி நினைக்கவில்லை. ஒரு நாள் ஷூஷாவில் பார்த்த மெலிகோவின் முகத்தை இன்னும் என்னால் பார்க்க முடிகிறது. அவருடைய வாளுறை சத்தமிட்டுக்கொண்டிருக்க அவர் சொன்னார்: "ஜார் மன்னர் போருக்கு அழைத்தால்தான் நான் இந்தக் குதிரையில் ஏறுவேன்." ஒழியட்டும்! அந்தக் காராபாக்கின் கிழவர் அவருடைய குதிரைக்காக அழட்டும். என் சாட்டை மீண்டும் காற்றில் சுழல்கிறது, மீண்டும். காற்று என் முகத்தை முஷ்டியால் உண்பதுபோல உண்கிறது. ஒரு திருப்பம் – சாலையோரத்தில் காட்டுப்புதர்கள் – ஒரு வழியாக, கடைசியாக – வெகுதொலைவில் எனக்கு மோட்டார் சத்தம் கேட்கிறது.

இப்போது இரண்டு பளபளக்கும் விளக்குகள் பள்ளம் மேடு நிறைந்த சாலையில் வெள்ளை நிற ஒளியைப் பாய்ச்சின. அந்தக் கார்! மெதுவாக அது தன்னை முன்னோக்கி இழுத்துக் கொள்கிறது. ஆசியச் சாலைகளில் உதவ முடியாத ஐரோப்பிய கார். எனது சாட்டை மீண்டும் கீழே இறங்குகிறது. இப்போது காரோட்டும் மாலிக்கை என்னால் அடையாளம் காண முடிகிறது.

நினோவையும்! நினோ ஒரு மூலையில் பதுங்கிருக்கிறாள். ஏன் அவர்களால் குதிரையின் குளம்பொலியைக் கேட்க முடியவில்லை? வெளியே இருக்கும் இரவுக்கு செவிமடுப்பது அவசியம் இல்லை என்று நினைக்கிறானா? அவனது ஐரோப்பிய காரில் பாதுகாப்பாக உணர்கிறான், மர்தக்கான் போவதற்கு. அது நிற்கட்டும், அந்த அரக்குப்பெட்டி! இப்போது, இந்த நிமிடம்! என் ரிவால்வரின் பாதுகாப்புப் பிடியைத் தளர்த்துகிறேன். வா கண்ணே, குட்டி பெல்ஜியக் கருவியே, உனது கடமையைச் செய்! நான் சுடுகிறேன். ஒரு நொடி ஒரு

குறுகிய தீப்பிழம்பு சாலையில் ஒளிவீசுகிறது. நான் குதிரையை நிறுத்துகிறேன். நல்ல காரியம் செய்தாய், எனது குட்டி பெல்ஜிய நண்பரே. இடது சக்கரம் திடீரென காற்று இறங்கிய பொம்மை பலூன் போல் சுருங்குகிறது. அந்த அரக்குப் பெட்டி நிற்கிறது. நான் அதை நோக்கி சவாரி செய்கிறேன், என் நெற்றிப்பொட்டில் ரத்தம் துடிக்கிறது. நான் என் ஆயுதத்தைத் தூக்கி எறிகிறேன், என்ன செய்கிறேன் என்று எனக்கே உண்மையில் தெரியவில்லை.

திகில் நடுக்கத்தில் வெறிக்கும் கண்களுடன் இரண்டு முகங்கள் என்னைப் பார்க்கின்றன. ஒரு நடுங்கும் அந்நியக் கரம் துப்பாக்கியில் ஒட்டிக்கொள்கிறது. ஆக, அடிப்படையில் அவன் அவனுடைய ஐரோப்பிய காரில் பாதுகாப்பாக உணரவே இல்லை. நான் கொழுத்த விரல்களையும் வைர மோதிரத்தையும் பார்க்கிறேன். சீக்கிரம், அலி கான்! இப்போது தடுமாறாதே. நான் எனது குத்துவாளை உருவுகிறேன். அந்த நடுங்கும் கரம் சுடப் போவதில்லை. ஒரு மெல்லிசை போன்ற சீழ்க்கையொலியுடன் குத்துவாள் காற்றில் பாய்கிறது. குத்துவாள் வீச நான் எங்கே கற்றுக்கொண்டேன்? பாரசீகத்திலா? ஷூஷாவிலா? எங்கும் இல்லை! குத்துவாள் செல்ல வேண்டிய துல்லியமான வளைவைப் பற்றிய இந்த அறிவு என் இரத்தத்தில், என் நரம்புகளில், என் காட்டுத்தனமான மூதாதையர்களிடமிருந்து குலச் சொத்தாக வந்தது. தில்லி மீது படையெடுக்க இந்தியாவுக்குப் போன முதல் ஷிர்வான்ஷிரிடமிருந்து வந்த சொத்து. ஒரு வீறிடல், ஆச்சரியப்படும் வகையில் உச்சஸ்தாயியில், மெல்லியதாக. ஒரு கொழுத்த கை, அதன் விரல்களை விரிக்கிறது, மணிக்கட்டில் ஒரு ரத்தக் கோடு ஓடுகிறது. மர்தக்கான் போகும் பாதையில் ஒரு எதிரியின் இரத்தத்தைப் பார்ப்பது அற்புதமானது. துப்பாக்கி காரின் தரையில் விழுகிறது. திடீரென்று பதறலும் நெளிதலும் தட்டுத்தடுமாறலும் ஒரு கொழுத்த வயிறும். ஒரு தாவல், அந்த மனிதன் சாலையின் குறுக்கே காட்டுப் புதர்களுக்குள் ஓடுகிறான். நினோ காரின் மென்மையான மெத்தைகளில் அமைதியாகவும் நிமிர்ந்தும் அமர்ந்திருக்கிறாள். உணர்ச்சியே இல்லாமல், அவள் முகம் கடினமாக, கல்லால் ஆனதுபோல இருக்கிறது. ஆனால் இருட்டில் இந்தப் பேய்ச் சண்டையின் துர்க்கனவில் அவள் உடம்பெல்லாம் கட்டுப்பாடில்லாமல் நடுங்குகிறது. தொலைவில் குளம்புகளின் இடிமுழக்கம் அருகில் நெருங்கி வருவதை நான் கேட்கிறேன். புதர்களுக்குள் குதிக்கிறேன். கண்ணுக்குத் தெரியாத எதிரிகளின் கைகளைப் போலக் கூர்மையான கிளைகள் என்னைப் பற்றிக்கொள்கின்றன. இலைகள் என் கால்களுக்குக் கீழே சலசலக்கின்றன. உலர்ந்த சிறு கிளைகள் என் கைகளை வெட்டுகின்றன. தொலைவில் புதர்களுக்கு உள்ளே, வேட்டை

யாடப்பட்ட விலங்கு சூடாகச் சுவாசிக்கிறது – மாலிக் நாச்சரராரியன்! ஸ்டாக்ஹோமில் ஒரு ஹோட்டல்! நினோவின் முகத்தில் கொழுத்த பிசுபிசுப்பான உதடுகள்!

இப்போது அவன் எனக்குத் தட்டுப் படுகிறான். தடுமாறிய படி தன் கொழுத்த கைகளால் புதர்களை விலக்கிக்கொண் டிருக்கிறான். இதோ அவன் முலாம் பழ வயல்களைக் கடந்து கடலை நோக்கி ஓடுகிறான். அவனை முதலில் பார்த்தபோது நான் ஏன் துப்பாக்கியைத் தூக்கி எறிந்துவிட்டேன்? இப்போது நான் அதைப் பயன்படுத்தியிருக்க முடியும். முட்புதர்களால் கிழிந்து என் கைகளிலிருந்து இரத்தம் ஓடுகிறது. அதோ – முதல் முலாம் பழம். வட்டமான கொழுத்த முட்டாள் முகமூடி – நீ என்னைப் பார்த்துச் சிரிக்கிறாயா? நான் அதை மிதிக்கிறேன், அது ப்ளக்கென்று என் குதிகாலின் கீழே வெடிக்கிறது. நான் வயலின் குறுக்கே ஓடுகிறேன். சந்திரன் சவக்களையுடன் பார்த்துக்கொண்டிருக்கிறது. முலாம் பழ வயலில் குளிர்ந்த தங்க ஒளிவெள்ளம். நீ ஒருபோதும் ஸ்வீடனுக்குத் தங்கக்கட்டிகளை எடுத்துக்கொண்டு போகப் போவதில்லை மாலிக். இப்போது. இப்போது. நான் அவன் தோளைப் பிடிக்கிறேன். அவன் திரும்புகிறான், அங்கே ஒரு மரக்கட்டைபோல, கண்களில் வெறுப்புடன், நிற்கிறான். ஏனென்றால் இப்போது அவன் யார் என்று எனக்குத் தெரியும். ஒரு குத்து – அவனது முஷ்டி என் கன்னத்தில் இறங்கியது. மறுபடியும் – எனது விலாவுக்குக் கீழே. சரிதான், மாலிக், நீ ஐரோப்பாவில் குத்துச்சண்டை கற்றுக் கொண்டாய். எனக்கு மயக்கமாக இருக்கிறது. சில நொடிகளுக்கு எனது மூச்சு நின்றது. நான் ஓர் ஆசியன், மாலிக். அடிவயிற்றில் அடிக்கும் கலையை நான் ஒருபோதும் புரிந்துகொள்ளவில்லை. என்னால் ஒரு பாலைவன ஓநாயைப் போலக் கோபம்கொள்ளத் தான் முடியும். நான் எகிறுகிறேன். என்னுடைய கைகள் அவனது உடம்பை ஒரு மரத்தைச் சுற்றுவது போல சுற்றி வளைக்கின்றன. எனது கால்கள் அவனது கொழுத்த வயிற்றில் அழுத்துகின்றன. என்னுடைய கைகள் அவன் கொழுத்த கழுத்தைப் பற்றுகின்றன. அவன் தன்னுடைய ஐரோப்பியப் பயிற்சிகள் எல்லாவற்றையும் மறந்துவிட்டு என்னைக் காட்டுமிராண்டித்தனமாக அடிக்கிறான். நான் குனிகிறேன், நாங்கள் ஒன்றாக விழுகிறோம். தரையில் புரள்கிறோம். திடீரென்று நான் அவனுக்குக் கீழே இருக்கிறேன், அவன் என் குரல்வளையை அழுத்துகிறான். அவனது கோணல் முகத்தில் வாய் ஒரு பக்கம் தொங்குகிறது. என்னுடைய பாதம் அவன் வயிற்றில் அடிக்க, என் குதிகால் அவனது கொழுப்பில் ஆழமாகச் செல்கிறது. அவன் பிடியைத் தளர்த்துகிறான். ஒரு கணம் அந்தக் கிழிந்த கழுத்துப்பட்டை ஒரு பக்கமாக இழுக்கப் படுவதை நான் பார்க்கிறேன். என்னுடைய பற்கள் கொழுத்த

வெள்ளைக் கழுத்தில் பதிகின்றன. ஆமாம், மாலிக். ஆசியாவில் நாங்கள் இப்படித்தான் சண்டை போடுகிறோம். அடிவயிற்றில் அடித்து இல்லை, சாம்பல் ஓநாயின் பிடியுடன். அவனது நரம்புகள் நடுங்குவதை நான் உணர்கிறேன்.

எனது இடுப்பருகே ஒரு இலேசான அசைவு. மாலிக்கின் கை என் குத்துவாளைப் பற்றிக்கொண்டது. அந்த நேரத்தின் தகிப்பில் அது என்னிடம் இருப்பதை மறந்துவிட்டேன். திடீரென எஃகின் பளபளப்பு. என் விலாவில் ஒரு கூர்மையான வலி. என் ரத்தம் எவ்வளவு சூடாக இருக்கிறது. அந்த அழுத்தல் என் விலா எலும்பிலிருந்து நழுவிவிட்டது. அவனுடைய கழுத்தை விடுவித்து, அவனுடைய காயப்பட்ட கையிலிருந்து கத்தியைப் பிடுங்குகிறேன். இப்போது அவன் எனக்குக் கீழே, நிலவுக்கு முகம் காட்டி, படுத்திருக்கிறான். நான் குத்துவாளை உயர்த்துகிறேன். அவன் வீறிடுகிறான் – அவனது தலை பின்னோக்கிச் தள்ளியிருக்க, ஒரு நீண்ட கூரான கதறல். அவனுடைய முகமெல்லாம் வெறும் வாய்தான் – மரண பயத்தின் திறந்த வாசல். ஸ்டாக்ஹோம் ஹோட்டலா, ஈட்டி குத்திய பன்றியே!

நான் ஏன் தயங்குகிறேன்? எனக்குப் பின்னால் ஒரு குரல்: “அவனைக் கொல், அலி கான், அவனைக் கொல்!”

அது ஹைதர். “இதயத்திற்குச் சற்று மேலே, உள்ளே இறக்கு!”

மரணப் புள்ளி எங்கே என்று எனக்குத் தெரியும். ஆனால் நான் எதிரியின் பரிதாபமான குரலை இன்னும் ஒரு முறை கேட்க விரும்புகிறேன். பிறகு: நான் குத்துவாளை உயர்த்துகிறேன். என் தசைகள் இறுகுகின்றன. இதயத்துக்குச் சற்று மேலே என் குத்துவாள் எதிரியின் உடலுடன் ஒன்றாகிறது. அவன் துடிக்கிறான், மறுபடியும், பிறகு இன்னமும் மறுபடியும். நான் மெதுவாக எழுந்துகொள்கிறேன். என் உடையில் ரத்தம். என் இரத்தமா? அவனது இரத்தமா? இதுவா முக்கியம்?

ஹைதர் பல்லைக் காட்டுகிறான். “அழகாகச் செய்தாய், அலி கான். உன்னை என்றென்றும் மெச்சுவேன்.” எனது விலா வலிக்கிறது. அவன் என்னைத் தாங்கிக்கொள்கிறான். மீண்டும் நாங்கள் புதர்களுக்குள் நுழைகிறோம், மீண்டும் நாங்கள் மர்தக்கானுக்குச் செல்லும் சாலையில் அரக்குப் பெட்டிக்கு அருகில் நிற்கிறோம்.

நான்கு குதிரைகள், சவாரி செய்பவர்கள் இரண்டுபேர். இலியாஸ் கையை உயர்த்தி வணக்கம் சொல்கிறான். முஸ்தபா தன்னுடைய பச்சைத் தலைப்பாகையைப் புருவத்திற்கு மேலே தள்ளிக்கொள்கிறான். அவன் நினோவைக் குறடுப் பிடியாக

இறுக்கி அவனது சேணத்தில் பிடித்திருக்கிறான். மெதுவாக, மென்மையாக, ஒரு கனவில் வருவது போல் கண்கள் பாதி மூடியபடி அவன் சொன்னான்: "இந்தப் பெண்ணை என்ன செய்ய வேண்டும்? அவளை நீ குத்துகிறாயா அல்லது நான் செய்யட்டுமா?"

"அலி கான், அவளைக் கொல்," என்று ஹைதர் குத்துவாளை என்னிடம் நீட்டினான். நான் இலியாஸைப் பார்க்கிறேன். அவன் முகம் சுண்ணாம்புபோல வெளுத்திருக்க, தலை யசைக்கிறான். "நாங்கள் உடம்பைக் கடலுக்குள் போட்டு விடுகிறோம்."

நான் நினோவின் அருகில் நிற்கிறேன். அவள் கண்கள் பிரம்மாண்டமாக இருக்கின்றன. தெரு வழியாக அவள் கண்ணீரில் நனைந்தபடி புத்தகப்பையைத் தூக்கிக் கொண்டு எங்கள் பள்ளிக்கு ஓடிவந்திருக்கிறாள். ஒருமுறை நான் அவளது பெஞ்சின் கீழே உட்கார்ந்து கிசுகிசுத்திருக்கிறேன்: "ஷாலமெய்ன் 800ஆம் ஆண்டு ஆச்சனில் முடி சூடினார்." ஏன் நினோ அமைதியாக இருக்கிறாள்? அன்றைக்கு அவள் உதவிக்காக என்னிடம் வந்தபோது செய்ததைப் போல, ஏன் அழவில்லை? ஷாலமெய்னுக்கு எப்போது முடிசூடப்பட்டது என்று தெரியாதது அவளுடைய தப்பு இல்லை. நான் குதிரையின் கழுத்துடன் ஒட்டிக்கொண்டு அவளைப் பார்க்கிறேன். அவள் எவ்வளவு அழகாக இருக்கிறாள், அந்த நிலாவெளியில் முஸ்தபாவின் சேணத்தில், குத்துவாளைப் பார்த்தபடி. உலகின் உன்னதமான ஜார்ஜிய ரத்தம். ஜார்ஜிய உதடுகள் – மாலிக் அவற்றை முத்தமிட்டிருக்கிறான். ஸ்வீடனில் தங்கக் கட்டிகள் – அவன் அவளை முத்தமிட்டிருக்கிறான். "இலியாஸ், எனக்குக் காயம்பட்டிருக்கிறது. இளவரசி நினோவை வீட்டிற்கு அழைத்துச் செல். இரவு குளிர்ந்திருக்கிறது, இளவரசி நினோவுக்குப் போர்த்திவிடு. இளவரசி நினோ வீட்டுக்குப் பத்திரமாக அழைத்துச் செல்லப்படவில்லை என்றால் நான் உன்னைக் கொன்றுவிடுவேன். நான் சொல்வதைக் கேள், இலியாஸ். எனக்கு இது இப்படித்தான் வேண்டும். ஹைதர், முஸ்தபா, நான் மிகவும் பலவீனமாக உணர்கிறேன். நான் வீட்டுக்குப் போக உதவுங்கள். என்னைத் தாங்கிக்கொள்ளுங்கள். நான் உங்கள்மீது சாய்ந்துகொள்கிறேன். நான் ரத்தம் வழிந்தோடிச் செத்துக்கொண்டிருக்கிறேன்."

காராபாக் குதிரையின் பிடரியை நான் பற்றிக்கொள்கிறேன், நான் சேணத்தில் ஏறி உட்கார ஹைதர் உதவுகிறான். இலியாஸ்

அருகில் வந்து, நினோவை அழைத்து, அவளைக் கவனமாகக் கோசாக் சேணத்தின் மிருதுவான இருக்கையில் அமர்த்துகிறான். அவள் எதிர்க்கவில்லை. அவன் தனது மேலங்கியைக் கழற்றி, மெதுவாக அவள் தோள்களைச் சுற்றிப் போர்த்துகிறான். அவன் இன்னும் வெளிறிப்போய் இருக்கிறான். ஒரே ஒரு பார்வை, ஒரு தலையசைப்பு – நினோ அவனுடன் பாதுகாப்பாக இருப்பாள். ஹைதர் சேணத்தில் குதித்தேறுகிறான்: "நீ ஒரு நாயகன், அலி கான். நீ அற்புதமாகச் சண்டையிட்டாய். உன் கடமையைச் செய்தாய்." எனக்கு ஆதரவாக, தன்னுடைய கைகளை என் தோளைச் சுற்றிப்போட்டான். முஸ்தபாவின் கண்கள் தாழ்ந்திருந்தன.

"அவளுடைய உயிர் உன்னுடையது. அதை நீ எடுக்கலாம், அதை நீ விட்டுவிடலாம். சட்டம் இரண்டையுமே அனுமதிக்கிறது." அவன் புன்னகைக்கிறான். ஹைதர் கடிவாளத்தை என் கையில் கொடுக்கிறான். இதமாக ஒளிரும் பாக்கூ விளக்குகளை நோக்கி அமைதியாக நாங்கள் இரவின் ஊடே பயணிக்கிறோம்.

18

ஒரு பாதாளம் போன்ற பள்ளத்தின் விளிம்பில் ஒரு குறுகிய கல் மொட்டை மாடி. மஞ்சளாய், உலர்ந்துபோன, வெயிலும் மழையும் பாதித்த பாறைகள். மரங்கள் இல்லை. பிரம்மாண்டமான கற்கள், தோராயமாக அடுக்கப் பட்டு உருவான கரடுமுரடான சுவர். பள்ளத்தின் விளிம்பில் பாறைகளின் மீது ஒன்றாக நெருக்கமாக, சதுரமான, எளிமையான, தொங்கும் சிறுகுடில்கள். ஒரு குடிலின் முற்றம் கீழே இருக்கும் குடிலின் தட்டையான கூரையாகிவிடுகிறது. வெகு ஆழத்தில் மலை ஓடை ஓடுகிறது, பாறைகள் தெளிவான காற்றில் மின்னுகின்றன. ஒரு குறுகலான நெளியும் பாதை பாறைகள் வழியே போய் கீழே மறைந்து விடுகிறது. இது தாகெஸ்தானில் இருக்கும் ஒரு மலைக் கிராமம். இருண்ட குடிசைக்குள் தரை, தடிமனான பாய்களால் மூடப்பட்டிருக்கும். வெளியில் இரண்டு கொம்புகள் குறுகிய கூரையைத் தாங்குகின்றன. ஒரு கழுகு வானத்தின் பிரம்மாண்டமான விரிவில் இறக்கைகள் விரிந்திருக்க நிலைக்கிறது, அசையாமல், கல்லால் ஆனதுபோல.

நான் சிறிய கூரையின் மீது படுத்திருக்கிறேன். எனது ஹூக்காவின் அரக்குப் பிசினால் ஆன வாய்ப்பகுதியை என்னுடைய உதடுகளுக்கு இடையே வைத்து குளிர்ந்த புகையை என்னுடைய நுரையீரல்களுக்குள் உறிஞ்சியபடி இருக்கிறேன். என்னுடைய நெற்றிப்பொட்டுகள் குளிர்ச்சி யாகின்றன. மென்மையான தென்றலில் எடுத்துச் செல்லப்பட்டு நீலப் புகை மறைகிறது. ஒரு கருணையுள்ள கரம், எனது புகையிலையில் கஞ்சா பரல்களைக் கலந்திருக்கிறது. நான் பள்ளத்தில் பார்க்க, நீந்தும் மூடுபனியில் சுழலும் முகங்கள் தெரிகின்றன. நன்கு தெரிந்த முகங்கள் – பாக்கூவில் எனது அறைச் சுவரில் கம்பளி விரிப்பில் இருந்த

போர்வீரர் ருஸ்தம் மற்றும் அவருடைய தளபதிகள். நான் அங்கே கனத்த பட்டுப் போர்வைகளால் போர்த்தப்பட்டுப் படுத்திருந்தது நினைவில் இருக்கிறது. எனது விலா வலித்தது. கட்டுப் போட்டிருந்தது இதமாகவும் வெண்மையாகவும் இருந்தது. கதவுக்குப் பக்கத்தில் காலடிகள். என்னால் குரல்களின் சத்தத்தை மட்டும் கேட்க முடிகிறது. நான் கவனிக்கிறேன். குரல்கள் உரக்கின்றன. என் அப்பா பேசுகிறார்: "மன்னிக்கவும், காவல் ஆய்வாளரே. எனக்கே என் மகன் எங்கே இருக்கிறான் என்று தெரியாது. அவன் பாரசீகத்திற்கு, அவனது பெரியப்பாவிடம் தப்பி ஓடிவிட்டான் என்று நினைக்கிறேன். என்னை மன்னியுங்கள்."

காவல் ஆய்வாளரின் குரல் சத்தமாகவும் கோபமாகவும் இருக்கிறது: "உங்கள் மகனுக்கு எதிராகப் பிடியாணை இருக்கிறது. இது கொலை வழக்கு. நாங்கள் அவரைக் கண்டுபிடிப்போம், பாரசீகத்தில் இருந்தாலும்."

"எனக்கு மிகவும் மகிழ்ச்சியாகவே இருக்கும். எந்த நீதிமன்றமும் அவன் குற்றவாளி அல்ல என்பதைத் தெரிந்து கொள்ளும். அது ஒரு பாதிப்பின் எதிர்வினை. ஏற்கெனவே நடந்த விஷயங்களால் மிகவுமே நியாயப்படுத்தப்பட்டது. தவிர..."

நான் சுத்தமான பொருபொருப்பான தாள்களின் சலசலப்பைக் கேட்கிறேன், அல்லது குறைந்தபட்சம் அதைத் தான் கேட்கிறேன் என்று நினைக்கிறேன். பிறகு, அமைதி. மீண்டும் காவல் ஆய்வாளரின் குரல்: "ஓ..., இந்த இளைஞர்கள். எதற்கெடுத்தாலும் குத்துவாளை உருவிவிடுகிறார்கள். நான் ஓர் அரசு ஊழியர் மட்டுமே. ஆனால் எனக்குப் புரிகிறது. இந்த இளைஞன் ஊரில் தன்னைக் காட்டிக்கொள்ளக் கூடாது. ஆனால் பிடியாணை பாரசீகத்துக்குப் போய்விட வேண்டும்." காலடி ஓசை தேய்ந்து தேய்ந்து பின்னர் மீண்டும் அமைதியின் ஆட்சி. கம்பளத்தின் மீது அலங்கார எழுத்துகள் ஒரு புதிர்ப்பின்னல் போல இருந்தன. என் கண்கள் எழுத்துகளின் கோடுகளைப் பின்தொடர்ந்து, ஓர் எழுத்தின் அழகிய சூழல்களில் தொலைந்துபோயின. என் மேல் முகங்கள் கவிந்திருந்தன. உதடுகள் எனக்குப் புரியாத வார்த்தைகளைக் கிசுகிசுத்தன. பிறகு, நான் படுக்கையில் எழுந்து அமர்ந்திருந்தேன். இலியாஸும் மெஹ்மத் ஹைதரும் என் முன்னே நின்றுகொண்டிருந்தார்கள். இரண்டு பேரும் புன்னகைத்தபடி, இரண்டு பேருமே போர் உடையில். "நாங்கள் விடைபெற வந்தோம். போர் முனைக்குப் போக ஆணை வந்திருக்கிறது."

"ஏன்?"

இலியாஸ் அவனுடைய தோட்டா பொதியுறையை நிமிண்டுகிறான். "நினோவை வீட்டுக்கு அழைத்துப்போனேன். அவள் ஒரு வார்த்தைகூடப் பேசவில்லை. பிறகு, நான் படைக் குடியிருப்புக்குக் குதிரையில் சென்றேன். சில மணி நேரம் கழித்து எல்லோருக்கும் எல்லாம் தெரிந்தது. தளபதி மெலிகோவ் தன்னை உள்ளே பூட்டிக்கொண்டு குடிபோதையில் பிணம் மாதிரி கிடந்தார். அவர் குதிரையை மறுபடியும் பார்க்க விரும்பவே யில்லை. மாலையில் அதைச் சுட்டுக் கொல்ல வைத்தார். பிறகு அவர் போர் முனைக்குப் போக தானாகவே முன்வந்தார். என் அப்பா ராணுவ நீதிமன்றத்தை எப்படியோ ஒருவழியாகச் சரிக்கட்டினார். ஆனால் நாங்கள் போர்முனைக்குப் போக ஆணை வந்தது. நேராக, போர்முனைக்கு."

"என்னை மன்னித்துவிடு. எல்லாம் என் தவறு."

இருவரும் கடுமையாக மறுத்தார்கள். "இல்லை, நீ ஒரு நாயகன். ஒரு ஆண் செய்ய வேண்டியதை நீ செய்தாய். நாங்கள் மிகவும் பெருமைப்படுகிறோம்."

"நினோவை பார்த்தாயா?"

முகம் விறைத்து நின்றார்கள். "இல்லை, நாங்கள் நினோவைப் பார்க்கவில்லை." அவர்களின் குரல்களில் உணர்ச்சியில்லை. நாங்கள் ஆரத்தழுவிக்கொண்டோம். "எங்களைப் பற்றிக் கவலைப்படாதே. நாங்கள் பார்த்துக்கொள்வோம், போர் முனையோ, இல்லையோ." ஒரு புன்னகை, ஒரு வாழ்த்து, பிறகு, கதவு மூடப்பட்டது.

நான் மீண்டும் தலையணைகளில் படுத்து, கம்பளி விரிப்பின் சிவப்பு உருப் படிமங்களைப் பார்த்தேன். என் பரிதாபத்துக் குரிய நண்பர்கள். எல்லாம் என் தவறு. நான் விசித்திரமான பகல் கனவுகளில் மூழ்கினேன். நிகழ்காலம் காணாமல் போனது. நினோவின் முகம் மூடுபனியில் மிதந்துகொண்டிருந்தது, சில சமயம் சிரித்தது, சில நேரங்களில் தீவிரமானது. அறிமுகமில்லாத கைகள் என்னைத் தொட்டன. பாரசீக மொழியில் ஒருவர் சொன்னார்: "கஞ்சா எடுக்க வேண்டும். மனசாட்சிக்கு மிக நல்லது." யாரோ ஒருவர் ஹூக்காவின் அரக்குப்பிசின் வாய்ப்பகுதியை என் வாய்க்குள் வைக்கிறார். எனது தூங்கா நிலைக் கனவுகளின் கந்தல்கள் ஊடாக வார்த்தைகள் வருகின்றன: "என் அன்பு கான், இது பயங்கரமானது அல்லவா. என்ன ஒரு மோசமான நிகழ்வு. என் மகள் உங்கள் மகனோடு போவதுதான் நல்லது என்று நினைக்கிறேன். அவர்கள் உடனே திருமணம் செய்துகொள்ள வேண்டும்."

அலியும் நினோவும்

"இளவரசே, அலி கான் திருமணம் செய்துகொள்ள முடியாது. அவர் இப்போது நாச்சராரியன்களின் ரத்தப் பகைக்கு ஆளாகி விட்ட பரம்பரை ரத்தப் பகை கொண்டவர். நான் அவனை பாரசீகத்திற்கு அனுப்பியிருக்கிறேன். அவர் உயிருக்கு ஒவ்வொரு கணமும் ஆபத்து. உங்கள் மகளுக்கு அவர் ஏற்ற கணவர் இல்லை."

"ஸபர் கான், நான் உங்களிடம் மன்றாடுகிறேன். குழந்தை களைப் பாதுகாப்போம். அவர்கள் போய்விட வேண்டும், இந்தியாவுக்கு, ஸ்பெயினுக்கு. என் மகள் மானம் இழந்து விட்டாள். திருமணம் மட்டுமே அவளைக் காப்பாற்ற முடியும்."

"அது அலி கானின் தவறல்ல, இளவரசே. எப்படியிருந்தாலும், அவள் ஒரு ரஷ்யனைத் தேடிக்கொள்வாள். அல்லது, ஓர் அர்மீனியனைக்கூட."

"ஆனால் தயவுசெய்யுங்கள்! அந்த மாலைப் பயணம் தீங்கற்ற ஒன்று; இங்கிருக்கும் வெம்மையை வைத்துப் பார்த்தால் அது எளிதாகப் புரிந்துவிடும். உங்கள் மகன் மிகவும் அவசரப்பட்டார் – மிகவும் தவறான சந்தேகம். அவர் திருத்திக் கொள்ள வேண்டும்."

"அப்படியே இருக்கட்டும், இளவரசே. அலி கான் பரம்பரை ரத்தப் பகை கொண்டவர். அவர் திருமணம் செய்துகொள்ள முடியாது."

"நானும் ஒரு தந்தைதான், ஸபர் கான்."

குரல்கள் நின்றன. எல்லாம் மீண்டும் அமைதி. கஞ்சா பரல்கள் வட்டமாக எறும்புகள்போல இருப்பவை. கடைசியில் கட்டுகள் கழற்றப்பட்டன. நான் என் வடுவை உணர்ந்தேன் – என் உடலின் முதல் கௌரவ வடு. பிறகு எழுந்து அறையில் தயக்கத்துடன் அடியெடுத்து நடந்தேன். வேலைக்காரர்கள் கூச்சத்தோடு, பயந்த கண்களுடன் என்னைப் பார்த்தார்கள். கதவு திறக்கப்பட்டது. அப்பா உள்ளே வந்தார். என் இதயம் மூர்க்கமாகத் துடித்தது. வேலைக்காரர் காணாமல் போனார். சிறிது நேரம் அப்பா அமைதியாக இருந்தார். அறையில் மேலும் கீழும் மேலும் கீழும் நடந்தார். பிறகு நின்றார்: "காவல் அதிகாரிகள் தினமும் வருகிறார்கள். காவல் அதிகாரிகள் மட்டும் அல்ல. நாச்சராரியன்கள் உன்னை எல்லா இடங்களிலும் தேடுகிறார்கள். அவர்களில் ஐந்து பேர் ஏற்கெனவே பாரசீகத்திற்குப் போய் விட்டார்கள். எனக்கு வீட்டைக் காக்க இருபது பேர் தேவைப் படுகிறது. மேலும், இது கூடவே, மெலிகோவ்களும் உனக்கு எதிராக ரத்தப் பகையை அறிவித்திருக்கிறார்கள். குதிரையால். உன்னுடைய நண்பர்கள் போர்முனைக்கு அனுப்பப்பட்டு

விட்டார்கள்." நான் பதில் சொல்லாமல் தரையைப் பார்த்தேன். அப்பா என் தோளில் கை வைத்தார். அவரது குரல் மென்மையாக இருந்தது: "உன்னை நினைத்து நான் பெருமைப்படுகிறேன், அலி கான், மிகவும் பெருமைப்படுகிறேன். நானும் அதையேதான் செய்திருப்பேன்."

"உங்களுக்குத் திருப்தியா அப்பா?"

"கிட்டத்தட்ட. ஒரே ஒரு விஷயம் இருக்கிறது," அவர் என்னைத் தழுவிக்கொண்டு என் கண்களுக்குள் ஆழமாகப் பார்த்தார். "ஏன் அந்தப் பெண்ணைக் காப்பாற்றினாய்?"

"எனக்குத் தெரியாது அப்பா. நான் களைத்துப் போயிருந்தேன்."

"நன்றாக இருந்திருக்கும் மகனே. இப்போது காலம் மிகவும் கடந்துவிட்டது. ஆனால் நான் உன்னைக் குறை சொல்ல மாட்டேன். நாங்கள் எல்லோரும் உன்னை நினைத்து மிகவும் பெருமைப்படுகிறோம், மொத்தக் குடும்பமும்."

"அப்பா? இனி என்ன செய்ய"

மீண்டும் அவர் மேலும் கீழும் நடந்தார். கவனம் சிதறப் பெருமூச்சுவிட்டார். "நீ இங்கே வசிக்க முடியாது. நீ பாரசீகத்துக்கும் போக முடியாது. காவல் அதிகாரிகளும், இரண்டு செல்வாக்குள்ள குடும்பங்களும் உன்னைத் தேடுகிறார்கள். தாகெஸ்தானுக்குப் போவதுதான் சிறந்தது. ஒரு மலைக்குகைக் குடியிருப்பில் யாரும் உன்னைக் கண்டுபிடிக்க மாட்டார்கள். எந்த ஆர்மீனியனும் எந்தக் காவல்காரனும் அங்குச் செல்லத் துணிய மாட்டார்கள்."

"எவ்வளவு காலத்துக்கு, அப்பா?"

"மிக நீண்ட காலத்துக்கு. காவல்துறை முழு விவகாரத்தை யும் மறந்துவிடும்வரை. உன்னுடைய எதிரிகள் எங்களுடன் சமாதானம் செய்துகொள்ளும்வரை. நான் வந்து உன்னைப் பார்ப்பேன்."

நான் இரவில் புறப்பட்டு மஹாச்காலேவுக்குப் போனேன். அங்கிருந்து மலைப் பகுதிகளுக்குள் போனேன். நீண்ட பிடரி மயிருடன் இருந்த சிறிய குதிரைகள் என்னைக் குறுகிய பாதைகளில் வெகுதொலைவில் ஒரு பாதாளப் பள்ளத்தின் விளிம்பில் இருந்த மலைக்குகைக் குடியிருப்புக்கு அழைத்துப் போயின. இப்போது நான் அங்கே தாகெஸ்தான் விருந்தோம்பலில் பாதுகாப்பாக அடைக்கலம் பெற்றேன். 'பரம்பரை ரத்தப் பகை கொண்டவர்,' என்று மக்கள் சொன்னார்கள், என்னைப்

புரிதலுடன் பார்த்தார்கள். மென்மையான கைகள் என் புகையிலையில் கஞ்சாவைக் கலந்தன. நான் நிறையப் புகைத்தேன், மனக்காட்சிகளால் சித்திரவதை செய்யப்பட்டு, பேசாமல் படுத்திருந்தேன். என் அப்பாவின் நண்பர் காசி முல்லா, விருந்தோம்பலின் நிழலை எனக்காகப் பரப்பியவர், நிறையப் பேசினார். அவருடைய வார்த்தைகளின் சிம்புகள், காய்ச்சலான கனவுகளைக் குத்திக் கிழித்து மீண்டும் மீண்டும் அந்த நிலவொளிச் சாலைக்கு என்னை அழைத்துப்போயின. "கனவு காணாதீர்கள், அலி கான், சிந்திக்காதீர்கள். நான் சொல்வதைக் கவனியுங்கள். அந்தலால் கதையை எப்போதாவது கேட்டிருக்கிறீர்களா?"

"அந்தலாலா!" என்றேன் ஆர்வமில்லாமல்.

"அது என்னவென்று உங்களுக்குத் தெரியுமா, அந்தலால்? அறுநூறு ஆண்டுகளுக்கு முன்பு அது ஒரு அழகான கிராமம். ஒரு நல்ல புத்திசாலியான துணிச்சல்கார இளவரசர் அங்கு ஆட்சி செய்தார். ஆனால் அவ்வளவு நல்லொழுக்கம் மக்களுக்கு அதிகப்படியாக இருந்தது. ஆகவே, அவர்கள் இளவரசரின் முன் வந்து சொன்னார்கள்: 'உங்களால் எங்களுக்குச் சலிப்பாக இருக்கிறது. எங்களை விட்டுவிட்டுப் போய்விடுங்கள்.' அந்த இளவரசர் அழுதார். தனது குதிரையில் ஏறினார். குடும்பத்திடம் விடைபெற்று வெகு தொலைவில் பாரசீகத்துக்குப் போனார். அங்கே அவர் பெரிய மனிதராக ஆனார். ஷா அவரைத் தனது ஆலோசகராக ஆக்கினார், அவர் சொன்னதை எல்லாம் ஷா செய்தார். அவர் பல நகரங்களையும் நாடுகளையும் கைப்பற்றினார். ஆனால் அவரது உள்ளம் அந்தலால் மீது கசப்புடன் இருந்தது. ஆகவே அவர் சொன்னார்: "அந்தலாலின் பள்ளத்தாக்குகளில் தங்கமும் நகையுமாய்ப் பெரும் பொக்கிஷங்கள் இருக்கின்றன. நாம் அந்தலாலை வெல்லுவோம்." பிறகு ஷா தனது பெரும் படையை மலைப்பகுதிகளுக்கு உள்ளே கூட்டிப்போனார். அப்போது அந்தலால் மக்கள் சொன்னார்கள்: "நீங்கள் பலர், ஆனால் நீங்கள் கீழே இருக்கிறீர்கள். நாங்கள் சிலர்தான், ஆனால் நாங்கள் மேலே இருக்கிறோம். ஆனால் இன்னும் உயரத்தில் இருப்பது நம் எல்லோரையும்விட வலிமையான ஒரே ஒருவர், அல்லா." ஆகவே, அந்தலால் மக்கள், ஆண்களும், பெண்களும், சிறுவர்களும், சண்டையிட்டார்கள். இளவரசர் ஊரைவிட்டுச் சென்றபோது அங்கேயே தங்கிவிட்ட அவருடைய மகன்கள் முன் வரிசையில் சண்டையிட்டார்கள். பாரசீகர்கள் தோற்கடிக்கப்பட்டார்கள். முதலில் தப்பி ஓடியவர் ஷா. கடைசியாக ஓடியவர், துரோகி. பத்து ஆண்டுகள் கழிந்தன. இளவரசர் வயதாகிவிட்டார், அவரது இதயம் தனது

வீட்டிற்காக ஏங்கியது. அவர் ஷாவின் அரண்மனையை விட்டு வெளியேறி தனது நாட்டிற்குப்போனார். மக்கள், எதிரியைத் தங்கள் பள்ளத்தாக்குக்கு அழைத்துவந்த அந்தத் துரோகியை அடையாளம் கண்டுகொண்டார்கள். காரி உமிழ்ந்து கதவை மூடினார்கள். நாள் முழுவதும் இளவரசர் கிராமத்தில் சவாரி செய்தார், ஆனால் ஒரு நண்பரைக்கூடக் கண்டுபிடிக்க வில்லை. கடைசியாக அவர் காதியிடம் போய் சொன்னார்: "நான் செய்த தவற்றுக்காகப் பிராயச்சித்தம் செய்ய வீட்டிற்கு வந்தேன். சட்டத்தின்படி எனக்கு நியாயம் தாருங்கள்," "அவரைக் கட்டிப்போடுங்கள்," என்கிறார் காதி. பிறகு, அறிவித்தார்: "நம் பிதாக்களின் சட்டம், இந்த மனிதன் உயிருடன் புதைக்கப்பட வேண்டும் என்று கூறுகிறது." பிறகு மக்கள் கூவினார்கள்: "அப்படியே ஆகட்டும்." ஆனால் அந்த காதி ஒரு நீதிமான். "உங்கள் தரப்பில் மறுப்பாக என்னச் சொல்கிறீர்கள்?" என்று அவர் கேட்டார். இளவரசர் பதிலளித்தார்: "எதுவுமில்லை. நான் குற்றவாளி. நம் பிதாக்களின் சட்டங்கள் இங்கு மதிக்கப்படு கின்றன. அது நல்லது. ஆனாலும் சட்டம் இதையும் சொல்கிறது: 'தன் தந்தைக்கு எதிராக யார் சண்டையிட்டாலும், அவன் கொல்லப்பட வேண்டும்.' நான் என் உரிமையைக் கோருகிறேன். என் மகன்கள் எனக்கு எதிராகப் போராடினார்கள். எனது கல்லறையில் அவர்களது தலைகள் துண்டிக்கப்படட்டும்." "அப்படியே ஆகட்டும்," என்றார் காதி. மக்கள் எல்லோரும் கதறி அழுதார்கள். இளவரசனின் மகன்கள் மிகவும் மதிக்கப் பட்டார்கள். ஆனால் சட்டம் நிறைவேற்றப்பட வேண்டும். எனவே துரோகி உயிருடன் புதைக்கப்பட்டார், அவருடைய மகன்கள், நாட்டின் மிக வீரமான போராளிகள், அவரது கல்லறையில் தலை துண்டிக்கப்பட்டார்கள்."

"அற்ப மடத்தனம்," என்று முணுமுணுத்தேன். "இதுதான் உங்களின் சிறந்த கதையா? உங்களது நாயகன்தான் இந்த நாட்டின் கடைசி, அவர் இறந்து அறுநூறு ஆண்டுகள் ஆகிறது, இதற்கெல்லாம் மேலாக, அவர் ஒரு துரோகி."

காசி முல்லா மூக்கை உறிஞ்சினார், அவருடைய உணர்வுகள் புண்பட்டிருந்தன. "இமாம் ஷாமில் பற்றிக் கேள்விப் பட்டிருக்கிறீர்களா?"

"எனக்கு இமாம் ஷாமில் பற்றி எல்லாம் தெரியும்."

"ஐம்பது ஆண்டுகளுக்கு முன்பு நடந்தது அது. ஷாமிலின் கீழே மக்கள் மகிழ்ச்சியாக இருந்தார்கள், மது இல்லை, புகையிலை இல்லை. திருடர்கள் பிடிபட்டால் அவர்களில் வலது கை வெட்டப்படும். ஆனால் அங்கு திருடர்கள் இல்லை.

அலியும் நினோவும்

ரஷ்யர்கள் வரும்வரை. பிறகு நபிகள், இமாம் ஷாமிலுக்குத் தோன்றி, 'கஸாவத்' என்னும் புனிதப் போரைத் தொடங்க உத்தரவிட்டார். அனைத்து மலைவாழ் மக்களும் ஷாமிலுடன் பயங்கரமான சத்தியங்களால் பிணைக்கப்பட்டிருந்தார்கள். அவர்களில் செச்சென் மக்களும் இருந்தார்கள். ஆனால் ரஷ்யர்கள் பலமாக இருந்தார்கள். செச்சென்களை அச்சுறுத்தினார்கள். அவர்களின் கிராமங்களை எரித்து, வயல்களை அழித்தார்கள். பிறகு பழங்குடியினரின் கிராமப் பெரியவர்களை இமாமின் வசிப்பிடமான தார்கோவிற்கு அனுப்பி, தங்களைச் சத்தியக் கட்டிலிருந்து விடுவிக்குமாறு மன்றாடச் சொன்னார்கள். ஆனால், அவரை நேரில் பார்த்தபோது, தங்களின் இதயத்தில் இருந்ததைப் பற்றிப் பேச அவர்களுக்குத் தைரியம் வரவில்லை. மாறாக, இமாமின் அம்மாவிடம் போனார்கள். அவள் செச்சென்னின் துயரத்திற்காக அழுது, "உங்களுக்காக நான் இமாமிடம் கேட்கிறேன்" என்றாள். ஏனென்றால், இமாம் எப்போதும் நல்ல மகனாக இருந்தார், அவரிடம் அவருடைய தாயின் செல்வாக்கு மிகப்பெரிது. அவர் ஒருமுறை கூறினார்: "தன்னுடைய அம்மாவுக்குத் துக்கத்தை வரவழைப்பவன் சாபத்திற்குள்ளாவான்." அவரிடம் சீமாட்டி பேசியபோது அவர் கூறினார்: "குரான், தேசத்துரோகத்தைத் தடைசெய்கிறது. குரான், மகன் தனது தாயுடன் முரண்படுவதைத் தடைசெய்கிறது. இந்தப் பிரச்சினைக்கு என் ஞானம் போதாது. நான் நோன்பு நோற்று, பிரார்த்தனை செய்கிறேன், அதனால் அல்லா என்னுடைய எண்ணங்களுக்கு அறிவூட்டுவார்." இமாம் மூன்று பகல் மூன்று இரவுகள் நோன்பு நோற்றார். பிறகு அவர் மக்கள் முன் தோன்றி, சொன்னார்: "அல்லா எனக்கு அறிவொளி அளித்து, அவருடைய சட்டத்தை எனக்குத் தந்தார். முதலில் என்னிடம் தேசத்துரோகம் பேசுபவருக்குத் தடியால் நூறு அடிகள் தண்டனை விதிக்கப்படும். தேசத்துரோகம் பற்றி என்னிடம் முதலில் பேசியவர் சீமாட்டி, என் அம்மா. நான் அவருக்கு நூறு தடியடி தண்டனை விதிக்கிறேன்" அவர்கள் சீமாட்டியைக் கொண்டுவந்தார்கள். போர்வீரர்கள் அவளுடைய முகத்திரைகளைக் கிழித்து, அவளை மசூதியின் படிக்கட்டு களில் கிடத்தி, தடிகளை உயர்த்தினார்கள். அவளுக்கு ஒரே ஓர் அடிதான் விழுந்தது. இமாம் முழங்காலிட்டு விழுந்து, அழுது கத்தினார்: "சர்வ வல்லவரின் சட்டங்கள் முறிக்க முடியாதவை. அவற்றை யாராலும் திரும்பப் பெற முடியாது, என்னால்கூட முடியாது. ஆனால் குரான், இதை அனுமதிக்கிறது: பெற்றோரின் தண்டனையைக் குழந்தைகள் தாங்களாகவே ஏற்க முடியும். ஆகவே நான் என் தாயின் எஞ்சிய தண்டனை என்மீது எடுத்துக்கொள்கிறேன்." இமாம் தனது மேலங்கியைக் கழற்றி,

மக்கள் எல்லோருக்கும் முன்பாக மசூதியின் படிக்கட்டுகளில் படுத்து உரக்கச் சொன்னார்: "இப்போது என்னை அடியுங்கள். நான் இமாம் என்பது எந்த அளவு தெளிவானதோ அந்த அளவு நீங்கள் உங்கள் முழு பலத்தையும் பயன்படுத்தவில்லை என்று நான் உணர்ந்தால் உங்கள் தலையை வெட்டுவேன்." இமாம் தொண்ணூற்று ஒன்பது தடியடிகள் பெற்றார். அவர் ரத்தத்தில் குளித்து, தோல் சிதைந்த நிலையில் கிடந்தார். இதைப் பார்த்த மக்கள் திகிலடைந்தார்கள். அதற்குப் பிறகு தேசத்துரோகத்தைப் பற்றி மீண்டும் பேச ஒருபோதும் யாரும் துணியவில்லை. அப்படித்தான் ஐம்பது ஆண்டுகளுக்கு முன்பு மலைகள் ஆளப்பட்டன. மக்களும் மகிழ்ச்சியாக இருந்தார்கள்." நான் ஒன்றும் பேசாமல் இருந்தேன்.

வானிலிருந்து கழுகு மறைந்துவிட்டது. அந்தி விழுந்து கொண்டிருந்தது. முல்லா சிறிய பள்ளிவாசல் கோபுரத்தில் தோன்றினார். காசி முல்லா தொழுகைக் கம்பளத்தை விரித்தார். எங்கள் முகம் மக்காவை நோக்கித் திரும்பியிருக்க, நாங்கள் தொழுகை செய்தோம். அந்த அரேபியப் பிரார்த்தனைகள் பழைய போர் பாடல்கள்போல ஒலித்தன. "இப்போது நீங்கள் செல்லுங்கள், காசி முல்லா. நீங்கள் ஒரு நண்பர். நான் இப்போது தூங்குகிறேன்." அவர் என்னைச் சந்தேகத்துடன் பார்த்தார். பிறகு பெருமூச்சுவிட்டு கஞ்சா பரல்களைக் கலந்தார். அவர் வெளியே போய், அருகில் வசிக்கும் ஒருவரிடம் சொல்வதைக் கேட்டேன்: "பரம்பரை ரத்தப் பகை கொண்டவருக்கு உடம்பு மிகவும் சரியில்லை." அருகில் வசிப்பவர் பதில் சொன்னார்: "தாகெஸ்தானில் யாரும் நீண்ட காலம் நோய்வாய்ப்படுவதில்லை."

அலியும் நினோவும்

19

பெண்களும் குழந்தைகளும் ஒற்றை வரிசையில் அந்தக் கிராமத்தின் ஊடாக நடந்து கொண்டிருந்தார்கள். அவர்களது முகங்கள் கவலையோடு சோர்வாக இருந்தன. வெகுதொலைவு நடந்திருந்தார்கள். கைகளில் மண்ணும் உரமும் நிரப்பப்பட்டச் சிறிய கைப்பையை இறுக்கமாகப் பிடித்திருக்கிறார்கள், தங்கப் புதையல்போல. அவர்கள் அதை வெகுதொலைவிலுள்ள கிராமங்களிலிருந்து ஆட்டையும் வெள்ளி நாணயங்களையும் கைத்தறித் துண்டுகளையும் பண்டமாற்றாகக் கொடுத்துச் சேகரித்திருந்தார்கள்.

இப்போது அதிக விலை கொடுத்து வாங்கிய மண்ணை, மொட்டைப் பாறைகளில் பரப்பப் போகிறார்கள், அந்தப் பஞ்ச நிலங்கள் சோளம் வளர்த்து மக்களுக்கு உணவளிக்கட்டும் என்று. அந்த வயல்கள் பெரும் பள்ளத்தின் சரிவில் இருந்தன. ஒரு சங்கிலியால் பிணைக்கப்பட்டிருந்த ஆண்கள் சிறிய தளங்களின் மீது சரிந்து இறங்கி, கவனத்துடன் அந்தப் பாறை நிலத்தின் மீது புதிய மண்ணை நொறுக்கிப் பரப்பினார்கள். எதிர்கால வயலைக் காற்றிலிருந்தும் நிலச்சரிவிலிருந்தும் பாதுகாக்க ஒரு கரடுமுரடான சுவரும் போடப்பட்டது. மூன்றடி நீளமும் நான்கடி அகலமும் கொண்ட இந்த வயல்கள்தான் அந்த மலை மக்களின் ஆகப் பெரும் சொத்தாக இருந்தன. அதிகாலையில் ஆண்கள் வெளியே வயல்களுக்குப்போனார்கள். அவர்கள் ஒரு நீண்ட பிரார்த்தனையைச் சொல்லிவிட்டுத் தான் நல்ல நிலத்தின் மீது குனிந்தார்கள். காற்று பலமாக இருக்கும்போது, பெண்கள் தங்கள் போர்வைகளைக் கொண்டுவந்து அன்பு நிலத்தைப் போர்த்தினார்கள். அவர்கள் மெல்லிய பழுப்பு நிற விரல்களால் விதைகளை வருடினார்கள். பிறகு

சில கதிர்களைச் சிறிய அரிவாள்கள் கொண்டு அறுத்தார்கள். அவர்கள் தானியங்களை அரைத்து, தட்டையான நீள ரொட்டி களைச் செய்தார்கள். விதையின் அற்புதத்துக்கு நன்றி செலுத்தும் வகையில் முதல் ரொட்டியில் ஒரு நாணயம் வைக்கப்பட்டது.

நான் ஒரு குட்டி வயலின் சுவரோரமாய் நடந்து கொண்டிருந்தேன். பாறைகள்மீது ஆடுகள் தடுமாறிக்கொண் டிருந்தன. ஒரு விவசாயி, அகன்ற வெள்ளை நிறத் தொப்பி அணிந்து இரு சக்கர வண்டியை ஓட்டிக்கொண்டு வந்தார். அவர் வெகு தொலைவில் இருந்தபோதே அவருடைய சக்கரங்கள் அலறும் குழந்தைகள்போல கிரீச்சிட்டுக்கொண்டிருந்ததை நான் கேட்டேன். "சகோதரா, நான் பாக்கூவுக்கு எழுதி யாரையாவது உன்னுடைய சக்கரங்களின் அச்சாணிக்கு மசக்கெண்ணெய் அனுப்பச் சொல்கிறேன்," என்றேன். விவசாயி சிரித்தார்.

"நான் ஓர் எளிய மனிதன், நான் ஏன் என்னை மறைத்துக் கொள்ள வேண்டும்? அவர்கள் எல்லோராலும் எனது வண்டி வருவதைக் கேட்க முடிகிறது. அதனால்தான் நான் என் அச்சாணிகளில் மசக்கெண்ணெய் போடுவதில்லை. அப்ரெக்குகள் மட்டுமே அதைச்செய்கிறார்கள்."

"அப்ரெக்குகளா?"

"ஆமாம், அப்ரெக்குகள், தள்ளிவைக்கப்பட்டவர்கள்."

"அவர்கள் நிறையப் பேர் இருக்கிறார்களா?"

"போதுமான அளவுக்கு. அவர்கள் கொள்ளைக்காரர்கள், கொலைகாரர்கள். அவர்களில் சிலர் மக்களின் நன்மைக்காகக் கொலைசெய்கிறார்கள், மற்றவர்கள் தங்கள் சொந்த நலனுக்காக. ஆனால் அவர்கள் எல்லோருமே பயங்கரமான சத்தியம் செய்ய வேண்டும்."

"என்ன சத்தியம்?"

விவசாயி வண்டியை நிறுத்திவிட்டு இறங்கினார். அவர் தன் வயலின் சுவரில் சாய்ந்து பையிலிருந்து ஒரு செம்மறி ஆட்டுப் பாலாடைக்கட்டியை எடுத்து தனது நீண்ட விரல்களால் அதைப் பிட்டு, பாதியை எனக்குக் கொடுத்தார். அந்தக் களிம்புத் திரளில் கருப்பு முடிகள் இருந்தன. நான் சாப்பிட்டேன். "அப்ரெக்குகளின் சத்தியம். உங்களுக்கு அது தெரியாதா? நள்ளிரவில் அப்ரெக் ரகசியமாக மசூதிக்குப் போய் சத்தியம் செய்கிறான்: "நான் மதித்து வணங்கும் இந்தப் புனித இடத்தின் மீது சத்தியம் செய்கிறேன். இன்று முதல் நான் தள்ளிவைக்கப்

படுபவனாக இருக்கிறேன். நான் மனித இரத்தத்தைச் சிந்துவேன். யார் மீதும் இரக்கப்பட மாட்டேன். நான் எல்லோர் மீதும் போர் தொடுப்பேன். மக்களின் இதயங்களுக்குப் பிரியமான எல்லாவற்றையும், அவர்களது மனசாட்சியையும் அவர்களது மரியாதையையும் கொள்ளையடிப்பேன் என்று சத்தியம் செய்கிறேன். தாயின் மார்பில் இருக்கும் குழந்தையைக் குத்துவேன். பரம ஏழையான பிச்சைக்காரனின் குடிசைக்குத் தீ வைப்பேன். எங்கெல்லாம் மனிதர்கள் மகிழ்ச்சியாக இருக்கிறார்களோ அங்கெல்லாம் துயரத்தை உண்டாக்குவேன். நான் இந்தச் சபதத்தை நிறைவேற்றவில்லை என்றால், அன்போ பரிதாபமோ எப்போதாவது என் இதயத்தில் ரகசியமாக நுழைந்துவிட்டால், நான் எனது தந்தையின் கல்லறையை இனி ஒருபோதும் பார்க்க முடியாமல் போகட்டும். தண்ணீர் எனது தாகத்தைத் தணிக்காமல், ரொட்டி எனது பசியைத் தீர்க்காமல் போகட்டும். எனது உடல் சாலையில் வீசப்படட்டும், ஓர் அழுக்கு நாய் அதன்மீது மலஜலம் கழிக்கட்டும்." விவசாயியின் குரல் உறுதியாக இருந்தது. அவருடைய முகம் சூரியனை நோக்கித் திரும்பியது. அவருடைய கண்கள் பச்சையாகவும் ஆழமாகவும் இருந்தன. "ஆமாம், இதுதான் அப்ரெக்குகளின் சத்தியம்," என்றார்.

"யார் இந்தச் சத்தியத்தைச் செய்கிறார்கள்?"

"மிகவும் அநீதி இழைக்கப்பட்ட மனிதர்கள்." அவர் அமைதியாகிவிட்டார். நான் வீட்டுக்குப் போனேன். மலைக்குகைக் குடியிருப்பின் சதுக்கம் பகடைக்காய் போல் இருந்தது. சூரியன் எங்கள்மீது உக்கிரமாய் விழுந்தது. ஒருவேளை நானும் தள்ளிவைக்கப்பட்டு வன மலைகளுக்கு விரட்டப்பட்ட ஒரு அப்ரெக்தானா? நானும் தாகெஸ்தானின் கொள்ளையர்களைப் போல இந்த இரத்தவெறி கொண்ட உறுதிமொழியைச் சத்தியம் செய்ய வேண்டுமா? அந்த வார்த்தைகள் இன்னும் என் காதுகளில் ஒலிக்கின்றன, என்னைத் தூண்டுகின்றன. பிறகு, என் குடிசைக்கு முன்னால் விசித்திரமான சேணம் போடப்பட்ட மூன்று குதிரைகளைப் பார்த்தேன். அவற்றில் ஒன்று வெள்ளிக் கடிவாளத்துடன் இருந்தது. மொட்டை மாடியில் ஒரு பதினாறு வயதுடைய குண்டுப் பையன், இடுப்பில் தங்கக் குத்துக்கத்தியுடன் உட்கார்ந்திருந்தான். என்னைப் பார்த்துக் கையசைத்துச் சிரித்தான். அது எங்கள் பள்ளியைச் சேர்ந்த அர்ஸலான் அகா என்ற சிறுவன். அவனது அப்பாவுக்குச் செல்வம் கொழிக்கும் எண்ணெய்க் கிணறுகள் இருந்தன. அந்தப் பையனும் வலுவானவன் இல்லை. ஆகவே, அவன் அடிக்கடி கிஸ்லோஓத்ஸ்க்கில் இருந்த கனிம நீரூற்றுகளுக்குப்போவான். அவன் என்னை விட மிகவும் இளையவன் என்பதால், எனக்கு

அவனை அவ்வளவாகத் தெரியாது. ஆனால் இங்கே, இந்தத் தனிமையான மலைகளில் நான் அவனை ஒரு சகோதரனைப் போல அரவணைத்தேன். அவன் பெருமிதத்தால் சிவந்து, சொன்னான்: "நான் என் வேலைக்காரர்களுடன் இந்த வழியாகப் போகும்படி ஆனது. அதனால் உங்களை வந்து பார்த்து விட்டுப் போகலாம் என்று நினைத்தேன்."

நான் அவன் தோளில் தட்டினேன். "என் விருந்தாளியாக இரு, அர்ஸலான். இன்றிரவு நாம் நம் சொந்த ஊரின் நினைவைக் கொண்டாடுவோம்." பிறகு நான் குடிசைக்குள் கத்தினேன்: 'காசி முல்லா, விருந்து தயார் செய்யுங்கள். பாக்கூவிலிருந்து எனக்கு ஒரு விருந்தினர் வந்திருக்கிறார்." அரை மணிநேரம் கழித்து அர்ஸலான் அகா தாங்க முடியாத மகிழ்ச்சியுடன் பாயில் சம்மணம் போட்டு உட்கார்ந்தபடி வறுத்த ஆட்டுக்கறியும் கேக்கும் சாப்பிட்டுக்கொண்டிருந்தான்.

"அலி கான், உங்களைப் பார்த்ததில் எனக்கு மிகவும் மகிழ்ச்சி. இந்தத் தொலைதூரக் கிராமத்தில் இரத்தப் பகையிலிருந்து மறைந்து நீங்கள் ஒரு நாயகனாக வாழ்கிறீர்கள். ஆனால் கவலை வேண்டாம். நான் உங்களைக் காட்டிக் கொடுக்க மாட்டேன்." எனக்குக் கவலையே இல்லை. நான் எங்கே இருக்கிறேன் என்பது பாக்கூவில் இருக்கும் எல்லோருக்குமே தெரிந்திருந்தது என்பது வெளிப்படை.

"எப்படி என்னைக் கண்டுபிடித்தாய்?"

"சையத் முஸ்தபா என்னிடம் சொன்னார். உங்கள் கிராமம் நிஜமாகவே நான் போகும் வழியிலே இருப்பதைப் பார்த்தேன். உங்களுக்கு வணக்கம் தெரிவிக்கும்படி என்னிடம் சொன்னார்."

"நீ எங்கே போகிறாய், அர்ஸலான்?"

"கிஸ்லோஓத்ஸ்க்கு. இந்த இரண்டு வேலைக்காரர்களும் என்னுடன் வருகிறார்கள்."

"ஓ." நான் புன்னகைத்தேன். அவன் மிகவும் அப்பாவியாகத் தெரிந்தான். "சொல், அர்ஸலான், ஏன் நீ நேரான பாதையில் போகவில்லை. ரயிலில்?"

"சரி, எனக்குக் கொஞ்சம் மலைக் காற்று வேண்டும். நான் மச்சாட்ஷ் – கலேவில் இறங்கி கிஸ்லோஓத்ஸ்க்கு நேரடிச் சாலையில் வந்தேன்." அவன் தனது வாய் முழுதும் கேக்கை அடைத்துக்கொண்டு மகிழ்ச்சியுடன் சவைத்தான்.

"ஆனால் இங்கிருந்து கிஸ்லோஓத்ஸ்க்கு நேரடி சாலையில் போக மூன்று நாள் ஆகும்."

அர்ஸலான் மிகவும் ஆச்சரியப்படுவது போல் நடித்தான்: "அது உண்மையா? அப்படியானால் அவர்கள் எனக்குத் தவறான தகவல் கொடுத்திருக்கிறார்கள். ஆனால் நான் மகிழ்ச்சி யடைகிறேன், ஏனென்றால் குறைந்தபட்சம் உங்களைப் பார்க்கும் வாய்ப்பு எனக்குக் கிடைத்தது." வீட்டுக்குப் போய், என்னைப் பார்த்தேன் என்று சொல்ல முடியும் என்பதற்காக இந்தக் குட்டிச்சாத்தான் வேண்டுமென்றே சுற்றுப்பாதையில் வந்திருக்கிறான் என்பது வெளிப்படை. பாக்கூவில் என் கீர்த்தி மிகவும் பரவியிருக்கிறது என்று தோன்றியது. நான் அவனுக்கு மதுவை ஊற்றினேன். அவன் மடக்மடக்கென்று குடித்தான். பிறகு நெருங்கி வந்தான்: "அதன்பின் நீங்கள் யாரையாவது கொன்றீர்களா, அலி கான்? தயவுசெய்து சொல்லுங்கள், நான் உங்களைக் காட்டிக்கொடுக்க மாட்டேன் என்று சத்தியம் செய்கிறேன்."

"அட, ஆமாம். சில டஜன் பேரை."

"உண்மையில் நீங்கள் செய்தீர்களா?" அவன் மகிழ்ந்தான். தொடர்ந்து மதுவைக் குடித்தான். நான் தொடர்ந்து ஊற்றிக் கொடுத்தேன். "நீங்கள் நினோவைக் கல்யாணம் செய்து கொள்ளப் போகிறீர்களா? இதன் பேரில் நகரம் முழுக்கப் பந்தயம் கட்டிக்கொண்டிருக்கிறார்கள். நீங்கள் இன்னும் அவளைக் காதலிக்கிறீர்கள் என்று மக்கள் பேசிக்கொள்கிறார்கள்." அவன் அட்டகாசமாகச் சிரித்துவிட்டுத் தொடர்ந்து குடித்தான்: "உங்களுக்குத் தெரியுமா? நாங்கள் எல்லோரும் மிகவும் ஆச்சரியப்பட்டோம். பலப்பல வாரங்களுக்கு நாங்கள் வேறு எதைப் பற்றியும் பேசவில்லை."

"இல்லையா? சரி, பாக்கூவில் என்ன செய்தி, அர்ஸலான்?"

"ஓ, பாக்கூவில் – ஒன்றுமில்லை. ஒரு புதிய செய்தித்தாள் வந்திருக்கிறது. தொழிலாளர்கள் வேலைநிறுத்தம் செய்து கொண்டிருக்கிறார்கள். நம் ஆசிரியர்கள் நீங்கள் எப்பொழுதும் மிகவும் உணர்ச்சிவசப்படுவீர்கள் என்று சொல்கிறார்கள். சொல்லுங்கள் – நீங்கள் எப்படித்தான் கண்டுபிடித்தீர்கள்?"

"அன்புள்ள அர்ஸலான், அன்புள்ள நண்பனே, நீ கேள்வி கேட்டது போதும். இப்போது என் முறை. நீ நினோவைப் பார்த்தாயா? அல்லது நாச்சராரியன் களில் யாரையாவது? கிபியானிகள் என்ன சொல்கிறார்கள்?"

பாவம் அந்தப் பையன் கிட்டத்தட்ட கேக்கில் தொண்டை அடைத்து மூச்சு திணறிப்போனான். "ஆனால் எனக்கு

எதுவும் தெரியாது. சுத்தமாக ஒன்றும் தெரியாது. நான் யாரையும் பார்க்கவில்லை. நான் வெளியே போகவேயில்லை."

"ஏன் நண்பனே, உனக்கு உடம்பு சரியில்லையா?"

"ஆமாம், ஆமாம். நான் நோய்வாய்ப்பட்டிருந்தேன். மிகவும் உடம்பு சரியில்லை. எனக்குத் தொண்டைஅடைப்பான் நோய் வந்துவிட்டது. கற்பனைசெய்து பாருங்கள் – ஒரு நாளைக்கு மூன்று தடவை ஆசன வாய் வழியாக எனிமா கொடுத்தார்கள்."

"தொண்டையடைப்பான் நோய்க்கு?"

"... ஆமாம்..."

"தொடர்ந்து குடி, அர்ஸலான். இது உனக்கு மிகவும் நல்லது."

அவன் குடித்தான். பிறகு நான் அவனை நோக்கிக் குனிந்து கேட்டேன்: "என் அன்பு நண்பா, நீ கடைசியாக எப்போது உண்மை பேசினாய்?"

அவன் பெரிய அப்பாவிக் கண்களால் என்னைப் பார்த்து நேர்மையாகச் சொன்னான்: "பள்ளிக்கூடத்தில், எனக்கு மும்மூன்று எவ்வளவு என்னும் வாய்ப்பாடு தெரிந்திருந்த காலத்தில்." இனிப்பான மது அந்த அன்புப் பையனைக் குடிபோதையில் ஆழ்த்தியிருந்தது. அவன் இன்னும் மிகவும் இளமையாக இருந்தான். இப்போது அவன் என் கேள்விகளுக்கு ஏறத்தாழ உண்மையான பதிலைச் சொல்லும் கட்டத்தை அடைந்திருந்தான். அவன் ஆர்வத்தால்தான் இங்கே வந்தான் என்பதை ஒப்புக்கொண்டான். அவனுக்குத் தொண்டையடைப்பான் நோய் வந்ததே இல்லை என்பதை ஒப்புக்கொண்டான். பாக்கூவின் வதந்திகள் எல்லாமே தனக்கு அத்துப்படி என்பதை ஒப்புக்கொண்டான். "மாலிக் நாச்சாரியன் குடும்பத்தார் உங்களைக் கொல்லப்போகிறார்கள்," என்று மகிழ்ச்சியுடன் அரட்டை அடித்தான். "ஆனால் அவர்கள் ஒரு சரியான வாய்ப்புக்காகக் காத்திருக்கிறார்கள். அவர்களுக்கு அவசரம் எதுவும் இல்லை. நான் நினோ கிபியானி குடும்பத்தினரைப் பார்க்க ஓரிரு முறை போயிருந்தேன். நினோ நீண்ட நாட்களாக உடல்நிலை சரியில்லாமல் இருந்தாள். பிறகு அவர்கள் அவளை டிபிலிசிக்கு அழைத்துக்கொண்டு போனார்கள். இப்போது அவள் மீண்டும் வந்துவிட்டாள். நான் அவளை நகரக் கழகத்தின் நடன விழாவில் பார்த்தேன். உங்களுக்குத் தெரியுமா, அவள் மதுவைத் தண்ணீர்போலக் குடித்துக்கொண் டிருந்தாள். அவள் எப்போதும் சிரித்துக்கொண்டிருந்தாள்.

அவள் ரஷ்யர்களுடன் மட்டுமே நடனமாடினாள். அவளுடைய பெற்றோர் அவளை மாஸ்கோவிற்கு அனுப்ப விரும்பினார்கள், ஆனால் அவளுக்குப் போக விரும்பமில்லை. அவள் ஒவ்வொரு நாளும் வெளியே போகிறாள். எல்லா ரஷ்யர்களும் அவளைக் காதலிக்கிறார்கள். இலியாஸுக்கு விருது கிடைத்திருக்கிறது. ஹைதர் காயமடைந்தான். நாச்சரார்யனின் பங்களா எரிக்கப்பட்டது, அது உங்கள் நண்பர்களின் செயல் என்று கேள்விப்பட்டேன். ஓ, ஆமாம், இன்னொரு விஷயம். நினோவிடம் ஒரு குட்டி நாய் இருக்கிறது, அவள் அதைத் தினமும் இரக்க மின்றி அடிக்கிறாள். அவள் அதை என்ன பெயர் வைத்து அழைக்கிறாள் என்று யாருக்கும் தெரியாது, சிலர் அலி கான் என்கிறார்கள், மற்றவர்கள் மாலிக் என்கிறார்கள். அவள் அதை சையத் முஸ்தபா என்று அழைக்கிறாள் என்று நான் நினைக்கிறேன். நான் உங்கள் அப்பாவையும் பார்த்தேன். நான் இவ்வளவு வதந்திகளைப் பேசிக்கொண்டிருந்தால் என் காதுகள் மேலேயே அறையப் போவதாய் சொன்னார். கிபியானிகள் டிபிலிசியில் ஒரு பண்ணை வாங்கியிருக்கிறார்கள். ஒருவேளை அவர்கள் கிளம்பி அங்கேயே போய்விடுவார்கள் போலிருக்கிறது." அவன் பரிதாபத்துக்குரிய ஒரு பொடியன்.

"அர்ஸலான் அகா, நீ என்னதான் ஆகப்போகிறார்?"

அவன் குடிபோதையில் என்னைத் திரும்பிப் பார்த்தான்: "நான் அரசனாவேன்."

"நீ என்ன ஆகிவிடுவாய்?"

"நான் நிறையக் குதிரைப்படைகளைக் கொண்ட அழகிய நாட்டின் அரசனாக ஆக விரும்புகிறேன்."

"வேறு எதாவது?"

"சாவது."

"எதற்காக?"

"நான் என் ராஜ்ஜியத்தைக் கைப்பற்றும்போது."

நான் சிரித்தேன், அவன் மிகவும் நொந்துபோனான். "என்னை மூன்று நாட்களுக்கு நேரம் கடந்து நிறுத்திவைத்தார்கள், பன்றிகள்."

"பள்ளியிலா?"

"ஆமாம். ஏன் என்று யூகியுங்கள்? குழந்தைகள் கொடூரமான முறையில் நடத்தப்படுவதைப்பற்றி செய்தித்தாளுக்கு மீண்டும்

எழுதியதற்காக. இறைவனே, இதற்குப் போய் என்ன ஒரு அமளி செய்தார்கள்."

"ஆனால் அர்ஸலான், எந்த மரியாதைக்குரிய நபரும் செய்தித்தாள்களுக்கு எழுதுவதில்லை."

"இல்லை, எழுதுகிறார்கள். நான் திரும்பிப் போனதும் உங்களைப் பற்றி ஏதாவது எழுதப்போகிறேன். உங்கள் பெயரைக் குறிப்பிடாமல்தான், அதில் சந்தேகமே இல்லை. நான் உங்கள் நண்பன், நான் விவேகமுள்ளவன். "ரத்தப் பகையிலிருந்து வெளியேறுதல் – நம் நாட்டின் இழிவான வழக்கம்," மாதிரி ஏதாவது. அவன் மீதமுள்ள பாட்டிலை முடித்தான். பாயில் படுத்தான். உடனே தூங்கிவிட்டான். வேலைக்காரர் உள்ளே வந்து என்னை ஆட்சேபத்துடன் பார்த்தார். 'அலி கான், பாவம் இந்தச் சிறிய பையனை இவ்வளவு குடிக்க வைத்ததற்காக நீங்கள் வெட்கப்பட வேண்டும்' என்பதுபோல இருந்தது அந்தப் பார்வை. நான் வெளியே இரவுக்குள் போனேன். என்ன ஒரு கேடுகெட்ட குட்டி எலி, இந்த அர்ஸலான். அவன் சொன்ன கதைகளில் பாதி பொய்யாகத்தான் இருக்கும். நினோ ஏன் அவளது நாயை அடிக்க வேண்டும்? அவள் அந்தக் கடைநாயை என்ன பெயர் வைத்து அழைக்கிறாள் என்பது இறைவனுக்குத்தான் தெரியும்!

கிராமத்துத் தெருவில் நடந்து வயல்களின் ஓரத்தில் அமர்ந்தேன். நிலவின் நிழலில் இருண்ட பாறைகள் என்னை இரக்கமின்றிப் பார்த்தன. அவைகளுக்குக் கடந்த காலமோ மனிதர்களின் கனவுகளோ நினைவில் இருக்குமா? வானத்தில் உயர்ந்த நட்சத்திரங்கள் பாக்கூவின் விளக்குகள்போல மின்னின. பிரபஞ்சத்திலிருந்து ஆயிரக்கணக்கான ஒளிக்கதிர்கள் – அவை எனது கண்களில் சந்தித்தன. நான் திகைப்புடன் அமர்ந்து ஒரு மணிநேரமோ அதற்கு மேலோ வானத்தைப் பார்த்துக்கொண்டிருந்தேன். "ஆகவே, அவள் ரஷ்யர்களுடன் நடனமாடுகிறாள்," நான் நினைத்துக்கொண்டேன். திடீரென்று ஊரில் இருக்க விரும்பினேன், அந்தப் பேய் இரவை முடிக்க. ஒரு பல்லி சலசலத்து ஓட, நான் அதைப் பிடித்தேன். மரண பயத்தில் அந்தச் சிறிய இதயம் என் கையில் துடித்தது. அந்தக் குளிர்ந்த தோலை வருடினேன். சிறிய கண்கள் பயத்துடன் அல்லது ஒருவேளை ஞானத்துடன் என்னைப் பார்த்துக்கொண் டிருந்தன. நான் அந்தச் சிறிய உயிரினத்தை என் முகத்திற்கு உயர்த்தினேன். அது ஓர் உயிருள்ள கல் போல் – பழமையான, வெயிலாலும் மழையாலும் தாக்குண்ட உலர்ந்த தோலால் மூடப்பட்டிருந்த – கல் போல் இருந்தது. "நினோ" என்றேன்.

நாயைப் பற்றி நினைத்தேன். "நினோ, நான் உன்னை அடிக்கட்டுமா? ஆனால் பல்லியை எப்படி அடிப்பது?" திடீரென்று அந்தக் குட்டி அதன் வாயைத் திறந்தது. ஒரு சிறிய கூரான நாக்கு ஒரே வினாடியில் வெளியே வந்து மறைந்தது. நான் சிரித்தேன், நாக்கு மிகவும் சிறியதாகவும் வேகமாகவும் இருந்தது. நான் என் கையை விரித்தேன், பல்லி போய்விட்டது. இருண்ட பாறைகள் மட்டுமே இருந்தன. நான் எழுந்து குடிசைக்குத் திரும்பினேன். அர்ஸலான் இன்னும் தரையில் படுத்து அர்ப்பணிப்புள்ள வேலைக்காரரின் முழங்கால்களில் தனது தலையை வைத்துத் தூங்கிக்கொண்டிருந்தான். நான் மொட்டைமாடிக்குப்போய் கஞ்சா புகைத்தேன், தொழுகைக்கான அழைப்பைக் கேட்கும்வரை.

20

இதெல்லாம் எப்படி நடந்தது என்று எனக்கே தெரியவில்லை. ஒரு நாள் நான் விழித்தபோது நினோ என் முன்னால் நின்றாள். "நீ சோம்பேறி யாகிவிட்டாய், அலி கான்," என்றாள். என் பாயில் அமர்ந்து, "அது போக, நீ குறட்டை விடுகிறாய், அது மோசமான நடத்தை," என்றாள்.

"புகையிலையில் இருக்கும் கஞ்சாதான் என்னைக் குறட்டை விட வைக்கிறது," என்று கடுப்புடன் சொன்னேன்.

நினோ தலையசைத்தாள். "அப்படியானால் நீ கஞ்சா புகைப்பதை நிறுத்த வேண்டும்."

"இழிந்தவளே, ஏன் நாயை அடிக்கிறாய்?"

"அந்த நாய். ஓ. எனது இடது கையால் வாலைப் பிடித்து, வலது கையால் அதன் முதுகில் அது கத்தும்வரை அடிக்கிறேன்."

"அதை என்ன பெயரிட்டு அழைக்கிறாய்?"

"நான் அவனை கிளிமாஞ்சாரோ என்று அழைக்கிறேன்" என்றாள் நினோ மெதுவாக. நான் கண்களைத் தேய்த்தேன், திடீரென்று மீண்டும் என் முன் அனைத்தையும் தெளிவாகக் கண்டேன்: நாச்சராரியன், காராபாக் குதிரை, நிலவொளி சாலை, முஸ்தபாவின் சேணத்தில் நினோ. "நினோ" என்று கத்தினேன், குதித்தெழுந்தேன். "நீ எப்படி இங்கு வந்தாய்?"

"நீ என்னைக் கொலைசெய்ய விரும்புகிறாய் என்று அர்ஸலான் அகா நகரத்தில் இருக்கும் எல்லோரிடமும் சொன்னான். அதனால் நானே வந்துவிட்டேன்." அவள் முகம் என்னை நோக்கி வளைந்தது, அவள் கண்களில் கண்ணீர். 'அலி கான், உன் பிரிவால் நான் மிகவும் வாடினேன்." என் கை

அவள் தலைமுடியின் கருமையில் மூழ்கியது. நான் அவளை முத்தமிட்டேன். அவள் உதடுகள் திறந்து, அவளது மிதச்சூட்டால் என்னை மயக்கின. நான் அவளைப் பாயில் படுக்கவைத்தேன். ஓர் இறுக்கிய பிடியில் அவளை மூடியிருந்த பூப்போட்ட பட்டுத்துணி கிழிந்தது. அவளது தோல் மிருதுவாகவும் நறுமணத்துடனும் இருந்தது. நான் அவளை மென்மையாக வருடினேன். அவள் பெரிதாக மூச்சுவிட்டாள். அவள் மேல்நோக்கி என் கண்களுக்குள் பார்த்தாள். அவளது சிறிய மார்பு என் கையில் நடுங்கியது. நான் அவளைக் கட்டிப்பிடித்தேன். அவள் என் இறுக்கிய அணைப்பில் முனகினாள். அவளது விலா எலும்புகள் அவளது தோலின் கீழ் குறுகலாக இளநயத்துடன் தெரிந்தன. அவள் மார்பில் என் முகத்தை வைத்தேன். "நினோ," என்றேன். இந்த வார்த்தைக்கு ஒரு மாயாஜாலச் சக்தி இருப்பதாகத் தோன்றியது. அது ஸ்தூல உலகம் அனைத்தையும் மறையச் செய்தது. இரண்டு பெரிய ஈரமான ஜார்ஜிய கண்கள் மட்டுமே பயம், மகிழ்ச்சி, ஆர்வம், திடீரெனக் கிழிக்கும் வலி என்று அனைத்தையும் பிரதிபலித்தன. அவள் அழவில்லை. ஆனால் சட்டென்று போர்வையைப் பிடித்து அதன் சூடான இறகுகளின் கீழ் நுழைந்தாள். அவள் முகத்தை என் மார்பில் மறைத்தாள். அவளது மெலிந்த உடலின் ஒவ்வொரு அசைவும் மழை என்னும் நிறைவளிக்கும் ஆசீர்வாதத்துக்குத் தாகித்திருக்கும் நிலத்தின் அழைப்பைப் போல இருந்தது. மெதுவாக நான் போர்வையைக் கீழே நகர்த்தினேன். காலம் அசையாது நின்றது.

நாங்கள் படுத்திருந்தோம், அமைதியாக, சோர்வாக, மகிழ்ச்சியாக. பிறகு நினோ சொன்னாள்: "இப்போது நான் வீட்டுக்குப் போகிறேன். நீ என்னைக் கொல்லப் போவதில்லை என்பதைப் புரிந்துகொண்டேன்."

"தனியாகவா வந்தாய்?"

"இல்லை, முஸ்தபா என்னை அழைத்துவந்தான். நான் உனக்கு ஏமாற்றம் தந்தால், என்னை அழைத்துப்போய் கொன்றுவிடுவேன் என்று சொன்னான். துப்பாக்கியுடன் தயாராக வெளியே உட்கார்ந்திருக்கிறான். நான் உனக்கு ஏமாற்றம் தந்திருந்தால் நீ அவனைக் கூப்பிடலாம்." நான் அவனைக் கூப்பிடவில்லை. மாறாக அவளை முத்தமிட்டேன்.

"இதற்கு மட்டும்தான் நீ வந்தாயா?"

"இல்லை," என்றாள் நேர்மையாக.

"சொல், நினோ."

"என்ன சொல்ல வேண்டும்?"

"அன்று இரவு ஏன் அமைதியாக இருந்தாய், முஸ்தபாவின் சேணத்தில் உட்கார்ந்திருந்தபோது?"

"அது பெருமை."

"இப்போது ஏன் இங்கே இருக்கிறாய்?"

"அதுவும் பெருமைதான்."

நான் அவள் கையை எடுத்து அவளது ரோஜா விரல்களுடன் விளையாடினேன்: "பிறகு, மாலிக்?"

"மாலிக்," என்று மெதுவாகச் சொன்னாள், "அவன் என் விருப்பத்திற்கு எதிராக என்னைக் கடத்தினான் என்று நீ நினைக்கக் கூடாது. நான் என்ன செய்தேன் என்று எனக்குத் தெரிந்திருந்தது. அதுதான் சரியான செயல் என்று நினைத்தேன். ஆனால் அது தவறு. அது என் தவறு, நான் இறக்க வேண்டியவள். அதனால்தான் நான் அமைதியாக இருந்தேன். அதனால்தான் நான் இங்கே இருக்கிறேன். இப்போது உனக்கு எல்லாம் தெரியும்." நான் அவள் உள்ளங்கையில் முத்தமிட்டேன். அவள் உண்மையைப் பேசினாள். மற்றொரு நபர் இறந்து விட்டிருந்தாலும், உண்மை அவளுக்கு ஆபத்தானதாக இருந்தாலும். அவள் எழுந்து, அறையைச் சுற்றிப் பார்த்துவிட்டு, வாட்டத்துடன் சொன்னாள்: "இப்போது நான் வீட்டுக்குப் போகிறேன். நீ என்னைத் திருமணம் செய்துகொள்ள வேண்டாம். நான் மாஸ்கோ போகிறேன்." நான் கதவருகே போய் அதை அகலமாகத் திறந்து வெளியே பார்த்தேன். அம்மை முகத்துடன் என் நண்பன் வெளியே சம்மணம் போட்டு கையில் துப்பாக்கி யுடன் உட்கார்ந்திருந்தான். அவனது பச்சை பெல்ட் அவனது வயிற்றை இறுக்கமாகச் சுற்றியிருந்தது. "முஸ்தபா," என்றேன். "ஒரு முல்லாவையும் இன்னொரு சாட்சியையும் கூப்பிடு. நான் இன்னும் ஒரு மணி நேரத்தில் திருமணம் செய்துகொள்ளப் போகிறேன்" என்றேன்.

"நான் எந்த முல்லாவையும் கூப்பிடப்போவதில்லை," என்றான் முஸ்தபா. "இரண்டு சாட்சிகள் மட்டும்தான். நான் உனக்குத் திருமணம் செய்துவைக்கிறேன். அதைச் செய்ய எனக்கு உரிமை உண்டு."

நான் கதவை மூடினேன். நினோ படுக்கையில் உட்கார்ந்திருந்தாள். அவளது கருப்பு முடி தோள்களுக்கு மேல் கவிழ்ந்திருந்தது. அவள் சிரித்தாள்: "அலி கான், நீ என்ன செய்கிறாய் என்று நீ உணர்கிறாயா? ஒரு கெட்டுப்போன பெண்ணை நீ திருமணம் செய்துகொள்கிறாய்."

நான் அவளுடன் படுத்துக்கொண்டேன். எங்கள் உடல்கள் நெருக்கமாக இருந்தன. "நீ உண்மையிலேயே என்னைத் திருமணம் செய்துகொள்ள விரும்புகிறாயா?" நினோ கேட்டாள்.

"நீ என்னை ஒப்புக்கொண்டால். உனக்குத் தெரியும், நான் பரம்பரை ரத்தப் பகை கொண்டவன். எதிரிகள் என்னைத் தேடிக்கொண்டிருக்கிறார்கள்."

"எனக்குத் தெரியும். ஆனால் அவர்கள் இங்கே வர மாட்டார்கள். நாம் இருக்கும் இடத்திலேயே இருப்போம்."

"நினோ – நீ என்னுடன் இங்கேயே இருப்பாய் என்று சொல்கிறாயா? இந்த மலைக் கிராமத்தில், இந்தக் குடிசையில், வேலைக்காரர்கள் யாரும் இல்லாமல்?"

"ஆமாம்" என்றாள், "நான் இங்கேயே இருக்க விரும்புகிறேன், ஏனென்றால் நீ இங்கேயே இருக்க வேண்டும். நான் வீட்டு வேலைகள் செய்வேன், ரொட்டி சுடுவேன், உனக்கு நல்ல மனைவியாக இருப்பேன்."

"பிறகு உனக்குச் சலிப்பாக இருக்காதா?"

"இருக்காது," என்று அவள் எளிமையாகச் சொன்னாள், "நான் எப்படிச் சலிப்படைவேன் – நாம் இரண்டு பேரும் ஒரே போர்வையின் கீழே படுத்திருக்கும்போது?" யாரோ கதவைத் தட்டினார்கள். நினோ என் நெடுஞ்சட்டை உடைக்குள் நுழைந்தாள். முஸ்தபா உள்ளே வந்தான். புதிதாக பச்சைத் தலைப்பாகைச் சுற்றிக்கொண்டு, இரண்டு சாட்சிகளையும் அறிமுகப்படுத்தினான். தரையில் உட்கார்ந்தான். அவனது பெல்ட்டில் இருந்து ஒரு பித்தளை மைக் குப்பியையும் பேனாவை யும் எடுத்தான். மைக் குப்பியின் மீது எழுதியிருந்தது: "எல்லாப் புகழும் இறைவனுக்கே." அவன் ஒரு தாளை விரித்து இடது உள்ளங்கையில் வைத்துக்கொண்டான். பிறகு அந்த மூங்கில் பேனாவை மையில் முக்கினான். நேர்த்தியாக எழுதினான்: 'அளவற்ற அருளாளன் அல்லாவின் திருப்பெயரால்'. பிறகு என்னைப் பார்த்தான்: "ஐயா, உங்கள் பெயர் என்ன?"

"அலி கான் ஷிர்வான்ஷிர், ஷிர்வான்ஷிர் குடும்பத்து ஸபர் கானின் மகன்."

"உங்கள் மதம் என்ன?"

"முகமதியன், ஷியா பிரிவு. இமாம் ஜாபரின் விளக்கத்தில்."

"உங்கள் விருப்பம் என்ன?"

“இந்தப் பெண்மணியை என் சொந்தமாக எடுத்துக் கொள்ள வேண்டும் என்ற எனது விருப்பத்தைப் பகிரங்கப்படுத்த வேண்டும்.”

“உங்கள் பெயர் என்ன என் அம்மணி?”

“இளவரசி நினோ கிபியானி.”

“உங்கள் மதம் என்ன?”

“கிரேக்க மரபுவழி கிறிஸ்துவம்.”

“உங்கள் விருப்பம் என்ன?”

“இந்த மனிதனின் மனைவியாக இருக்க வேண்டும்.”

“உங்கள் மதத்தைத் தக்கவைத்துக்கொள்ள விரும்புகிறீர்களா அல்லது உங்கள் கணவனுடைய மதத்துக்கு மாற விரும்புகிறீர்களா?”

நினோ சற்றே தயங்கினாள். பிறகு, அவள் தலையை உயர்த்தி பெருமையாகவும் உறுதியாகவும் சொன்னாள்: “நான் என் மதத்தைத் தக்கவைத்துக்கொள்ள விரும்புகிறேன்.” முஸ்தபா எழுதிக் கொண்டிருந்தான். அந்தத் தாள் அவனது உள்ளங்கை யின் மேல் சறுக்கி, படிப்படியாக அழகாக அலங்காரமான அரபு எழுத்தால் நிரப்பப்பட்டுக்கொண்டிருந்தது. திருமண ஒப்பந்தம் தயாராகிவிட்டது. “இப்போது நீங்கள் கையெழுத்துப் போடுங்கள்” என்றான் முஸ்தபா. நான் என் பெயரைக் கையெழுத்திட்டேன்.

“இப்போது நான் எந்தப் பெயரில் கையெழுத்துப்போட வேண்டும்?” என்று நினோ கேட்டாள்.

“உங்கள் புதிய பெயர்.”

உறுதியான கரத்துடன் அவள் எழுதினாள்: ‘திருமதி நினோ ஷிரவான்ஷிர்.’ பிறகு சாட்சிகள் கையெழுத்திட்டார்கள். முஸ்தபா தனது பெயர் இருந்த முத்திரையை வெளியே எடுத்து, அதைக் காகிதத்தில் அழுத்தினான். அழகான கூஃபி எழுத்தோவிய வடிவில் இருந்தது அது: ‘ஹாவிஸ் சையத் முஸ்தபா மெஷெதி, உலக இறைவனின் அடிமை.’ அவன் ஆவணத்தை என்னிடம் கொடுத்தான். பிறகு என்னைத் தழுவி பாரசீக மொழியில் சொன்னான்: ‘நான் நல்லவன் இல்லை அலி கான். ஆனால் அர்ஸலான், நினோ இல்லாமல் நீ மலையில் அழிந்துகொண்டிருக்கிறாய் என்றும் குடிகாரனாக ஆகிக்கொண்டிருக்கிறாய் என்றும் என்னிடம் சொன்னான்.

அது பாவம். நினோ என்னை இங்கே கூட்டிச் செல்லும்படி கேட்டாள். அவள் சொல்வது உண்மையாக இருந்தால் அவளை நேசி. அது உண்மையல்ல என்றால் அவளை நாளைக்குக் கொன்று விடுவோம்."

"இனிமேலும் அது உண்மை இல்லை, முஸ்தபா. அப்படி யானாலும் நாம் அவளைக் கொல்ல மாட்டோம்." அவன் குழப்பத்துடன் என்னைப் பார்த்தான். பிறகு அறையைச் சுற்றிப் பார்த்துவிட்டுச் சிரித்தான். ஒரு மணிநேரம் கழித்து நாங்கள் கஞ்சா பிடிக்கும் குழாயைச் சம்பிரதாயமாகப் படுகுழியில் எறிந்தோம். எங்கள் திருமணத்தில் இதெல்லாம் மட்டும்தான் இருந்தன.

எதிர்பாராத விதமாக வாழ்க்கை மீண்டும் அற்புதமாக இருந்தது. நான் தெருவில் நடந்து செல்லும்போது கிராமமே புன்னகைத்தது. நான் மகிழ்ச்சியாக இருந்ததால், முன்னெப்போதையும்விட மிக மகிழ்ச்சியாக இருந்ததால், நான் திரும்பிப் புன்னகைத்தேன். கணுக்கால்களில் இறுகி யிருக்கும் முழுப் பிரகாசமான சிவப்பு தாகெஸ்தான் காற்சட்டை அணிந்து இவ்வளவுக் குட்டிப் பாதங்களுடன் இருந்த நினோவுடன் தனியாக எங்களது கூரை முற்றத்தில் என் வாழ்நாள் முழுதையும் கழிக்க விரும்பியிருப்பேன். அவள் கச்சிதமாக அனுசரித்துக்கொண்டாள். மலைக்குகைக் குடியிருப்பில் இருந்த மற்ற எல்லாப் பெண்களையும் விட மிகவும் மாறுபட்ட வகையில் சிந்திக்கவும் செயல்படவும். வேறு ஒரு வாழ்க்கைக்கு பழகியவள் அவள் என்று யாரும் யூகித்திருக்க மாட்டார்கள். எங்கள் கிராமத்தில் யாரும் வேலைக்காரர்களை வைத்துக் கொள்வதில்லை. ஆகவே, நினோ வைத்துக்கொள்ள மறுத்து விட்டாள். அவள் எங்கள் உணவைச் சமைத்தாள். பெண்களுடன் அரட்டை அடித்தாள். கிராமத்துக் கிசுகிசுக்கள் எல்லாவற்றை யும் என்னிடம் சொன்னாள். நான் குதிரைச் சவாரி செய்தேன். வேட்டையாடினேன். வேட்டையாடிய விலங்குகளை வீட்டுக்குக் கொண்டுவந்தேன். அவள் கற்பனையில் உருவான, சுவை நிராகரித்த எல்லா விசித்திரமான உணவுப் பதார்த்தங்களையும் சாப்பிட்டேன்.

இதுதான் எங்கள் வாழ்க்கையில் ஒரு நாள்:

அதிகாலையில் நினோ வெறுங்காலுடன் கிணற்றுக்கு ஒரு காலி மண் குடத்தை எடுத்துக்கொண்டு ஓடுவதைப் பார்த்தேன். பிறகு அவள் தனது வெற்றுக் குதிகால்களைக் கூரான கற்களின் மீது கவனமாக வைத்து திரும்பிவந்தாள். அவளது வலது தோளில்

தண்ணீர்க் குடத்தைச் சுமந்தாள். அவளது மெல்லிய கைகள் குடத்தை இறுகப் பிடித்திருந்தன. ஒருமுறை மட்டும், அவளுடைய ஆரம்ப நாட்களில் ஒன்றில், அவள் தடுமாறி விழுந்தாள். அவள் கசந்து அழுதாள் – அது அவ்வளவு அவமானமாக இருந்தது. ஆனால் மற்ற பெண்கள் அவளுக்கு ஆறுதல் சொன்னார்கள். ஒவ்வொரு நாளும் நினோ மற்ற கிராமப் பெண்களுடன் சேர்ந்து தண்ணீர் கொண்டு வந்தாள். அவர்கள் மலையின் மீது ஒற்றை வரிசையில் நடந்தார்கள். என்னால் தூரத்திலிருந்து நினோவின் வெறும் கால்களையும் தீவிரமாக முன்னால் பார்க்கும் கண்களையும் பார்க்க முடிந்தது. அவள் என்னைப் பார்க்கவில்லை, நானும் அவளைக் கடந்து பார்த்தேன். மலைகளின் சட்டத்தை அவள் உடனடியாகப் புரிந்துகொண்டாள்: ஒருபோதும், எந்தச் சூழலிலும், மற்றவர்களுக்கு எதிரே ஒருவரின் அன்பை வெளிக்காட்டக் கூடாது. அவள் இருண்ட குடிசையின் உள்ளே வந்தாள். கதவை மூடிவிட்டு, குடத்தைத் தரையில் வைத்தாள். எனக்கு ஒரு கோப்பை தண்ணீர் கொடுத்தாள். ஒரு மூலையி லிருந்து ரொட்டியையும் பாலாடைக்கட்டியையும் தேனையும் எடுத்து வந்தாள். மலைக்குகைக் குடியிருப்பு மக்களைப் போலவே நாங்கள் முள்கரண்டி கத்தியெல்லாம் இல்லாமல் கைகளை மட்டுமே பயன்படுத்திச் சாப்பிட்டோம். சம்மணம் போட்டுத் தரையில் உட்காரும் கடினமான கலையை நினோ விரைவில் கற்றுத் தேர்ந்தாள். நாங்கள் சாப்பிட்டு முடித்ததும் நினோ வெண்மையான, பளபளக்கும் பற்களைக் காட்டியபடி அவளது விரல்களை நக்கினாள். அவள் சொன்னாள்: "இங்கே இருக்கும் வழக்கப்படி நான் இப்போது உன்னுடைய கால்களைக் கழுவ வேண்டும். ஆனால் நான் தண்ணீர் சுனைக்குப் போய்விட்டு வந்ததால், இப்போது நீ என் கால்களைக் கழுவுவாய்." அவள் கால்கள் என்று அழைத்த அந்த வேடிக்கையான சிறிய பொம்மைகளை நான் தண்ணீருக்குள் அமிழ்த்தினேன். அவள் நீரைத் தெறிக்கச் செய்தாள். என் முகத்தின் மீது திவலைகள் பறந்தன. பிறகு நாங்கள் முன் முற்றத்தில் அமர்ந்திருப்போம். நான் எனது திண்டின் மீது. நினோ எனது காலருகில் ஒரு பாடலை முணுமுணுத்தபடி, அல்லது அமைதியாக உட்கார்ந்து என்னைப் பார்த்தபடி. நான் ஒருபோதும் என் மடோனாவின் முகத்தைப் பார்ப்பதில் சோர்வடையாதபடி.

ஒவ்வொரு மாலையும் அவள் ஒரு சிறிய விலங்குபோலப் படுக்கைத் துணிகளில் பதுங்கி இருப்பாள்: "நீ மகிழ்ச்சியாக இருக்கிறாயா, அலி கான்?" ஒருநாள் இரவு என்னிடம் கேட்டாள்.

"மிக்க மகிழ்ச்சி. பிறகு, நீ? உனக்குப் பாக்கூவிற்குத் திரும்பிப் போக வேண்டுமா?"

அலியும் நினோவும்

"ஓ, இல்லை" என்றாள் தீவிரமாக. "எல்லா ஆசியப் பெண்மணிகளும் செய்ய முடிவதை நானும் செய்ய முடியும் என்று நான் காட்ட விரும்புகிறேன்: என் கணவருக்குச் சேவை செய்தல்."

எண்ணெய் விளக்கை அணைத்தவுடன், அவள் படுத்து, இருளைப் பார்த்தபடி முக்கியமான விஷயங்களைப் பற்றிச் சிந்திப்பாள்: வறுத்த ஆட்டிறைச்சியில் உண்மையில் இவ்வளவு பூண்டு போட வேண்டுமா? கவிஞர் ருஸ்தவேலிக்கு ராணி தாமருடன் தொடர்பு இருந்ததா? இந்தக் கிராமத்தில் வசிக்கும் போது அவளுக்குத் திடீரென்று ஒரு பயங்கரமான பல்வலி வந்தால் என்ன ஆகும்? பக்கத்து வீட்டுப் பெண் தன் துடைப்பத்தை எடுத்து கணவனை இவ்வளவு பயங்கரமாக அடித்ததற்குக் காரணம் என்னவென்று நான் நினைக்கிறேன்? "வாழ்க்கை மர்மங்கள் நிறைந்தது" என்று சோகமாகச் சொல்லிவிட்டுத் தூங்கிவிட்டாள். இரவு நேரத்தில் அவள் விழித்துக்கொண்டு, என் முழங்கையின் மீது இடித்து, மிகவும் பெருமையுடன் இறுமாப்புடன் முணுமுணுத்தாள்: "நான் நினோ." பிறகு, அவள் தூங்கினாள். நான் அவளுடைய மெலிதான தோள்களைப் போர்வையால் மூடினேன். "நினோ, நீ இந்த தாகெஸ்தான் கிராமத்தின் வாழ்க்கையிலும் மேலான வாழ்க்கைக்கு உண்மையில் தகுதியானவள்."

ஒரு நாள் நான் அருகிலுள்ள சிறிய நகரமான சுன்சாச் போனேன். நாகரிகத்தின் பலன்களைச் சுமந்துகொண்டு வந்தேன். ஒரு எண்ணெய் விளக்கு, ஒரு யாழ், ஒரு கிராமபோன் இசைத்தட்டுப் பெட்டி மற்றும் ஒரு கழுத்து பட்டுத்துணி. கிராமபோனைப் பார்த்ததும் அவள் முகம் மலர்ந்தது. சுன்சாக் முழுவதும் இரண்டு இசைத்தட்டுகளுக்கு மேல் என்னால் கண்டுபிடிக்க முடியவில்லை என்பது ஒரு பரிதாபம்: ஒன்று, மலைவாழ் மக்களின் நடன இசை, மற்றது, அய்தா நாட்டிய நாடகத்திலிருந்து ஒரு பெரும் பாடல். நாங்கள் அவற்றை மீண்டும் மீண்டும் கேட்டோம், எங்களால் அவற்றுக்கு இடையே வேறுபாடே சொல்ல முடியாத அளவுக்கு, பாக்கூவி லிருந்து செய்திகள் மிகவும் இடைவெளி விட்டும் குறைவாகவுமே இருந்தன. நினோவின் பெற்றோர், எங்களுக்குச் சாபம் கொடுப்போம் என்று மிரட்டாத நேரங்களில் எங்களை அதிக நாகரிகமடைந்த நாட்டுக்குப் போய்விடும்படி கெஞ்சிக் கொண்டிருந்தார்கள். நினோவின் அப்பா வந்தார், ஆனால் ஒருமுறை மட்டுமே. தன் மகள் எப்படி வாழ்கிறாள் என்பதைப் பார்த்ததும் அவன் வெகுண்டார்: "இறைவனுக்காக, உடனே

இங்கிருந்து வெளியேறுங்கள்! இந்தக் காட்டுப்பகுதியில் நினோ நிச்சயம் நோய்வாய்ப்படுவாள்."

"நான் ஒருபோதும் இதைவிட நலமாக உணர்ந்ததில்லை," என்றாள் நினோ. "உங்களால் புரிந்துகொள்ள முடியவில்லையா, அப்பா, எங்களால் போக முடியாது. நான் இன்னும் விதவை ஆக இனியும் விரும்பவில்லை."

"ஆனால் நடுநிலை நாடுகள் இருக்கின்றன. உதாரணமாக, ஸ்பெயின். எந்த நாச்சராரியனும் அங்கே உன்னைத் தொட முடியாது."

"ஆனால் அப்பா, நாங்கள் எப்படி ஸ்பெயினுக்குப் போவது?"

"ஸ்வீடன் வழியாக."

"நான் ஸ்வீடனுக்குப் போக மாட்டேன்" என்று ஆவேசமாகச் சொன்னாள் நினோ. இளவரசர் பாகுவுக்குத் திரும்பினார். உள்ளாடைகள், கேக்குகள் மற்றும் புத்தகங்களின் மாதாந்திர பார்சல்களை அனுப்பத் தொடங்கினார். நினோ புத்தகங்களை வைத்துக்கொண்டு, மற்றவற்றைப் பிறருக்குக் கொடுத்துவிட்டாள். ஒரு நாள் என் அப்பா வந்தார். நினோ அவரை, பள்ளி நாட்களில் பல வெளிக் காரணிகளுடன் இருந்த சமன்பாட்டை எதிர்கொண்டபோது புன்னகைத்ததைப் போன்ற புன்னகை யுடன் வரவேற்றாள். இந்தச் சமன்பாடு விரைவில் விடை காணப்பெற்றது: "நீ சமைக்கிறாயா?"

"செய்கிறேன்."

"தண்ணீர் கொண்டு வருகிறாயா?"

"செய்கிறேன்."

"நீண்ட பாதை என்னைக் களைப்படைய செய்திருக்கிறது. என் கால்களைக் கழுவுவாயா?" அவள் சொம்பை எடுத்து அவரது கால்களைக் கழுவினாள்.

"நன்றி" என்று அவர் சொல்லிவிட்டு, சட்டைப்பையிலிருந்து நீண்ட இளஞ்சிவப்பு முத்துச்சரத்தை எடுத்து நினோவின் கழுத்தில் அணிவித்தார். பிறகு அவர் நினோ சமைத்திருந்த உணவைச் சாப்பிட்டுவிட்டுத் தீர்ப்பை உச்சரித்தார்: "உனக்கு ஒரு நல்ல மனைவி, ஆனால் ஒரு மோசமான சமையல்காரி, வாய்த்திருக்றாள், அலி கான். நான் உங்களுக்குப் பாக்கூவிலிருந்து ஒரு சமையல்காரரை அனுப்புகிறேன்."

"தயவுசெய்து வேண்டாம்," நினோ உரக்கச் சொன்னாள். "நான் என் கணவருக்குச் சேவை செய்ய விரும்புகிறேன்." அவர்

சிரித்தார். அவளுக்கு ஒரு ஜோடி பெரிய வைரக் காதணிகளை அனுப்பினார்.

எங்கள் கிராமம் மிகவும் அமைதியாக இருந்தது. ஒரே ஒரு முறை காசி முல்லா பெரிய செய்தியுடன் ஓடி வந்தார்: ஆயுதம் ஏந்திய அந்நியன் ஒருவன் மலைக்குகைக் குடியிருப்பின் விளிம்பில் பிடிபட்டான். சந்தேகமில்லாமல், ஓர் ஆர்மீனியன். முழுக் கிராமமும் ஒரு கொந்தளிப்பில் இருந்தது – நான் அவர்களின் விருந்தினன். எனது மரணம் எல்லோரின் மரியாதைக்கும் ஒரு நிரந்தரக் கறையாக இருந்திருக்கும். நான் அந்த மனிதரை ஒரு பார்வை பார்க்கப் போனேன். அவர் உண்மையில் ஓர் ஆர்மீனியன்தான். ஆனால் அவர் மாலிக் நாச்சரராரியன் குடும்பத்தினரா என்று நிச்சயமாகச் சொல்ல முடியாது. கிராமத்துப் பெரியவர்கள் கூட்டம் நடத்தி, விஷயம் பேசி, அவருக்கு நன்கு கசையடி கொடுத்து அவரைக் கிராமத்தி லிருந்து துரத்துவது என்று முடிவு செய்தார்கள். அவர் மாலிக் நாச்சரராரியன் குடும்பத்தாராக இருந்தால் மற்றவர்களை எச்சரிப்பார், இல்லை என்றால் இறைவன் விவசாயிகளின் நல்ல நோக்கத்தைப் பார்த்து அவர்களை மன்னிப்பார்.

எங்கோ வேறொரு கிரகத்தில் போர் நடந்துகொண் டிருந்தது. நாங்கள் அது பற்றி எதையும் கேட்கவுமில்லை, பார்க்கவுமில்லை. எங்கள் மலைகள் ஷாமில் காலத்திய புராணக்கதைகளும் தேவதைக் கதைகளும் நிறைந்தவை. போர்ச் செய்திகள் எங்களுக்கு வரவில்லை. அவ்வப்போது நண்பர்கள் எங்களுக்குச் செய்தித்தாள்களை அனுப்புவார்கள். ஆனால் நான் அவற்றைப் படிக்காமல் தூக்கி எறிந்தேன். “ஒரு போர் நடந்துகொண்டிருக்கிறது என்பது உனக்கு இன்னும் நினைவில் இருக்கிறதா?” ஒரு நாள் நினோ கேட்டாள். நான் சிரித்தேன். “நேர்மையாகச் சொல்வதானால், நான் அதையெல்லாம் மறந்துவிட்டேன், நினோ.” எனக்கு இதைவிடச் சிறந்த வாழ்க்கை எதுவும் இருக்க முடியாது, இது வெறும் கடந்த காலத்திற்கும் எதிர்காலத்திற்கும் இடையிலான இடைவெளியாக இருந்தாலும்கூட: அலி கான் ஷிர்வான்ஷிருக்கு இறைவனின் தற்செயலான பரிசு.

பிறகு, அந்தக் கடிதம் வந்தது. நுரை மூடிய குதிரையின் மீது சோர்வடைந்த ஒரு குதிரையோட்டி அதை எங்கள் வீட்டுக்குக் கொண்டுவந்தார். அது என் அப்பாவிடமிருந்தோ முஸ்தபாவிடமிருந்தோ வரவில்லை. ‘அர்ஸலான் அகாவிடமிருந்து, அலி கானுக்கு’ என்று அதன்மீது எழுதியிருந்தது.

“அவனுக்கு என்ன வேண்டுமாம்?” என்றாள் நினோ வியப்புடன்.

குதிரையோட்டி சொன்னார்: “உங்களுக்கு நிறையக் கடிதங்கள் வரும், கான். அர்ஸலான் அகா, அவருடைய கடிதம் முதலில் வர வேண்டும் என்று அவர் விரும்பியதால் எனக்கு நிறையப் பணம் கொடுத்தார்.”

‘மலைக்குகைக் குடியிருப்பு வாழ்க்கையின் முடிவு இது தான்,’ என்று நினைத்துக் கடிதத்தைத் திறந்தேன். நான் படித்தேன்: ‘அலி கான், இறைவனின் திருப்பெயரால் உங்களை வாழ்த்துகிறேன். எப்படி இருக்கிறீர்கள்? உங்களுடைய குதிரைகள், உங்களது மது, உங்களுடன் வாழும் மனிதர்கள் எல்லோரும் நலமா? நான் நலமாக இருக்கிறேன். என்னுடைய குதிரைகளும் மதுவும் மனிதர்களும் நலம். நான் சொல்வதைக் கவனியுங்கள்: நம் ஊரில் பெரிய விஷயங்கள் நடந்துள்ளன. கைதிகள் சிறையிலிருந்து வெளியேறி இப்போது சுதந்திரமாக நடமாடுகிறார்கள். “காவல்காரர்கள் எங்கே?” என்று நீங்கள் கேட்பது எனக்குக் கேட்கிறது. கவனியுங்கள் – இப்போது காவல்காரர்கள், முன்பு கைதிகள் இருந்த இடத்தில் இருக்கிறார்கள்: கடலுக்கு அருகிலுள்ள சிறையில். மேலும் போர்வீரர்கள்? இதற்குமேல் போர்வீரர்களும் யாரும் இல்லை. நீங்கள் நம்பாமல் தலையை அசைப்பதை நான் பார்க்கிறேன், நண்பரே. ஆளுநர் எப்படி இதையெல்லாம் அனுமதிப்பார் என்று உங்களுக்கு ஆச்சரியமாக இருக்கிறது. ஆகவே, நான் உங்களுக்குச் சொல்கிறேன்: நேற்று நமது புத்திசாலி ஆளுநர் ஓடிவிட முடிவு செய்தார். இப்படிப்பட்ட மோசமான மக்களை ஆளுவதில் அவர் சோர்வடைந்து கொண்டிருந்தார். அவர் சில பழைய ஜோடி கால்சட்டைகளையும் ஒரு தொப்பி அலங்காரத்தையும் விட்டுப் போனார். இப்போது நீங்கள் சிரிக்கிறீர்கள், அலி கான். நான் பொய் சொல்கிறேன் என்று நினைக்கிறீர்கள்.

ஆனால் ஆச்சரியம், ஆச்சரியம்! இந்த முறை நான் பொய் சொல்லவில்லை. நீங்கள் கேள்வி எழுப்புவது எனக்குக் கேட்கிறது: “ஜார் மன்னர் ஏன் புதிய காவல்படையையும் ஆளுநரையும் அனுப்பவில்லை?” நான் உங்களுக்குச் சொல்கிறேன்: இனிமேலும் ஒரு ஜார் மன்னரும் இல்லை. இனிமேல் எதுவுமே இல்லை. இந்த முழு விஷயத்தை என்னவென்று அழைக்கிறார்கள் என்று எனக்குத் தெரியவில்லை. ஆனால் நேற்று நாங்கள் தலைமை ஆசிரியருக்குச் செம்மையாக உதை கொடுத்தோம், யாருமே தலையிடவில்லை. நான் உங்கள் நண்பன், அலி கான். எனவே,

இன்று ஊரில் பலர் உங்களுக்குக் கடிதம் எழுதினாலும், இதை யெல்லாம் உங்களுக்கு முதலில் சொன்னது நானாக இருக்க விரும்புகிறேன். அதனால், இதோ: மாலிக் நாச்சராரியன் குடும்பத்தினர் எல்லோரும் ஊருக்குத் திரும்பிப் போய் விட்டார்கள். காவல்காரர்கள் யாரும் இல்லை. உங்களுக்கு அமைதி நிலவட்டும், அலி கான். உங்கள் நண்பனும் பணியாளனுமான, அர்ஸலான் அகா.'

நிமிர்ந்து பார்த்தேன். நினோ மிகவும் வெளிறிப் போயிருந்தாள். "அலி கான்," என்றாள். அவள் குரல் நடுங்கியது. "பாதை தடையின்றி இருக்கிறது. நாம் போவோம்! நாம் போவோம்!"

ஒரு விசித்திரமான பரவசத்தில் அவள் இந்த வார்த்தை களைத் திரும்பத் திரும்பச் சொல்லிக்கொண்டிருந்தாள். அவள் என் கழுத்தில் தொங்கிக்கொண்டு, விசும்பியபடி, "நாம் போவோம்!" என்றாள். அவளது வெற்றுக் கால்கள் முற்றத்து மணலில் பச்சை குத்தின. "ஆமாம், நினோ, நிச்சயமாக நாம் போவோம்." எனக்கு ஒரே நேரத்தில் மகிழ்ச்சியாகவும் வருத்தமாகவும் இருந்தது. மலைகளின் வெற்றுப் பாறைகள் மஞ்சள் நிறத்தில் மின்னின. பள்ளத்தில் தொங்கும் சிறிய குடிசைகள் தேன் கூடுகளைப் போல இருந்தன. அங்கே ஒரு சிறிய பள்ளிவாசல் தூபி தொழுகைக்காகவும் சிந்திப்பதற்கும் சத்தமின்றி அழைக்கிறது. மலைக்குகைக் குடியிருப்பில் எங்களுடைய கடைசி நாள் அது.

21

கூட்டத்திலிருந்த முகங்களில் பயமும் மகிழ்ச்சியும் கலந்திருந்தது. சொல்லப்போனால் அர்த்தமே இல்லாத கோஷங்கள் எழுதிய சிகப்புப் பதாகைகள் தெருவின் ஒரு பக்கத்திலிருந்து மறுபக்கம் வரைக்கும் நீண்டிருந்தன. சந்தைப் பெண்கள் தெரு முனைகளில் கூடி, அமெரிக்க செவ்விந்தியர்களுக்கும் ஆப்பிரிக்க புஷ்மேன் களுக்கும் சுதந்திரம் கோரினார்கள். போர்முனையில் அலை திரும்பிவிட்டது: பெருங்கோமான் காணாமல் போனார். கந்தலான வீரர்களின் கூட்டம் நகரெங்கும் சுற்றித் திரிந்தது. இரவு நேரத்தில் சில துப்பாக்கிச் சூடுகள் நடந்தன. பகல் நேரத்தில் கும்பல் கடைகளைச் சூறையாடியது.

நினோ உலக வரைபடத்தின் மேல் கவிந்திருந்தாள். "நான் அமைதியான நாட்டைத் தேடுகிறேன்" என்றாள். அவளுடைய விரல் பல வண்ண எல்லைக் கோடுகளைத் தாண்டியது. நான் அவளைக் கிண்டல் செய்து சொன்னேன்: "ஒருவேளை, மாஸ்கோ. அல்லது பீட்டர்ஸ்பர்க்." அவள் தோள்களைக் குலுக்கினாள். அவளது விரல், நார்வேவைக் கண்டுபிடித்தது.

"அது ஒரு அமைதியான நாடு என்று நான் உறுதியாக நம்புகிறேன், ஆனால் நாம் எப்படி அங்குப் போவது?" என்றேன்.

"நாம் போக மாட்டோம்," என்று பெருமூச்சு விட்டாள் நினோ. "அமெரிக்கா?"

"நீர்மூழ்கி ஆயுதப்படகுகள்," என்று நான் களிப்புடன் சொன்னேன்.

"இந்தியா, ஸ்பெயின், சீனா, ஜப்பான்?"

"ஒன்று அவர்கள் போரில் ஈடுபட்டிருக் கிறார்கள், அல்லது நாம் அங்கே போக முடியாது."

"அலி கான், நாம் எலிப்பொறியில் இருக்கிறோம்."

"நீ சொல்வது சரிதான் நினோ. ஓடிப்போவதில் அர்த்த மில்லை. நம் நகரத்துக்குள் கொஞ்சம் பொது அறிவு நுழை வதற்கு நாம் ஒரு வழியைக் கண்டுபிடிக்க வேண்டும், குறைந்த பட்சம் துருக்கியர்கள் வரும் வரையிலாவது."

"ஒரு நாயகன் கணவனாக இருந்து என்ன பிரயோஜனம்!" என்று நினோ திட்டினாள். "எனக்கு இந்தப் பதாகைகள், கோஷங்கள், பேச்சுக்கள் பிடிக்காது. இப்படியே போனால் உன் பாரசீகத்தில் இருக்கும் பெரியப்பாவிடம் நான் ஓடிவிடுவேன்."

"இது தொடராது," என்று சொல்லிவிட்டு வீட்டைவிட்டு வெளியேறினேன்.

இஸ்லாமிய நலன்புரி சங்கத்தில் கூட்டம் நடந்து கொண்டிருந்தது. சில மாதங்களுக்கு முன்பு என் அப்பாவின் வீட்டில் எங்கள் மக்களின் எதிர்காலம் பற்றி மிகுந்த அக்கறை காட்டிய செம்மையான மனிதர்கள் இப்போது இங்கே வந்திருப்பவர்களிடையே இல்லை. வலிமையான தசை கொண்ட இளைஞர்கள் அறையில் திரண்டிருந்தார்கள். நான் வாசலருகில் இலியாஸைச் சந்தித்தேன். அவனும் ஹைதரும் போர்முனையிலிருந்து திரும்பி வந்திருந்தார்கள். ஜார் மன்னரின் பதவி விலகல், அவர்களது உறுதிமொழியிலிருந்து அவர்களை விடுவித்திருந்தது. அவர்கள் இங்கே திரும்பி வந்துவிட்டார்கள், பழுப்பாகி, பெருமையோடு, வலிமையோடு. போர் அவர்களுக்கு நல்லது செய்தது. அவர்கள் மற்றொரு உலகத்தை ஒரு பார்வை பார்த்து, அதைத் தங்களின் இதயங்களில் என்றென்றும் சுமந்து செல்பவர்கள்போலத் தோன்றினார்கள். "அலி கான், நாம் ஏதாவது செய்ய வேண்டும். எதிரி, நகரத்தின் வாசலில் இருக்கிறான்," என்றான் இலியாஸ்.

"ஆமாம், நாம் நம்மைத் தற்காத்துக்கொள்ள வேண்டும்."

"இல்லை, நாம் தாக்க வேண்டும்." அவன் மேடையில் ஏறி உரத்த கட்டளையிடும் குரலில் பேசினான்: 'முகமதியர்களே! நம் ஊரின் நிலைப்பாட்டை இன்னொரு முறை தெளிவு படுத்துகிறேன். புரட்சி தொடங்கியதிலிருந்து போர்முனை சில்லுசில்லாகச் சிதறிவிட்டது. அனைத்து அரசியல் கட்சிகளைச் சேர்ந்த தப்பியோடிய ரஷ்யர்கள் பாக்கூவைச் சுற்றி முகாமிட்டிருக்கிறார்கள், ஆயுதம் ஏந்தியபடி, கொள்ளை யடிக்கும் இச்சையுடன். நகரத்தில் ஒரே ஒரு முகமதிய இராணுவ அமைப்பு மட்டுமே இருக்கிறது: நாம், "காட்டுப் பிரிவு" தொண்டர்கள். நாம் ரஷ்யர்களை விட எண்ணிக்கையில்

குறைந்தவர்கள், நம்மிடம் ஆயுதங்களும் குறைவுதான். நம் நகரத்திலிருக்கும் ஆயுதம் ஏந்திப் போராடும் மற்றொரு அமைப்பு, ஆர்மீனிய தேசியவாதக் கட்சியான தஸ்நாக் துதூனின் இராணுவச்சங்கம். ஸ்டெபா லலாயும் அந்த்ரானிக்கும் அதன் தலைவர்கள். அவர்கள் நம்மை அணுகியிருக்கிறார்கள். அவர்கள் இங்கு வாழும் ஆர்மீனியர்களைக் கொண்ட ஓர் இராணுவத்தை உருவாக்கி, அந்த இராணுவத்தை மீண்டும் காராபாக்குக்கும் ஆர்மீனியாவுக்கும் கொண்டு செல்ல விரும்புகிறார்கள். நாம் இந்த இராணுவத்தின் உருவாக்கத்துக்கும் அவர்கள் ஆர்மீனியாவிற்கு வெளியேறுவதற்கும் ஒப்புக் கொண்டோம். ஆகவே, ஆர்மீனியர்கள், நம்முடன் சேர்ந்து, ரஷ்யர்களுக்கு ஓர் இறுதி எச்சரிக்கையைக் கொடுப்பார்கள். இதற்கு மேலும் ரஷ்ய வீரர்களும் அகதிகளும் நம் நகரத்தின் வழியாகப் போகக் கூடாது என்று நாம் கோருகிறோம். ரஷ்யர்கள் நமது இறுதி எச்சரிக்கையை நிராகரித்தால், நாம் ஆர்மீனியர்களுடன் சேர்ந்து, எதைப் பெற விரும்புகிறோமோ அதை இராணுவ வழியில் பெறலாம். முகமதியர்களே, "காட்டுப் பிரிவில்" சேருங்கள். ஆயுதங்களை ஏந்துங்கள். எதிரி, நம் வாசலில் இருக்கிறான்." நான் செவிமடுத்தேன். அதில் இரத்தமும் போர் வாடையும் வீசியன. பல நாட்கள் நான் அணிவகுப்பு மைதானத்தில் இயந்திரத் துப்பாக்கியைக் கையாள பயிற்சி செய்தேன்.

இப்போது எனது புதிய அறிவு பயன்படுத்தப்பட வேண்டும். என் அருகில் ஹைதர் நின்று, தன்னுடைய தோட்டா பெல்ட்டுடன் விளையாடிக்கொண்டிருந்தான். நான் அவனிடம் திரும்பினேன்: "கூட்டத்திற்குப் பிறகு இலியாஸுடன் என் வீட்டுக்கு வா. முஸ்தபாவும் வருகிறான். நாம் இதைப் பற்றிப் பேச வேண்டும்." அவன் தலையசைத்தான், நான் வீட்டிற்குப் போனேன்.

என்னுடைய நண்பர்கள் ஆயுதம் ஏந்தியபடி வந்தார்கள். முஸ்தபாகூட பச்சை நிற பெல்ட்டில் குத்துவாளுடன் வந்தான். நினோ தேநீர் தயார் செய்தாள். எங்களுக்குள் ஒரு விசித்திரமான அமைதி நிலவியது. சண்டைக்கு முன்தினம் நகரம் அன்னியமாகவும் சோர்வளிப்பதாகவும் இருந்தது. மக்கள் இன்னும் தெருக்களில் நடந்துகொண்டிருந்தார்கள், வேலை விஷயமாகவோ, நடை பழகவோ. ஆனால் எப்படியோ இவை எல்லாமே நிஜமில்லாதது போலவும் ஆவியுலகில் நடப்பது போலவும் இருந்தன, வெகுவிரைவில் அன்றாட வாழ்க்கை அபத்தமாக மாறும் என்பதை ஏற்கெனவே அவர்கள் உணர்ந்ததுபோல.

"உங்களிடம் போதுமான ஆயுதங்கள் இருக்கின்றனவா?" என்று இலியாஸ் கேட்டான்.

"ஐந்து துப்பாக்கிகள், எட்டுக் கைத்துப்பாக்கிகள், ஓர் இயந்திரத் துப்பாக்கி, தோட்டாக்கள். மேலும், பெண்கள் மற்றும் குழந்தைகளுக்கான பாதாள அறை."

நினோ தலையை உயர்த்தினாள். 'நான் பாதாள அறைக்குள் போக மாட்டேன்," என்று உறுதியாகச் சொன்னாள். 'நான் உன்னுடன் என் வீட்டைப் பாதுகாப்பேன்." அவள் குரல் கடினமாகவும் உறுதியாகவும் ஒலித்தது.

"நினோ," என்று ஹைதர் அமைதியாகச் சொன்னான், 'நாங்கள் சுடுகிறோம், நீ காயங்களுக்கு மருந்திடு."

நினோ தலையைக் குனிந்தாள், தோள்கள் தளர்ந்தன. 'ஓ இறைவனே – விரைவில் நம்முடைய தெருக்கள் போர்க்களங்களாக மாறும். நாடக அரங்கம் தலைமையகமாக மாறும். சீக்கிரத்தில், நிகோலாய் தெருவைக் கடப்பதும் சீனாவுக்குப் போவதைப் போலச் சாத்தியமில்லாத விஷயமாகிவிடும். புனித ராணி தமாரின் பள்ளிக்குப் போக அனுமதிக்கப்படுவதற்கு நாம் நமது அரசியலை மாற்ற வேண்டும் அல்லது ஒரு இராணுவத்தை வெல்ல வேண்டும். முழுக்க ஆயுதங்கள் ஏந்தியபடி ஆளுநரின் தோட்டத்தின் ஊடாக நீங்கள் தவழ்ந்து முன்னேறுவதை என்னால் பார்க்க முடிகிறது. நானும் அலி கானும் சந்தித்துக்கொள்ளும் ஏரிக்குப் பக்கத்தில் ஓர் இயந்திரத் துப்பாக்கி இருக்கும். நாம் ஒரு விசித்திரமான நகரத்தில் வாழ்கிறோம்."

"எந்தச் சண்டையும் இருக்காது என்பதில் நான் உறுதியாக இருக்கிறேன்' என்று இலியாஸ் சொன்னான். "ரஷ்யர்கள் நமது இறுதி எச்சரிக்கையை ஏற்றுக்கொள்வார்கள்."

ஹைதர் பலமாகச் சிரித்தான். "நான் இங்கு வரும்போது வழியில் அசாதுல்லாவைச் சந்தித்ததைச் சொல்ல மறந்துவிட்டேன். ரஷ்யர்கள் மறுக்கிறார்கள் என்று அவர் கூறுகிறார். நாம் அனைத்து ஆயுதங்களையும் ஒப்படைக்க வேண்டும் என்று அவர்கள் கேட்கிறார்கள். அவர்களுக்கு என்னுடையது கிடைக்காது."

"அப்படியென்றால் அது போர், நமக்கும் நம் நேச நாடான ஆர்மீனியாவுக்கும்," என்றான் இலியாஸ்.

நினோ அமைதியாக இருந்தாள், ஜன்னலைப் பார்த்தபடி. முஸ்தபா தலைப்பாகையைச் சரிசெய்துகொண்டான். "அல்லா,

அல்லா," என்றான். "நான் போர்முனைக்குப் போனதில்லை. நான் அலி கானைப் போல் புத்திசாலி இல்லை. ஆனால் எனக்குச் சட்டம் தெரியும். முகமதியர்கள் ஒரு சண்டையில் நம் இறைவனை நம்பாதவர்களின் பற்றுறுதியை நம்பி இருக்க வேண்டுமானால் அது ஒரு மோசமான விஷயம். சொல்லப்போனால், எப்போதுமே யாரையாவது சார்ந்து இருப்பது என்பதே மோசமானது. சட்டம் இதைத்தான் சொல்கிறது. வாழ்க்கை இப்படித்தான் இருக்கிறது. ஆர்மீனிய துருப்புகளின் தலைவர் யார்? ஸ்டெபா லலாய்! எனக்கு அவரை தெரியும். 1905இல் அவரது பெற்றோர் முகமதியர்களால் கொல்லப்பட்டார்கள். அதை எப்படி அவரால் மறக்க முடியும்? மேலும் ரஷ்யர்களுக்கு எதிராக ஆர்மீனியர்கள் நம்முடன் போரிடுவார்கள் என்று நான் நம்பவில்லை. யார் இந்த ரஷ்யர்கள்? வெறும் கழகக்கூட்டம், அராஜகக் கொள்ளையர்கள். அவர்களின் தலைவரின் பெயர் ஸ்டீபன் ஷௌமியன், அவரும் ஒரு ஆர்மீனியர். ஆர்மீனிய அராஜகவாதிகளும் ஆர்மீனிய தேசியவாதிகளும் நண்பர்களாவது முகமதிய தேசியவாதிகளும் ஆர்மீனிய தேசியவாதிகளும் நண்பர்களாவதை விட விரைவில் நடக்கும். அதுதான் ரத்தத்தின் மர்மம். முறிவு வரும். குரான் எப்போதுமே சரியானது என்பது எவ்வளவு நிச்சயமோ அவ்வளவு நிச்சயம் இதுவும்."

"முஸ்தபா," என்றாள் நினோ. "ரத்தம் மட்டும் இல்லை, புத்திசாலித்தனமும் இருக்கிறது. ரஷ்யர்கள் வெற்றி பெறுகிறார்கள் என்றால், அவர்கள் ஸ்டெபா லலாயையும் அந்த்ரானிக்கையும் மிக அன்பாக நடத்த மாட்டார்கள்."

ஹைதர் உரக்கச் சிரித்தான். "மன்னிக்கவும், நண்பர்களே" என்றான். "நாம் வெற்றி பெற்றால் ஆர்மீனியர்களை எப்படி நடத்துவோம் என்று நினைத்துப் பார்த்தேன். துருக்கியர்கள் ஆர்மீனியாவைக் கைப்பற்றினால் நாம் ஆர்மீனியாவைக் காக்கப் போராடுவோம் என்பதை நினைத்துக்கூடப் பார்க்க முடியாது."

இலியாஸ் கொதித்தான்: "அதைப் பற்றிப் பேசவோ சிந்திக்கவோகூட வழி கிடையாது. ஆர்மீனியச் சிக்கல் மிகவும் எளிமையாகத் தீர்க்கப்படும்: லாலாயின் துருப்புகள் ஆர்மீனியாவுக்குக் குடிபெயர்கின்றன, அவர்களுடன் அவர்களது குடும்பத்தினரும். ஒரு வருடம் கழித்து ஓர் ஆர்மீனியனும் பாக்கூவில் இருக்க மாட்டான். அவர்களுக்குச் சொந்த நாடு இருக்கும், நமக்கும் சொந்த நாடு இருக்கும். நாம் அருகருகே வாழும் இரண்டு மக்களாக இருப்போம்."

"இலியாஸ்," என்றேன். "முஸ்தபா சொல்வது சரிதான். இரத்தத்தின் மர்மத்தை நீ மறந்துவிடுகிறாய். ஸ்டெபா லாலாயின்

பெற்றோர் முகமதியர்களால் கொல்லப்பட்டார்கள். அவர் தனது ரத்தக் கடமையை மறந்தால் ஒரு வஞ்சகனாக ஆவார்."

"அல்லது ஓர் அரசியல்வாதியாக, அலி கான். தனது மக்கள் குருதி வடிந்து சாவதைத் தடுக்க, அவர் தனது ரத்தக் கடமையைக் கட்டுப்படுத்திக்கொள்ள முடியும். அவர் புத்திசாலியாக இருந்தால் தன்னுடைய, தன் மக்களுடைய நன்மைக்காக நம் பக்கத்தில் இருப்பார்." அந்தி சாயும்வரை நாங்கள் சண்டை போட்டுக்கொண்டோம். பிறகு நினோ சொன்னாள்: "நீங்கள் யாராக இருந்தாலும், அரசியல்வாதிகளாக இருந்தாலும் சரி, வெறும் மனிதர்களாக இருந்தாலும் சரி, இன்னும் ஒரு வாரத்தில் நீங்கள் எல்லோரும் இங்கே மீண்டும் பாதுகாப்பாகவும் நலத்துடனும் வந்துவிடுவீர்கள் என்று நம்புகிறேன். ஏனென்றால், நகரத்தில் ஒரு போர் செய்ய வேண்டும் என்றால். . ." அவள் மௌனமானாள்.

இரவில் அவள் என் பக்கத்தில் படுத்திருந்தாள், ஆனால் அவள் தூங்கவில்லை. அவள் உதடுகள் பிரிந்து ஈரமாயிருந்தன. அமைதியாக ஜன்னலைப் பார்த்துக்கொண்டிருந்தாள். நான் அவளை அணைத்துக்கொண்டேன். அவள் என்னிடம் திரும்பி, "நீ போருக்குப் போகிறாயா அலி கான்?" என்று கேட்டாள்.

"நிச்சயமாக, நினோ."

"ஆமாம்," என்றாள், "நிச்சயமாக." திடீரென்று என் முகத்தைத் கைகளில் எடுத்துக்கொண்டு தன் மார்பில் அழுத்தினாள். அவள் கண்கள் விரிந்திருக்க, மௌனமாக, என்னை முத்தமிட்டாள். கட்டுக்கடங்காத மோகம் அவளை ஆட்கொண்டது. ததும்பும் இச்சையும் சமர்ப்பணமும் மரண பயமும் சேர அவள் என்னை இறுக்க இழுத்தணைத்தாள். அவள் வேறொரு உலகத்தில், அவள் மட்டும் தனியாகப் போன ஓர் உலகத்தில், இருப்பது போல் இருந்தது அவள் முகம். சட்டென்று தளர்ந்து படுத்து, என் தலையை அவள் கண்களுக்கு அருகில் வைத்துக்கொண்டாள். நான் அவள் சொல்வதைக் கஷ்டப்பட்டுக் கேட்கும் அளவுக்கு மெலிதாகச் சொன்னாள்: "நான் குழந்தையை அலி என்று அழைக்கிறேன்." பிறகு அவள் மீண்டும் மௌனமாக இருந்தாள். அவள் திரையிட்ட கண்கள் ஜன்னல் பக்கம் திரும்பின. மெல்லிய நேர்த்தியான பழைய பள்ளிவாசல் தூபி நிலவின் வெளிர் வெளிச்சத்தில் உயர்ந்தது. பழைய கோட்டைச் சுவரின் நிழல்கள் இருண்டு அச்சுறுத்திப் பதுங்கின. தூரத்திலிருந்து இரும்பில் இரும்பு உராயும் சத்தம் கேட்டது – யாரோ தனது குத்துவாளைக் கூர் தீட்டிக்கொண்டிருக்கிறார். அது ஒரு வாக்குறுதியாக ஒலித்தது. அப்போது தொலைபேசி ஒலித்தது. நான் எழுந்து

இருட்டில் தடுமாறினேன். இலியாஸின் குரல் தொலைப்பேசி வழியாக வந்தது: "ஆர்மீனியர்கள் ரஷ்யர்களுடன் இணைந்து விட்டார்கள். எல்லா முகமதியர்களும் தங்கள் ஆயுதங்களை நாளை மதியம் மூன்று மணிக்குள்ளாக ஒப்படைக்க வேண்டும் என்று அவர்கள் கட்டாயப்படுத்துகிறார்கள். நாம் நிச்சயமாக மறுக்கிறோம். நீ சிசியாநாஷ்விலியின் வாயிலின் இடதுபுறத்தில் சுவரில் இயந்திரத் துப்பாக்கியுடன் இருப்பாய். நான் உனக்கு இன்னும் முப்பது ஆட்களை அனுப்புகிறேன். வாயிலைக் காப்பதற்கு எல்லாவற்றையும் தயார் செய்." நான் தொலைப் பேசியைக் கீழே வைத்தேன். நினோ படுக்கையில் உட்கார்ந்து என்னையே பார்த்துக்கொண்டிருந்தாள். நான் என் குத்துவாளை எடுத்து அதன் கூர்மையைச் சோதித்தேன்.

"என்ன அது, அலி?"

"எதிரி, வாசலில் இருக்கிறான், நினோ." நான் ஆடை அணிந்துகொண்டேன். வேலைக்காரர்களைக் கூப்பிட்டேன். அவர்கள் பரந்த தோளுடன் வலுவாக ஏடாகூடமாக வந்தார்கள். நான் அவர்கள் ஒவ்வொருவருக்கும் ஒரு துப்பாக்கியைத் தந்தேன். பிறகு நான் என் அப்பாவிடம் போனேன். அவர் கண்ணாடி முன் நின்றுகொண்டிருந்தார். ஒரு வேலைக்காரர் அவருடைய வெளியாடையைத் தூசுதட்டிக்கொண்டிருந்தார்.

"உன் இடம் எது, அலி கான்?"

"சிசியாநாஷ்விலி வாயிலில்."

"நல்லது. நான் இஸ்லாமிய நலன்புரி சங்கத்தில் இருக்கிறேன்." அவருடைய போர்வாள் சத்தமிட்டது. அவர் மீசையைத் தடவிக்கொண்டார். "தைரியமாக இரு அலி. எதிரி சுவரைத் தாண்டி வரக் கூடாது. அவர்கள் சுவருக்கு வெளியே சதுக்கத்தை அடைந்தால், உனது இயந்திரத் துப்பாக்கியைப் பயன்படுத்து. அசாதுல்லா கிராமங்களி லிருந்து விவசாயிகளைத் திரட்டி அழைத்து வந்துகொண் டிருக்கிறார், அவர்கள் நிகோலாய் தெருவில் பின்னால் இருந்து எதிரியைத் தாக்குவார்கள்." அவர் தனது கைத்துப்பாக்கியை அதன் உறையில் வைத்துவிட்டுச் சோர்வாகக் கண் சிமிட்டினார். "பாரசீகத்துக்குக் கடைசிப் படகு எட்டு மணிக்குப் புறப்படும். நினோ நிச்சயம் போக வேண்டும். ரஷ்யர்கள் வெற்றிபெற்றால் எல்லாப் பெண்களையும் பாலியல் வன்முறை செய்வார்கள்."

நான் என் அறைக்குத் திரும்பினேன். நினோ தொலைப்பேசி யில் பேசிக்கொண்டிருந்தாள். "இல்லை, அம்மா," என்று அவள் சொன்னதைக் கேட்டேன். "நான் இங்கேயே இருக்கிறேன்.

உண்மையில் எந்த ஆபத்தும் இல்லை, நன்றி, அப்பா, கவலைப் படாதீர்கள். எங்களிடம் போதுமான உணவு இருக்கிறது. ஆமாம், நன்றி. ஆனால் தயவுசெய்து கவலை வேண்டாம். நான் வரவில்லை, நான் இல்லை!" என்று கடைசி வார்த்தையில் குரலை உயர்த்தினாள், அது ஒரு கூக்குரல். தொலைப்பேசியைக் கீழே வைத்தாள். "நீ சொல்வது சரிதான் நினோ," என்றேன். "உன் பெற்றோரின் வீட்டிலும் நீ பாதுகாப்பாக இருக்க முடியாது. பாரசீகத்துக்குக் கடைசிப் படகு எட்டு மணிக்குப் புறப்படுகிறது. உன் பொருட்களை எடுத்து அடுக்கு."

அவள் மிகவும் சிவந்தாள். "என்னை அனுப்பிவிடுகிறாயா, அலி கான்?"

நினோ இப்படி முகம் சிவந்து நான் பார்த்ததில்லை. "நீ டெஹ்ரானில் பாதுகாப்பாக இருப்பாய், நினோ. எதிரிகள் வென்றால் அவர்கள் எல்லாப் பெண்களையும் பாலியல் வன்முறை செய்வார்கள்."

அவள் தலையை உயர்த்தி முரட்டுத்தனமாகச் சொன்னாள்: "அவர்கள் என்னைப் பாலியல் வன்முறை செய்ய மாட்டார்கள், அலி கான் – என்னைச் செய்யமாட்டார்கள். கவலைப்படாதே."

"பாரசீகத்துக்குப் போ, நினோ, தயவுசெய்து! இன்னும் நேரம் இருக்கிறது."

"நிறுத்து," என்றாள் அவள் கடுமையாக. "அலி, நான் மிகவும் பயப்படுகிறேன், எதிரி பற்றி, போர் பற்றி, இங்கே நடக்கப்போகும் எல்லாப் பயங்கரமான விஷயங்களையும் பற்றி. ஆனால் நான் இங்கேயே இருக்கிறேன். என்னால் உனக்கு உதவ முடியாது, ஆனால் நான் உனக்குச் சொந்தமானவள். நான் இங்கே இருக்க வேண்டும், அவ்வளவுதான்." அவ்வளவுதான். நான் அவள் கண்களை முத்தமிட்டேன். மிகவும் பெருமையாக உணர்ந்தேன். அவள் ஒரு நல்ல மனைவி, அவள் என்னை மீறிய போதும். நான் வீட்டைவிட்டு வெளியேறினேன். விடிந்து கொண்டிருந்தது. காற்றில் புழுதி இருந்தது. நான் சுவரில் ஏறினேன். என் வேலைக்காரர்கள் பாறைக் கொத்தளங்களுக்குப் பின்னால் பதுங்கியிருந்தார்கள். அவர்களின் துப்பாக்கிகள் தயாராக இருந்தன. இலியாஸின் முப்பது ஆட்கள் காலியான நகரசபைச் சதுக்கத்தைக் கவனித்துக்கொண்டிருந்தார்கள். அவர்கள் அங்கே இருந்தார்கள், கறுப்பு மீசையுடன், பழுப்பு முகத்துடன், ஏடாகூடமாக, சத்தமின்றி, பதற்றத்துடன். அந்தச் சிறிய முகவாய் கொண்ட இயந்திரத் துப்பாக்கி ஒரு ரஷ்ய மூக்குபோலச் சப்பையாக, அகலமாய் இருந்தது. எங்களைச்

சுற்றி எல்லாம் அமைதியாக இருந்தது. அவ்வப்போது தொடர்பு ரோந்துகள் சுவரை ஒட்டி அமைதியாக வந்து குறுஞ்செய்திகள் தந்துகொண்டிருந்தார்கள். எங்கோ முதியவர்களும் மதகுருக்களும் இன்னும் பேச்சுவார்த்தை நடத்த முயன்றார்கள், கடைசி நிமிடச் சமரசத்தின் அதிசயத்திற்காக.

சூரியன் உதயமானது. ஈய வானத்திலிருந்து வெப்பம் பெருகி கற்களில் மூழ்கியது. நான் என் வீட்டைப் பார்த்தேன். நினோ மாடியில் அமர்ந்திருந்தாள். அவள் முகம் சூரியனை நோக்கியிருந்தது. மதிய வேளையில் சாப்பாடும் பானமும் எடுத்துக்கொண்டு சுவரருகே வந்தாள். இயந்திரத் துப்பாக்கியை அச்சமும் ஆர்வமுமாகப் பார்த்தாள். பிறகு அவள் அமைதியாக நிழலில் பதுங்கியிருந்தாள், நான் அவளை வீட்டிற்கு அனுப்பும் வரையில். இப்போது ஒரு மணியாகிவிட்டது. முஸ்தபா பள்ளிவாசல் தூபியிலிருந்து அவனது பிரார்த்தனையைப் பாடினான், முறையீடும் பயபக்தியுமாய். பிறகு அவனது துப்பாக்கியைத் தடுமாற்றத்துடன் தனக்குப் பின்னால் இழுத்தபடி எங்களுடன் வந்து சேர்ந்தான். அவனுடைய குரானை பெல்ட்டில் செருகியிருந்தான். நான் சுவருக்கு வெளியே நகரசபைச் சதுக்கத்தைப் பார்த்தேன். சிலர் உடனடியான தாக்குதலுக்குப் பயந்தவர்கள் போலப் பதற்றத்துடன் முன் வளைந்து புழுதியினூடாக விரைந்துகொண்டிருந்தார்கள். ஒரு முகத்திரை போட்ட பெண் சதுக்கத்தின் நடுவே விளையாடிக் கொண்டிருந்த தன் குழந்தைகளைப் பின்தொடர்ந்து கத்தியபடி தடுமாறி ஓடினாள். ஒன்று, இரண்டு, மூன்று. நகரசபைக் கட்டிடத்தின் மணிகள் அலறி, அமைதியைக் குலைத்தன. அதே சமயத்தில், இந்த மணிகள் அற்புதமாக வேறொரு உலகத்திற்கான கதவைத் திறந்ததைப் போல, நகரத்தின் புறப்பகுதியிலிருந்து முதல் துப்பாக்கி சுடும் ஒலியைக் கேட்டோம்.

22

அன்று இரவு நிலவு இல்லை. பாய்மரப் படகு மெதுவாக காஸ்பியன் கடலின் மந்தமான நீரில் வழுக்கிப்போனது. அவ்வப்போது சிறுசிறு நுரைகள் கசப்பும் கரிப்புமாய் எங்கள்மீது தெறித்தன. எங்களுக்கு மேலே ஒரு பெரிய பறவையின் இறக்கைகள்போல, கருப்பு பாய்மரம் விரிந்தது. நான் செம்மறி ஆட்டுத் தோல்கள் விரித்த படகின் ஈரமான பலகைகளில் படுத்திருந்தேன். படகோட்டி, தாடியற்ற அகலமான முகத்தை நட்சத்திரங்களை நோக்கித் திருப்பியிருந்தார். நான் என் தலையை உயர்த்தினேன், என் கைச் சுருள்ரோமத்தைத் தொட்டது. "சையத் முஸ்தபா?" என்று கேட்டேன். அவனது அம்மை போட்ட முகம் என்மீது கவிந்தது. அவனுடைய ஜெபமாலையின் சிவப்புக் கற்கள் அவனது விரல்களில் சறுக்கிக் கொண்டிருந்தன. அவனுடைய கச்சிதமாய்ப் பராமரிக்கப்பட்ட கைகள் ரத்தத் துளிகளுடன் விளையாடிக்கொண்டிருப்பது போல இருந்தது. "நான் இங்கே இருக்கிறேன், அலி கான், அமைதி யாகப் படுத்துக்கொள்," என்றான். அவன் கண்களில் கண்ணீரைக் கண்டு எழுந்து உட்கார்ந்தேன். "ஹைதர் செத்துவிட்டான்," என்றேன். "அவனது உடலை நிகோலாய் தெருவில் பார்த்தேன். அவனுடைய மூக்கையும் காதையும் வெட்டிவிட்டார்கள்."

முஸ்தபாவின் முகம் என்னை நோக்கித் திரும்பியது: "ரஷ்யர்கள் பைலோவிலிருந்து வந்து கோட்டைக்கும் நகரத்துக்கும் இடையில் இருந்த கடற்கரைப் பகுதியைச் சூழ்ந்துகொண்டார்கள். நீ அவர்களை டுமா சதுக்கத்தில் உரசியிருக்கிறாய்."

"அப்படியா?" எனக்கு ஞாபகம் வந்தது, 'அப்போது அஸதுல்லா வந்து தாக்கும்படி உத்தரவு

போட்டார். நாங்கள் குத்துவாட்களும் துப்பாக்கிமுனைக் கத்திகளும் கொண்டு முன்னேறி வந்தோம். நீ, 'யா ஸின்' பிரார்த்தனையைப் பாடினாய்."

"மேலும் நீ – நீ எதிரிகளின் ரத்தத்தைக் குடித்தாய். யார் அஷோம் மூலையில் நின்றது தெரியுமா? நாச்சரார்யன்களின் முழுக் குடும்பமும். அவர்கள் சுத்தமாகத் துடைத்தெறியப் பட்டார்கள்."

"அவர்கள் சுத்தமாகத் துடைத்தெறியப்பட்டார்கள்," என்று நான் திரும்பச் சொன்னேன். "அஷோம் மாளிகையின் கூரைமீது என்னிடம் எட்டு இயந்திரத் துப்பாக்கிகள் இருந்தன. நாங்கள்தான் அந்த முழு சதுக்கத்துக்கும் எஜமானர்களாக இருந்தோம்."

முஸ்தபா புருவத்தை நீவிக்கொண்டான். அவன் முகம் சாம்பல் தூவினாற்போல இருந்தது: "அங்கே மேலே சத்தம் நாள் முழுக்க நீடித்தது. நீ செத்துவிட்டாய் என்று யாரோ சொன்னார்கள். அதை நினோ கேட்டாள், ஆனால் ஒரு வார்த்தைகூடச் சொல்லவில்லை. அமைதியாகத் தன் அறையில் அமர்ந்தாள். பிறகு இயந்திரத் துப்பாக்கிகள் சத்தமிட்டன. சட்டென்று தன் கைகளால் முகத்தை மூடிக்கொண்டு அழுதாள்: 'அதை நிறுத்துங்கள்! அதை நிறுத்துங்கள்! அதை நிறுத்துங்கள்!' இயந்திரத் துப்பாக்கிகள் தொடர்ந்து சத்தமிட்டன. பிறகு நம் தோட்டாக்கள் தீர்ந்துவிட்டன. ஆனால் எதிரிக்கு அது தெரியாது. இது ஒரு வஞ்சப்பொறி என்று அவர்கள் நினைத்தார்கள். மூசா நாஜியும் இறந்துவிட்டார். லலாய் அவரது கழுத்தை நெரித்துக் கொன்றார். என்னால் எதுவும் சொல்ல முடியவில்லை. சிவப்பு மணல் பாலைவனத்திலிருந்து வந்த படகோட்டி வானத்தை வெறித்துப் பார்த்தார். அவரது பல வண்ண நீள் பட்டாடை காற்றில் படபடத்தது. முஸ்தபா சொன்னான்: "நீ சிசியாநாஷ்விலி வாயிலில் சண்டையில் இருந்ததாக நான் கேள்விப்பட்டேன். இருந்தாயா? நான் சுவரின் மறுபுறத்தில் இருந்தேன்."

"நான் இருந்தேன். ஒரு கருப்பு தோல் மேலாடை இருந்தது. நான் அதை என் குத்துவாளால் குத்தினேன். அது சிவப்பு நிறமாக மாறியது. என் சொந்தக்காரப் பெண் ஆயிஷாவும் இறந்துவிட்டாள்." கடல் ஒரு கண்ணாடிபோல இருந்தது. படகு தார் மணம் வீசியது. அதற்குப் பெயர் இல்லை, அது செம்மண் பாலைவனத்தின் பெயரற்ற கடற்கரை ஓரமாய் மிதந்தது. முஸ்தபா மெதுவாகச் சொன்னான்: "நாங்கள், மசூதியைச் சேர்ந்தவர்கள், முகத்திரைப் போர்வைகளை அணிந்தோம்.

பிறகு நாங்கள் எங்கள் குத்துவாட்களை எடுத்துக்கொண்டு எதிரி மீது விழுந்தோம். எங்களில் பெரும்பாலோர் செத்துவிட்டார்கள். ஆனால் இறைவன் என்னைச் சாகவிடவில்லை. இலியாசும் உயிருடன் இருக்கிறான். ஊரில் பதுங்கியிருக்கிறான். அவர்கள் உன் வீட்டை எப்படிக் கொள்ளையடித்தார்கள்! ஒரு கம்பளம் இல்லை, ஒரு தளவாடம் இல்லை, பாத்திரங்கள் எதுவும் இல்லை. வெறும் சுவர்கள் மட்டுமே." நான் கண்களை மூடினேன். நான் வெறும் ஓர் எரியும் வலியாக இருந்தேன். பிபி – ஹைபத்தின் எண்ணெய் நிரம்பிய கரையில் இறந்த உடல்கள் அடைத்த வண்டிகளையும், நினோ இருட்டில் ஒரு மூட்டையைச் சுமந்துகொண்டு போவதையும் பார்த்தேன். பிறகு, பாலைவனத்திலிருந்து வந்த மனிதருடன் இருந்த படகு. நார்கின் தீவின் கோபுரம் ஒளி வீசுகிறது. அந்த ஊர் இருளில் மறைந்தது. கருப்பு எண்ணெய்க் கிணற்று ராட்டினங்கள் கடுமையான சிறைக் காவலர்களைப் போலத் தோற்றமளித்தன. இப்போது நான் செம்மறி ஆட்டுத் தோல்கள் மேலே ஒரு துடிக்கும் வலி என் மார்பைக் கிழித்துக்கொண்டிருக்கப் படுத்திருக்கிறேன். நான் எழுந்தேன். நினோ ஒரு சிறிய பாய்மரத்துணியின் நிழலில் படுத்திருந்தாள். அவள் முகம் ஒடுங்கி மிகவும் வெளிறியிருந்தது. அவளது குளிர்ந்த கையைப் பற்றினேன். அவளுடைய விரல்கள் இலேசாக நடுங்குவதை உணர்ந்தேன். எங்களுக்குப் பின்னால் என் அப்பா படகோட்டியின் அருகில் அமர்ந்திருந்தார். நான் இங்குமங்குமாகச் சில வாக்கியங்களைக் கேட்டேன்: "ஆகவே நீங்கள் உண்மையில் ஜார்ஜோவ் பாலைவனச் சோலையில் ஒருவர் தன்னுடைய கண்களின் நிறத்தை விருப்பத்துக்கேற்றபடி மாற்றிக்கொள்ள முடியும் என்று நம்புகிறீர்களா?"

"ஆம், கான். உலகில் ஒரே ஒரு இடத்தில் மட்டுமே இதைச் செய்ய முடியும் – ஜார்ஜோவ் பாலைவனச் சோலையில். ஒரு புனிதர் தீர்க்கதரிசனம் சொன்னார். . ."

"நினோ," என்றேன் நான். "என் அப்பா ஜார்ஜோவ் பாலைவனச் சோலையின் அற்புதங்களைப் பற்றி உரையாடிக் கொண்டிருக்கிறார். இவ்வுலகில் ஒருவர் வாழ வேண்டும் என்றால் அதுதான் வழி."

"என்னால் முடியாது," என்ற நினோ. "என்னால் முடியாது, அலி கான். தெருவில் புழுதி ரத்தத்தால் சிவந்திருந்தது." அவள் கைகளால் முகத்தை மூடிக்கொண்டு சத்தமில்லாமல் அழுதாள். அவளுடைய தோள்கள் நடுங்கின. நான் அவள் அருகில் உட்கார்ந்திருந்தேன், பெருஞ்சுவருக்கு வெளியே இருந்த நகர மன்றத்தின் சதுக்கத்தைப் பற்றி நினைத்தபடி, நிகோலாய்

தெருவில் – இத்தனை வருடங்களாக அவன் பள்ளிக்கு நடந்து போன அதே தெருவில் – செத்துக்கிடக்கும் ஹைதர் பற்றி, சட்டெனச் சிவப்பு நிறமாக மாறிய கருப்புத் தோல் மேலாடை பற்றி நினைத்தபடி. உயிரோடு இருப்பது வலித்தது. என் அப்பாவின் குரல் தூரத்திலிருந்து ஒலிப்பதுபோலக் கேட்டது: "ஷெலகன் தீவில் பாம்புகள் உண்டா?"

"ஆமாம், கான். மிக நீளமான விஷப் பாம்புகள்... ஆனால் மனிதக் கண்கள் அவற்றை ஒருபோதும் பார்த்ததே இல்லை. ஒரே ஒரு முறை மெர்வ் பாலைவனைச் சோலையிலிருந்து வந்த ஒரு புனிதர் சொன்னார்..." இதற்கு மேல் என்னால் பொறுக்க முடியவில்லை. நான் திருப்புச் சக்கரம்வரை போய் சொன்னேன்: "அப்பா, ஆசியா மடிந்தது. நம் நண்பர்கள் மடிந்தார்கள். நாம் அகதிகள். இறைவனின் சினம் நம் மீது. நீங்கள் ஷெலகன் தீவில் பாம்புகள் பற்றிப் பேசுகிறீர்கள்." என் அப்பாவின் முகம் அமைதியாக இருந்தது. அவர் சிறிய பாய்மரத்தின் மீது சாய்ந்து நின்றபடி நீண்ட நேரம் என்னைப் பார்த்தார்: "ஆசியா மடியவில்லை. அதன் எல்லைகள் மட்டுமே மாறிவிட்டன, எப்போதைக்குமாக மாறிவிட்டன. பாக்கூ இப்போது ஐரோப்பா. இது வெறும் தற்செயல் நிகழ்வு அல்ல. பாக்கூவில் இனியும் ஆசியர்கள் யாரும் எஞ்சியிருக்கவில்லை."

"அப்பா, மூன்று நாட்களாக நான் ஆசியாவை இயந்திரத் துப்பாக்கி, துப்பாக்கிமுனைக் கத்தி, குத்துவாள் கொண்டு பாதுகாத்தேன்."

"நீ ஒரு துணிச்சலான மனிதன், அலி கான். ஆனால் வீரம் என்றால் என்ன? ஐரோப்பியர்கள்கூடத் தைரியமானவர்கள். நீயும் உன்னுடன் சண்டையிட்ட அனைத்து ஆண்களும் – இனிமேலும் நீங்கள் ஆசியர்கள் இல்லை. நான் ஐரோப்பாவை வெறுக்கவில்லை. நான் அதைப் பொருட்படுத்தவில்லை. நீ அதை வெறுக்கிறாய். ஏனென்றால் உனக்குள் ஏதோ ஐரோப்பியம் இருக்கிறது. நீ ஒரு ரஷ்யப் பள்ளிக்குப் போனாய், லத்தீன் கற்றுக்கொண்டாய், உனக்கு ஓர் ஐரோப்பிய மனைவி இருக்கிறாள். நீ இன்னும் எப்படி ஆசியராக இருக்க முடியும்? நீ வெற்றி பெற்றிருந்தால் நீயே, அதை உணராமலும், நோக்கமாகக் கொள்ளாமலும், பாக்கூவில் ஐரோப்பாவை அறிமுகப்படுத்தி யிருப்பாய். புதிய தொழிற்சாலைகளை, நெடுஞ்சாலைகளை உருவாக்குவது நாமா, ரஷ்யர்களா என்பது உண்மையில் முக்கியமில்லை. முன்பு இருந்த விஷயங்கள் அப்படியே தொடர முடியவில்லை. ஒரு நல்ல ஆசியனாக இருப்பது என்பது ரத்த இச்சையுடன் பல எதிரிகளைக் கொல்வதைக் குறிக்காது."

"அப்படியானால் நல்ல ஆசியனாக இருப்பது என்றால் என்ன?"

"நீ பாதி ஐரோப்பியன் அலி கான், அதனால்தான் இப்படிக் கேட்கிறாய். இதை என்னால் உனக்கு விளக்க முடியாது. ஏனென்றால் நீ வாழ்க்கையில் கண்ணில்படும் விஷயங்களை மட்டுமே பார்க்கிறாய். உன்னுடைய முகம் பூமியை நோக்கித் திரும்பியிருக்கிறது. அதனால்தான் உனது தோல்வி உனக்கு வேதனை அளிக்கிறது. நீ அதை வெளிக்காட்டுகிறாய்." என் அப்பா அமைதியாகிவிட்டார். அவருடைய கண்கள் பின்வாங்கியதைப் போல இருந்தன. அவர் இந்த யதார்த்த உலகத்தை விட அதிகமாக அறிந்திருந்தார்: அவரும் பாக்கூவிலும் பாரசீகத்திலும் இருக்கும் எல்லா வயதானவர்களைப் போலவே வேறொரு உலகத்தை அறிந்திருந்தார். அவர் அதற்குள் பின்வாங்கிவிட முடியும். அங்கே அவரைத் தாக்க முடியாது. இந்த நண்பர்களை அடக்கம் செய்துவிட்டு ஜார்ஜோவ் தீவின் அற்புதங்களைப் பற்றிப் படகோட்டியிடம் பேசக்கூடிய, வேறொரு உலகத்தின் அமைதி மண்டலத்தைப் பற்றிய தெளிவற்ற உணர்வு மட்டுமே எனக்கு இருந்தது. நான் அந்த உலகத்தின் கதவைத் தட்டினேன், ஆனால் நான் அனுமதிக்கப்படவில்லை. நான் எங்கள் வேதனையான யதார்த்தத்தில் மிகவும் ஈடுபாட்டுடன் இருந்தேன். அதனால் நான் இனியும் ஓர் ஆசியனாக இல்லை. ஒருவரும் இதற்காக என்னைக் குற்றம் சாட்டவில்லை. ஆனால் அவர்கள் எல்லோருக்குமே இதுபற்றித் தெரிந்திருந்தது. நான் மீண்டும் வீட்டில் இருக்க ஏங்கினேன், ஆசியாவின் கனவு உலகில். ஆனால் நான் ஓர் அந்நியனாக மாறிவிட்டேன். நான் தனியாகப் படகில் நின்று, கடலாக இருந்த கருப்புக் கண்ணாடியைப் பார்க்கிறேன். ஹைதர் இறந்துவிட்டான். ஆயிஷா இறந்துவிட்டாள். எங்கள் வீடு அழிக்கப்பட்டது. நான் ஒரு சிறிய படகில் ஷாவின் நிலத்திற்குப் பயணம் செய்து கொண்டிருந்தேன், பாரசீகம் எனும் பெரும் அமைதிக்கு. திடீரென்று நினோ என் பக்கத்தில் நின்றாள். "பாரசீகம்," என்றாள், "அங்கே என்ன செய்யப் போகிறோம்?"

"நாம் ஓய்வெடுப்போம்."

"ஆமாம், ஓய்வு – நான் தூங்க விரும்புகிறேன், அலி கான், ஒரு மாதம் அல்லது ஒரு வருடம். பச்சை மரங்கள் நிறைந்த தோட்டத்தில் நான் தூங்க விரும்புகிறேன். மேலும் அங்கே துப்பாக்கிச் சுடுதல் இருக்கக் கூடாது."

"நீ சரியான நாட்டிற்கு வருகிறாய். பாரசீகம் தூங்கி பல்லாயிரம் ஆண்டுகள் ஆகிவிட்டது." நாங்கள் படகின் படுக்கை

தளத்துக்குப் போனோம். நினோ உடனே தூங்கிவிட்டாள். நான் நீண்ட நேரம் விழித்திருந்தபடி, முஸ்தபாவின் நிழலுருவத்தையும் அவனது விரல்களில் இருந்த ரத்தத் துளிகளையும் பார்த்துக் கொண்டிருந்தேன். அவன் பிரார்த்தனை செய்துகொண்டிருந்தான். அவனுக்கு, யதார்த்தம் முடியும் இடத்தில் தொடங்கும் மறைந்திருந்த உலகம் தெரியும். சூரியன் உதித்துக்கொண்டிருந்தது, அதற்குப் பின்னால் பாரசீகம். நாங்கள் மீன் சாப்பிடும் போதும், தண்ணீர் குடிக்கும் போதும் படகின் பலகைகளில் குந்தியிருந்தபோதும் அதன் சுவாசத்தை உணர முடிந்தது. படகோட்டி என் அப்பாவிடம் பேசிக்கொண்டிருந்தார். என்னைப் பொருட்படுத்தாமல் பார்த்தார், ஒரு ஜடப்பொருளைப் பார்ப்பதுபோல.

நான்காம் நாள் மாலை அடிவானத்தில் ஒரு மஞ்சள் கீற்றைப் பார்த்தோம். அது ஒரு மேகம் போல் இருந்தது, ஆனால் அது பாரசீகம். கீற்று விரிந்தது. மண் குடிசைகளையும் படகுத் துறையையும் பார்த்தேன். அதுதான் அன்சலே – ஷாவின் துறைமுகம். நாங்கள் ஒரு பூஞ்சை மரத் துறையில் நங்கூரத்தை இறக்கினோம். சீருடை அணிந்த ஒருவர் எங்களைச் சந்திக்க வந்தார். அவருடைய உயர்ந்த செம்மறி தோல் தொப்பியில் உதய சூரியன் பின்னால் இருக்க, கால்களை உயர்த்தியிருந்த வெள்ளிச் சிங்கம் மின்னியது. இரண்டு கடற்படை காவலர்கள் கந்தல் உடையுடன் வெறுங்காலுடன் அந்த அதிகாரியின் பின்னால் நடந்துவந்தார்கள். அவர் பெரிய வட்டக் கண்களால் எங்களைப் பார்த்துச் சொன்னார்: "தான் பிறந்த நாளில் சூரியனின் முதல் கிரணங்களை வாழ்த்தும் ஒரு குழந்தையைப் போல நான் உங்களை வாழ்த்துகிறேன். உங்களிடம் ஆவணங்கள் இருக்கின்றனவா?"

"நாங்கள் ஷிர்வான்ஷிர்கள்" என்றார் என் அப்பா.

"ஷாவின் வைர வாயில் திறக்கப்பட்ட அசாத் சுல்தான் ஷிர்வான்ஷிரா? அவருடைய நாளங்களில் உங்களுடைய நாளங்களில் ஓடும் அதே ரத்தத்தைப் பெறும் அதிர்ஷ்டம் செய்தவரா?"

"அவர் எனது சகோதரர்." நாங்கள் இறங்கினோம். அந்த மனிதர் எங்களுடன் வந்தார். நாங்கள் களஞ்சியசாலைக்கு வந்தபோது அவர் சொன்னார்: "அசாத் சுல்தான் உங்கள் வருகையை இறைத்தன்மையுடன் முன்கூட்டியே அறிந்திருக் கிறார். அவர் சிங்கத்தைவிட வலிமையான, மானைவிட வேகமான, கழுகைவிட அழகான, பாறைமீது அமைந்த கோட்டையை விடப் பாதுகாப்பான தனது இயந்திரத்தை அனுப்பியுள்ளார்."

அலியும் நினோவும் ※ 211 ※

நாங்கள் ஒரு தெரு மூலையில் திரும்பினோம். அங்கே தெருவில், ஈளையால் மூச்சிரைத்துக்கொண்டிருந்த ஒரு வயதான ஃபோர்டு நின்றது. பல இடங்களில் டயர்கள் ஒட்டுப்போடப்பட்டிருந்தன. நாங்கள் ஏறி உட்கார்ந்தோம். அந்த இயந்திரம் உதறத் தொடங்கியது. காரோட்டியின் கண்கள் அவர் ஏதோ ஒரு கப்பலின் கேப்டன் போலத் தொலைவில் நிலை குத்தி இருந்தன. வண்டி கிளம்ப அரை மணி நேரம்தான் ஆனது. பிறகு, ரெஷ்ட் வழியாக டெஹ்ரானுக்கு எங்கள் பயணத்தைத் தொடங்கினோம்.

23

பாலைவனம் தனது சுவாசத்தை அன்சலே, ரெஷ்ட் தெருக்களின் மீதும் கிராமங்களின் மீதும் சூடாக விடுகிறது. அவ்வப்போது அபி – எஸித் ஒரு பேய்போல அடிவானத்தில் தோன்றுகிறது. அபி – எஸித், பிசாசின் தண்ணீர், பாரசீகத்தின் கானல் தோற்றம். ரெஷ்ட்டிற்கான பெரிய சாலை எங்களை ஓர் ஆற்றின் படுகையை ஒட்டி அழைத்துச் செல்கிறது. ஆனால் ஆறு அங்கே இல்லை. படுகை சேற்றுப் பாளங்களால் மூடப்பட்டிருக்கிறது. பாரசீகத்தின் ஆறுகளில் ஓடும் தண்ணீர் இல்லை. அங்கங்கே குளங்களும் குட்டைகளும் மட்டுமே. வறண்ட கரையில் பாறைகள் நிற்கின்றன. அவற்றின் நிழல்கள் மணலின் மீது விழுந்திருக்கின்றன. அவை பெருத்த தொப்பைகள் கொண்ட பண்டைய பூதங்களைப் போல இருக்கின்றன, தூக்கக் கலக்கமும் திருப்தியுமாக. வணிகக் கூட்ட வரிசையின் மணியொலிகள் தூரத்திலிருந்து வருகின்றன. எங்கள் கார் வேகத்தைக் குறைக்கிறது. செங்குத்தான மலைத்தொடரில் முன்னேறும் ஒட்டகங்களை நாங்கள் பார்க்கிறோம். தலைவன் முன்னால் நடக்கிறான், அவரது கையில் ஒரு தடி. அதைத் தொடர்ந்து கருப்பு ஆடைகள் அணிந்த மனிதர்கள். வலிமையையும் பதற்றமுமாய் ஒட்டகங்கள் முன்னேறிச்செல்கின்றன. ஒவ்வொரு அளவிடப் பட்ட அடி வைக்கும்போதும் அவற்றின் கழுத்தில் இருக்கும் சிறிய மணிகள் மெதுவாக ஒலிக்கின்றன. ஒட்டகங்களின் முதுகின் இருபுறமும் நீண்ட இருண்ட சாக்குகள் தொங்கிக்கொண்டிருக்கின்றன. அவர்கள் இஸ்பஹானிலிருந்து பட்டுத்துணிகளை எடுத்துச்செல்கிறார்களா? அல்லது கில்ஜானின் கம்பளியா? கார் நிற்கிறது. அங்குச் சடலங்கள் தொங்கிக்கொண்டிருக்கின்றன. கருப்புத்துணியால் மூடப்பட்டிருக்கும் ஒரு நூறு, இருநூறு இறந்த உடல்கள். சோள வயலில் காற்று பட்டதும்

சோளத்தண்டுகள் அசைவதுபோலத் தலையை ஆட்டியபடி ஒட்டகங்கள் எங்களைக் கடந்து செல்கின்றன. பாலைவனங்கள் வழியாக, மலைகள் வழியாக, வெண்மையாய்க் கண்களைக் கூசச்செய்யும் உப்பு வரள்பாலை வழியாக, பெரிய ஏரிகளைக் கடந்து, வணிகக் கூட்ட வரிசை அதன் சுமையைத் தூக்கிச் செல்கிறது. தொலைவில், துருக்கிய எல்லையில், சிவப்புக் குல்லாய் அணிந்த அரசு ஊழியர்கள் உடல்களைக் கோலால் குத்திப் பார்ப்பார்கள். பிறகு வணிகக் கூட்ட வரிசை மீண்டும் புனித நகரமான கெர்பெலாவின் குவிமாடங்களை நோக்கி நகரும். அங்கே அவர்கள் தியாகி உசேனின் வளைவுக்கருகே நிறுத்துவார்கள். கவனமான கைகள் உடல்களை அவற்றின் தயாரான கல்லறைகளுக்கு எடுத்துச் செல்லும். அவர்களது தூக்கத்தை இறுதி ஊதுகொம்பின் எக்காளம் கலைக்கும்வரை அவர்கள் கெர்பெலாவின் மணலில் ஓய்வெடுக்கலாம். கைகளால் கண்களைப் பொத்தியபடி நாங்கள் அவர்களை வணங்குகிறோம்: “புனிதரின் கல்லறையில் எங்களுக்காக வேண்டிக்கொள்ளுங்கள்!” என்று உரக்கச்சொல்கிறோம். அவர்களின் தலைவர் பதிலளிக்கிறார்: “எங்களுக்கே பிரார்த்தனை தேவைப்படுகிறது!” பிறகு வணிகக் கூட்டத்து வரிசை நகர்கிறது, அமைதியாக, ஒரு நிழலைப் போல, பாரசீகத்தின் கானல் தோற்றமான அபி – எஸித்போல...

நாங்கள் ரெஷ்ட்டின் தெருக்களில் பயணிக்கிறோம். காடும் களிமண்ணும் அடிவானத்தை மறைக்கின்றன. இந்த ஊர் நிறுவப்பட்டுப் பல நூற்றாண்டுகள் கடந்துவிட்டதை உணர முடிகிறது. களிமண் வீடுகள் அகல வெளிக்கு அஞ்சுவது போல் குறுகிய சந்துகளில் பதுங்கி நிற்கின்றன. களிமண்ணும் நிலக்கரி தணலுமே வண்ணங்கள். எல்லாம் சிறியவை, ஒருவேளை விதிக்கு அடிபணியும் குறியீடாக இருக்கலாம். இந்தக் குடிசைகளுக்கு மத்தியில் திடீரென எழும்பும் மசூதி பார்க்க ஆச்சரியமாக இருக்கிறது. ஆண்கள் பூசணிக்காயைப் போல உருண்டையான தொப்பிகளை அணிந்திருக்கிறார்கள். அவர்கள் முகங்கள் முகமூடிகள்போல இருக்கின்றன. எங்கும் புழுதி, அழுக்கு. பாரசீகர்களுக்குப் புழுதியும் அழுக்கும் குறிப்பாகப் பிடிக்கும் என்பது அல்ல. அவர்கள் எல்லாவற்றையும் அப்படியே விட்டுவிடுகிறார்கள். ஏனென்றால் முடிவில் எல்லோமே மண்ணுக்குத் திரும்புகின்றன என்பது அவர்களுக்குத் தெரியும். நாங்கள் ஒரு சிறிய தேநீர்க் கடையில் ஓய்வெடுக்கிறோம். அறையில் கஞ்சா வாசனை. ஆண்கள் நினோவை ஓரக்கண்ணால் பார்க்கிறார்கள். ஒரு டெர்வீஷ் மூலையில் நிற்கிறார். கந்தலாடை அணிந்து, வாய் திறந்து இருக்க, எச்சில் பரவியிருக்கும் உதடுகளுடன் கையில் ஒரு செம்புக் கிண்ணத்துடன் நிற்கிறார்.

அவர் எல்லாரையும் பார்க்கிறார், ஒருவரையும் பார்க்கவில்லை. கண்ணுக்குப் புலப்படாத இருப்புக்குச் செவிமடுப்பது போல, அந்தப் பார்க்கப்படாததின் ஒரு சமிக்கைக்காகக் காத்திருப்பதுபோல. அவரிடமிருந்து ஒரு தாங்க முடியாத அமைதியின் கதிர்வீச்சு. அவர் திடீரென்று உயரக் குதிக்கிறார். அவரது வாய் திறக்கிறது. அவர் உரக்கக் கத்துகிறார்: "நான் சூரியன் மேற்கில் உதிப்பதைப் பார்க்கிறேன்!" கூட்டம் நடுங்குகிறது. ஆளுநரின் செய்தியாளர் ஒருவர் வாசலில் தோன்றுகிறார்: "உடலை மறைக்காதப் பெண் இருப்பதால் மேதகு ஒரு காவலருக்கு உத்தரவிட்டார்." அவர் முகத்திரை போடாத நினோவைக் குறிக்கிறார். நினோ எதுவும் செய்யாமல் உட்கார்ந்திருக்கிறாள். அவளுக்குப் பாரசீக மொழி தெரியாது. ஆளுநர் மாளிகையில் இரவு தங்குகிறோம். காலையில் எங்கள் காவலர்கள் தங்கள் குதிரைகளில் சேணம் அமைக்கிறார்கள். அவர்கள் டெஹ்ரான் போய்ச் சேரும்வரை எங்களுடன் வருவார்கள். ஏனென்றால், முகத்திரை அணிய நினோ மறுப்பதால், அவள் உடலை மறைக்காமல் இருப்பதாகக் கருதப்படும். மேலும், இந்த நாட்டில் கொள்ளைக்காரர்கள் சுற்றித் திரிவதாலும். பாலைவனத்தின் வழியாக கார் மெல்லமெல்ல இழுத்து நகர்கிறது. பண்டைய இடிபாடுகளுடன் இருக்கும் கஸ்வினைக் கடக்கிறோம். இங்கேதான் ஷாபூர் ஷா தனது படைகளை ஒன்று சேர்த்தார். பலவீனமான செஃபிவிட்கள், கலைஞர்கள், கலைஞர்களின் பாதுகாவலர்கள், திருத்தூதர்கள் இங்கு அவை கூடினார்கள்.

இன்னும் எண்பது, எழுபது, அறுபது மைல்கள் – சாலை ஒரு நீண்ட பாம்பு போல் வளைந்துசெல்கிறது. பிறகு, டெஹ்ரானின் வாயில், அதன் மென்மையான பல வண்ண ஓடுகளுடன் நிற்கிறது. வெகுதொலைவில் தெமான்வெந்த் மலைச்சிகரத்தின் பனி பின்னணி அமைக்க, நான்கு கோபுரங்கள் தனித்து நிற்கின்றன. அதன் அறிவார்ந்த வரிகளுடன் அந்தக் கருப்பு அரபு வளைவு ஒரு பேயின் கண்ணைப் போல என்னைப் பார்க்கிறது. கொடூரமான புண்கள் கொண்ட பிச்சைக்காரர்களும் அழுக்குப் பிடித்த கந்தல் உடையில் அலைந்து திரியும் துறவிகளும் பெரிய வாயிலின் கீழே உள்ளே புழுதியில் படுத்திருக்கிறார்கள். அவர்களது மெல்லிய பிரபுத்துவ விரல்கள் நம்மை நோக்கி நீட்டப்படுகின்றன. அவர்கள் துக்கமாகவும் சோகமாகவும் இருக்கும் குரல்களுடன் டெஹ்ரான் அரச நகரத்தின் சிறப்பைப் பாடுகிறார்கள். நீண்ட காலத்திற்கு முன்பு அவர்களும் பல குவிமாடங்கள் கொண்ட நகரத்துக்குப் பெரும் நம்பிக்கையுடன் வந்தார்கள். இப்போது அவர்கள் புழுதியில் படுத்திருக்கும் புழுதிகள். அவர்களை

நிராகரித்த இந்த நகரத்தைப் பற்றிய சோகப் பாடல்களைப் பாடுகிறார்கள். சிறிய கார் சிக்கலான சந்துகளின் வழியாக, பீரங்கிப் படைமுகாம் சதுக்கத்தின் குறுக்காக, பேரரசின் வைர வாசலைக் கடந்து மீண்டும் வெளியே ஷிம்ரான் புறநகர்ப் பகுதியை நோக்கிப் போகும் அகலமான சாலையில் பயணிக்கிறது. திறந்தே இருந்த ஷிம்ரான் அரண்மனையின் வாயிலை நாங்கள் கடந்தபோது அதன் ரோஜா வாசனை மேகம்போல எங்களை நோக்கி வந்தது. சுவர்களில் நீல ஓடுகள் தண்மையாகவும் நட்பாகவும் காணப்பட்டன.

நீரூற்று வெள்ளி நீரைக் காற்றில் வீசும் தோட்டத்தின் வழியே வேகமாக நடந்து போனோம். திரைச்சீலைகள் போட்டிருந்த அந்த இருட்டு அறை ஒரு குளிர்ந்த சுனைபோல இருந்தது. நினோவும் நானும் அந்த மென்மையான மெத்தைகள்மீது விழுந்து உடனடியாக ஒரு முடிவில்லா தூக்கத்தில் விழுந்தோம்.

நாங்கள் தூங்கினோம், எழுந்தோம், தூங்கினோம், கனவு கண்டோம், மேலும் தூங்கினோம். திரைச்சீலைகள் போட்டிருந்த அந்தக் குளிர்ந்த அறையில் இருப்பது அருமையாக இருந்தது. தரையும் தாழ்வான திவான்களும் எண்ணற்ற குட்டித் தலையணைகள், பாய்கள், திண்டுகளால் நிரம்பியிருந்தன. எங்கள் கனவில் நாங்கள் வானம்பாடிப் பறவைகள் பாடுவதைக் கேட்டோம். இந்தப் பெரிய அமைதியான வீட்டில், எல்லா ஆபத்துகளிலிருந்தும் வெகுதொலைவில், பாக்கூவின் வெய்யிலும் மழையும் பார்த்த கோட்டைச் சுவரிலிருந்து வெகு தொலைவில், தூங்குவது விசித்திரமாக இருந்தது. மணிநேரங்கள் விரைந்து கடந்தன. அவ்வப்போது நினோ பெருமூச்சுவிட்டு, தூக்கத்தி லிருந்து விழித்து, பிறகு மீண்டும் அவள் தலையை என் வயிற்றின் மீது வைத்தாள். நான் என் முகத்தைப் பாரசீக அரண்மனை யின் இனிமையான வாசம் தரும் வாசனைத் திரவியங்கள் தெளித்திருந்த மென்மையான தலையணைகளில் போட்டேன். நான் எல்லையற்ற சோம்பேறியாக உணர்ந்தேன். என் மூக்கு அரித்த போதும், அதைச் சொறிந்துகொள்ள கைத் தூக்குவதற்குச் சோம்பலாக இருந்ததால் மணிக்கணக்காக அவஸ்தைப் பட்டேன். கடைசியில் அரிப்பு நிற்க, மீண்டும் தூங்கிவிட்டேன். திடீரென்று நினோ விழித்து, எழுந்து சொன்னாள்: "அலி கான், நான் பசியால் சாகிறேன்." நாங்கள் வெளியேறித் தோட்டத்தின் உள்ளே போனோம். நீரூற்றைச் சுற்றி ரோஜாப் புதர்கள் மலர்ந்திருந்தன, ஊசியிலை மரங்கள் வானை நோக்கி உயர்ந்தன. ஒரு மயில், அதன் தோகை ஒரு பெரிய வண்ண வட்டமாக இருக்க, மறையும் சூரியனைப் பார்த்தபடி அசையாமல் நின்றது. சிவப்பும் தங்கமுமாக இருந்த பின்னணியில்,

வெகு தொலைவில் தெமான்வெந்தின் வெள்ளைச் சிகரம் உயர்ந்தது. நான் கைத் தட்டினேன். வீங்கிய முகத்துடன் ஒரு திருநர் விரைந்து எங்களிடம் வந்தார். அவருக்குப் பின்னால் ஒரு வயதான பெண்மணி, விரிப்புகளும் மெத்தைகளும் சுமையாய் அழுத்த, தடுமாறியபடி வந்தார். நாங்கள் ஓர் ஊசியிலை மரநிழலில் உட்கார்ந்தோம். திருநர் கிண்ணங்களை யும் தண்ணீரையும் கொண்டுவந்தார். கம்பளித் தரைவிரிப்பு முழுக்க பாரசீக உணவின் சுவைமிக்க பண்டங்களால் நிரப்பினார். "சரி – இயந்திரத் துப்பாக்கிகளின் சத்தத்தைக் கேட்பதைவிட விரல்களால் சாப்பிடுவதையே நான் விரும்புவேன் என்று நினைக்கிறேன்" என்ற நினோ, அவளது இடது கையைச் சூடான சாதம் இருந்த கிண்ணத்தில் வைத்தாள். திருநரின் முகம் திகிலடைவது எப்படி என்பதன் எடுத்துக்காட்டாக மாறியது – அவர் தனது எஜமானரின் அவமானத்தைக் காணாததுபோல முகத்தைத் திருப்பிக்கொண்டார். நான் நினோவுக்குப் பாரசீகத்தில் எப்படிச் சோற்றைச் சாப்பிட வேண்டும் என்று காட்டினேன்: வலது கையில் இருக்கும் மூன்று விரல்களைப் பயன்படுத்தி. நாங்கள் பாக்கூவைவிட்டு வெளியேறிய பிறகு அவள் முதல்முறையாகச் சிரித்தாள். நான் அமைதியாக நிச்சலனமாக உணர்ந்தேன். ஷிம்ரான் அரண்மனையில், ஷாவின் சந்தடியற்ற, அமைதியான பக்திக் கவிஞர்களும் ஞானிகளும் வாழும் நாட்டில் இருப்பது அருமையாக இருந்தது. திடீரென்று நினோ கேட்டாள்: "எங்கே உன் பெரியப்பா, சுல்தான் ஆஸாத், மற்றும் அவரது அந்தப்புரம்?"

"தனது நகர அரண்மனையில், தன் நான்கு மனைவிகளுடன் இருக்கிறார் என்று நினைக்கிறேன். அந்தப்புரமா? இதுதான் அந்தப்புரம், இந்தத் தோட்டமும் அதைச் சுற்றியுள்ள அறைகளும்."

நினோ சிரித்தாள்: "ஆகவே, நான் ஓர் அந்தப்புரத்தில்தான் சிறை வைக்கப்பட்டிருக்கிறேன். இது இப்படித்தான் அமையும் என்று நினைத்தேன்." இரண்டாவது திருநர், ஒல்லியான முதியவர், எங்களிடம் வந்து தான் பாட வேண்டும் என்று நாங்கள் விரும்புகிறோமா என்று கேட்டார். நாங்கள் இல்லையென்றோம். மூன்று பெண்கள் விரிப்புகளைச் சுருட்டினார்கள், வயதான பெண் எஞ்சியவற்றை எடுத்துப்போனார். ஒரு சிறுவன் மயிலுக்கு உணவளிக்க ஆரம்பித்தான்.

"இவர்கள் எல்லாம் யார் அலி கான்?"

"இவர்கள் வேலைக்காரர்கள்."

"அடக் கடவுளே, அப்படியென்றால் இங்கே நமக்கு எத்தனை வேலைக்காரர்கள் இருக்கிறார்கள்?" எனக்குத் தெரியாது. நான்

திருநரைக் கூப்பிட்டேன். அவருடைய உதடுகள் மௌனமாக அசைய, நீண்ட நேரம் யோசித்தார். ஏறக்குறைய இருபத்தெட்டுப் பேர் அந்தப்புரத்தைக் கவனித்துக்கொள்கிறார்கள் என்பதாகத் தெரியவந்தது.

"இங்கு எத்தனை பெண்கள் வாழ்கிறார்கள்?"

"நீங்கள் ஆணையிடும் அளவுக்கு, கான். தற்போது உங்கள் பக்கத்தில் ஒருவர் மட்டுமே அமர்ந்துள்ளார். ஆனால் நமக்கு நிறைய இடம் இருக்கிறது. சுல்தான் ஆஸாத் அவரது பெண்களுடன் நகரத்தில் இருக்கிறார். இது உங்களது அந்தப்புரம்." அவர் தனது மண்டியிட்டு உட்கார்ந்துகொண்டு மிகுந்த கண்ணியத்துடன் தொடர்ந்தார்: "என் பெயர் யாஹ்யா குலி. மேதகு ஐயாவான தங்களுக்கு நான் காவலன். எனக்குப் படிக்க, எழுத, கணக்குப் போடத் தெரியும். எனக்கு நிர்வாகம் செய்யவும் பெண்களை எப்படி நடத்த வேண்டும் என்பதும் தெரியும். நீங்கள் என்னை நம்பலாம். இவள் பண்படாதவள் என்பது தெரிகிறது. ஆனால் காலப்போக்கில் நான் அவளுக்கு எப்படி நடந்துகொள்ள வேண்டும் என்று கற்பிப்பேன். அவளுக்கு மாதவிடாய் எப்போது வரும் என்று சொல்லுங்கள். நான் அதைக் குறிப்பெடுத்து நினைவில் வைத்துக்கொள்ள முடியும். இவளுடைய மனநிலையை ஊகிக்க வேண்டுமானால், இதை நான் தெரிந்துகொள்ள வேண்டும். ஏனென்றால், இவள் கோபப்படுவாள் என்று நம்புகிறேன். நானே அவளுக்குக் குளிப்பாட்டி மழித்துவிடுவேன். அவள் அக்குள்களில் முடி வந்திருப்பதைக்கூட நான் காண்கிறேன். சில நாடுகளில் பெண் கல்வி புறக்கணிக்கப்படுவது மிகவும் பயங்கரமானது. நாளை அவள் நகங்களுக்குச் சிவப்பு வண்ணம் பூசுவேன். அவள் படுக்கைக்குச் செல்வதற்கு முன் நான் அவள் வாய்க்குள் பார்ப்பேன்."

"அட தெய்வமே! எதற்காக?"

"சொத்தைப் பல் இருக்கும் பெண்களுக்கு வாய் நாற்றம் அடிக்கும். அதனால், நான் அவளுடைய பற்களைப் பார்த்து, அவள் மூச்சை வாசனை பிடிக்க வேண்டும்."

"இந்த ஜென்மம் எதைப் பற்றிப் பிதற்றுகிறது?" என்று கேட்டாள் நினோ.

"அவர் ஒரு பல் மருத்துவரைப் பரிந்துரைக்கிறார். வினோதமான மனிதர்." அது சங்கடத்துடன்தான் வெளிவந்தது. நான் திருநரிடம் சொன்னேன்: "யாஹ்யா குலி, உங்களை நான் அனுபவம் வாய்ந்த நபராக, பண்பாடு பற்றி அனைத்தும்

அறிந்தவராக பார்க்கிறேன். ஆனால் என் மனைவி கர்ப்பமாக இருக்கிறாள். அவளை மிகவும் கவனமாக நடத்தவேண்டும். அதனால் அவள் பெற்றெடுக்கும்வரை கற்பிப்பதைவிட்டு விடுவோம்." நான் வெட்கப்படுவதை உணர்ந்தேன். நினோ கர்ப்பமாக இருந்தது உண்மைதான் என்றாலும் நான் பொய் சொன்னேன். "நீங்கள் மிகவும் புத்திசாலி, கான்" என்றார் திருநர். "கர்ப்பிணிப் பெண்கள் கற்றுக்கொள்வதில் மிகவும் மெதுவாக இருக்கிறார்கள். அப்படியே, கருவை ஆண் பிள்ளையாக மாற்ற ஒரு மருந்து இருக்கிறது, ஆனால் –" அவர் நினோவின் மெல்லிய தேகத்தை ஆராய்வதுபோலப் பார்த்தார் – "அதற்கு நிறைய நேரம் இருக்கிறது என்று நினைக்கிறேன்."

வெளியே, வராந்தாவில், பல செருப்புகள் சரசரத்தன. திருநர்களும் பெண்களும் மர்மச் சைகைகள் செய்து கொண்டார்கள். யாஹ்யா குலி வெளியே போய் திரும்பி வந்தார். அவர் முகத்தில் தீவிரத்தின் சுருக்கங்கள். "கான், மரியாதைக்குரியவரும் கற்றறிந்தவருமான ஹாவிஸ் சையத் முஸ்தபா உங்களை வாழ்த்த விரும்புகிறார். நீங்கள் உங்கள் அந்தப்புரத்தில் இன்பங்களைத் துய்க்கும்போது நான் உங்களைத் தொந்தரவு செய்யத் துணிய மாட்டேன். ஆனால் சையத் நபிகளின் குடும்பத்தைச் சேர்ந்த கற்றறிந்த மனிதர். அவர் தங்கள் அறையில் தங்களுக்காகக் காத்திருக்கிறார்." 'முஸ்தபா' என்கிற வார்த்தையைக் கேட்டதும் நினோ தலையை உயர்த்தினாள். "சையத் முஸ்தபாவா?" என்று மீண்டும் சொன்னாள். "அவன் உள்ளே வரட்டும். நாங்கள் ஒன்றாகத் தேநீர் குடிப்போம்." ஷிர்வான்ஷிர் குடும்பத்தின் நற்பெயர் ஒரேயடியாக அழியாமல் தப்பிக்கக் காரணம் திருநருக்கு ரஷ்ய மொழி தெரியாது என்பதுதான். நினைத்தே பார்க்க முடியாத விஷயம் – ஒரு கானின் மனைவி இன்னொரு மனிதனை அந்தப்புரத்திற்கு வரவேற்கிறாள்!! சங்கடத்துடனும் சற்றே வெட்கத்துடனும் நான் சொன்னேன்: "ஆனால் முஸ்தபா இங்கே உள்ளே வர முடியாது. இது ஓர் அந்தப்புரம்." "ஓ! இவர்களின் பழக்க வழக்கங்கள் வேடிக்கையாக இருக்கின்றன. சரி, நாம் அவனை வெளியே சந்திப்போம்."

"நினோ, எப்படி விளக்குவது. . . என்று எனக்குத் தெரிய வில்லை . . . நீ பார், சொல்லப்போனால் பாரசீகத்தில் விஷயங்கள் வேறு மாதிரியானவை. நான் என்ன சொல்கிறேன் என்றால், முஸ்தபா உண்மையில் ஓர் ஆண், இல்லையா?"

நினோவின் கண்கள் விரிந்தன. "முஸ்தபா என்னைப் பார்க்கக் கூடாது என்று சொல்கிறாயா? தாகெஸ்தானுக்கு என்னை அழைத்துப்போன அதே முஸ்தபா?"

“அது அப்படித்தான் என்று அஞ்சுகிறேன், நினோ. குறைந்தபட்சம் இப்போதைக்கு.”

“சரி,” என்றாள் நினோ, சட்டென்று இறுக்கமாக. “நீ இப்போது போவது நல்லது.”

நான் போனேன், மனமுடைந்துதான். பிறகு பெரிய நூலகத்தில் முஸ்தபாவுடன் உட்கார்ந்து தேநீர் குடித்தேன். பாக்கூ காபிர்கள் இல்லாது போகும் வரைக்கும் மெஷெத் நகருக்குச் செல்வதற்கும், அங்கே அவனுடைய பிரபல பெரியப்பாவுடன் தங்குவதற்கும் திட்டமிட்டிருந்ததைப் பற்றி என்னிடம் சொன்னான். இது ஒரு நல்ல திட்டம் என்று ஒப்புக்கொண்டேன். முஸ்தபா ஒரு கண்ணியமான மனிதன். அவன் நினோவைப் பற்றிக் கேட்கவில்லை. அவள் பெயரைக் கூட உச்சரிக்கவில்லை. சட்டென்று கதவு திறந்தது. “இனிய மாலை வணக்கம், முஸ்தபா.” நினோவின் குரல் கட்டுப்பட்டிருந்தது. ஆனால் மனச்சோர்வுடன் ஒலித்தது. முஸ்தபா குதித்தெழுந்தான். அவனுடைய அம்மைபோட்ட முகம் பீதியைப் போன்ற ஒன்றைக் காட்டியது. நினோ பாயில் உட்கார்ந்தாள்: “இன்னொரு கோப்பை தேநீர், முஸ்தபா?” தாழ்வாரத்திலிருந்து எண்ணற்ற செருப்புகள் இங்கும் அங்கும் சரசரத்து ஓடுவது கேட்டது. ஷிர்வான்ஷிர் குடும்பத்தின் மானம் என்றென்றைக்குமாக இடிந்து விழுந்தது. முஸ்தபா தனது திகிலிலிருந்து மீளச் சில நிமிடங்கள் ஆனது. நினோ அவனை நோக்கி சின்னதாக முகத்தை வலித்துக்காட்டினாள்: “நான் இயந்திரத் துப்பாக்கிகளுக்குப் பயப்படவில்லை, நான் உங்கள் திருநர்களுக்குப் பயப்பட மாட்டேன்.” ஆகவே, நாங்கள் மணிக்கணக்கில் ஒன்றாக இருந்தோம். ஏனென்றால், முஸ்தபா வெறும் கண்ணியமான மனிதன் மட்டுமல்ல, மிகவும் சாதுரியமான மனிதனும்கூட. நாங்கள் படுக்கைக்குச்செல்வதற்கு முன், திருநர் பணிவுடன் என்னை அணுகினார்: “பெருந்தகையே, என்னைத் தண்டியுங்கள். நான் அவளைக் கவனித்துக்கொண்டிருந்திருக்க வேண்டும். அவள் மிகவும் காட்டுத்தனமாக – இவ்வளவு காட்டுத்தனமாக இருப்பாள் என்று யார் எதிர்பார்த்திருக்க முடியும். அது என்னுடைய தவறு.” அவரது பருத்த முகத்தில் ஆழ்ந்த சுயவெறுப்பு தெரிந்தது.

24

அது விசித்திரமாக இருந்தது – எண்ணெயில் நனைந்த பிபி – ஹைபத்தின் கடற்கரையில் கடைசி தோட்டாக்கள் சுடப்பட்டபோது நான் ஒருபோதும் மீண்டும் மகிழ்ச்சியாக இருக்கவே முடியாது என்று நினைத்தேன். இப்போது, ஷிம்ரானின் நறுமணத் தோட்டங்களில் வெறும் நான்கு வாரங்கள் கழிந்ததுமே முற்றிலும் நிம்மதியாக இருந்தேன். நான் வீட்டில் இருப்பதுபோல உணர்ந்தேன். டெஹ்ரானுக்கு அருகில் இந்த அமைதியான இடத்தின் குளிர்ந்த காற்றைச் சுவாசித்துக்கொண்டு ஒரு தாவரம்போல வாழ்ந்தேன். நான் அடிக்கடி நகரத்துக்குள் போகவில்லை. அவ்வப்போது நண்பர்களையும் உறவினர்களையும் பார்க்கவும், சந்தையின் இருண்ட குறுக்கும் நெடுக்குமாகப் பாதைகளில் என் வேலைக்காரர்கள் உடன் வர உலாவவும். குறுகிய சந்துகள், கூடாரங்கள் போன்ற குட்டிக்கடைகள், இருண்ட மூலைகளில் எரியும் விளக்குகள், பாய்ந்தசையும் ஆடைகள் அணிந்த மனிதர்கள், அகலமான காற்சட்டைகளுடன், கிழிந்த துணிகளுடன், இவை எல்லாமே ஒரு களிமண்ணால் செய்யப்பட்ட குடை போன்ற குவிமாடக் கூரையால் மூடப்பட்டு. நான் ரோஜாக்களை, உலர்ந்த பருப்புகளை, தரைவிரிப்புகளை, கழுத்துத் துணிக்குட்டைகளை, பட்டுகளை, நகைகளைக் கிளறிக்கொண்டிருந்தேன். தங்க வேலைப்பாடுகள் செய்த ஜாடிகளையும் பழங்காலத்து நொய்ம்மையான மினுக்க வேலைப்பாடு செய்திருந்த ஆரங்களையும் வளையல்களையும் தேர்ந்தெடுத்த வாசனைத் திரவியங்களையும் மொராக்கோ தோலால் செய்யப்பட்ட திண்டுகளையும் பார்த்தேன். கனமான வெள்ளிக் காசுகள் வணிகர்களின் பைகளுக்குள் சறுக்கி இறங்கின. என் வேலைக்காரர்கள் கிழக்கத்திய அற்புதங்கள் அனைத்தும் நிரம்பியிருக்கும் பைகளைத்

தூக்குகிறார்கள் – எல்லாம் நினோவுக்காக. அந்த ரோஜாத் தோட்டத்தில் அவளது சிறிய முகம் மிகப் பீதியுடன் இருப்பது போல் தெரிவதை என்னால் தாங்க முடியவில்லை. வேலைக் காரர்களின் முதுகுகள் சுமையால் வளைந்திருக்கின்றன. நான் நடக்கிறேன். ஒரு மூலையில் மென்மையான தோல் அட்டை யிட்ட குரான்களை விற்கிறார்கள்; கூடவே நுண்ணோவியங்கள்: ஊசியிலை மரத்தின் கீழ் அமர்ந்திருக்கும் ஒரு பெண், அவளுக்குப் பக்கத்தில் பாதாம் கண்கள் கொண்ட இளவரசன் – வேட்டையாடும் மன்னன், ஈட்டி, தப்பி ஓடும் மான். மீண்டும் வெள்ளிக்காசுகள் சிணுங்குகின்றன. கொஞ்சம் தள்ளி, இரண்டு வணிகர்கள் உயரம் குறைவான ஒரு மேசையில் குனிந்து கொண்டிருக்கிறார்கள். அவற்றில் ஒருவர் தனது பாக்கெட்டி லிருந்து பெரிய நாணயங்களை மற்றவரிடம் கொடுக்கிறார். அவர் அவற்றைக் கவனமாக ஆராய்கிறார். அவற்றைக் கடித்துப் பார்க்கிறார். சிறிய தராசுகளில் எடைபோட்டு, பிறகு அவற்றை ஒரு பெரிய பையில் போடுகிறார். கடன் தீரும் வரை ஒரு நூறு, ஆயிரம் ஒருவேளை பத்தாயிரம் முறை அந்த வணிகர் அவரது கையை தனது பையில் நுழைக்கிறார். அவரது அசைவுகள் அமைதியாகவும் கண்ணியமாகவும் இருக்கின்றன. வணிகர்! வர்த்தகம்! முகமதுகூட ஒரு வணிகராக இருந்தவர்தானே?

பஜார் ஒரு மாயச் சிக்கல். இரண்டு வணிகர்களுக்குப் பக்கத்தில் ஒரு சாது தனது சாவடியில் அமர்ந்து, ஒரு புத்தகத்தின் பக்கங்களைப் புரட்டுகிறார். அவரது முகம் வெயிலும் மழையும் கண்ட பாறையின் பாசி படர்ந்த கல்வெட்டுபோல இருக்கிறது. அவரது நீண்ட மெல்லிய விரல்கள் பொறுமையாகவும் மென்மை யாகவும் இருக்கின்றன. மஞ்சள் படிந்த பக்கங்களிலிருந்து ஷிராஸின் ரோஜாக்களின் வாசனைத் திரவியம் எழுகிறது, பாரசீக வானம்பாடியின் பாடல், மகிழ்ச்சியான மெல்லிசைகள், பாதாம் கண்களையும் நீண்ட கண் இமைகளையும் சித்தரிப்பவை. முதியவரின் அழகான கைகள் அன்புடன் பக்கங்களைத் திருப்புகின்றன. ரகசியக் குரல்கள், ஓசைகள், அழுகைகள். நான் கெர்மனில் இருந்து வந்திருந்த ஒரு பழங்கால மென்மை நிறக் கம்பளத்திற்காகப் பேரம் பேச ஆரம்பித்தேன். நினோ இந்த நெய்யப்பட்டத் தோட்டங்களின் மென்மையான வரிகளை நேசிப்பாள். எனக்கு அருகில் ஒருவர் ரோஜா நீரையும் ரோஜா எண்ணெயையும் விற்கிறார். ஆயிரக்கணக்கான ரோஜாக்கள் ஒரு துளி அருமையான ரோஜா எண்ணெயில் கலந்துவிடு கின்றன. ஆயிரக்கணக்கான மக்கள் டெஹ்ரானின் பஜாரின் குறுகிய சந்துகளில் ஒன்றுசேர்க்கப்படுவதைப் போல. என் மனக் கண்ணில் ரோஜா எண்ணெய் நிரப்பப்பட்ட ஒரு சிறிய கிண்ணத்தின் மீது நினோ குனிந்திருப்பதைப் பார்க்கிறேன்.

வேலைக்காரர்கள் களைத்துப் போயிருக்கிறார்கள். "இதை யெல்லாம் ஷிம்ரானுக்கு எடுத்துச் செல்லுங்கள், சீக்கிரம், நான் பிறகு வருகிறேன்." அவர்கள் கூட்டத்தில் மறைந்து விடுகிறார்கள். நான் மக்கள் நிரம்பியிருக்கும் ஒரு பாரசீகத் தேநீர் அறையின் தாழ்வான வாசல் வழியாகக் குனிந்து உள்ளே நுழைகிறேன். சிவப்பு தாடியுடன் ஒருவர் நடுவே அமர்ந்திருக்கிறார். அவர் கண்கள் பாதி மூடிய நிலையில், ஹஃபிஸின் காதல் கவிதைகளில் ஒன்றைப் படிக்கிறார். கேட்பவர் களிப்புடன் பெருமூச்சு விடுகிறார். பிறகு அவர் ஒரு செய்தித்தாளிலிருந்து படிக்கிறார்: "அமெரிக்காவில் யாரோ ஓர் இயந்திரத்தைக் கண்டுபிடித்திருக்கிறார். அது பேசும் வார்த்தையைக் கேட்பவரிடம் கொண்டு செல்ல முடியும். பேரரசின் சக்ரவர்த்தி, மன்னர்களின் மன்னர், யாருடைய மகிமை சூரியனைவிடப் பிரகாசமானதோ, யாருடைய கரம் செவ்வாய்க் கிரகத்தை எட்டுகிறதோ, யாருடைய சிம்மாசனம் உலகத்தைவிட உயர மானதோ, அவர் பகாஷாவில் இருக்கும் தனது அரண்மனை யில் இப்போது இங்கிலாந்தை ஆளும் மன்னரை வரவேற்றார். ஸ்பெயினில் ஒரு குழந்தை மூன்று தலைகளும் நான்கு கால்களும் கொண்டு பிறந்திருக்கிறது. இது ஒரு கெட்ட சகுனம் என்று மக்கள் நம்புகிறார்கள்." கேட்பவர்கள் வியப்புடன் இச்சு கொட்டுகிறார்கள். சிவப்பு தாடி செய்தித்தாளை மடிகிறார். இன்னொரு பாடல்! இந்த முறை ருஸ்தோம் தளபதி பற்றியும் அவரது மகன் சொராப் பற்றியும். நான் கவனித்துக் கேட்க வில்லை. ஆனால் சூடான தங்கத் தேநீரைப் பார்த்து யோசித்துக் கொண்டிருந்தேன்: விஷயங்கள் எப்படி இருக்க வேண்டுமோ அப்படி இல்லை.

எனக்கு நிறைவுதான், நான் பாரசீகத்தில் இருக்கிறேன், அரண்மனையில் வசிக்கிறேன். ஆனால் அதே அரண்மனை யில் வாழும் நினோவுக்கோ மனநிறை எட்டாத் தூரத்தில் இருக்கிறது. தாகெஸ்தானில் வனாந்தர வாழ்வின் அனைத்து அசௌகரியங்களையும் அவள் தாங்க வேண்டியிருந்தது என்றாலும் அவள் மிகவும் மகிழ்ச்சியாக இருந்தாள். இங்கே பாரசீக நன்னடத்தை ஒழுக்கமுறையை அவளால் ஒப்ப முடிய வில்லை. காவலர்கள் கடுமையாகத் தடை செய்தாலும் அவள் என்னுடன் தெருவில் ஒன்றாக நடக்க விரும்புகிறாள். கணவனும் மனைவியும் ஒன்றாக வெளியே போக முடியாது, விருந்தினர்களை ஒன்றாக வரவேற்க முடியாது. ஊரைச் சுற்றிக்காட்டும்படி அவள் என்னிடம் கேட்கிறாள். நான் அந்தப் பேச்சைத் தவிர்க்கும்போது வருத்தமடைகிறாள்: "உனக்கு ஊரைச் சுற்றிக்காட்ட விரும்புகிறேன் நினோ, ஆனால் நான் உனக்கு ஊரைச் சுற்றிக்காட்டக் கூடாது." அவளது

அலியும் நினோவும் ❋ 223 ❋

பெரிய கருமையான கண்கள் என்னை நிந்தனையுடனும் குழப்பத்துடனும் பார்க்கின்றன. ஒரு கானின் மனைவி முகத்திரை இல்லாமல் தெருக்களில் நடக்க முடியாது என்பதை என்னால் எப்படி அவளுக்குப் புரிய வைக்க முடியும்? நான் மிகவும் விலையுயர்ந்த முகத்திரைகளை வாங்குகிறேன்: “பார் நினோ, எவ்வளவு அழகாக இருக்கின்றன. அவை எப்படி உன் முகத்தைச் சூரியனிடமிருந்தும் தூசியிலிருந்தும் பாதுகாக்கின்றன. உண்மையாகவே, நானே ஒன்றைப் போட்டுக்கொள்ள விரும்புகிறேன்.” அவள் சோகமாகச் சிரித்து முகத்திரைகளைத் தள்ளிவைக்கிறாள்: “ஒரு பெண் அவளது முகத்தை மூடுவது அவளை இழிவுபடுத்துகிறது, அலி கான். இதைப் போட்டுக்கொண்டால் என்னையே நான் வெறுப்பேன்.” நான் அவளிடம் காவல்துறையின் விதிமுறைகளைக் காட்டுகிறேன். அவள் அவற்றைக் கிழிக்கிறாள். நான் கண்ணாடி ஜன்னல்கள் கொண்ட மூடிய வண்டியைக் கொண்டுவரச் சொல்கிறேன். அதில் அவளை ஊருக்குள் ஓட்டிச் செல்கிறேன். பீரங்கிப் படைமுகாம் சதுக்கத்தில் அவள் என் அப்பாவைப் பார்த்தாள். அவருக்கு வணக்கம் சொல்ல விரும்பினாள். அது மிகக் கோரமாக ஆனது. அவளைச் சமாதானப்படுத்த நான் பஜாரில் பாதியை வாங்க வேண்டியிருந்தது. இப்போது நான் இங்கே தன்னந்தனியே என் தேநீர்க் கோப்பையைப் பார்த்தபடி உட்கார்ந்திருக்கிறேன். நினோ சலிப்பால் சாகிறாள். அவளுக்கு என்னால் உதவ முடியாது. அவள் ஐரோப்பியக் குடியிருப்பின் மனைவிகளை மகள்களைச் சந்திக்க விரும்புகிறாள். ஆனாலும் அது நடக்காது. கானின் மனைவி காபிர்களின் பெண்களுடன் சேரக் கூடாது. அவள் அந்தப்புரத்தில் வாழவேண்டி இருக்கிறதே என்று அவர்கள் வருந்துவார்கள். கடைசியில் அவளுக்கு தன்னால் இனியும் தாங்க முடியாது என்று உணர்வு வந்துவிடும்.

சில நாட்களுக்கு முன்பு அவள் என் பெரியம்மாகளையும் உறவினர்களையும் பார்க்கப் போனாள். பயங்கரமாக மனமுடைந்து போய் திரும்பி வந்தாள். “அலி கான்,” அவள் விரக்தியில் அழுதாள், “ஒரு நாளைக்கு எத்தனை முறை என்னுடன் உடலுறவு கொள்வதன் மூலம் நீ என்னைப் பெருமைப் படுத்துகிறாய் என்பதை அவர்கள் தெரிந்துகொள்ள விரும்புகிறார்கள். நீ எப்போதும் என்னுடன் இருக்கிறாய் என்கிறார்கள். அவர்களின் ஆட்கள் அவர்களிடம் அப்படிச் சொல்கிறார்கள் – நாம் வேறு எதையும் செய்வதாக அவர்கள் நினைத்துப் பார்க்க முடியாது. அவர்கள் பேய்களை விரட்டும் மந்திரித்த கயிற்றையும் எல்லா எதிரிகளிடமிருந்தும் பாதுகாக்கும் தாயத்தையும் எனக்குக் கொடுத்தார்கள். உன் பெரியம்மா

சுல்தான் ஹானும் என்னிடம் இப்படிப்பட்ட இளையவனுக்கு ஒரே மனைவியாக இருப்பது சலிப்படைய வைக்கிறதா என்று கேட்டார்கள். அவர்கள் எல்லோரும் நீ நடனமாடும் பையன்களிடம் போய்விடாமல் இருக்க நான் என்ன செய்கிறேன் என்று தெரிந்துகொள்ள விரும்பினார்கள். உன் உறவுக்காரப் பெண் சுவாதா, உனக்கு எப்போதாவது அசிங்கமான அந்த நோய் இருந்ததா என்று தெரிந்துகொள்ள விரும்பினாள். நான் பொறாமைக்குரியவள் என்றார்கள். அலி கான், அவர்கள் என் மேல் சேற்றை வாரி இறைத்ததுபோல உணர்கிறேன்." என்னால் முடிந்தவரை அவளை ஆறுதல்படுத்தினேன். அவள் பயந்து போன குழந்தையைப் போல மூலையில் குந்தியிருந்தாள். பீதியில் தோளுக்குப் பின்னால் பார்த்துக்கொண்டேருந்தாள். அவளை அமைதிப்படுத்த நீண்ட நேரம் பிடித்தது.

என் தேநீர் ஆறிப்போகிறது. என் வாழ்நாள் முழுவதையும் அரண்மனையில் கழிப்பதில்லை என்று ஜனங்கள் பார்த்துத் தெரிந்துகொள்ள வேண்டும் என்று நான் இங்கே ஒரு தேநீர் அறையில் உட்கார்ந்திருக்கிறேன். எல்லா நேரமும் மனைவி யுடனே இருப்பது ஒரு மோசமான நிலை – ஏற்கெனவே என் உறவினர்கள் என்னைக் கிண்டல் செய்கிறார்கள். நாளின் சில மணிநேரங்கள் மட்டுமே பெண்ணுக்குச் சொந்தம், மற்ற எல்லாம் ஆணுக்கு. ஆனால் நினோவுக்கு நான்தான் எல்லாம்: செய்தித்தாள், நாடக அரங்கம், தேநீர்க் கடை, நண்பர் வட்டம், கணவன். எல்லாம், ஒரே நேரத்தில். அதனால்தான் நான் அவளை வீட்டில் தனியாக உட்கார விட முடியாது. அதனால்தான் நான் நிஜமாகவே முழுப் பஜாரையும் வாங்குகிறேன். இன்று இரவு என் பெரியப்பா என் அப்பாவின் நிமித்தமாக ஒரு பெரிய விருந்து ஏற்பாடு செய்திருக்கிறார். ஓர் இளவரசரும் அங்கே இருப்பார். நினோ கட்டாயம் வீட்டில், அவளுக்கு கற்பிக்க விரும்புகிற திருநருடன் தனியாக இருக்க வேண்டும்.

நான் பஜாரை விட்டு ஷிம்ரானுக்கு ஓட்டுகிறேன். கம்பளிகளும் தரைவிரிப்புகளும் பரப்பிய அறையில் அமர்ந்தபடி ஆழ்ந்த சிந்தனையுடன் மலைபோலக் குவிந்திருக்கும் காதணிகளையும் வளையல்களையும் பட்டுத் துணிகளையும் வாசனைத் திரவியங்களையும் பார்த்துக்கொண்டிருக்கிறாள். அவள் என்னை ஓசையின்றி மென்மையாக முத்தமிடுகிறாள். என் இதயம் விரக்தியில் மூழ்குகிறது. குளிர்ந்த சர்பத்தைக் கொண்டு வந்த திருநர் என்னை ஒவ்வாமையுடன் பார்க்கிறார். ஓர் ஆண் தன் மனைவிக்கு இப்படிச் செல்லம் கொடுக்கக் கூடாது. பாரசீகத்தில் வாழ்க்கை இரவில் தொடங்குகிறது. பகல் என்பது வெப்பத்தால், அழுக்கால், தூசியால் ஒடுக்குகிறது. ஆனால்

இரவு வந்ததும் மக்களுக்கு புது வாழ்விற்குள் நுழைந்ததுபோல இருக்கிறது. எண்ணங்கள் விடுதலை பெறுகின்றன, எளிதாகின்றன. வார்த்தைகள் புதிய சரளத்துடன் வருகின்றன. பாரசீக வேண்டுதல் சடங்கு தொடங்குகிறது. பாக்கூவின், தாகெஸ்தானின், ஜார்ஜியாவின் உலகத்திலிருந்து மிகவும் வித்தியாசமான இந்த வாழ்க்கை முறையை நான் விரும்புகிறேன், பாராட்டுகிறேன். எட்டு மணிக்கு பெரியப்பாவின் அலங்கார வண்டிகள் எங்கள் வாசலுக்கு வந்தன. அப்பாவுக்கு ஒன்று, எனக்கு ஒன்று. மரபுப்படி இப்படித்தான் செய்ய வேண்டும். ஒவ்வொரு வண்டிக்கு முன்பும் மூன்று கட்டியக்காரர்களும் ஓட்டக்காரர்களுமான வேலைக்காரர்கள் நின்றார்கள். அவர்கள் வைத்திருந்த லாந்தர் விளக்குகள் அவர்களது அர்ப்பணிப்பு முகங்கள்மீது ஒளி வீசின. இந்த மனிதர்கள் சிறுவர்களாக இருக்கும்போது அவர்களின் மண்ணீரல்கள் வெட்டப்பட்டிருந்தன. இப்போது அவர்களது வாழ்க்கையில் ஒரே வேலை, வண்டிக்கு முன்னால் ஓடுவதும் கம்பீரமாக "எச்சரிக்கை!" என்று கத்துவதும்தான். தெருக்கள் காலியாக இருந்தாலும் முன் ஓடுபவர்கள் "எச்சரிக்கை!" என்று கத்திக்கொண்டுதான் இருக்க வேண்டும். ஏனென்றால், இதுவும் மரபு. நாங்கள் முடிவில்லாத சாம்பல் நிறக் களிமண் சுவர்களைக் கடந்த குறுகிய சந்துகளில் ஓட்டினோம். இந்தச் சுவர்களின் பின்னே குடிசைகளோ, அரண்மனைகளோ அல்லது முகாம்களோ அலுவலகங்களோ இருக்கலாம். ஆனால் தெருக்களுக்குக் களிமண் சுவர்கள் மட்டுமே காட்சியளிக்கின்றன, பாரசீக வாழ்க்கையின் அந்தரங்கத்துக்குப் பாதுகாப்பாக. நிலவின் வெள்ளை ஒளியில் பஜாரின் குவிமாடங்கள், கண்ணுக்குத் தெரியாத கை ஒன்று எண்ணற்ற பொம்மை பலூன்களைப் பிடித்துக்கொண்டிருப்பதுபோலத் தெரிந்தன. பரந்த சுவரில் பொருந்தியிருந்த அழகான வளைந்த பித்தளை முன் வாயிலின் எதிரே நிறுத்தினோம். முன் வாயில் திறந்தது. நாங்கள் அரண்மனையின் முற்றத்துக்குள் நுழைந்தோம்.

சாதாரண நாட்களில், இந்த வீட்டிற்கு நான் தனியாக வந்தபோது, ஒரு முதியவர் கிழிந்த மேலுடையுடன் முன்வாசலில் நின்றுகொண்டிருப்பார். ஆனால் இன்று இரவு அரண்மனையின் முன்புறம் பூமாலைகளாலும் காகித லாந்தர்களாலும் நிரம்பி யிருந்தது. எங்கள் வண்டிகள் நின்றபோது எட்டு ஆட்கள் குனிந்து வணங்கினார்கள். அந்தப் பிரம்மாண்டமான முற்றம் இரண்டாகப் பிரிக்கப்பட்டிருந்தது. ஒருபுறம் அந்தப்புரம் இருந்தது. அங்கே நீரூற்று தெறித்தது, வானம்பாடிகள் பாடின. ஆண்களுக்கான பக்கத்தில் ஒரு செவ்வகக் குளத்தில் தங்கமீன்கள் சோம்பலாக நீந்திக்கொண்டிருந்தன. என் பெரியப்பா வாசலுக்கு வந்தார். அவர் குனிந்து எங்களை வீட்டிற்குள் அழைத்துச்

செல்லும்போது அவரது சிறிய கை அவரது முகத்தை மூடியது. பெரிய மண்டபத்தில் சித்திர வேலைப்பாடுகள் செய்த மரச் சுவர்களும் முலாம் பூசிய தூண்களும் இருந்தன. அது மனிதர்களால் நிரம்பியிருந்தது. அவர்கள் கருப்பு ஆட்டுத்தோல் தொப்பிகளும் தலைப்பாகைகளும் மெல்லிய கறுத்த துணியால் செய்த அகலமான மேலங்கிகளையும் அணிந்திருந்தார்கள். நடுவில் பெரிய வளைந்த மூக்குடன், சாம்பல் நிற முடியும், பறவைகளின் சிறகுகள் போன்ற புருவங்களும் கொண்ட முதியவர் உட்கார்ந்திருந்தார் – பேரரசின் மேதகு இளவரசர். நாங்கள் உள்ளே நுழைந்ததும் அவர்கள் எல்லோரும் எழுந்தார்கள். நாங்கள் முதலில் இளவரசரிடம் வணக்கம் பரிமாறிக்கொண்ட பிறகு, மற்ற எல்லோருடனும் வணக்கம் பரிமாறிக்கொண்டோம். பிறகு மென்மையான மெத்தைகளில் அமிழ்ந்தோம். மற்றவர்களும் அப்படியே செய்தார்கள். ஓரிரு நிமிடங்களுக்கு நாங்கள் அமைதியாக உட்கார்ந்திருந்தோம். பிறகு, நாங்கள் எல்லோருமே எழுந்து மறுபடியும் ஒருவருக்கு ஒருவர் வணக்கம் செலுத்திக்கொண்டோம். கடைசியாக நாங்கள் நன்றாக உட்கார்ந்தோம். ஒரு கண்ணியமான அமைதி ஆட்சி செய்தது. பணியாளர்கள் வெளிர் நீலக் கோப்பைகளில் மணம் கமழும் தேநீர் கொண்டுவந்தார்கள். பழங்கள் வைத்திருந்த கூடைகள் ஒவ்வொரு கையாக மாறின. பேரரசின் மேதகு மௌனத்தை உடைத்தார்: "நான் வெகுதூரம் பயணித்துப் பல நாடுகளுக்குப் போயிருக்கிறேன். ஆனால் பாரசீகத்தில் இருப்பது போன்ற குழிப்பேரிக்காய், வெள்ளரிக்காய் போல வேறு எங்கும் இல்லை." அவர் ஒரு வெள்ளரிக்காயைத் தோல் சீவி அதில் உப்புத் தூவி மெதுவாகச் சாப்பிட்டார். அவருடைய கண்கள் மிகவும் சோகமாக இருந்தன.

"மேதகு சொல்வது சரிதான்" என்றார் என் பெரியப்பா. "நான் ஐரோப்பாவில் பயணம் செய்திருக்கிறேன். காபிர்களின் பழங்கள் எவ்வளவு சிறியதாகவும் அசிங்கமாகவும் இருக்கின்றன என்பதைக் கண்டு வியப்படைந்தேன்."

"நான் பாரசீகத்திற்குத் திரும்பி வரும்போதெல்லாம் முற்றிலும் திருப்தி அடைகிறேன்" என்றார் இன்னொரு கனவான். அவர் ஐரோப்பியச் சபையில் பாரசீகப் பேரரசின் பிரதிநிதி. "பாரசீகர்களான நாம் உலகில் எதற்குமே பொறாமைப்பட வேண்டியது இல்லை. ஒருவர் உண்மையிலேயே இப்படிச் சொல்லலாம்: உலகில் பாரசீகர்களும் காட்டுமிராண்டிகளும் தான் இருக்கிறார்கள்."

"ஒரு சில இந்தியர்களைச் சேர்த்துக்கொள்ளலாம்," என்றார் இளவரசர். "நான் சில ஆண்டுகளுக்கு முன்பு இந்தியா

போயிருந்தபோது மிகவும் பண்பாடு மிக்க, ஏறத்தாழ நமது கலாச்சாரத் தரத்துக்கு வந்த மனிதர்களைப் பார்த்தேன். ஆனால் மறுபடியும் – தவறு செய்வது எளிதானது. எனக்குத் தெரிந்த ஓர் உயர்குடி இந்தியர், நம்மில் ஒருவர் என்று நான் நினைத்துக்கொண்டிருந்தவர், நிஜத்தில் ஒரு காட்டுமிராண்டியாக இருந்தார். அவர் என்னை அவருடைய வீட்டுக்கு விருந்துண்ண அழைத்தார். நீங்களே நினைத்துப் பாருங்கள், அவர் பச்சைக் காய்கறித் துண்டங்கள் வைத்திருந்த வெளிப்புற இலையையும் சாப்பிட்டுவிட்டார்."

நாங்கள் கலக்கமடைந்தோம். கனமான தலைப்பாகை அணிந்த ஒட்டிய கன்னங்களுடன் இருந்த ஒரு முல்லா, மெல்லிய சோர்வான குரலில் சொன்னார்: "பாரசீகர்களுக்கும் பாரசீகர் அல்லாதவர்களுக்கும் இருக்கும் வித்தியாசம் இது: அழகை நாம் மட்டுமே பாராட்ட முடியும்." "உண்மை – உண்மை," என்றார் என்னுடைய பெரியப்பா. "ஓசை எழுப்பும் தொழிற்சாலையை விட அழகான கவிதையையே எந்த நாளும் விரும்புகிறேன். நான் முரணான சமயக்கோட்பாடு கொண்ட அபு சையத்தை மன்னிக்கிறேன், ஏனென்றால், அவர் தான் நமது மிக அழகான நாலடிக் கவிதையான ருபையாத்தை நம்முடைய இலக்கியத்தில் அறிமுகப்படுத்தினார்."

அவர் தொண்டையைச் செருமிக்கொண்டு கவிதை சொன்னார்:

> "பள்ளியும் மசூதியும் முற்றாக மூடப்படும் முன்பு
> உண்மையைத் தேடுபவர்கள் நிஜத்தில் நல்லவர்களாக
> இருக்க முடியாது.
> நம்புபவனும் நம்பாதவனும் முற்றாக ஒன்றாகும் முன்பு
> எந்த மனிதனும் முழுமையான முகமதியனாக ஆக முடியாது."

"பிரமாதம்," என்றார் முல்லா. "பிரமாதம். ஆனால் இந்த ஓசைநயம்..." என்று மீண்டும் சொன்னார்: "எந்த மனிதனும் முழுமையான முகமதியனாக ஆக முடியாது." அவர் எழுந்து, ஒரு நீண்டுமெலிந்த கழுத்துகொண்ட வெள்ளி தண்ணீர்க் குவளையை எடுத்துக்கொண்டு தள்ளாடியபடி வெளியே போனார். சிறிது நேரம் கழித்து அவர் திரும்பி வந்து தண்ணீர்க் குவளையைத் தரையில் வைத்தார். நாங்கள் எல்லோரும் அவரை வாழ்த்த எழுந்தோம், ஏனென்றால், அவரது உடல் மிதமிஞ்சிய விஷயங்களைக் கழித்துச் சுத்தமாகிவிட்டது. இப்போது என் அப்பா கேட்டார்: "இது உண்மையா, நமது பிரதமர், ஹசன் உஸ்ஸுக் தவ்லத், இங்கிலாந்துடன் புது உடன்படிக்கை செய்யப் போகிறாராமே?"

இளவரசர் சிரித்தார்: 'அதைப் பற்றி நீங்கள் அசாத் சுல்தானிடம் கேட்க வேண்டும் – அது உண்மையில் ஒரு ரகசியம் இல்லை என்றாலும்."

"அவர் செய்யப் போகிறார்," என்றார் என் பெரியப்பா. 'இது மிகவும் நல்ல உடன்படிக்கை. இனிமேல் காட்டுமிராண்டிகள் நம்முடைய அடிமைகளாக இருக்கப் போகிறார்கள்."

"இருக்கப் போகிறார்களா? எப்படி?"

"இப்படித்தான்: ஆங்கிலேயர்கள் வேலையை நேசிக்கிறார்கள், நாம் பாதுகாப்பை நேசிக்கிறோம். அவர்கள் போரை நேசிக்கிறார்கள், நாம் அமைதியை நேசிக்கிறோம். ஆகவே, நாம் ஓர் உடன்படிக்கைக்கு வந்திருக்கிறோம்: இனி நமது எல்லைகளின் பாதுகாப்புக் குறித்து நாம் கவலைப்பட வேண்டியதில்லை. இங்கிலாந்து நம்மைப் பாதுகாக்கப் போகிறது. அவர்கள் சாலைகளும் வீடுகளும் அமைப்பார்கள். அதற்கும் மேலே, இதற்கெல்லாம் நமக்குப் பணமும் கொடுப்பார்கள். ஏனென்றால், இந்த உலகத்துக்குப் பண்பாட்டைக் கொண்டு வந்தவர்கள் நாம்தான் என்று இங்கிலாந்துக்குத் தெரியும்."

எனது உறவுக்காரப் பையன் பஹ்ராம் கான் ஷிர்வான்ஷிர் என் பெரியப்பாவின் பக்கத்தில் உட்கார்ந்திருந்தான். அவன் தலையை உயர்த்தி, சொன்னான்: "இங்கிலாந்து நம்முடைய பண்பாட்டின் காரணமாக நம்மை மதிக்கிறது என்று நினைக்கிறீர்களா? அல்லது, நமது எண்ணெய் வளத்தாலா?"

"இரண்டும் உலகத்தை ஒளிரச் செய்கின்றன, இரண்டுக்கும் பாதுகாப்பு தேவை" என்று அலட்சியமாகச் சொன்னார் பெரியப்பா. "நிச்சயமாக நாம் போர்வீரர்களாக இருக்க முடியாதுதானே?"

"ஏன் முடியாது?" இந்த முறை கேள்வி எழுப்பியது நான். "என்னைப் பொறுத்தவரை, நான் எனது மக்களுக்காகப் போராடினேன், மீண்டும் போராடக்கூடும்." அசாத் சுல்தான் ஆட்சேபத்துடன் என்னைப் பார்த்தார். இளவரசர் தனது தேநீர்க் கோப்பையைக் கீழே வைத்தார். "ஷிர்வான்ஷிர்களில் போர்வீரர்கள் இருக்கிறார்கள் என்று எனக்குத் தெரியாது," என்று பெருமிதத்துடன் சொன்னார்.

"ஆனால் மேதகையே, உண்மையில், அவர் ஒரு அதிகாரியாகத்தான் இருந்தார்."

"அதெல்லாம் ஒன்றுதான், அசாத் சுல்தான். அதிகாரி," என்று ஏளனமாகத் திரும்பத் திரும்பச் சொல்லி, உதட்டைப்

பிதுக்கினார். நான் மௌனம் காத்தேன். ஒரு பாரசீகப் பிரபுவின் பார்வையில் போர்வீரனாக இருப்பது தாழ்ந்த நிலை என்பதை நான் மறந்துவிட்டேன். எனது உறவுக்காரப் பையன் பஹ்ராம் கான் ஷிர்வான்ஷிர் மட்டுமே மற்றவர்களின் கருத்துகளிலிருந்து மாறுபட்ட கருத்துகள் கொண்ட ஆளாகத் தோன்றியது. அவன் இளமையாக இருந்தான். இளவரசரின் பக்கத்தில் உட்கார்ந்திருந்த பல அங்கீகாரங்கள் பெற்ற மஷிர் தவ்லத், அவரிடம் ஈரான் ஆண்டவனின் சிறப்புப் பாதுகாப்புக்கு உட்பட்டது என்றும், அது உலகில் பிரகாசிக்க வாளுக்குத் தேவை ஏதும் இல்லை என்றும் நீட்டி முழக்கிக்கொண்டிருந்தார். முன்னெடுங் காலத்திலே தனது வீரத்தை அது நிரூபித்து விட்டது. “மன்னரின் பொக்கிஷ அறையில் தங்கத்தால் செய்யப் பட்ட பூமி உருண்டை இருக்கிறது. அதில், இந்த உலகத்தில் இருக்கும் ஒவ்வொரு நாடும் வெவ்வேறு விலையுயர்ந்த கற்கள் பதிக்கப்பட்டு அடையாளப்படுத்தப்பட்டுள்ளது. ஆனால் ஈரான் மட்டும்தான் மிகத் துல்லியமான மிகப் பிரகாசமான வைரங்கள் பதிக்கப்பட்டு இருக்கிறது. இது வெறும் சின்னம் இல்லை – இதுதான் பரிபூரண உண்மை.” நான் இந்த நாட்டில் நிறுத்தப் பட்டுள்ள அனைத்து வெளிநாட்டு வீரர்களையும், அன்சலே துறைமுகத்தில் கந்தல் துணி அணிந்திருக்கும் காவல் துறையினரையும் நினைத்துப் பார்த்தேன். இது ஆசியா, ஐரோப்பாவாக மாறிவிடக் கூடாது என்று ஐரோப்பாவிடம் தன்னுடைய ஆயுதங்களை ஒப்படைக்கும் ஆசியா. இளவரசர் போர்வீரர்களை இகழ்ந்தார் – ஆனாலும் அவரே எந்த ஷாவின் கீழே டிபிலிசியை வென்றவர்களில் ஒருவராக என் முப்பாட்டனார் இருந்தாரோ, அந்த ஷாவின் சந்ததியில் வந்தவர்தான். அந்த நாட்களில் ஈரானுக்கு அவமானப்படாமல் ஆயுதங்களைப் பயன்படுத்தத் தெரிந்திருந்தது. ஆனால் காலம் மாறிவிட்டது. ஈரான், முன்பு கலைத்துவம் மிக்க செஃபாவித்துக்கள் ஆண்டபோது இருந்ததைப் போலச் சீரழிந்துவிட்டது. இளவரசர் இயந்திரத் துப்பாக்கியை விட ஒரு கவிதையை விரும்பினார். ஒருவேளை இயந்திரத் துப்பாக்கியை விடக் கவிதையைப் பற்றி அவருக்கு நிறையத் தெரிந்திருந்ததால் இருக்கலாம். இளவரசர் வயதானவர், என் பெரியப்பாவும் அப்படித்தான். ஈரான் இறந்துகொண்டிருந்தது, ஆனால் ஒயிலாக இறந்துகொண்டிருந்தது. ‘கூடாரம் அமைக்கும் உமர்’ எழுதிய கவிதை திடீரென்று என் உதடுகளுக்கு வந்தது:

‘இரவாலும் பகலாலுமான சதுரங்கப் பலகை
அதன் விளையாட்டுக்காக விதியால் பயன்படுத்தப்படுகிறது,

மனிதர்களுடன், இருத்தப்படவும், தள்ளப்படவும் கடைசியில்
அவன் கொல்லும் முன்பு இருந்த இடத்திற்கே ஒவ்வொன்றும்
திரும்பவும்.'

ஆழ்ந்த யோசனையில் இருந்ததால், நான் கவிதையை வாய்விட்டுச் சொன்னதை உணரவில்லை. இளவரசரின் முகம் மென்மையானது. "நீங்கள் ஏறத்தாழத் தற்செயலாகத்தான் போர்வீரராக ஆனீர்கள் என்று நினைக்கிறேன்" என்று கருணை காட்டுவதுபோலப் பேசினார். "நீங்கள் படித்தவர் என்பது தெரிகிறது. உங்கள் தலைவிதியைத் தீர்மானிக்க உங்களுக்கு வசதி இருந்தது என்றால், நீங்கள் போர்வீரர் ஆவதைப் பற்றி தீவிரமாகப் பரிசீலிப்பீர்களா?" நான் வணங்கினேன். "நான் எதைத் தேர்ந்தெடுப்பேன் என்று கேட்கிறீர்களா, மேதகையே? நான்கு விஷயங்கள் மட்டுமே: ரத்தினச் சிவப்பு உதடுகள், கித்தார்களின் ஒலி, புத்திசாலித்தனமான ஆலோசனை மற்றும் சிவப்பு திராட்சை மது." தாக்கிக்கியின் புகழ்பெற்ற கவிதை என்னை ஒவ்வொருவருக்கும் பிரியமானவனாக மாற்றியது. குழிந்த கன்னங்களுடன் இருந்த முல்லாவும் கனிவாகச் சிரித்தார்.

சாப்பாட்டு அறையின் கதவுகள் திறக்கப்பட்டு நாங்கள் உள்ளே நுழைந்தபோது நள்ளிரவாகிவிட்டது. கம்பளத்தின் மேலே ஒரு பெரிய விரிப்பு போட்டிருந்தது. நடுவில் ஒரு பெரியப் பித்தளைப் பாத்திரத்தில் புலாவ் நிரம்பியிருந்தது. சுற்றிலும் பெரிய தட்டையான வெள்ளை ரொட்டிகள் இருந்தன. கூடவே, சின்னதும் பெரியதுமாய் நிறையக் கிண்ணங்கள். காலியாகவோ, எங்களைத் தூண்டும்படியான பல்வேறு சுவையான உணவுகளால் நிரம்பியோ. வேலைக்காரர்கள், மென்மையான ஒளி பரப்பும் விளக்குகளை ஏந்தி, சிலைகள்போல அசையாமல் மூலைகளில் நின்றுகொண்டிருந்தார்கள். நாங்கள் உட்கார்ந்து சாப்பிட ஆரம்பித்தோம். அவரவருக்கு விரும்பிய வரிசையில் உணவுகளை எடுத்துக்கொண்டோம். மரபுப்படி, நாங்கள் விரைவாகச் சாப்பிட்டோம். ஏனென்றால், சாப்பிடுவது என்பது ஒரு பாரசீகர் விரைவாகச் செய்யும் ஒன்று. முல்லா சுருக்கமாக ஒரு தொழுகையைச் சொன்னார். என் உறவுக்காரப் பையன் பஹ்ராம் கான் என் பக்கத்தில் உட்கார்ந்தான். அவன் கொஞ்சம் சாப்பிட்டான். பிறகு ஆர்வத்துடன் என்னைப் பார்த்தான்: "உனக்கு பாரசீகம் பிடித்திருக்கிறதா?"

"ஆமாம். பிடித்திருக்கிறது. மிகவும்."

"எவ்வளவு காலம் இங்கே இருப்பாய்?"

"துருக்கியர்கள் பாக்கூவைக் கைப்பற்றும்வரை."

"அலி கான், உன்னைப் பார்த்து நான் பொறாமைப் படுகிறேன்." அவன் குரலில் பாராட்டு நிறைந்திருந்தது. அவன் ஒரு ரொட்டித் துண்டை எடுத்து, கூம்பாய்ச் சுருட்டி, அதில் புலாவ் எடுத்து நிரப்பினான். "நீ ஓர் இயந்திரத் துப்பாக்கிக்குப் பின்னால் உட்கார்ந்திருந்தாய். உன் எதிரிகளின் முகங்களில் இருந்த கண்ணீரைப் பார்த்தாய். ஈரானின் வாள் துருப் பிடித்திருக்கிறது. நாங்கள், நானூறு ஆண்டுகளுக்கு முன்பு ஃபிர்தௌசி எழுதிய கவிதைகளைப் பற்றி உற்சாக மடைகிறோம். டாக்கிக்கியின் கவிதைக்கும் ரூடாக்கியின் கவிதைக்கும் இருக்கும் வேறுபாட்டை எங்களால் எளிதில் கண்டுபிடித்துவிட முடியும். ஆனால் மோட்டார் கார்களுக்கு ஏற்ற சாலையை எப்படி உருவாக்குவது என்பதோ, ஒரு படைப் பிரிவை எவ்வாறு வழிநடத்துவது என்பதோ எங்களுக்குத் தெரியாது."

"மோட்டார் கார்களுக்கு ஏற்ற சாலைகள்" என்று நான் திரும்பத் திரும்பச் சொல்லி, மர்தக்கான் செல்லும் சாலையின் ஓரத்தில் நிலவொளியில் பார்த்த முலாம் பழம் வயல்களைப் பற்றி நினைத்தேன். ஆசியாவில் யாருக்கும் இப்படிப்பட்ட சாலைகளை அமைக்கத் தெரியாது என்பது மிக நல்ல விஷயம். இல்லையென்றால், ஒரு காராபாக்கின் குதிரை ஓர் ஐரோப்பியக் காரை எட்டிப் பிடித்திருக்கவே முடியாது.

"எதற்கு உனக்கு மோட்டார் சாலைகள் வேண்டும், பஹ்ராம் கான்?"

"எங்கள் போர்வீரர்களை ட்ரக்குகளில் ஏற்றிச் செல்வதற்கு. எங்கள் தலைவர்கள் எங்களுக்குப் போர்வீரர்கள் வேண்டாம் என்று சொன்னாலும். ஆனால் எங்களுக்கு வேண்டும்! எங்களுக்கு இயந்திரத் துப்பாக்கிகள், பள்ளிகள், மருத்துவமனைகள், நன்கு ஒழுங்கமைக்கப்பட்ட வரிவிதிப்பு முறை, புதிய சட்டங்கள், உங்களைப் போன்ற மனிதர்கள், எல்லாம் வேண்டும். எங்களுக்கு வேண்டியதில் கடைசி விஷயம் பழைய கவிதைகள். வயதானவர்கள் உட்கார்ந்து பழங்கவிதைகளை ஒப்பித்துக்கொண்டிருக்கும்போது ஈரான் துண்டுத் துண்டாக விழுகிறது. ஆனால் இப்போது எங்களிடம் புதிய கவிதைகள் இருக்கின்றன. கவிஞர் அஷ்ரப்பின் கவிதைகள் உங்களுக்குத் தெரியுமா, கில்ஜானில் வாழ்கிறாரே, அவர்? அவன் முன்னோக்கிக் குனிந்து மெதுவாகக் கவிதை சொன்னான்:

"எங்கள் நாடு துக்கத்தாலும் துயரத்தாலும் தாக்கப்படுகிறது.
எழுந்திருங்கள், ஈரானின் சவப்பெட்டியைப் பின் தொடருங்கள்.
இந்த விடியலில் பாரசீக இளைஞர்கள் கொல்லப்பட்டார்கள்.

நிலவு சிவந்திருக்கிறது. வயல்வெளியும் மலைகளும் பள்ளத்தாக்குகளும் – அவர்களது ரத்தத்தால் சிவந்திருக்கின்றன."

"இளவரசர் கேட்டால், மோசமான சந்தம் என்பார். அவரது அழகுணர்ச்சி ஆழமாகப் புண்பட்டிருக்கும்."

"இன்னொரு கவிதை இருக்கிறது, அதைவிட நன்றாக இருக்கிறது" என்று பிடிவாதமாகச் சொன்னான் பஹ்ராம் கான். "மிர்சா அகா கான் என்ற கவிஞர் எழுதியது. இதைக் கேளுங்கள்:

"ஈரான் ஒரு காபிரால் ஆளப்படும் விதியிலிருந்து தப்பட்டும். ஈரான் மணமகள் ரஷ்ய மணமகனின் படுக்கையை எப்போதும் தவிர்க்கட்டும்.
அவளது தேவ அழகு ஐரோப்பியப் பிரபுக்களின் விளையாட்டுப் பொருளாக ஒருபோதும் ஆகாதிருக்கட்டும்."

"மிகவும் மோசமாக இல்லை," என்று நான் சிரித்தேன். இளம் பாரசீகம் பழைய பாரசீகத்திலிருந்து வேறுபட்டதாகத் தோன்றியது, முக்கியமாக மோசமான கவிதைகளை இயற்றுவதன் மூலம். "ஆனால் சொல், பஹ்ராம் கான், நீங்கள் உண்மையிலேயே எதைச் சாதிக்க விரும்புகிறீர்கள்?"

வெளிறிய சிவப்புக் கம்பளத்தின் மீது விறைப்பாக அமர்ந்து பதில் சொன்னான்: "மைதானி சதுக்கத்தைப் பார்த்தாயா? நூறு பழைய துருப்பிடித்த பீரங்கிகள் அங்கே நிற்கின்றன, பூமியின் நான்கு மூலைகளையும் பார்த்தபடி. இந்த அறிவில்லாத தூசி படிந்த நினைவுச்சின்னங்கள் மட்டுமே பாரசீகத்தில் இருக்கும் பீரங்கிகள் என்பதை நீங்கள் புரிந்து கொள்வாயா? மேலும், ஒரு கோட்டைகூட இல்லை, ஒரு போர்த்தலைவன்கூட இல்லை, நிஜத்தில் ஒரு சிப்பாய்கூட இல்லை – ஆமாம், ரஷ்ய கோசாக்குகள், ஆங்கிலேய சிவப்புப் படையினர், கூடவே நானூறு கொழுத்த அரண்மனை காவலர்கள் தவிர. உங்கள் பெரியப்பாவையோ இளவரசரையோ, அல்லது இந்த அற்புதமான பட்டப்பெயர்கள் கொண்ட மரியாதைக்குரிய பிரபுக்களையோ பாருங்கள்: ஒளியிழந்த கண்கள், பலவீனமான கைகள், சிப்பாய் மைதானச் சதுக்கத்தில் இருக்கும் பீரங்கிகளைப் போலக் கிழடு தட்டித் துருப்பிடித்தவர்கள். அவர்களுக்கு இன்னும் அதிகக் காலம் இல்லை, அவர்கள் போய்ச்சேர வேண்டும். நம் நாடு இளவரசர்களின், கவிஞர்களின் சோர்வான கைகளில் மிக நீண்ட காலம் இருந்துவிட்டது. பாரசீகம் ஒரு வயதான பிச்சைக்காரனின் நீட்டிய கைபோல இருக்கிறது. அது ஓர் இளைஞனின் இறுகிய முஷ்டியாக இருக்க வேண்டும் என்று நான் விரும்புகிறேன். நீங்கள் இங்கேயே

இருங்கள், அலி கான். நான் உங்களைப் பற்றி, நீங்கள் எப்படி பாக்கூவின் பழைய மதிலைக் காப்பாற்ற உங்களுடைய இயந்திரத் துப்பாக்கியுடன் கடைசிவரை இருந்தீர்கள் என்றும் நிலவொளியில் உங்களுடைய எதிரியின் தொண்டையைக் கடித்துக் கொன்றீர்கள் என்றும் கேள்விப்பட்டிருக்கிறேன். இங்கே நீங்கள் பாதுகாக்க ஒன்றுக்கும் மேற்பட்ட பழைய மதில்கள் இருக்கும். ஒன்றுக்கும் மேற்பட்ட இயந்திரத் துப்பாக்கிகள் கிடைக்கும். அந்தப்புரத்தில் உட்கார்ந்து காலம் கழிப்பதைவிட, பஜாரில் இருக்கும் எல்லாப் பொருட்களையும் வாங்கித் தீர்ப்பதைவிட இது மேம்பட்டது தானே?" நான் அமைதியாக, யோசனையில் ஆழ்ந்தேன். டெஹ்ரான்! உலகின் பழமையான நகரம். 'ரோகா ரே' என்று பாபிலோனியர்கள் இதற்குப் பெயரிட்டார்கள். ரோகா ரே, மன்னர்களின் நகரம். பழைய புனைவுகளின் தூசி, பழைய அரண்மனைகளின் மங்கிய தங்கம் – வைர வாயிலின் முறுக்கப்பட்ட தூண்கள், பழைய கம்பளங்களில் மங்கிப்போன கோடுகள், பழைய கவிதைகளின் அமைதியான சந்தங்கள் – இங்கே அவர்கள் எனக்கு முன்னால், கடந்த காலத்திலும், நிகழ்காலத்திலும், எதிர்காலத்திலும் இருந்தார்கள்.

"பஹ்ராம் கான், நீங்கள் விரும்புவதைப் பெறுகிறீர்கள் என்று வைத்துக்கொள்வோம். உறுதியான சாலைகளும் கோட்டைகளும் கட்டப்பட்ட பிறகு, மோசமான வேலைக்காரர்களை மிக நவீனப் பள்ளிகளுக்கு அனுப்பிவிட்ட பிறகு – ஆசியாவின் ஆன்மா என்னவாகும்?"

"ஆசியாவின் ஆன்மாவா?" என்று புன்னகைத்தான். "நாங்கள் பீரங்கிப் படைமுகாம் சதுக்கத்தில் கடைசி மூலையில் ஒரு பெரிய கட்டிடம் கட்டுவோம். ஆசியாவின் ஆன்மாவை அங்கே வைப்போம்: மசூதிகளின் கொடிகள், கவிஞர்களின் கையெழுத்துப் பிரதிகள், சின்னஞ்சிறு ஓவியங்கள், நாட்டியமாடும் பையன்கள் ஏனென்றால், அவர்களும் ஆசியாவின் ஆன்மாவின் ஒரு பகுதிதான். பிறகு அந்தக் கட்டிடத்தின் முன்பக்கத்தில் மிகவும் அலங்காரமான எழுத்தோவிய முறையில் எழுதுவோம்: 'அருங்காட்சியகம்.' உன் பெரியப்பா அசாத் சுல்தான் அந்த அருங்காட்சியகத்தின் மேலாளராகவும், மேதகு மன்னர் அதன் இயக்குநராகவும் இருக்கலாம். இந்தப் பிரம்மாண்டமான கட்டிடத்தைக் கட்ட எங்களுக்கு உதவுவீர்களா?" என்றான்.

"நான் அதைப் பற்றி யோசிப்பேன், பஹ்ராம் கான்."

சாப்பாடு முடிவுக்கு வந்தது. விருந்தினர்கள் அங்கு மிங்குமாய்க் கூடி உட்கார்ந்திருந்தார்கள். நான் எழுந்து

கூரை இல்லாத வராந்தாவுக்குப் போனேன். அங்கே காற்று குளிர்ச்சியாகவும் புதியதாகவும் இருந்தது. தோட்டத்திலிருந்து பாரசீக ரோஜாக்களின் வாசனை வந்தது. நான் உட்கார்ந்தேன், ஒரு ஜெபமாலை என் விரல்களில் சறுக்கிக்கொண்டிருக்க, இரவைப் பார்த்தேன். அங்கே, பஜாரின் களிமண் குவிமாடங்களுக்குப் பின்னால், ஷிம்ரான் இருந்தது. அங்கே என் நினோ தலையணைகளும் படுக்கை விரிப்புகளும் போர்த்தியபடி படுப்பாள். அவள் அநேகமாகத் தூங்கிக்கொண்டிருப்பாள். அவளது உதடுகள் பிரிந்திருக்கும். அவளது கண் இமைகள் கண்ணீரால் வீங்கியிருக்கும். ஆழ்ந்த சோகம் என்னை ஆட்கொண்டது. பஜாரின் அனைத்துப் பொக்கிஷங்களும் சேர்ந்தும் நினோவின் கண்களில் புன்னகையை வரவழைக்கப் போதுமானதாக இல்லை. பாரசீகமே, நான் தங்க வேண்டுமா? திருநர்களுக்கும் இளவரசர்களுக்கும், சடங்கு நாட்டியக்காரர்களுக்கும் முட்டாள்களுக்கும் நடுவே? உறுதியான சாலைகளை உருவாக்கவும், படைகளை உருவாக்கவும், ஆசியாவின் இதயத்துக்குள் இன்னும் ஆழமாக ஐரோப்பாவைக் கொண்டுவரவும்? சட்டென்று உலகில் எதுவுமே, ஒன்றுமே, நினோவின் கண்களின் புன்னகையைப் போல எனக்கு முக்கியமானது இல்லை என்று உணர்ந்தேன். அந்தச் சிரிப்பை நான் கடைசியாக எப்போது பார்த்தேன்?

ஒரு நாள், வெகுகாலத்துக்கு முன்னால், பாக்கூவின் பழைய மதிலுக்கு அருகே. வீட்டைப் பிரிந்த வலி அலையாய் என்னை அடித்துப் போனது. என் மனக்கண்ணில் நான் மீண்டும் தூசி படிந்த மதிலையும், நார்கின் தீவுக்குப் பின்னால் சூரியன் மறைவதையும் பார்த்தேன். சாம்பல் ஓநாய் வாயிலின் கீழே தெரியும் நிலவைப் பார்த்தும் பாக்கூவைச் சுற்றியுள்ள பாலைவன மணல்வெளியிலும் நரிகள் ஊளையிடுவதை நான் கேட்டேன். வியாபாரிகள் கன்னிக் கோட்டையின் அருகே பேரம் பேசிக்கொண்டிருக்கிறார்கள். நிகோலாய் தெருவில் நடந்தால், புனித ராணி தமார் பள்ளிக்கு வந்துவிடலாம். அந்தச் சதுக்கத்தில் மரங்களுக்குக் கீழே கையில் பாடக் குறிப்பேட்டுடன் நினோ நின்றிருக்கிறாள். அவளுடைய கண்கள் பெரிதாக ஆச்சரியத்தில் விரிந்திருக்கின்றன. பாரசீக ரோஜாக்களின் நறுமணம் திடீரென மறைந்தது. அதற்குப் பதிலாக பாக்கூவின் தெளிந்த பாலைவனக் காற்றும் கடலின், மணலின், எண்ணெய்யின் மெல்லிய வாசமும் என்னைச் சூழ்ந்தன. ஒரு குழந்தை தனது தாயை அழைப்பது போல் என் தாய்நாட்டை நான் அழைத்தேன். இந்தத் தாயகம் இனியும் இல்லை என்பதை நான் மங்கலாக உணர்ந்தேன். கடவுள் என்னைப் பிறப்பித்த இந்த நகரத்தைவிட்டு நான் ஒருபோதும்,

அலியும் நினோவும்

எப்போதும், போயிருக்கக் கூடாது. ஒரு நாய் அதன் கொட்டிலில் கட்டுவதைப் போல நான் பழைய மதிலில் சங்கிலியால் பிணைக்கப்பட்டேன். என்னுடைய கண்கள் வானத்தை நோக்கித் திரும்பின. அங்கே பாரசீக நட்சத்திரங்கள் பெரியதாகவும் தூர விலகியும் இருந்தன, ஷாவின் கிரீடத்தில் இருக்கும் வைரங்களைப் போல. இங்கே நான் ஓர் அந்நியன் என்கிற உணர்வு இந்தத் தருணத்தைப் போலவே வலுவாக ஒருபோதும் என்னை மூழ்கடித்ததில்லை. நான் பழைய மதில்சுவரின் நிழலில் நினோவின் கண்கள் என்னைப் பார்த்துச் சிரிக்கும் பாக்கூவைச் சேர்ந்தவன்.

பஹ்ராம் கான் என் தோளைத் தொட்டான். "அலி கான், நீங்கள் கனவு காண்கிறீர்களா? நான் சொன்னதைப் பற்றி நீங்கள் யோசித்தீர்களா? – புதிய ஈரானின் கட்டடத்தைக் கட்ட நீங்கள் உதவுவீர்களா?"

"தம்பி பஹ்ராம் கான், நான் உன்னைக் கண்டு பொறாமைப்படுகிறேன். ஓர் அகதிக்கு மட்டும்தான் அவனுடைய தாயகம் அவனுக்கு என்னவாக அர்த்தமாகிறது என்பது தெரியும். என்னால் ஈரானைக் கட்டமைக்க முடியாது. எனது குத்துவாள் பாக்கூவின் மதில்சுவரில் கூர்மையாக்கப்பட்டது."

அவன் என்னை வருத்தத்துடன் பார்த்தான். "மஜ்னு" என்று அரபி மொழியில் சொன்னான். அது காதலன் என்றும் பைத்தியக்காரன் என்றும் பொருள் தரும். அவன் எனது ரத்தச் சொந்தம், அவன் என் ரகசியத்தை ஊகித்துவிட்டான். நான் எழுந்தேன். பெரிய மண்டபத்தில் இளவரசரின் முன் பிரமுகர்கள் வணங்கிக்கொண்டிருந்தார்கள். அவரது கைகளைப் பார்த்தேன். நீண்ட வாடிய விரல்களும் சிவப்பு விரல் நகப் பூச்சும். இல்லை, நான் ஃபிர்தௌசியின் வரிகளையும் ஹாவிஸின் காதல் பெருமூச்சுகளையும் ஸா'தியின் மேற்கோள்களையும் ஒப்பிக்க உருவாக்கப்படவில்லை. நான் மண்டபத்துக்கு உள்ளே போய், இளவரசரின் கரத்துக்கு மேல் வளைந்து வணங்கினேன். அவருடைய கண்கள் சோகமாகவும் வெறுமையாகவும் இருந்தன, அச்சுறுத்தும் விதியின் முன்னறிவிப்பால் நிரம்பியிருந்தன. பிறகு காரில் ஷிம்ரானுக்குப் போனேன். துருப்பிடித்த பீரங்கிகள் நின்ற சதுக்கத்தைப் பற்றியும், இளவரசனின் சோர்ந்த விழிகளைப் பற்றியும் சிந்தித்தேன். நினோவின் அடிபணிந்த அமைதியும் தப்பிக்க முடியாத அழிவின் புதிரும்.

25

வரைபடத்தில் பளபளப்பாகவும் சிக்கிக் கொண்டும் இருந்த வண்ணங்கள் ஒன்றோ டொன்று இடித்தன. நகரங்களின், மலைத் தொடர்களின், ஆறுகளின் பெயர்கள் கலந்து படிக்கவே முடியாதபடி இருந்தன. திவானில் வரைபடம் விரிக்கப்பட்டிருந்தது. நான் அங்கே உட்கார்ந்திருந்தேன். என் கையில் சிறிய வண்ணக் கொடிகள். என்னிடம் ஒரு செய்தித்தாள் இருந்தது. அதன் பத்திகளில் ஊர்களின், மலைத்தொடர்களின், ஆறுகளின் பெயர்கள் வண்ண வரைபடத்தில் இருப்பதைப் போலவே குழம்பியிருந்தன. நான் இரண்டு காகிதத் துண்டுகளின் மீதும் குனிந்து, தவறான செய்தித்தாளிலிருந்தும் படிக்க முடியாத வரைபடத்திலிருந்தும் சரியான தீர்வைப் பெறக் கடினமாக முயற்சி செய்துகொண்டிருந்தேன். நான் ஒரு சிறிய பச்சைக் கொடியை ஒரு சிறிய வட்டத்திற்குள் வைத்தேன். அதன் அருகில் 'எலிசபெத்போல் (காண்ட்ஷா)' என்று அச்சாகி யிருந்தது. ஆனால் கடைசி ஐந்து எழுத்துகள் சங்குல்டாக் மலைகள்மீது அச்சாகியிருந்தன. செய்தித்தாளின்படி வழக்கறிஞர் ஃபெத் அலி கான், காண்ட்ஷாவில் இருக்கும் சோஜாவிலிருந்து சுதந்திரமான அஜர்பைஜான் குடியரசை அறிவித்திருக்கிறார். காண்ட்ஷாவின் கிழக்கே இருக்கும் சிறிய பச்சைக் கொடிகளின் வரிசை, எங்கள் நாட்டை விடுவிக்க அன்வர் பெய் அனுப்பிய இராணுவத்தைக் குறிக்கிறது. வலது பக்கத்திலிருந்து நூரி பாஷாவின் படைப்பிரிவுகள் அக்டாஷ் நகரை நோக்கி நகர்ந்தன. இடது பக்கம், முர்சல் பாஷா எலிசுவின் பள்ளத்தாக்குகளை ஆக்கிரமித்தார். நடுவிலே, 'புதிய அஜர்பைஜான் தொண்டர்கள்' அமைப்பின் படைகள் சண்டையிட்டார்கள். இப்போது வரைபடம் மிகவும் தெளிவாக, புரிந்து

கொள்ளக்கூடியதாக இருந்தது. ரஷ்ய – ஆக்கிரமிப்பில் இருக்கும் பாக்கூவைத் துருக்கிய வளையம் மெல்ல சுற்றிவளைத்துக் கொண்டிருந்தது. சிறிய பச்சைக் கொடிகளை இன்னும் கொஞ்சம் சரிப்படுத்த வேண்டியிருந்தது – பிறகு, சிவப்புக் கொடிகள் எல்லாம் 'பாக்கூ' என்று குறிக்கப்பட்டிருக்கும் அந்தப் பெரிய இடத்தில் ஒன்றாக நெருக்கப்படும்.

யாஹ்யா குலி என்ற திருநர் எனக்குப் பின்னால் அமைதியாக நின்று என் விசித்திர விளையாட்டை மிகவும் ஆர்வமாகக் கவனித்தார். இந்தச் சின்னச்சின்னக் கொடிகளை வண்ணத் தாளில் நகர்த்துவது எல்லாம் அவருக்கு ஒரு சூனியக்காரரின் இருண்ட விசித்திரமான மந்திரமாக இருக்க வேண்டும். ஒருவேளை அவர் காரணத்தையும் விளைவையும் தவறாகப் புரிந்துகொண்டு, அவிசுவாசிகளிடமிருந்து என் வீட்டை விடுவிக்க நான் செய்ய வேண்டியதெல்லாம் பூமியில் இல்லாத சக்திகளின் உதவியை உறுதி செய்ய, பாக்கூ என்னும் சிவப்புப் புள்ளியில் சின்ன பச்சைக் கொடிகளைச் செருக வேண்டியதுதான் என்று நினைத்திருக்கலாம். இந்த ரகசிய வேலையில் எனக்கு இடையூறு விளைவிக்க அவர் விரும்ப வில்லை, ஆனால் கடமைக்குக் கட்டுப்பட்டபடி சலிப்பான தீவிரமான குரலில் தனது அறிக்கையை மட்டும் அளித்தார்: "ஓ கான், நான் நினோ அம்மையாரின் நகங்களுக்குச் சாயம் பூச முயன்றபோது, நான் மிகவும் விலையுயர்ந்த மருதாணியை வாங்கியிருந்தாலும், அவர் மருதாணிக் கிண்ணத்தைத் தூக்கி எறிந்தார். அதிகாலையில் நான் அவரை ஜன்னல் பக்கம் அழைத்துப்போய், அவர் தலையை மிகவும் மெதுவாக என் கைகளால் பிடித்து, அவரது வாயைத் திறக்கச் சொன்னேன். கான், நிச்சயமாக அவருடைய பற்களைப் பராமரிப்பது என் கடமை. ஆனால் அவர் கடுமையாகப் பின்வாங்கி, கையால் ஓங்கி வலது எனது இடது கன்னத்தில் அறைந்தார். அது அதிகமாக வலிக்கவில்லை, ஆனால் நான் அவமானப்பட்டேன். உங்கள் அடிமையை மன்னியுங்கள் கான். ஆனால் நான் அவரது உடல் முடியை நீக்கத் துணியவில்லை. அவர் ஒரு விசித்திர மான பெண். அவர் எந்தத் தாயத்துகளையும் அணிய மாட்டார். தன் குழந்தையைப் பாதுகாக்க எந்த முன்னெச்சரிக்கை நடவடிக்கையும் எடுக்கவில்லை. அது ஒரு பெண் குழந்தையாக இருந்தால் என் மீது கோபம் கொள்ளாதீர்கள் கான். நினோ அம்மையாரிடம் கோபம் கொள்ளுங்கள். அவர் ஒரு தீய ஆவியால் ஆட்கொள்ளப்பட்டிருக்க வேண்டும். ஏனென்றால், நான் அவரைத் தொடும்போது அவர் நடுங்குகிறார். அப்துல் – ஆசிம் மசூதியின் அருகில் வசிக்கும் ஒரு வயதான பெண்ணை

எனக்குத் தெரியும். தீய ஆவிகளை விரட்டுவதில் வல்லவர். ஒருவேளை நான் அவரை இங்கு வரச் சொன்னால் அது நல்ல யோசனையாக இருக்கும். நினைத்துப் பாருங்கள் கான், காலையில் அவர் குளிர்ந்த நீரில் முகத்தைக் கழுவி, தன் தோலைக் கெடுத்துக்கொள்கிறார். எல்லாரையும் போல வலது ஆள்காட்டி விரலால் நறுமணக் களிம்புத் தொட்டுப் பல் தேய்க்காமல், ஈறுகளில் இரத்தம் கசியச் செய்யும் கடினமான துலக்கிகள் கொண்டு பல் தேய்க்கிறார். ஒரு தீய ஆவி மட்டும்தான் அவருக்கு இந்த யோசனைகளைக் கொடுத்திருக்க முடியும்."

நான் உண்மையில் கேட்கவில்லை. கிட்டத்தட்ட ஒவ்வொரு நாளும் இந்தச் சலிப்பான அறிக்கைகளைக் கொடுக்க அவர் என் அறைக்கு வந்தார். தான் நேர்மையாகத் தனது கடமையைச் செய்ய விரும்புபவர் என்பதால் மிகவும் கவலைப் பட்டார். எனது எதிர்காலக் குழந்தைக்கு அவர் பொறுப்பு என்று நினைத்தார். நினோ விளையாட்டுத்தனமாக, ஆனால் விடாப்பிடியாக, அவருடன் சண்டையிட்டாள். அவரை நோக்கித் தலைகாணிகளைத் தூக்கி வீசினாள். முக முகத்திரை போடாமல் வீட்டின் அகலமான மதில்சுவரின் மேலே நடந்தாள். அவரது தாயத்துக்களை ஜன்னலுக்கு வெளியே தூக்கிப்போட்டாள். அவளுடைய ஜார்ஜிய உறவினர்கள் – ஆண் உறவினர்கள்! – படங்களால் சுவர்களை நிறைத்தாள். இதையெல்லாம் அவர் அச்சத்துடனும் வருத்தத்துடனும் என்னிடம் சொன்னார். ஒவ்வொரு மாலையும் நினோ என்னுடன் திவானில் அமர்ந்து அடுத்த நாள் போருக்கான திட்டத்தை உருவாக்கினாள். அவளது முகவாயை யோசனை யுடன் தடவிக்கொண்டு, "என்ன நினைக்கிறாய், அலி கான்? ராத்திரி அவர் மீது ஒரு மெல்லிய குழாயில் தண்ணீர் ஊற்றவா? அல்லது, பகலில் அவர் மேலே ஒரு பூனையை வீசவா? இல்லை, எனக்குத் தெரியும். ஒவ்வொரு நாளும் தோட்டத்தில் நீரூற்று பக்கத்தில் நான் பயிற்சிகள் செய்வேன். நான் அவரையும் அதைச் செய்ய வைப்பேன். அவரும் பெருத்துக்கொண்டே போகிறார். அல்லது, இதைவிட, அவர் சாகும்வரை அவரை நான் கிச்சுக்கிச்சு செய்கிறேன். மனிதர்களைக் கிச்சுக்கிச்சு செய்தே கொல்ல முடியும் என்று நான் கேள்விப்பட்டிருக்கிறேன். கிச்சுக்கிச்சு செய்தால் அவரால் கொஞ்சமும் பொறுத்துக்கொள்ள முடியாது." அவள் தூங்கிப்போகும் வரை அவளது இருண்ட பழிவாங்கும் திட்டங்களில் மூழ்கினாள். அடுத்த நாள் திருநர் திகிலுடன் அறிவித்தார்: "அலி கான், நினோ அம்மையார் நீரூற்றுக்கு அருகில் நின்று, தன்னுடைய கை கால்களால் மிகவும் விசித்திரமான அசைவுகள் செய்கிறார். எனக்கு மிகவும்

பயமாக இருக்கிறது, ஐயா. அவருக்கு எலும்புகளே இல்லாதது போல அவர் உடம்பை முன்னும் பின்னும் வளைக்கிறார். ஒருவேளை, தெரியாத ஒரு கடவுளிடம் பிரார்த்தனை செய்கிறார் போலிருக்கிறது. நானும் அவரது அசைவுகளைச் செய்ய வேண்டும் என்கிறார். ஆனால் நான் ஒரு பக்தியுள்ள முஸ்லீம். நான் அல்லாவின் முன்னேதான் என்னை மண்ணில் வீசுவேன். நான் நினோ அம்மையாரின் எலும்புகளுக்காகவும் என்னுடைய ஆன்மாவின் நலனுக்காகவும் மிகவும் அஞ்சுகிறேன்."

திருநரைப் பதவி நீக்கம் செய்வது எதையும் தீர்க்காது. அவருக்குப் பதிலாக இன்னொருவர் வருவார், ஏனென்றால் திருநர் இல்லாத வீட்டை நினைத்துப் பார்க்க முடியாது. வேறு யாரும் வீட்டுவேலை செய்யும் பெண்களைக் கண்காணிக்க முடியாது, கணக்குப் பார்த்து, பணத்தைப் பாதுகாத்து, செலவுகளைக் கட்டுப்படுத்த முடியாது. திருநரால் மட்டுமே அது முடியும். அவர் ஆசைகள் இல்லாதவர். லஞ்சம் கொடுக்க முடியாதவர். அதனால் நான் எதுவும் சொல்லாமல் பாக்கூவைச் சுற்றி இருந்த சிறிய கொடிகளின் பச்சைக் கோட்டைப் பார்த்தேன். திருநர் தொண்டையைச் செருமி, தன் கடமையைச் செய்ய ஆவலாக இருந்தார். "நான் அப்துல் ஆசிமின் மசூதியிலிருந்து வரும் கிழவியிடம் கேட்கட்டுமா?"

"எதற்கு யாஹ்யா குலி?"

"நினோ அம்மையாரின் உடலிலிருந்து தீய ஆவிகளை விரட்டுவதற்கு." நான் பெருமூச்சுவிட்டேன், ஏனென்றால் அப்துல்–ஆசிம் மசூதியைச் சேர்ந்த ஞானவானியால் ஐரோப்பிய ஆவிகளுக்கு ஈடுகட்ட முடியும் என்று எனக்குத் தோன்ற வில்லை.

"அது அவசியமில்லை என்று நினைக்கிறேன் யாஹ்யா குலி. ஆவிகளை எப்படித் தடை செய்வது என்று எனக்கே தெரியும். சரியான நேரத்தில் நானே எல்லாவற்றையும் ஏற்பாடு செய்வேன். ஆனால் இப்போது என் சக்தியெல்லாம் இந்தச் சிறிய கொடிகள் மீது கவனம் செலுத்துவதில்தான்." அவரது கண்ணில் ஆர்வமும் பயமும் மின்னின.

"பச்சைக் கொடிகள் சிவப்பு நிறக் கொடிகளை நெருக்கி வெளியேற்றிவிட்டால், உங்கள் ஊர் சுதந்திரமாகிவிடுமா? அப்படியா கான்?"

"அப்படித்தான் யாஹ்யா குலி."

"அப்படியென்றால் பச்சைக் கொடிகளை அவை இருக்க வேண்டிய இடத்தில் ஏன் வைத்துவிடக் கூடாது?"

"அதை என்னால் செய்ய முடியாது, யாஹ்யா குலி, என் சக்திக்குப் போதுமான பலம் இல்லை."

அவர் கவலையுடன் என்னைப் பார்த்தார்: "உங்களுக்கு வலிமையைக் கொடுக்க இறைவனிடம் துவா செய்ய வேண்டும். அடுத்த வாரம் மொஹரம் பண்டிகை தொடங்குகிறது. நீங்கள் மொஹரத்தின்போது துவா செய்தால், கடவுள் நிச்சயமாக உங்களுக்குப் பலம் தருவார்." நான் வரைபடத்தை மடித்து வைத்தேன். குழப்பமாகவும் சோகமாகவும் இருந்தது. திருநரின் வளவள பேச்சு கடுப்பேற்றியது. நினோ வீட்டில் இல்லை. அவளுடைய பெற்றோர் டெஹ்ரானுக்கு வந்திருந்தார்கள். அந்தப் புகழ்பெற்ற குடும்பம் வாடகைக்கு எடுத்திருந்த குட்டி மாளிகையில் அவள் நீண்ட நேரம் செலவிட்டாள். அங்கே அவள் மற்ற ஐரோப்பியர்களைச் சந்தித்தாள், இதை ரகசியமாக வைக்க முயன்றாள். ஆனாலும் நிச்சயமாக நான் அதைப் பற்றிக் கேள்விப்பட்டேன் – நான் அவளுக்காக மிகவும் வருந்தினேன் – நான் ஒன்றும் தெரியாதது போல் நடித்தேன். என் உத்தரவுக்காகக் காத்து நின்றிருந்த அந்தத் திருநர் அசையாமல் நின்றார். சில நாட்களாக டெஹ்ரானுக்கு வந்திருந்த எனது நண்பன் சையத் முஸ்தபா பற்றி நினைவு வந்தது. நான் மிகவும் அரிதாகத்தான் அவனைப் பார்த்தேன். ஏனென்றால், அவன் தன்னுடைய நாட்களை மசூதிகளிலும், புனிதர்களின் கல்லறைகளிலும், இற்றுப்போன சாதுக்களுடன் அறிவார்ந்த விஷயங்களைப் பேசுவதிலும் கழித்தான். கடைசியில் நான் சொன்னேன்: "யாஹ்யா குலி, சையத் முஸ்தபாவிடம் போ. அவர் செப்ஹலேசார் மசூதிக்குப் பக்கத்தில் வசிக்கிறார். அவர் வருகையால் என்னைக் கௌரவிக்கச் சொல்." அவர் போனதும் நான் தனியாக இருந்தேன்.

உண்மையில் பச்சைக் கொடிகளை பாக்கூவிற்கு கொண்டு வர என்னிடம் பலம் இல்லை, எங்கோ என் தாயகத்தின் மணல்வெளிகளில் துருக்கியப் படைகள் சண்டையிட்டன. அவர்களுடன் எங்கள் தொண்டர் துருப்புக்கள் புதிய அஜர்பைஜான் பதாகையின் கீழ் கூடியிருந்தார்கள். எனக்குப் பதாகை தெரியும், படைகளின் எண்ணிக்கையும் அவர்கள் நடத்திய போர்களும் எனக்குத் தெரியும். இலியாஸ் பெய்க் அவர்களுடன் இருந்தான். நானும் அவனுடன் போர்க்களத்தில் காலைக் குளிரில் இருக்க ஆசைப்பட்டேன். ஆனால் போர்முனையின் பாதை எனக்கு மறிக்கப்பட்டிருந்தது. ஆங்கில, ரஷ்யப்

படையினர் எல்லைகளைப் பாதுகாத்தார்கள். போர்முனையை ஈரானுடன் இணைத்த அராக்ஸ் ஆற்றின் குறுக்கே இருக்கும் அகலமான பாலம், இப்போது முள்வேலிகளால், இயந்திரத் துப்பாக்கிகளால், போர்வீரர்களால் அடைக்கப்பட்டிருந்தது. அதன் ஓட்டுக்குள் ஒடுங்கும் நத்தை போல ஷாவின் நாடு அதன் அமைதிக்குள் பின்வாங்கியது. எந்த மனிதனும், எலியும், ஒரு ஈ கூட வெறுக்கத்தக்கச் சண்டையும் துப்பாக்கிச் சூடும் மட்டுமே நடக்கிற, கவிதைகள் எதுவும் வாசிக்கப்படாத கொள்ளைநோய் பகுதிக்குள் நுழைய அனுமதிக்கப்படவில்லை. பல அகதிகள் பாக்கூவிலிருந்து வந்தார்கள். அவர்களுடன், வாய் ஓயாமல் பேசும் அர்ஸலான் அகாவும் வந்திருந்தான். அவன் ஒரு தேநீர்க் கடையிலிருந்து இன்னொன்றுக்குப் பறந்துகொண்டிருந்தான். கட்டுரைகள் எழுதித் தள்ளினான். அதில் அவன் துருக்கிய வெற்றிகளை மாவீரன் அலெக்சாண்டரின் வெற்றிகளுக்கு இணையாகச் சொன்னான். இந்தக் கட்டுரைகளில் ஒன்று தடை செய்யப்பட்டது. ஏனென்றால், முன்பு ஒருமுறை பாரசீகத்தைத் தோற்கடித்த அலெக்சாண்டரை மகிமைப்படுத்துவது பாரசீகத்துக்கு இழுக்கா என்பதில் தணிக்கைத் துறைக்கு மோசமான சந்தேகம் இருந்தது. அன்று முதல் அர்ஸலான் தன்னை தன்னுடைய நம்பிக்கைகளுக்காகத் தியாகம் செய்தவனாகச் சொல்லிக்கொண்டான். அவன் என்னைப் பார்க்க வந்தான். நான் பாக்கூவைப் பாதுகாத்தபோது நான் செய்ததாகச் சொல்லப்படும் எல்லா வீரச்செயல்களையும் மிக விரிவாக என்னிடம் சொன்னான். அவன் மனக்கண்ணில் எதிரிகளின் படைகள் என்னால் கொல்லப்பட வேண்டும் என்பதற்காகவே எனது இயந்திரத் துப்பாக்கியின் முன்னால் அணிவகுத்துப் போனார்கள். அவனே ஓர் அச்சகத்தின் பாதாள அறையில் மும்முரமாக எழுச்சியூட்டும் தேசபக்தி மேடைப்பேச்சுகளை எழுதுவதில் போர்க் காலத்தைக் கழித்திருந்தான். அந்த உரைகள் ஒருபோதும் மேடையில் பேசப்படவில்லை. அவன் அவற்றை எனக்கு வாசித்தான். பிறகு ஓர் ஆயுதம் இல்லாத நேரடிக் கைச்சண்டையில் ஒரு வீரத் தலைவனின் உணர்வுகள் எப்படி இருக்கும் என்பதை விவரிக்கும்படி கேட்டான். நான் அவனை இனிப்புகளால் திணறச்செய்து வழியனுப்பிவைத்தேன். அச்சுப்பொறிகளின் மை வாசனையையும், ஒரு புதிய தடியான வெற்றுக் குறிப்பேட்டையும் அவன் விட்டுப்போனான். அதில் நான் வீரத்தலைவனின் உணர்வுகளை எழுத வேண்டுமாம். நான் வெள்ளைப் பக்கங்களைப் பார்த்தேன். நினோவின் சோகமான தோற்றத்தையும் என் சிக்குண்ட வாழ்க்கையையும் நினைத்துப் பார்த்தேன். பேனாவை எடுத்தேன். வீரத்தலைவனின்

உணர்வுகளை விவரிக்க அல்ல. அந்தக் காகிதங்களில் எங்களை, நினோவையும் என்னையும், நினோ அவளது புன்னகையை இழந்த ஷிம்ரானின் வாசனை தோட்டத்திற்கு அழைத்துவந்த பாதையைப் பதிவு செய்ய.

அங்கே நான் உட்கார்ந்து, மூங்கில் பிளாச்சலான பாரசீக பேனாவால் எழுதினேன். தனித்த பக்கங்களை வரிசையாக வைத்தேன், நான் பள்ளியில் இருந்த காலத்திலிருந்தே தொடங்கினேன். கடந்த காலம் மீண்டும் திரண்டெழுந்தது. முஸ்தபா அறைக்குள் வந்து, தனது அம்மைபோட்ட முகத்தை என் தோளில் அழுத்தினான். நான் சொன்னேன்: “முஸ்தபா, என் வாழ்க்கை சிக்கலாகிவிட்டது. முன்னால் செல்லும் பாதை தடைப்பட்டுள்ளது, நினோ சிரிக்க மறந்துவிட்டாள், நான் இரத்தத்திற்குப் பதிலாக மையைச் சிந்துகிறேன். நான் என்ன செய்ய வேண்டும், முஸ்தபா?” என் நண்பன் என்னை அமைதியாக ஆராய்வதுபோலப் பார்த்தான். அவன் கருப்பு நிறத்தில் மேலங்கி அணிந்திருந்தான். அவனது முகம் மெலிந்திருந்தது. அவனது மெலிந்த உடல் ஒரு மர்மத்தின் கனத்தால் வளைந்திருந்ததாகத் தோன்றியது. அவன் கீழே உட்கார்ந்து சொன்னான்:

“உன்னால், உன் கைகளைக்கொண்டு ஒன்றும் செய்ய முடியாது, அலி கான். ஆனால் மனிதனுக்கு வெறும் கைகளைவிட அதிக விஷயங்கள் இருக்கின்றன. என்னுடைய மேலங்கியைப் பார், நான் என்ன சொல்கிறேன் என்பதை நீ தெரிந்து கொள்வாய். மனிதன் கண்ணுக்குத் தெரியாதவற்றால் ஆளப்படுகிறான். மர்மத்தை உரசிக்கொள், அதன் வலிமை உன்மீது இறங்கும்.”

“உன்னை என்னால் புரிந்துகொள்ள முடியவில்லை, முஸ்தபா. என் ஆன்மா வலியில் இருக்கிறது. நான் இருளிலிருந்து வெளியேற ஒரு சாலையைத் தேடுகிறேன்.”

“நீ உலகத்தை நோக்கித் திரும்பியிருக்கிறாய், அலி கான். உலகை ஆளும் கண்ணுக்குத் தெரியாதவரை நீ மறந்துவிட்டாய். 680ஆம் ஆண்டில், தப்பி வெளியேறிய ஆண்டில், இறைத்தூதரின் பேரர் ஹுசைன் எதிரிகளால் துரத்தப்பட்டு கெர்பெலா அருகே மரித்தார். அவர்தான் இரட்சகர், அவர்தான் மர்மம். சர்வவல்லமையுள்ளவர் தனது இரத்தத்தால் உதய சூரியனையும் அஸ்தமனச் சூரியனையும் குறித்தார். பன்னிரண்டு இமாம்கள் ஷியாக்களான நம் மீது, ஷியா சமூகத்தின்மீது ஆட்சி செய்தார்கள். முதலாவர், ஹுசைன். கடைசியாக வந்தவர், கண்களுக்குப்

புலப்படாதவர், 'இறுதி நாளின் இமாம்.' இன்றும் ஷியா மக்களை ரகசியமாக வழிநடத்தி வருபவர். அவரது பணியில் வெளிப்படுபவர். ஆனால் தாக்க முடியாதவர் 'மறை இமாம்.' நான் அவரை உதய சூரியனில் பார்க்கிறேன், விதையின் அதிசயத்தில், சூறாவளிக் கடலில் பார்க்கிறேன். நான் அவரது குரலை இயந்திரத் துப்பாக்கியின் படபட ஒலியில், ஒரு பெண்ணின் பெருமூச்சில், காற்றின் வீச்சில் கேட்கிறேன். மேலும், கண்ணுக்குத் தெரியாத கட்டளைகள்: துக்கம் ஷியாக்களின் தலைவிதியாக இருக்கட்டும்! கெர்பெலாவின் பாலைவன மணலில் சிந்திய ஹுசேனின் இரத்தத்திற்காகத் துக்கம் அனுஷ்டிப்பது. ஆண்டில் ஒரு மாதம் துக்கத்திற்காக அர்ப்பணிக்கப்பட்டுள்ளது: மொஹரம் மாதம். யார் துன்பப்படுகிறாரோ – அவர் துக்க மாதத்தில் அழட்டும். மொஹரத்தின் பத்தாம் நாளில் ஷியாக்களின் விதி தன்னைத் தானே நிறைவேற்றிக்கொள்கிறது. ஏனென்றால், அதுதான் தியாகி இறந்த நாள். இளம் ஹுசைன் அவரது தோள்களில் ஏற்றுக்கொண்ட இந்தத் துன்பத்தை, அவரை பக்தியுடன் பின்பற்றுபவர்கள் தங்கள் தோள்களில் ஏற்க வேண்டும். இந்தத் துன்பத்தின் ஒரு பகுதியை எவர் எடுத்துக்கொள்கிறார்களோ அவர்களே ஆசீர்வாதத்தின் ஒரு பகுதியால் ஆசீர்வதிக்கப்படுவார்கள். எனவே பக்தியுள்ள மனிதன் மொஹரம் மாதத்தில் தன்னைத்தானே தண்டித்துக் கொள்கிறான். அந்தத் தனக்குத்தானே ஏற்படுத்திக்கொண்ட வலியில் இவ்வுலகின் பிரச்சினைகளில் சிக்கிக்கொண்ட மனிதனுக்கு அருளின் பாதையும் இரட்சிப்பின் மகிழ்வும் காட்டப்படுகிறது. இதுதான் மொஹரத்தின் ரகசியம்."

நான் சோர்வாகவும் எரிச்சலுடனும் சொன்னேன்: "முஸ்தபா, நான் எப்படி என் வீட்டிற்கு மகிழ்ச்சியைத் திரும்பக் கொண்டு வர முடியும் என்று கேட்டேன். ஏனென்றால் நான் மங்கலான பீதியால் நிரம்பியுள்ளதாக உணர்கிறேன். நீ எனக்கு நாம் பள்ளியில் கற்றுக்கொண்ட சமயப் பாடங்களிலிருந்து படிப்பினைக் கதைகளை ஊட்டுகிறாய். நான் மசூதிகளுக்கு ஓடிப்போய் என் முதுகை இரும்புச் சங்கிலிகளால் அடித்து உரிக்க வேண்டுமா? நான் பக்தியுள்ளவன், என்னுடைய மத கடமைகளை நிறைவேற்றுபவன். நான் கண்ணுக்குத் தெரியாத மர்மத்தை நம்புகிறேன். ஆனால் எனது மகிழ்ச்சிக்கான பாதை புனித ஹுசைனின் தியாகத்தின் வழியாகச் செல்கிறது என்பதை நான் நம்பவில்லை."

"ஆனால் நான் அதை நம்புகிறேன், அலி கான். நீ என்னிடம் பாதையைக் கேட்கிறாய், நான் அதை உனக்குக் காட்டுகிறேன்.

எனக்கு வேறு எந்த வழியும் தெரியாது. இலியாஸ் காண்ட்ஷாப் போர்முனையில் ரத்தம் சிந்துகிறான். நீ காண்ட்ஷாவுக்குப் போக முடியாது. ஆகவே, நீ உன்னுடைய ரத்தத்தை மொஹரத்தின் பத்தாம் நாளில் கேட்கும் கண்ணுக்குத் தெரியாதவருக்கு அர்ப்பணிக்க வேண்டும். புனிதத் தியாகம் அர்த்தமற்றது என்று சொல்லாதே – இந்தக் கண்ணீர் பள்ளத்தாக்கில் அர்த்த மில்லாதது எதுவும் இல்லை. இலியாஸ் காண்ட்ஷாவில் செய்வதைப் போல, மொஹரம் காலத்தில் சொந்த மண்ணுக்காகப் போர் செய்." நான் அமைதியாக இருந்தேன். வண்டிக்காரர் முற்றத்தில் நிறுத்தினார். நினோவின் முகம் வண்டியின் கண்ணாடி ஜன்னல் வழியாக மங்கலாகத் தெரிந்தது. அந்தப்புரத்தின் கதவு திறக்கப்பட்டது. முஸ்தபா திடீரென்று கிளம்புவதற்கு ஆர்வமாக இருந்தான். 'நாளைக்கு செபஹ்லேசர் மசூதிக்கு வா. மீண்டும் பேசுவோம்."

26

நாங்கள் திவானில் படுத்திருந்தோம். எங்களுக்கு இடையே, தந்தத்தால் செய்த காய்களில் சிப்பிகளை இழைத்து அலங்காரம் செய்திருந்த பகடை விளையாடும் பலகை இருந்தது. நான் நினோவுக்கு இந்தப் பாரசீக ஆட்டத்தைக் கற்றுக்கொடுத்தது நாள் முதலாக நாங்கள் பணத்துக் காக, காதணிகளுக்காக, முத்தங்களுக்காக, எங்கள் எதிர்காலக் குழந்தைகளின் பெயர்களுக்காகப் பகடைகளை உருட்டிக்கொண்டிருந்தோம். நினோ தோற்று, கடனைச் செலுத்தி, மீண்டும் பகடையை வீசினாள். அவளுடைய கண்கள் உற்சாகத்தில் பிரகாசிக்க, அவளுடைய விரல்கள் தந்தத்தால் செய்த காய்களை விலைமதிப்பற்ற நகைகளைத் தொடுவதுபோலத் தொட்டன. "நீ எனக்கு அழிவாகிவிடுவாய் அலி" என்று பெருமூச்சுவிட்டு நெகிழ்ந்தாள். நான் வென்ற எட்டுப் பணக்காசு களை என்னை நோக்கித் தள்ளினாள். பகடை பலகையைத் தள்ளிவைத்துவிட்டு, அவள் தலையை என் முழங்கால்களில் வைத்துப் படுத்து, சிந்தனையுடன் உத்திரத்தைப் பார்த்தபடி கனவில் மூழ்கினாள்.

இது ஒரு அற்புதமான நாள். ஏனென்றால், நினோ பழிவாங்கல் நிறைவேறிய ஆழ்ந்த திருப்தியில் இருந்தாள். நடந்தது இதுதான்: அதிகாலையில் வீட்டில் முக்கலும் முனகலும் எதிரொலித்தன. அவளுடைய எதிரியான யாஹ்யா குலி அறைக்குள் வந்தார். கன்னங்கள் வீங்கி, முகம் கோணியிருந்தது. தற்கொலையின் விளிம்பில் இருப்பது போன்ற முகத்துடன், "பல் வலி" என்றார். நினோவின் கண்களில் வெற்றியும் மகிழ்ச்சியும் மின்னியது. அவள், அவரை ஜன்னல் அருகே அழைத்துப்போய், அவர் வாயைப் பார்த்து,

புருவங்களை உயர்த்தினாள். கவலைப்பட்டவள் போல் தலையை ஆட்டினாள். ஒரு வலுவான கயிற்றை எடுத்து யாஹ்யா குலியின் குழிப் பல்லில் சுற்றினாள். கயிற்றின் மறுமுனையைத் திறந்திருந்த கதவின் கைப்பிடியில் கட்டினாள். “இப்போது” என்று சொல்லிவிட்டுக் கதவை நோக்கி ஓடி, அதைச் சட்டென ஓங்கி மூடினாள். ஒரு பயங்கர அலறல் – அவர் தரையில் விழுந்தார். மரண பயம். ஒரு நளினமான வளைவில் கதவை நோக்கிப் பறக்கும் அவரது பல்லைப் பார்த்தார். “அவரிடம் சொல், அலி கான். வலது கை ஆள்காட்டி விரலால் பற்களைச் சுத்தம் செய்தால் இப்படித்தான் ஆகும் என்று!” நான் வார்த்தைக்கு வார்த்தை மொழிபெயர்த்தேன். யாஹ்யா குலி தரையிலிருந்து தனது பல்லை எடுத்தார். ஆனால் நினோவின் பழிவாங்கும் தாகம் இன்னும் தீரவில்லை. “அவரிடம் சொல், அலி கான். அவர் இன்னும் குணமடையவில்லை. கொஞ்சம்கூடக் குணமடையவில்லை. அவர் படுக்கைக்குச் செல்ல வேண்டும். ஆறு மணி நேரத்துக்குக் கன்னத்துக்கு இதமான ஒத்தடம் கொடுக்க வேண்டும். மேலும் அவர் எக்காரணம் கொண்டும் குறைந்தது ஒரு வாரமாவது இனிப்பு சாப்பிடக் கூடாது.” யாஹ்யா குலி வேதனை தீர்ந்தது; ஆனால் நொந்தபடி கிளம்பிப் போனார். “உன்னை நினைத்து நீ வெட்கப்பட வேண்டும் நினோ,” என்றேன். “அந்தப் பரிதாபத்துக்குரிய ஜீவன் அனுபவிக்கிற கடைசி விஷயத்தையும் பறிக்கிறாய்.” “அவருக்கு நன்றாக வேண்டும்,” பச்சாதாபம் இல்லாமல் சொன்னாள் நினோ. பகடை பலகையை எடுத்தாள். தோற்றுப் போன ஆட்டத்திற்கு இப்போது ஈடுகட்டப்பட்டுவிட்டது.

அவள் நிமிர்ந்து பார்த்தாள், அவள் விரல்கள் என் கன்னத்தை வருடின: “பாக்கூ எப்போது விடுதலையாகும், அலி?”

“இரண்டு வாரத்தில் என்று தோன்றுகிறது.”

“பதினான்கு நாட்களா?” என்று பெருமூச்சுவிட்டாள். “நான் பாக்கூவுக்கும் துருக்கியர்களுக்கும் காத்திருக்க முடியாது. எல்லாம் மிகவும் வித்தியாசமாக மாறிவிட்டது. நீ இங்கே இருக்க விரும்புகிறாய். ஆனால் நான் ஒவ்வொரு நாளும் அவமதிக்கப்படுகிறேன்.”

“என்ன சொல்கிறாய், அவமதிப்பா?”

“எல்லோரும் என்னை மிகவும் விலையுயர்ந்த உடையக் கூடிய பொருளாக நடத்துகிறார்கள். எனக்குத் தெரியாது,

நான் எவ்வளவு விலை உயர்ந்தவள் என்று. ஆனால் நான் உடையக்கூடியவளும் இல்லை, பொருளும் இல்லை. தாகெஸ்தான் நினைவிருக்கிறதா? அங்கே வேறுமாதிரி இருந்தது. இல்லை, எனக்கு இங்குப் பிடிக்கவே இல்லை. பாக்கூ சீக்கிரத்தில் விடுதலையாகவில்லை என்றால், நாம் வேறு எங்கேயாவது போக வேண்டும். இந்த நாடு பெருமைகொள்ளும் கவிஞர்களைப் பற்றி எனக்கு எதுவும் தெரியாது. ஆனால் ஹுசைன் தியாகத் திருநாளில் இந்த ஆண்கள் தங்கள் நெஞ்சைக் கீறிக்கொண்டு, குத்துவாளால் தலையில் அடித்துக்கொண்டு, இரும்புச் சங்கிலிகளால் முதுகில் அடித்துக்கொள்கிறார்கள் என்பது எனக்குத் தெரியும். பல ஐரோப்பியர்கள் இப்போது நகரத்தை விட்டுப் போய்விட்டார்கள். ஏனென்றால், அவர்கள் இவற்றைப் பார்க்க விரும்பவில்லை. இந்த விஷயம் முழுதுமே எனக்குக் குமட்டிக்கொண்டு வருகிறது. நான் இங்கே ஒரு வீரியம் மிக்க சக்திக்கு ஆளாகியிருப்பது போலவும் அது எப்போது வேண்டுமானாலும் என்னைத் தாக்கலாம் என்பது போலவும் உணர்கிறேன்." அவளுடைய மென்மையான முகம் என்னைப் பார்த்தது. அவள் கண்கள் முன் எப்போதும் இல்லாத அளவுக்கு ஆழமாக இருண்டிருந்தன. கண் பாவை விரிந்திருக்க, அவளது பார்வை உள்நோக்கித் திரும்பியிருப்பது போல இருந்தது. நினோவின் கண்கள் மட்டுமே அவள் கர்ப்பத்தின் ரகசியத்தை வெளிப்படுத்தின.

"நீ பயப்படுகிறாயா, நினோ?"

"எதைப் பற்றி?" அவள் குரல் உண்மையிலேயே வியப்புடன் ஒலித்தது.

"சில பெண்கள் பயப்படுவார்கள்."

"இல்லை" என்று தீவிரமாகச் சொன்னாள், "எனக்குப் பயமில்லை. நான் எலிகளுக்கு, முதலைகளுக்கு, பரீட்சைகளுக்கு, திருநர்களுக்குப் பயப்படுகிறேன். ஆனால் அதற்குப் பயப்பட வில்லை. அப்படிப் பார்த்தால் நான் குளிர்காலத்தில் தலை குளிராக இருக்கிறது என்பதற்குக்கூடப் பயப்படலாம்."

அவளது குளிர்ந்த இமைகளில் முத்தமிட்டேன். அவள் எழுந்து நின்று தலைமுடியை பின்னால் ஒதுக்கினாள். 'நான் போய் என் அம்மா அப்பாவைப் பார்க்கிறேன், அலி கான்.' நான் தலையசைத்தேன், ஆனால் எனக்கு நன்றாகத் தெரியும், கிபியானியின் மாளிகையில் எல்லா அந்தப்புர விதிகளும் புறக்கணிக்கப்பட்டன. இளவரசர் ஜார்ஜிய நண்பர்களையும் ஐரோப்பியத் தூதர்களையும் வரவேற்றார். நினோ தேநீர்

குடித்தாள், இங்கிலாந்து பிஸ்கட்டுகளைச் சாப்பிட்டாள், டச்சு தூதரிடம் ரெம்ப்ராண்ட் பற்றியும் கிழக்கத்திய பெண்களின் பிரச்சினைகள் பற்றியும் பேசினாள். அவள் போனாள். கண்ணாடி முற்றத்திலிருந்து ஜன்னல் கொண்ட கோச்சு வண்டி வெளியேறுவதைப் பார்த்தேன்.

நான் தனியாக இருந்தேன். சிறிய பச்சைநிறக் கொடிகளையும் என் வீட்டிலிருந்து என்னைப் பிரித்த சில அங்குல வண்ணக் காகிதத்தையும் பற்றி யோசித்தேன். அறை கொஞ்சம் கொஞ்சமாக இருண்டது. மெத்தென்ற திவான்களில் நினோவின் நறுமணத் திரவத்தின் மெல்லிய வாசனை இன்னும் நீடித்தது. நான் தரையில் சரிந்தேன். என் கை ஜெபமாலையைத் தேடியது. தனது இடது பாதத்தில் வாளைப் பிடித்திருந்த வெள்ளி சிங்கம் சுவரில் பிரகாசித்தது. நான் அதைப் பார்த்தேன். திடீரென்று பலவீனமும் அவநம்பிக்கையும் மேலோங்கின. என்னுடைய மக்கள் காண்ட்ஷாவின் புல்வெளியில் ரத்த வெள்ளத்தில் இறந்து கொண்டிருக்கும்போது நான் இங்கே வெள்ளி சிங்கத்தின் நிழலில் உட்கார்ந்திருப்பது வெட்கமாக இருந்தது. நானும் வெறும் ஒரு பொருள்தான். ஒரு விலையுயர்ந்த, பாதுகாக்கப்படும் ஒரு பொருள். கவனித்துக்கொள்ளப்படும், பராமரிக்கப்படும், ஒரு ஷிர்வான்ஷிர். சீக்கிரமோ தாமதித்தோ ஒரு வகைப் பிரமாதமான பட்டத்தைப் பெறவும் நேர்த்தியான செவ்வியல் வாக்கியங்களில் நேர்த்தியான உணர்வுகளை வெளிப்படுத்தவும் விதிக்கப்பட்ட பொருள். நான் உதவியற்றவனாக இருந்தேன். வெள்ளி சிங்கம் சுவரிலிருந்து என்னைப் பார்த்துச் சிரித்தது. அராக்ஸ் ஆற்றின் மீது கட்டப்பட்டிருந்த எல்லைப் பாலம் மூடப்பட்டது. ஈரான் நாட்டிலிருந்து நினோவின் ஆன்மாவுக்கு எந்தச் சாலையும் செல்லவில்லை. நான் தஸ்பீஹ்மணிகளை நிமிண்டினேன். நூல் அறுந்து, அரக்கு மணிகள் தரையில் உருண்டன.

வெகுதொலைவிலிருந்து மேளத்தின் மந்தமான துடிப்புகள் அந்தி வெளிச்சத்தின் ஊடே வந்தன. அழைப்பது போலவும், மிரட்டுவது போலவும், கண்ணுக்குத் தெரியாததைக் குறித்து எச்சரிப்பது போலவும். நான் ஜன்னலுக்குப்போனேன். தூசி நிறைந்த சாலை சூரியனின் கடைசிக் கதிர்களில் பிரகாசித்துக் கொண்டிருந்தது. நான் மேளத்தின் தாளகதியை உணர்ந்தேன். இடையிடையே வந்த கூச்சல்களுடன், மீண்டும் மீண்டும், ஆயிரக்கணக்கான முறை: 'ஷா – ஸ்சே... வா – ஸ்சே – ஷா ஹுசைன்... ஐயோ ஹுசைன்!' சாலை மூலையில் ஊர்வலம் வெடித்தது. கனமான தங்கத்தில் கைவேலைப்பாடு செய்யப் பட்ட மூன்று பெரிய பதாகைகள், கூட்டத்தின் வலுவான கைகளால் சுமக்கப்பட்டு மேலே அசைந்தன. அதில் ஒன்றில்

அலியும் நினோவும்

தங்கத்தில் 'அலி' என்று எழுதப்பட்டிருந்தது – பூமியில் இருக்கும் நபியின் நண்பரின் பெயர். கருமை நிறத்தில் இருந்த இரண்டாவது கொடியில் மென்பட்டுத் துணியில் இடது உள்ளங்கையின் வெளி வளைவுகள். ஆசீர்வாதமும் நிராகரிப்பும். நபியின் மகள் பாத்திமாவின் கை. மூன்றாவது கொடியில், வானத்தை மூடுவதுபோல 'ஹுசைன்' என்ற எழுத்துக்கள் இருந்தன. அந்த ஒரே ஒரு வார்த்தை மட்டுமே: – நபியின் பேரன், தியாகி, வாரிசு. தெருவில் கூட்டம் மெதுவாகப் போனது. முதலில் பக்தியுடன் விரதம் இருப்பவர்கள். முதுகுப்புறம் திறந்திருக்க, கருப்பு துக்க அங்கிகளை அணிந்து வந்தார்கள். கனமான இரும்புச் சங்கிலிகளைச் சுமந்துகொண்டு வந்தார்கள். இரத்தம் கசியும் அவர்களின் சிவப்பு தோள்களைச் சங்கிலிகள் தாக்கின. அவர்களுக்குப் பின்னால் அகன்ற தோள்பட்டை கொண்ட மனிதர்களின் ஒரு விரிந்த அரை வட்டத்தில் வந்தார்கள். அவர்கள் நடக்கும்போது இரண்டு அடிகள் முன்னும், ஒரு அடி பின்னும் வைத்து நடந்தார்கள். அவர்களின் குரல் கம்மிய அழுகை சாலையில் ஒலித்தது: 'ஷா – ஸ்ஸே... வா – ஸ்ஸே...' ஒவ்வொரு அழுகையிலும் முஷ்டியால் தங்களின் முடி அடர்ந்திருந்த வெற்று மார்பில் பலமாக அடித்துக் கொண்டார்கள். இவர்களைத் தொடர்ந்து நபியின் சந்ததியினர் வந்தார்கள். அவர்களின் வரிசையிடத்துக்கு ஏற்ற பச்சை பெல்ட்டை அணிந்து, தலை குனிந்து நடந்தார்கள். அவர்களுக்குப் பின்னால் மொஹரம் தியாகிகள் மரணத்தின் வெள்ளை உடையில் வந்தார்கள். அவர்களின் முகங்கள் ஓசையற்றுக் கறுத்திருந்தன. அவர்கள் கைகளில் குத்துவாள்கள் இருந்தன. 'ஷா – ஸ்சே... வா – ஸ்ஸே...' கத்திகள் மின்னி அவர்களது மொட்டைத் தலையின் மீது இறங்கின. தியாகிகளின் ஆடைகள் ரத்தத்தில் தோய்ந்திருந்தன. அவர்களில் ஒருவர் தடுமாறினார். அவரது உதடுகளில் பேரின்பப் புன்னகையுடன் நண்பர்களால் தூக்கிச் செல்லப்பட்டார்.

நான் ஜன்னல் அருகே நின்றேன். திடீரென்று ஒரு புதிய, தவிர்க்க முடியாத உணர்வு என்னை அழுத்தியது – அழுகை அதன் எச்சரிக்கையால் என் ஆன்மாவைப் பற்றிக்கொண்டது. முழுமையான சமர்ப்பணத்திற்கான ஆசை என்னை நிரப்பியது. தெருவின் புழுதியில் ரத்தத் துளிகளைப் பார்த்தேன். அழைக்கும், விடுவிக்கும் மேளத்தின் ஒலியைக் கேட்டேன். இதுதான்: கண்ணுக்குத் தெரியாத மர்மம், மீட்பரின் அருளுக்கு வழிகாட்டும் துக்கத்தின் வாயில். நான் என் உதடுகளை ஒன்றாக அழுத்தினேன், என் கைகள் ஜன்னலின் அடிமனையைப் பற்றின. நான் பாத்திமாவின் கையைப் பார்த்தேன். கண்ணுக்குத்

தென்படும் உலகமெல்லாம் என்னை விட்டு விலகி மூழ்கின. இன்னும் ஒருமுறை நான் மேளத்தின் ஒலியைக் கேட்டேன் – பிறகு காட்டுக் கூச்சலின் தாளம் எனக்குள் இருந்தது. நான் கூட்டத்தின் ஒரு பகுதியாக மாறிவிட்டேன். நான் அகன்ற தோள்களுடன் நடக்கும் மனிதர்களுடன் நடந்தேன். என் கை முஷ்டிகள் என் வெற்று மார்பில் அடித்தன. பிறகு என்னைச் சுற்றி ஒரு மசூதியின் குளிர்ந்த இருளை உணர்ந்தேன். இமாமின் துயரமான குரலைக் கேட்டேன். யாரோ ஒரு கனமான சங்கிலியை என் கையில் வைத்தார்கள். என் முதுகு வலியால் எரிவதை உணர்ந்தேன். பல மணிநேரம் கழிந்தன. ஒரு பரந்த சதுக்கம் எனக்கு முன்னால் கிடந்தது. என் தொண்டையிலிருந்து காட்டுத்தனமாகவும் மகிழ்ச்சியாகவும் பழைய ஓலம் வந்தது: 'ஷா – ஸ்சே … வா – ஸ்சே …' நொறுங்கிய முகத்துடன் ஒரு டெர்வீஷ் என் முன் நின்றார். அவரது உலர்ந்த சருமத்தின் கீழே விலா எலும்புகள் தெரிந்தன. பிரார்த்தனை செய்யும் கூட்டத்தின் ஆயிரம் கண்கள் மயக்கத்துடன் முன்னே பார்த்துக்கொண்டிருந்தன. கூட்டம் பாடிக்கொண்டிருந்தது. சதுக்கத்தின் குறுக்கே இரத்தக்கறை படிந்த சேணத்துடன் ஒரு குதிரை நடந்து வந்தது. இளம் ஹுசைனின் குதிரை. நொறுங்கிய முகத்துடன் இருந்த டெர்வீஷ் திடீரென உச்சத்தில் நீட்டிமுழக்கிக் கத்தினார். அவருடைய செம்பு கிண்ணம் ஒருபுறம் பறந்தது. அவர் குதிரையின் கால்களுக்கு அடியில் தன்னை வீசினார். நான் தடுமாறினேன். வெற்று மார்பிலே கனமான கை முஷ்டிகள் அறைந்தன. 'ஷா – ஸ்ஸே … வா – ஸ்ஸே …' கூட்டம் மகிழ்ச்சியுடன் கூக்குரலிட்டது. ஒரு மனிதர் குறுக்காகத் தூக்கிச்செல்லப்பட்டார். அவருடைய வெள்ளை அங்கி முழுதும் ரத்தத் துளிகள் தெளித்திருந்தது. தூரத்திலிருந்து எண்ணற்ற தீபங்கள் இருளில் எங்களுடன் வந்து சேர்ந்தன. நானும் அவர்களைப் பின்பற்ற வேண்டியிருந்தது. பிறகு நான் மீண்டும் ஒரு மசூதியின் முற்றத்தில் அமர்ந்திருந்தேன். என்னைச் சுற்றியிருந்தவர்கள் உயரமான உருளைத் தொப்பிகளை அணிந்திருந்தார்கள். அவர்களுடைய கண்கள் கண்ணீரால் நிறைந்திருந்தன. யாரோ ஒருவர் இளம் ஹுசைனின் பாடலைப் பாடி, திடீர் துக்கத்தால் தொண்டை கம்மினார். நான் எழுந்தேன். கூட்டம் திரும்பிக் கொண்டிருந்தது. இரவு குளிர்ச்சியாக இருந்தது. மாடிகளில் கம்பங்களில் கறுப்புக் கொடிகள் பறந்துகொண்டிருக்கும் நிர்வாகக் கட்டிடங்களைக் கடந்துபோனோம். தீபங்களின் முடிவில்லா வரிசை நட்சத்திரங்களைப் பிரதிபலிக்கும் நதியைப் போல இருந்தது. மாடிகள் கொள்ளும் மட்டும் கூட்டமாக இருந்தன. புர்க்கா அணிந்த

உருவங்கள் மூலைகளில் நின்று எட்டிப் பார்த்தன. தூதரகத்தின் வாயில்கள் படைவீரர்களால் பாதுகாக்கப்பட்டன. அவர்களின் துப்பாக்கிமுனைக் கத்திகள் தயாராக இருந்தன. ஜெபத்தில் மூழ்கிய உருவங்களின் வரிசைகளை ஓர் ஒட்டக வரிசை கடந்துபோனது. அவலக்குரல்களில் அழுகை ஓங்கியது. பெண்கள் தரையில் விழுந்தார்கள். வெளிறிய நிலவொளியில் அவர்களின் கைகால்கள் துடித்தன. 'புனித இளைஞ'ரின் குடும்பம் ஒட்டகங்களால் சுமக்கப்பட்ட பல்லக்கு நாற்காலி களில் அமர்ந்திருந்தது. அவர்களுக்குப் பின்னால், ஒரு கருப்பு குதிரைமீது, உலோக முகக் கவசத்துடன் சவாரி செய்தது இறுக்கமான கலீபா எஸித்–புனித ஹுசைனின் கொலைகாரன். அவன் பார்வைக்கு வந்ததும் சதுக்கத்தில் குறுக்காகக் கற்கள் பறந்து வந்தன. அவனது உலோக முகக் கவசத்துக்கு மிக அருகாமையில் போயின. அவன் வேகமாகச் சவாரிசெய்து நஸ்ருதீன் ஷாவின் கண்காட்சி அரங்க முற்றத்தில் ஒளிந்து கொண்டான். நாளை, புனித ஹுசைனின் உணர்ச்சிமிக்க நாடகம் தொடங்கும்.

நாங்கள் பேரரசர் அரண்மனையின் வைர மண்டபத்திற்கு வந்தோம் – அங்கேயும் கருப்புக் கொடிகள் அரைக்கம்பத்தில் பறந்துகொண்டிருந்தன. அரண்மனை காவலர்களான பகதூர்கள், குனிந்த தலையில் துக்கத்துக்கான மெல்லிய கருப்பு சுருக்கத் துணியுடன் நின்றுகொண்டிருந்தார்கள். பேரரசர் மாளிகையில் இல்லை. பாகாஷாவில் இருந்த அவரது கோடைக்கால அரண்மனையில் தங்கியிருந்தார். கூட்டம் அலா'உத் தவுலத் தெருவுக்குள் வழிந்தது. திடீரென்று நான் இருண்டிருந்த பீரங்கிப் படைமுகாம் சதுக்கத்தில் தனியாக இருந்தேன். துருப்பிடித்த பீரங்கிகளின் முனைகள் என்னை அலட்சியமாகப் பார்த்தன. என் உடம்பு, ஆயிரம் சாட்டை அடிகளால் கிழிக்கப்பட்டதுபோல வலித்தது. நான் என் தோளைத் தொட்டபோது காய்ந்திருந்த இரத்தத்தின் தடித்த மேலோடு கையில்பட்டது. அந்தச் சதுக்கம் என் கண்முன்னே மினுங்கிப் படபடத்தது. அது மறுபடியும் நிலைமைக்கு வந்ததும் ஒரு காலியாயிருந்த குதிரைவண்டியைப் பார்த்தேன். வண்டிக்காரர் என்னைப் புரிதலும் பரிவுமாய்ப் பார்த்தார். "கொஞ்சம் புறாக்களின் பிழுக்கையை எடுத்து எண்ணெயில் கலந்து, காயங்களின் மீது போடுங்கள். அது மிகவும் நல்லது," என்றார். இந்த விஷயத்தில் அவர் ஒரு நிபுணர் என்பது கண்கூடு. நான் மிகவும் சோர்வாக உணர்ந்து, வண்டியின் திண்டுகளின் மீது விழுந்தேன். "ஷிம்ரானுக்கு, ஷிர்வான்ஷிர் இல்லத்துக்கு" என்று உரக்கச் சொன்னேன். வண்டிக்காரர் சவுக்கைச் சொடுக்கினார்.

நாங்கள் மேடுபள்ளமுமாக இருந்த கரடுமுரடான தெருக்களில் ஓட்டினோம். அவ்வப்போது திரும்பிப் பார்த்துச் சொன்னார்: "நீங்கள் நிச்சயம் மிகவும் பக்தியுள்ள ஒரு மனிதர். எனக்காகவும் பிரார்த்தனை செய்யுங்கள். என்னால் அதைச் செய்ய முடியாது, எனக்கு நேரமில்லை, நான் வேலை செய்ய வேண்டும். என் பெயர் சொஹ்ரப் ஜூசுஃப்."

நினோவின் முகத்தில் கண்ணீர் வழிந்துகொண்டிருந்தது. அவள் திவானில் அமர்ந்திருந்தாள், அவள் கைகள் உதவ இயலாமல் மடங்கியிருக்க, முகத்தை மறைக்காமல் அழுதாள். அவள் வாய் திறந்திருந்தது. வாய் ஓரங்கள் கீழே இழுக்கப்பட்டு, கன்னங்களுக்கு மூக்குக்கும் இடையே ஆழமான மடிப்புகள் விழுந்திருந்தன. அவள் ஒரே ஒருமுறை விசும்பினாள். அவளது சிறிய உடல் நடுங்கியது. அவள் ஒரு வார்த்தையும் சொல்ல வில்லை ஆனால் பிரகாசமான கண்ணீர்த் துளிகள் அவளது இமைகளிலிருந்து அவளுடைய கன்னங்களின் மீது விழுந்து நிராயுதபாணியாய் இருந்த அவளது முகத்தில் சிதறின. அவளின் சோகத்தின் வலியால் கிழிக்கப்பட்டு நான் அவள் முன் நின்றேன். அவள் அசையவில்லை. கண்ணீரைத் துடைத்துக்கொள்ள வில்லை. இலையுதிர்காலக் காற்றில் இலைகள்போல அவள் உதடுகள் நடுங்கின. நான் அவளது கைகளைப் பற்றினேன். அவை சில்லிட்டு, உயிரற்று, பின்வாங்கின. நான் அவளுடைய ஈரமான கண்களை முத்தமிட்டேன். அவள் கவனமில்லாமல் புரியாமல் என்னைப் பார்த்தாள். "நினோ," என்று உரக்க அழைத்தேன். "நினோ – என்ன?" அவள் கையை வாய்க்கு உயர்த்தினாள், அதை மூடுவதைப் போல. அவள் அதை மீண்டும் இறக்கியபோது, அதன் பின்புறத்தில் அவளது பல் அடையாளங்களை நான் தெளிவாகக் கண்டேன்.

"நான் உன்னை வெறுக்கிறேன், அலி கான்." அவள் குரல் மிகவும் பயத்துடன் ஒலித்தது.

"நினோ – உனக்கு உடம்பு சரியில்லையா?"

"இல்லை, நான் உன்னை வெறுக்கிறேன்." அவள் கீழ் உதட்டைப் பற்களுக்கு இடையில் இழுத்துக்கொண்டாள். அவளுடைய கண்கள் ஒரு காயப்பட்ட குழந்தையின் கண்களைப் போல இருந்தன. எனது கிழிந்த ஆடைகளை, எனது ரத்தக் காயங்களுடன் திறந்திருந்த தோள்களை அவள் திகிலுடன் பார்த்தாள்.

"என்ன நினோ?"

“நான் உன்னை வெறுக்கிறேன்.” அவள் திவானின் மூலையில் தவழ்ந்து கால்களை மேலே இழுத்துக்கொண்டு கன்னத்தை அவள் முழங்கால்களில் வைத்துக்கொண்டாள். அவளின் கண்ணீர் நின்றுவிட்டிருந்தது. அவள் வருத்தம் தோய்ந்த கண்களுடன், அமைதியாக, ஓர் அந்நியனைப் போல என்னைப் பார்த்தாள்.

“நான் என்ன செய்தேன், நினோ?”

“உன் ஆன்மாவை எனக்குக் காட்டிவிட்டாய் அலி கான்.” அவள் சலிப்பாக, மிருதுவாக, கனவில் பேசுவதுபோலப் பேசினாள். “நான் எனது பெற்றோர் வீட்டில் இருந்தேன். நாங்கள் தேநீர் அருந்திக்கொண்டிருந்தோம். டச்சு நாட்டுத் தூதர் எங்களைப் பீரங்கிப் படைமுகாம் சதுக்கத்தில் இருக்கும் அவரது வீட்டிற்கு அழைத்தார். கிழக்கத்திய நாடுகளின் மிகவும் காட்டுமிராண்டித்தனமான சடங்குகளை அவர் எங்களுக்குக் காட்டப்போகிறார். நாங்கள் ஜன்னல் பக்கத்தில் நின்றோம். வெறியர்களின் வெள்ளம் கீழே வழிந்தோடியது. நான் மேளங் களின் ஒலியைக் கேட்டேன். காட்டுமிராண்டித்தனமான முகங்களைப் பார்த்தேன். குமட்டிக்கொண்டு வந்தது. “சாட்டைச் சுயசித்ரவதைக்காரர்களின் களியாட்டம்,” என்றார் தூதர். தெருவிலிருந்து வியர்வையும் தூசுமாய் நாற்றம் எழும்பியதால் ஜன்னலை மூடினார். திடீரென்று ஒரு காட்டுமிராண்டித் தனமான ஓலத்தை நாங்கள் கேட்டோம். ஒரு டெர்வீஷ், ஒரு குதிரையின் குளம்புகளுக்குக் கீழே தன்னைக் கிடத்திக் கொண்டார். பிறகு – பிறகு தூதர் கையை நீட்டிச் சொன்னார்: “அது –” அவர் வாக்கியத்தை முடிக்கவில்லை. அவர் சுட்டிக் காட்டிய இடத்தை நான் பார்த்தேன். அந்தப் பைத்தியக் காரர்கள் மத்தியில் ஓர் உள்ளூர் மனிதன் தனது நெஞ்சில் அடித்துக்கொண்டு முதுகில் சாட்டையால் விளாசிக் கொண்டிருந்தான். அந்த உள்ளூர் மனிதன், நீதான், அலி கான்! நான் வெட்கப்பட்டேன், ஒரு வெறித்தனமான காட்டுமிராண்டி யின் மனைவியாக இருப்பதற்குப் பதில் செத்தே போகலாம் என்னும் அளவுக்கு வெட்கப்பட்டேன். உன்னுடைய ஒவ்வொரு அசைவையும் என்னால் பார்க்க முடிந்தது. தூதரின் பரிதாபமான பார்வையை உணர்ந்தேன். நாங்கள் பிறகு தேநீரோ இரவு உணவோ அருந்தினோம் என்று நினைக்கி றேன். எனக்கு நினைவு இல்லை. நான் விழுந்துவிடாமல் சமாளித்தேன். திடீரென்று நான் நம்மைப் பிரிக்கும் அதலபாதாளத்தைப் பார்த்துவிட்டேன். அலி கான், இளம் ஹுசைன் நம் மகிழ்ச்சியை அழித்துவிட்டார். நான் உன்னை ஒரு வெறித்தனமான காட்டுமிராண்டியாகப் பார்க்கிறேன். நான்

உன்னை எப்போதும் அப்படித்தான் பார்ப்பேன்." அவள் அங்கே உட்கார்ந்திருந்தாள், அமைதியாக, உடைந்து, துன்பத்துடன். ஏனென்றால், நான் கண்ணுக்குத் தெரியாததிடம் புகலிடத்தையும் அமைதியையும் தேட முயன்றிருந்தேன்.

"இனி என்ன, நினோ?"

"எனக்குத் தெரியாது. நாம் இனி ஒருபோதும் மகிழ்ச்சி யாக இருக்க முடியாது. நான் போய்விட விரும்புகிறேன் பீரங்கிப்படை முகாம் சதுக்கத்தில் நான் பார்த்த பைத்தியக் காரனின் முகமாக இல்லாத உன் முகத்தை எங்கு பார்க்க முடியுமோ அங்கே என்னைப் போகவிடு, அலி கான்."

"எங்கே போகப்போகிறாய், நினோ?"

"ஐயோ, எனக்குத் தெரியாது," அவள் விரல்கள் என் காயப்பட்ட முதுகில் தொட்டன. 'ஐயோ, ஏன், ஏன் நீ இதைச் செய்தாய்?"

"உனக்காகச் செய்தேன் நினோ, ஆனால் உனக்கு அது புரியாது."

"இல்லை," அவள் விரக்தியும் சலிப்புமாகச் சொன்னாள். "நான் போக வேண்டும். எனக்கு மிகவும் சலிப்பாக இருக்கிறது, அலி கான். ஆசியா அருவருப்பானது."

"நீ என்னைக் காதலிக்கிறாயா?"

"ஆமாம்," என்று அவள் விரக்தியுடன் சொன்னாள். அவள் கைகளை அவள் மடியில் விழவிட்டாள். நான் அவளை என் கரங்களில் ஏந்தி படுக்கையறைக்குள் கொண்டு போனேன். அவள் ஆடைகளைக் கழற்றினேன். அவள் ஜுர வேகத்தில் குழப்பமாக என்னவோ பேசினாள். நான் சொன்னேன்: "நினோ, இன்னும் சில வாரங்கள்தான், அப்புறம் நாம் பாக்கூ வீட்டுக்குப் போவோம்."

அவள் சோர்வுடன் தலையசைத்துக் கண்களை மூடினாள். தூக்கம் அவளை மூழ்கடிக்க, அவள் எனது கையை எடுத்து அவளது விலா எலும்புகளின் மீது அழுத்திக்கொண்டாள். நான் அப்படியே வெகுநேரம் உட்கார்ந்திருந்தேன், அவளது இதயம் துடிப்பதை எனது உள்ளங்கையில் உணர்ந்தபடி. பிறகு நானும் ஆடைகளைக் களைந்துவிட்டு அவள் அருகில் படுத்தேன். அவள் உடல் சூடாக இருந்தது, அவள் ஒரு குழந்தையைப் போல, இடது பக்கமாய்ப் புரண்டு, முழங்கால்களை மடக்கி, தலையைப் போர்வையால் மூடியபடி படுத்திருந்தாள்.

அலியும் நினோவும்

அதிகாலையில் அவள் எழுந்தாள், என் குறுக்கே பாய்ந்து கடந்து குளியலறைக்குள் ஓடினாள். அங்கே அவள் நீண்ட நேரம் குளித்துக்கொண்டும் தண்ணீரைத் தெறிக்கச் செய்து கொண்டும் இருந்தாள். ஆனால் என்னை உள்ளே வர விடவில்லை. பிறகு வெளியே வந்தாள். என் கண்களைத் தவிர்த்தாள். ஒரு சின்னக் கிண்ணத்தில் காயத்துக்குப் போடும் களிம்பு மருந்தைக் கொண்டுவந்தாள். குற்றவுணர்வுடன் என் முதுகில் தடவினாள். "நீ என்னை அடித்திருக்க வேண்டும், அலி கான்," என்று ஒரு நல்ல குட்டிப் பெண்ணைப் போலச் சொன்னாள்.

"என்னால் முடியவில்லை. நான் நாள் முழுவதும் என்னை நானே அடித்துக்கொண்டேன். அதற்குப் பிறகு சக்தி எதுவும் மிஞ்சவில்லை."

அவள் களிம்பை வைத்தாள். திருநர் தேநீர் கொண்டு வந்தார். அவசரமாகக் குடித்தாள். அமைதியாகவும் சங்கடமாகவும் தோட்டத்திற்கு வெளியே பார்த்தாள். சட்டென்று உறுதியாக என் கண்களைப் பார்த்துச் சொன்னாள்: "இதனால் எந்தப் பயனும் இல்லை, அலி கான். நான் உன்னை வெறுக்கிறேன். நாம் பாரசீகத்தில் இருக்கும்வரை நான் உன்னை வெறுத்துக்கொண்டிருப்பேன். இதற்கு நான் எதுவும் செய்ய முடியாது." நாங்கள் எழுந்து வெளியே போனோம். தோட்டத்திற்குப் போய் நீரூற்றின் அருகே அமைதியாக உட்கார்ந்தோம். எங்கள் முன்னே மயில் ஒயிலாக நடந்து கடந்தது. என் அப்பாவின் வண்டி, ஆண்கள் வசிக்கும் பகுதியின் முற்றத்துக்குள் சத்தத்துடன் நுழைந்தது. அப்போது நினோ என்னை ஓரமாகப் பார்த்துத் தயங்கிச் சொன்னாள்: "நான் வெறுக்கும் ஒரு மனிதனுடன்கூட என்னால் பகடை உருட்ட முடியும்." நான் பகடை பலகையை எடுத்து வந்தேன். நாங்கள் வருத்தத்துடனும் ஆர்வமில்லாமலும் பகடை வீச ஆரம்பித்தோம். பிறகு நாங்கள் நீரூற்றின் விளிம்பில் குனிந்து வளைந்து தண்ணீரில் எங்கள் முகங்களைப் பார்த்தோம். நினோ தன் கையைத் தண்ணீரில் விட, சிற்றிலைகளால் எங்களுடைய உருவங்கள் சிதைபட்டன. "வருத்தப்படாதே அலி கான். நான் வெறுப்பது உன்னை இல்லை. இந்த விசித்திர மான நாட்டை, இதன் விசித்திரமான மக்களை. நாம் மறுபடியும் வீட்டுக்குத் திரும்பிய உடனே இது கடந்துவிடும். உடனே..." ஒரு கணம் அவள் தண்ணீரில் முகத்தை வைத்தாள். அவள் மீண்டும் முகத்தை உயர்த்தியபோது தெளிந்த நீர்த்துளிகள் அவள் கன்னங்களில் வழிந்தன: "அது ஆண் குழந்தையாக இருக்கும் என்று நான் உறுதியாக நம்புகிறேன் – ஆனால் இன்னும் ஏழு மாதங்கள் போக வேண்டும்." அவள்

பேசி முடித்தாள். கொஞ்சம் பெருமிதமும் உயர்வுணர்ச்சியும் தெரிந்தது. ஆகவே, இப்போது எங்கள் விதி, ஏற்கெனவே எதிரிகளால் பிடிக்கப்பட்டதும், நிரந்தரமாக எண்ணெய்க் கிணறுகளின் சித்திரவதைக்கு ஆளானதுமான பாக்கூவின் பழைய நகரத்துக்கு அஜர்பைஜானின் சூரியன் பூசிய சமவெளியில் படைகள் அணிவகுத்துப் போவதைப் பொறுத்திருந்தது. நான் நினோவின் முகத்தைத் துடைத்து அவளது குளிர்ந்த கன்னங்களில் முத்தமிட்டேன். அவள் புன்னகைத்தாள். அப்போது புனித ஹுசைனின் மேளச்சத்தம் தூரத்திலிருந்து மீண்டும் அழைத்தது. நான் நினோவின் கையைப் பிடித்து, அவளை வேகமாக வீட்டிற்குள் இழுத்துப்போய், கிராமபோனில் அதி திடமான ஊசியை வைத்தேன். ஓர் உரத்த குரல், சார்லஸ் குன்நோவின் 'ஃபாஸ்ட்' இசைநாடகத்திலிருந்து 'தங்கம்' என்னும் நெடும் பாடல் காதே செவிடாகும் அளவுக்குக் கத்த ஆரம்பித்தது. அது நிச்சயம் மிக உரக்க ஒலித்த இசைத்தட்டுத்தான். நினோ என்னைப் பயத்தில் நடுங்கியபடி ஒட்டிக்கொண்ட போது அந்த மிக உரத்த கட்டைக் குரல் பண்டைய முழக்கத்தை மூழ்கடித்தது: 'ஷா – ஸ்ஸே . . . வா – ஸ்ஸே . . .'

27

பாரசீக இலையுதிர்காலத்தின் ஆரம்ப நாட்களில், அன்வர் பெயினின் இராணுவம் பாக்கூவைக் கைப்பற்ற உள்ளே நுழைந்தது – இப்படித்தான் கடைத்தெருவிலும் தேநீர்க்கடைகளிலும் அமைச்சகங்களிலும் செய்தி பரவியது. நகரத்தின் கடைசி ரஷ்யப் போர்வீரர்கள் அவர்களது படைகளிலிருந்து துண்டிக்கப்பட்டு, பட்டினியுடன் பாரசீகத்தின் துர்கெஸ்தானின் துறைமுகங்களில் இறங்கினார்கள். பழைய கோட்டையில் வெற்றியுடன் படபடக்கும் வெள்ளை நிற அரை நிலவுடன் கூடிய சிவப்பு நிறக் கொடிகளைப் பற்றிச் சொன்னார்கள். அர்ஸலான் அகா, டெஹ்ரானின் செய்தித்தாள்களில் துருக்கியர்கள் அணிவகுத்துச் செல்வதைப் பற்றிய மிகவும் வண்ணமயமான செய்திக்கட்டுரைகளை வெளியிட்டான். பெரியப்பா அசாத் சுல்தான் இந்தச் செய்தித்தாள்களைத் தடை செய்தார். ஏனென்றால், அவர் துருக்கியர்களை வெறுத்ததாலும், அவ்வாறு செய்வதன் மூலம் ஆங்கிலேயர்களுக்கு தான் நன்மை செய்வதாகவும் நினைத்தார். என் அப்பா பிரதம மந்திரியைப் பார்க்கப்போனார். சிறிது தயக்கத்திற்குப் பிறகு பிரதம மந்திரி, பாக்கூவுக்கும் பாரசீகத்துக்கும் இடையேயான கப்பல் பாதையை மீண்டும் திறக்க அனுமதித்தார். நாங்கள் அன்சலேவுக்குப் பயணித்தோம். நஸ்ருதீன் என்ற நீராவிப் படகு, நாங்களும் அடங்கிய அகதிகள் கூட்டத்தை அவரவர்களின் விடுவிக்கப்பட்ட சொந்த ஊர்களுக்கு அழைத்துப்போனது.

உயரமான உரோமத் தொப்பிகளைக் கொண்ட வீரர்கள் பாக்கூவின் படகுத் துறையில் நின்றார்கள். இலியாஸ் தனது வாளை உயர்த்தி எங்களுக்கு வணக்கம் தெரிவித்தான். துருக்கியத் தளபதி ஓர் உரையை நிகழ்த்தினார். மென்மையான

இஸ்தான்புல் துருக்கிய ஒலிப்பு. முடிந்தவரை எங்களது சொந்தக் கரடுமுரடான பேச்சுவழக்குப் போல ஒலிக்கும்படி பேசினார். நாங்கள் முற்றிலும் அழித்து சூறையாடப்பட்ட எங்கள் வீட்டிற்கு வந்தோம். பல நாட்களுக்கு வாரங்களுக்கு நினோ ஓர் இல்லத்தரசியாக மாறினாள். அவள் தச்சர்களுடன் நீண்ட விவாதங்கள் செய்தாள். அறைக்கலன்கள் விற்கும் கடைகளில் வளையவந்தாள். ஆழ்ந்த யோசனையில் முகம் சுருங்க, எங்கள் அறைகளின் அளவீடுகளை எடுத்தாள். அவள் கட்டிடக் கலைஞர்களிடம் பூடகமாகப் பேசிக் கொண்டாள். எங்கள் வீடு வேலையாட்களின் சத்தங்களால், வண்ணப்பூச்சு, மர இழைப்பு, சுவர்ப்பூச்சு வாசனைகளால் நிரம்பியது. இந்தக் குடும்பக் குழப்பங்களுக்கெல்லாம் நடுவே நினோ ஒளிர்வும் பொறுப்பும் நிரம்ப நின்றாள். ஏனென்றால், அவள் விருப்பப்படியே வீட்டின் அறைக்கலன்களும், சுவர்க் காகிதங்களும், வீட்டு அலங்காரங்களும் அமைக்கும் முழு உரிமையும் அவளுக்கு இருந்தது. மாலையில் அவள் வெட்கத்துடன் ஆனால் மகிழ்ச்சியுடன் சொன்னாள்: “உன் நினோவைக் கோபித்துக்கொள்ளாதே, அலி. நான் திவான்களுக்குப் பதிலாகப் படுக்கைகள், உண்மையான படுக்கைகளை, வாங்கச் சொல்லியிருக்கிறேன். சுவர்க் காகிதம் வெளிர் நிறத்தில் இருக்கும். தரையில் கம்பளங்கள் போடப் பட்டிருக்கும். குழந்தைகளின் அறை முழுக்க வெள்ளை நிறத்தில் இருக்கும். எல்லாமே பாரசீகத்து அந்தப்புரத்தைவிட மிக மிக வேறுபட்டிருக்கும்.” மனசாட்சி உறுத்தியதால், என் கழுத்தில் கைகளை வைத்து அவள் முகத்தை என் கன்னத்தில் தேய்த்தாள். பிறகு அவள் தலையைப் பக்கவாட்டில் திருப்பி, அவளது நாக்கை நீட்டி உதடுகளில் சறுக்கவிட்டு அவளது மூக்கின் நுனியைத் தொட முயன்றாள். அவள் ஒரு கடினமான சூழ்நிலையை எதிர்கொள்ளும்போது, தேர்வுகளோ, மருத்துவர்களோ, இறுதிச் சடங்குகளோ, எப்போதும் அதைச் செய்வாள். நான் ஹுசைனின் இரவைப் பற்றி நினைத்தேன். செருப்புக் கால்களுடன் கம்பளிமீது அடியெடுத்து வைக்க வேண்டும், ஒரு ஐரோப்பிய மேஜையில் உட்கார வேண்டும் என்பதெல்லாம் என் உணர்வுகளைப் புண்படுத்தினாலும் அவள் வழிப்படி நடக்கட்டும் என்று விட்டுவிட்டேன். மொட்டை மாடி மேலிருந்து தெரியும் பாலைவனக் காட்சி மட்டுமே எனக்கு எஞ்சியிருந்தது. அங்கே எந்தக் கட்டமைப்பு மாற்றங்கள் வேண்டும் என்று நினோ முன்மொழியவில்லை. சுண்ணாம்புக் காரையின் தூசியும் சத்தங்களும் வீட்டை நிரப்பின.

நான் என் அப்பாவுடன் மொட்டை மாடியில் உட்கார்ந்து, என் தலையைப் பக்கமாகத் திருப்பி, நினோ செய்ததைப்

போல, என் நாக்கை நீட்டி உதடுகளில் சறுக்கவிட்டேன். நான் குற்றவாளி போல் தோற்றம் அளிப்பதாக உணர்ந்தேன். என் அப்பா மெதுவாகச் சொன்னார்: "சரி – அப்படித்தான், அலி கான். வீடு பெண்ணுடைய களம். பாரசீகத்தில் நினோ மிகவும் சிறப்பாக இருந்தாள், அது அவளுக்கு எளிதானது இல்லை என்றாலும். இப்போது உன் முறை. நான் உங்களிடம் சொன்னதை மறந்துவிடாதே: பாக்கூ இப்போது ஐரோப்பாவின் ஒரு பகுதி. என்றென்றைக்கும். அறைகளின் குளிர்ந்த இருளும் சுவர்களின் சிவப்புக் கம்பளங்களும் பாரசீகத்தைச் சேர்ந்தவை."

"அப்பா நீங்கள்?"

"நானும் பாரசீக நாட்டைச் சேர்ந்தவன், உன் குழந்தையைப் பார்த்தவுடன் அங்குப் போய்விடுவேன். நான் ஷிம்ரானில் இருக்கும் நம்முடைய வீட்டில் வசிப்பேன், அங்கேயும் வெள்ளை சுவர்களும் படுக்கைகளும் அறிமுகப்படுத்தப்படும்வரை காத்திருப்பேன்.

"நான் இங்கேதான் இருக்க வேண்டிவரும், அப்பா."

அவர் தீவிரமாகத் தலையசைத்தார். "எனக்குத் தெரியும். உனக்கு இந்த நகரம் பிடிக்கும். நினோவுக்கு ஐரோப்பா பிடிக்கும். ஆனால் எனக்கு நம்முடைய புதிய கொடியோ, புதிய அரசின் சத்தமோ, நகரத்தின் மேலே கவிந்திருக்கும் கடவுளற்ற தன்மையின் வாசனையோ பிடிக்கவில்லை." அவர் அமைதியாக கீழே பார்த்தார். திடீரென அவர் தனது சகோதரர் அசாத் சுல்தான் போல தோன்றினார்: "நான் வயசாளி, அலி கான். என்னால் இந்தப் புதிய விஷயங்களை எல்லாம் தாங்க முடியாது. நீ இளமையாகவும் தைரியமாகவும் இருக்கிறாய். நீ இங்கேதான் இருக்க வேண்டும். அஜர்பைஜான் நாட்டுக்கு நீ தேவைப்படுவாய்."

அந்தி சாயும்போது நான் எங்கள் ஊரின் தெருக்களில் சுற்றிக் கொண்டிருந்தேன். துருக்கிய ரோந்துக் காவலர்கள் மூலைகளில் நின்றுகொண்டிருந்தார்கள், இறுக்கமாக, நிமிர்ந்து, விறைப்பாய். நான் அதிகாரிகளுடன் பேச்சுக் கொடுத்தேன். அவர்கள் என்னிடம் இஸ்தான்புல்லின் மசூதிகள் பற்றியும் தத்லசு பகுதியின் கோடை இரவுகள் பற்றியும் சொன்னார்கள். பழைய ஆளுநர் மாளிகையில் புதிய கொடி பறந்து கொண்டிருந்தது. பாராளுமன்றம் எங்கள் பள்ளியில் கூடியது. பழைய நகரம் தன்னுடைய அன்றாட வாழ்க்கையை மாறுவேட விருந்தாக மாற்றிவிட்டதுபோல இருந்தது. எங்களது வழக்குரைஞராக இருந்த ஃபெத் அலி கான், புதிய பிரதம மந்திரியாக ஆனார். சட்டங்களை இயற்றி உத்தரவுகளை வழங்கினார். அசாதுல்லாவின் சகோதரர் மிர்சா அசாதுல்லா,

அனைத்து ரஷ்யர்களையும் கொல்ல நினைத்தவர், அயலுறவுத் துறை அமைச்சராக ஆனார். எங்களது அண்டை நாடுகளுடன் ஒப்பந்தங்களில் கையெழுத்திட்டார். நான் எங்கள் நாட்டின் மாற்றம் குறித்து உற்சாகம் கொண்டேன். அரசியல் சுதந்திரத்தின் பழக்கமில்லாத உணர்வு என்னை ஆழமாகத் தூண்டியது. மேலும் நான் புதிய இலச்சினைகளையும் சீருடைகளையும் சட்டங்களையும் விரும்பினேன். என் வாழ்க்கையில் முதல்முறையாக நான் என் சொந்த வீட்டில் சொந்த நாட்டில் இருந்தேன். ரஷ்யர்கள் பதுங்கி நழுவி என்னைக் கடந்து போனார்கள். முன்னாள் ஆசிரியர்கள் எனக்கு மரியாதையுடன் வணக்கம் தெரிவித்தார்கள். நகர மன்றத்தில் இசைக்குழுவினர் மாலை முழுவதும் எங்கள் பாடல்களையே வாசித்தார்கள். நாங்கள் தொப்பிகளை அணிந்துகொண்டு இருக்க முடிந்தது. அங்கே நானும் இலியாஸும் போர்முனையிலிருந்து வரும் அல்லது போகவிருக்கும் துருக்கிய அதிகாரிகளுக்கு விருந்தளிக்க முடிந்தது. அவர்கள் பாக்தாத் முற்றுகை பற்றியும் சினாய் பாலைவனத்தைக் கடப்பது பற்றியும் எங்களிடம் சொன்னார்கள். அவர்களுக்கு திரிபோலியின் மணல் திட்டுகள் பற்றியும் கலீசியாவின் சேற்றுப் பாதைகள் பற்றியும் ஆர்மீனிய மலைகளின் பனிப் புயல்கள் பற்றியும் தெரிந்திருந்தது. அவர்கள் இறைத்தூதரின் சட்டத்தை வெளிப்படையாகப் புறக்கணித்து மது அருந்தினார்கள். அன்வர் பற்றியும் துரான் பேரரசு வரப்போவது பற்றியும், அதில் துருக்கிய இரத்தம் கொண்ட அனைத்து மக்களும் ஒன்றுபடுவார்கள் என்றும் பேசினார்கள். நான் அவர்களது வார்த்தைகளை ஆச்சரியமும் மரியாதையுமாய் பருகினேன். ஏனென்றால் இவை எல்லாமே நிஜமில்லாமல் நிழல்கள்போல, ஓர் அழகான மறக்க முடியாத கனவுபோல இருந்தன.

பிறகு பெரிய அணிவகுப்புக்கான நாள் வந்தது. நகரத்தினூடாக இராணுவக் குழுக்கள் அணிவகுத்துப்போயின. பாஷா, அலங்காரங்களால் நிரம்பியிருந்த நெஞ்சுடன் அவரது குதிரையின் மீது சவாரிசெய்து படைவீரர்களுடன் போய் புதிய கொடிக்கு வணக்கம் செலுத்தினார். நாங்கள் பெருமையும் நன்றியுணர்வும் நிரம்பியிருந்தோம். ஷியாக்களுக்கும் சன்னிகளுக்கும் இடையிலான அனைத்து வேறுபாடுகளையும் மறந்துவிட்டோம். பாஷாவின் மெலிந்த கையை முத்தமிடவும், ஒஸ்மான் கலீபாவுக்காக இறக்கவும் தயாராக இருந்திருப்போம். முஸ்தபா மட்டும் கூட்டத்திலிருந்து தனித்து நின்றான். அவனது முகம் வெறுப்பையும் அவமதிப்பையும் வெளிப்படுத்தியது.

அலியும் நினோவும்

பாஷாவின் அங்கியை மறைத்த எல்லா நட்சத்திரங்கள், அரை நிலவுகள் மத்தியில் அவன் பல்கேரிய இராணுவ சிலுவையைப் பார்த்துவிட்டான். ஓர் இஸ்லாமியரின் மார்பில் ஓர் அந்நிய நம்பிக்கையின் சின்னம் இருந்தது குறித்து அவன் ஆழ்ந்த சினமடைந்தான்.

அணிவகுப்புக்குப் பிறகு இலியாசும் முஸ்தபாவும் நானும் கூதிர்கால மரங்களில் இலைகள் படபடக்கும் கடற்கரைப் பகுதியில் உட்கார்ந்தோம். என் நண்பர்கள் புதிய அரசாங்கத்தின் அடிப்படைச் சிந்தனைகள் பற்றி கடுமையாகச் சண்டை போட்டார்கள். காண்ட்ஷாவில் நடந்த படையெடுப்புகள், போர்கள், இளம் துருக்கிய அதிகாரிகளுடனான பேச்சுக்கள், அவனுடைய போர் அனுபவங்கள் இவை காரணமாக இலியாஸ், எங்கள் நாட்டை இன்னொரு ரஷ்யப் படையெடுப்பிலிருந்து காப்பாற்ற இருக்கும் ஒரே வழி, ஐரோப்பியச் சீர்திருத்தங்களைக் கூடிய விரைவில் மேற்கொள்வதுதான் என்று உறுதியாக நம்பினான். "கோட்டைகளையும் சாலைகளையும் அமைத்த பின்பும் புதிய சீர்திருத்தங்களை அறிமுகப்படுத்திய பின்பும்கூட ஒரு மனிதன் நல்ல முகமதியனாக இருக்க முடியும்" என்று உரக்கச் சொன்னான். முஸ்தபாவின் புருவம் சுருங்க, கண்கள் சோர்வடைந்தன:

"இதை ஒரு படி மேலே கொண்டுபோ, இலியாஸ்," என்று உறைந்த குரலில் சொன்னான். "மது அருந்திய பின்பும், பன்றி இறைச்சி சாப்பிட்ட பின்பும்கூட ஒரு நல்ல முகமதியனாக இருக்க முடியும் என்று சொல். ஐரோப்பியர்கள் நீண்ட காலத்துக்கு முன்பே மது நமக்கு நல்லது என்றும் பன்றி இறைச்சி ஊட்டமளிக்கிறது என்றும் கண்டுபிடித்துவிட்டார்கள். தாராளமாக ஒருவர் ஒரு நல்ல முகமதியராக இருக்க முடியும். ஆனால் சொர்க்க வாசலில் இருக்கும் பிரதானத் தேவதூதர் அதை நம்ப மாட்டார்."

இலியாஸ் சிரித்தான்: "நிச்சயமாக அணிவகுப்பில் அணிவகுத்துச் செல்வதற்கும் பன்றி இறைச்சி உண்பதற்கும் வேறுபாடு இருக்கிறது."

"ஆனால் பன்றி இறைச்சி சாப்பிடுவதற்கும் மது அருந்துவதற்கும் இடையில் அல்ல. துருக்கிய அதிகாரிகள் மிகவும் வெளிப்படையாக மது அருந்துகிறார்கள். அவர்களது சீருடைகளில் சிலுவைகளை அணிந்துகொள்கிறார்கள்."

நான் என் நண்பர்கள் பேசுவதைக் கேட்டுக்கொண்டிருந்தேன். "முஸ்தபா, ஒருவன் படுக்கையில் தூங்கி, கத்தியும்

முட்கரண்டியும் பயன்படுத்திய பின்பும்கூட நல்ல முகமதியனாக இருக்க முடியுமா?" என்று கேட்டேன்.

முஸ்தபாவின் புன்னகை மென்மையாக இருந்தது. "நீ எப்போதும் நல்ல முகமதியனாக இருப்பாய். நான் மொஹரம் அன்று உன்னைப் பார்த்தேன்." நான் அமைதியாக இருந்தேன். இலியாஸ் தனது தொப்பியைப் பின்னால் தள்ளிக்கொண்டான்.

"உங்கள் வீடு மிகவும் நவீன மரச்சாமான்களும் வெளிர்நிறச் சுவர்க்காகிதங்களும் கொண்ட ஐரோப்பிய வீடாக இருக்கும் என்பது உண்மையா?"

"ஆமாம், அது உண்மைதான், இலியாஸ்."

"அது நல்லது" என்று தீர்மானமாகச் சொன்னான். "நமது ஊர் இப்போது ஒரு தலைநகரம். வெளிநாட்டுத் தூதர்கள் நம் நாட்டுக்கு வருவார்கள். அவர்களை வரவேற்க நமக்கு வீடுகள் வேண்டும். தூதர்களின் மனைவிகளுடன் பேசக்கூடிய நம் பெண்களும் வேண்டும். நீ மிகப் பொருத்தமான மனைவியை பெற்றிருக்கிறாய், அலி கான். நீ பொருத்தமான வீட்டையும் பெறப் போகிறாய். நீ வெளியுறவுத் துறை அமைச்சகத்தில் பணியாற்ற வேண்டும்."

நான் சிரித்தேன். "இலியாஸ், நீ என் மனைவியையும், என் வீட்டையும், என்னையும் சர்வதேசப் புரிந்துணர்வு பந்தயத்திற்காக ஓடவிருக்கும் குதிரைகளைப் போல மதிப்பிடுகிறாய். நான் தேசிய நலனுக்காக என் வீட்டை மறுசீரமைப்பு செய்கிறேன் என்று நீ நம்புவதுபோல இருக்கிறது."

"அது அப்படித்தான் இருக்க வேண்டும்" என்று இறுக்கமான குரலில் இலியாஸ் சொல்ல, எனக்கு ஏதோ திரை விலக்கியது போல இருந்தது. அவன் சொல்வது மிகவும் சரி. எங்களது சூரியன் பூசிய அஜர்பைஜானின் வறிய மண்ணிலிருந்து வளர வேண்டும் என்று நாங்கள் விரும்பும் இந்தப் புதிய அரசுக்கு எல்லோரும் எல்லாமும் சேவை செய்ய வேண்டும். நான் வீட்டிற்குப் போனேன். மரத்தாலான தரைகளையும் எண்ணெய் வண்ண ஓவியங்களையும் குறித்து எனக்கு எந்த ஆட்சேபணையும் இல்லை என்பதை நினோ பார்த்தாள். அவள் கண்கள், பெஷாப்பூர் நீரூற்றின் அருகில் இருந்த காட்டில் அன்று இரவு பார்த்த ஒளியுடன் மின்னின.

இந்தக் காலத்தில் நான் அடிக்கடி பாலைவனத்தில் சவாரி செய்து மென்மையான மணலால் மூடப்பட்டு அங்கேயே கிடந்தேன். ரத்த ஆற்றில் முழுகுவதுபோலச் சூரியன் மேற்கில் மறைந்தது. துருக்கியப் படைகள் என்னைக் கடந்துபோயின.

ஆனால் இப்போது அதிகாரிகளின் முகங்கள் கலங்கியும் பதற்றத்துடனும் இருந்தன. எங்களைப் பொறுத்தவரை, எங்கள் புதிய நாடு, துப்பாக்கிகளின், உலகப் போரின் தொலைதூர இடிமுழக்கத்தை அமைதிப்படுத்திவிட்டது. ஆனால் எங்கோ, தொலைவில், வெகுதொலைவில், துருக்கியர்களின் கூட்டாளி களான பல்கேரியப் படைகள் எதிரிகளின் தாக்குதலிலிருந்து பின்வாங்கின. "உடைத்துத் திறக்கப்பட்டது. போர்முனையை மீண்டும் சரிசெய்வது சாத்தியமில்லை" என்று துருக்கியர்கள் சொன்னார்கள். ஷாம்பெயின் குடிப்பதை நிறுத்தினார்கள். செய்திகள் அரிதாகவே வந்தன. ஆனால் அவை வந்த போதெல்லாம் மின்னல் அடித்ததுபோல இருந்தது. தொலைவில் இருக்கும் மூந்த்ராஸ் துறைமுகத்தில் முதுகு வளைந்து கண்கள் கீழே பார்க்கும் ஒரு மனிதர் பிரித்தானிய அகமெம்னான் போர்க்கப்பலில் ஏறினார். அவர், ஹுசைன் ரெளஃப் பெய், துருக்கியப் பேரரசின் கப்பல்படைத் தலைவர். கலீபாவின் முழு அதிகாரம் பெற்றவர், போர்நிறுத்தத்திற்காக. அவர் ஒரு மேசைமேல் குனிந்து, ஒரு தாளில் தன் பெயரைக் கையெழுத்திட்டார். எங்கள் நகரத்தின் தலைவராக இன்னும் இருந்த பாஷாவின் கண்கள் கண்ணீரால் நிரம்பின. மீண்டும் ஒருமுறை துரான் ஆட்சி எல்லை எனும் பாடல் பாக்கூவின் தெருக்களில் இசைக்கப்பட்டது. ஆனால் இந்த முறை அது ஒப்பாரிபோல ஒலித்தது.

பாஷா, தனது சேணத்தில் மிகவும் நிமிர்ந்து உட்கார்ந்து, முழு ஆடைச் சீருடையில், வெள்ளை குழந்தை கையுறைகளுடன், அவரது வீரர்களின் வரிசையில் மீண்டும் ஒருமுறை சவாரி செய்தார். துருக்கிய முகங்கள் மரத்துப்போய் உணர்ச்சியற்று இருந்தன. ஒஸ்மான் புனித இல்லத்துக் கொடி சுருட்டப்பட்டது. முரசு ஒலித்தது. பாஷா தனது வெள்ளை கையுறையுடன் வணக்கம் செலுத்தினார். பிறகு சிப்பாய்களின் வரிசை அணிவகுத்து நகரத்துக்கு வெளியே போனது. போகும்போது இஸ்தான்புல்லின் மசூதிகள், போஸ்பரஸின் அழகிய அரண்மனைகள், நபியின் மேலங்கியைத் தனது தோள்களில் அணிந்திருந்த மெலிந்த மனிதர் கலீபா ஆகிய கனவுப் படங்களை விட்டுப்போனது.

சில நாட்களுக்குப் பிறகு நான் கடற்கரையில் நின்று கொண்டிருந்தபோது ஆங்கிலேய ஆக்கிரமிப்பு துருப்புக்களைச் சுமந்துகொண்டு நர்ஜின் தீவுக்கு அப்பாலிருந்து தோன்றிய முதல் கப்பல்கள் வந்தன. தளபதிக்கு நீல நிறக் கண்கள், வெட்டப்பட்ட மீசை, வலுவான அகன்ற கைகள் இருந்தன. நியூசிலாந்து, கனடா, ஆஸ்திரேலிய நாட்டுக்காரர்கள் எங்கள்

நகரத்தில் பெருகினார்கள். எங்கள் கொடிக்கு மேலே பிரித்தானியக் கொடி படபடத்தது. ஃபெத் அலி கான் தொலைப்பேசியில் தொடர்பு கொண்டு, என்னை அவரது அமைச்சகத்திற்கு வந்து பார்க்கச் சொன்னார். நான் உள்ளே நுழைந்தபோது அவர் ஒரு கைவைத்த பள்ளமான ஒரு நாற்காலியில் அமர்ந்திருந்தார். அவரது தீ உமிழும் கண்கள் என்னைப் பார்த்தன. "அலி கான், நீங்கள் ஏன் இன்னும் உங்கள் நாட்டுக்குச் சேவை செய்ய வில்லை?" எனக்கே உண்மையில் தெரியாது. நான் அவருடைய மேசையில் இருந்த தடிமனான கோப்புகளைப் பார்த்து குற்றஉணர்ச்சியுடன் பதில் சொன்னேன்:

"நான் முழு மனதுடன் நம் நாட்டுக்கானவன், ஃபெத் அலி கான். நான் உங்களது சேவகன்."

"நீங்கள் வேற்றுமொழிகளைக் குரங்குப் பிடிபோலக் கற்றுக்கொள்ளும் திறமை கொண்டவர் என்று கேள்விப்பட்டேன். ஆங்கிலம் கற்க உங்களுக்கு எவ்வளவு காலம் பிடிக்கும்?"

என் புன்னகை சற்று சங்கடத்துடன் இருந்தது: "ஃபெத் அலி, நான் ஆங்கிலம் கற்க வேண்டியதில்லை. எனக்கு ஏற்கெனவே பேசத் தெரியும்." முதலில் அவர் மௌனமாக இருந்தார். தனது பெரிய தலையைச் சாய்வு நாற்காலியின் பின்னால் சாய்த்துக் கொண்டார். பிறகு அவர் திடீரென்று கேட்டார்: "நினோ எப்படி இருக்கிறார்?" நான் அதிர்ச்சியடைந்தேன். எல்லா நாகரிக விதிமுறைகளையும் மீறி எங்கள் பிரதம அமைச்சர் என் மனைவியைப் பற்றி விசாரிக்கிறார்!

"நன்றி, மேதகையே. என் மனைவி நலமுடன் இருக்கிறார்."

"அவரும் ஆங்கிலம் பேசுவாரா?"

"ஆமாம்."

மீண்டும் தன் பெரிய மீசையை வருடியபடி அமைதியாக இருந்தார்.

"ஃபெத் அலி கான்," என்றேன் நான் அமைதியாக. "உங்களுக்கு என்ன வேண்டும் என்று எனக்குத் தெரியும். இரண்டு வாரங்களில் என் வீடு தயாராக இருக்கும். நினோவின் அலமாரி முழுவதும் மாலை விருந்துக்கான ஆடைகள் இருக்கின்றன. நாங்கள் ஆங்கிலம் பேசுவோம். மதுவின் செலவு என்னுடையது."

மீசையின் கீழ் ஒரு சின்னப் புன்னகை. "மன்னிக்க வேண்டும், அலி கான்," என்றவரின் புன்னகை மென்மையானது. "நான் உங்கள் மனதைப் புண்படுத்த விரும்பவில்லை. எங்களுக்கு

உங்களைப் போன்றவர்கள் தேவை. பண்டைய பெயரும், அழகிய வீடும், ஐரோப்பிய மனைவியும் கொண்டவர்கள் அதிகம் இல்லை. என்னையே உதாரணமாக எடுத்துக்கொள்ளுங்கள்: சொந்த வீடு, ஐரோப்பிய மனைவி எல்லாம்கூட வேண்டாம், ஆங்கிலம் கற்றுக்கொள்ளவே என்னிடம் பணம் இருந்ததில்லை." அவர் சோர்வாக இருப்பதாகத் தோன்றியது. அவர் பேனாவை எடுத்தார். "இன்று முதல் நீங்கள் மேற்கு ஐரோப்பியத் துறையில் இளநிலை அதிகாரி. வெளியுறவுத் துறை அமைச்சர் அசாதுல்லாவைச் சந்தியுங்கள். அவர் உங்களுக்குப் பணியை விளக்குவார். மேலும்... ஆனால் தயவு செய்து எரிச்சலடைய வேண்டாம்... ஐந்து நாட்களில் உங்கள் வீடு தயாராகிவிடும் என்று நீங்கள் நினைக்கிறீர்களா? இதை உங்களிடம் கேட்க உண்மையில் எனக்கு வெட்கமாக இருக்கிறது."

"ஆமாம், மேதகையே," என்று நான் உறுதியாகச் சொன்னேன். நெடுநாள் நம்பகமான ஒரு நண்பருக்கு நான் துரோகம் செய்து கைவிட்டதைப் போல உணர்ந்தேன். நான் வீட்டுக்குச் சென்றேன். நினோவின் விரல்களில் களிமண்ணும் வண்ணப்பூச்சும் அப்பியிருந்தன. அவள் ஓர் உயரமான ஏணியில் நின்று, ஒரு வண்ண ஓவியம் தொங்கவிருக்கும் இடத்தில் சுத்தியால் ஆணி அடித்துக்கொண்டு இருந்தாள். அவள் நாட்டுக்குச் சேவை செய்கிறாள் என்று கேள்விப்பட்டால் மிகவும் ஆச்சரியப்பட்டிருப்பாள். அதனால் நான் அவளிடம் சொல்லவில்லை, ஆனால் அழுக்கடைந்த அவளது விரல்களை முத்தமிட்டேன். வெளிநாட்டு ஒயின்களைக் குளிர்ச்சியாக வைத்திருக்க ஒரு குளிர்சாதனப் பெட்டி வாங்க அனுமதித்தேன்.

28

Have you got an aunt? No, I have not got an aunt, but my servant has broken his right leg. Do you like travelling? Yes, I do like travelling, but in the evening I prefer to eat just fruit. 'சுயமாக ஆங்கிலம் கற்றுக்கொள்ளுங்கள்' என்ற எங்களது புத்தகத்தில் இருந்த இந்த வாக்கியங்களில் ஒரு பொல்லாத மடத்தனம் இருந்தது. நினோ புத்தகத்தை மூடினாள்: *"I think our English is good enough to win the battle, but have you ever tried to drink whisky?"*

"நினோ, இந்தப் புத்தகத்தில் இருக்கிற மாதிரியே பேசுகிறாய்" என்று உரக்கச் சொன்னேன்.

"அது எளிதில் புரிந்துகொள்ளக்கூடிய மனச் சிதைவைக் குறிக்கும், அலி கான், தாய்நாட்டிற்குச் சேவைசெய்ய வேண்டும் என்ற தவறான எண்ணத்தால் ஏற்பட்டது. இன்றிரவு யாரெல்லாம் வருகிறார்கள்?" அவள் கவலைப்படாதது போல் ஒலிக்க முயன்றாள், ஆனால் முடியவில்லை. அன்றிரவு தங்களது வருகையால் எங்களைப் பெருமைப்படுத்தப் போகும் ஆங்கில அரசுப் பணியாளர்கள், அதிகாரிகளின் பெயர்கள் அனைத்தையும் அவளிடம் சொன்னேன். நினோ அமைதியாகப் பெருமையுடன் கீழே பார்த்தாள். அவளுக்குத் தெரியும் – அஜர்பைஜானில் எந்த அமைச்சரிடமும், தளபதியிடமும் இல்லாதது அவளது கணவனிடம் இருந்தது: மேற்கத்திய வளர்ப்பும் பிரபுக்குலப் பெற்றோரும், ஆங்கில அறிவும் கொண்ட நாகரிமான மனைவி. அவள் தனது மாலை நேர விருந்து உடையைச் சரிசெய்து கொண்டு கண்ணாடியில் பார்த்தாள். "நான் விஸ்கி குடிக்க முயன்றிருக்கிறேன்," என்று கசப்புடன் சொன்னாள். "அதன் சுவை கோரமாக இருக்கிறது. உண்மையில் அருவருப்பானது. அதனால்தான் சோடாவில் கலந்து குடிக்கிறார்கள்" நான் அவளது

தோளில் கைபோட்டேன். அவள் நன்றியுடன் என்னைப் பார்த்தாள்: 'நாம் நிஜமாகவே ஒரு விசித்திரமான வாழ்க்கையை வாழ்கிறோம், அலி கான். ஒன்று, நீ என்னை ஓர் அந்தப்புரத்தில் அடைத்துவிடுவாய், இல்லையென்றால், நான்தான் நமது நாட்டின் கலாச்சார முன்னேற்றத்துக்கு ஆதாரமாக இருக்க வேண்டும்."

நாங்கள் வரவேற்பு அறைகளுக்குப் போனோம். வேலைக்காரர்கள் சுற்றி நின்றுகொண்டிருந்தார்கள். அவர்களுடைய முக வெளிப்பாடுகள் கவனமாகக் கட்டுப்படுத்தப்பட்டிருந்தன. சுவர்களில் இயற்கை காட்சிகள், விலங்குகளின் படங்கள் தொங்கவிடப்பட்டிருந்தன. மூலைகளில் மென்மையான நாற்காலிகளும், மேஜைகளின் மீது அலங்காரப் பூக்குவளைகளும் இருந்தன. நினோ நறுமணமுள்ள ரோஜா இதழ்களில் முகத்தைப் புதைத்துக்கொண்டாள்: "உனக்கு நினைவிருக்கிறதா அலி கான்? பள்ளத்தாக்கிலிருந்து குகைக்குடியிருப்புக்குத் தண்ணீரைச் சுமந்துவந்து எப்படி நான் உனக்குச் சேவை செய்தேன் என்று?"

"எந்தச் சேவையை நீ அதிகம் விரும்புகிறாய்?"

நினோவின் கண்கள் மென்மையாகவும் கனவாகவும் மாறின. அவள் பதில் சொல்லவில்லை. மணி அடித்தது. அவள் உதடுகள் உற்சாகத்தில் நடுங்கின. ஆனால் முதலில் வந்தவர்கள் அவளுடைய புகழ்பெற்ற பெற்றோர்களும், முழு விருந்துச் சீருடையில் இருந்த இலியாஸும்தான். அவன் விருந்து மண்டபம் முழுதும் சுற்றி வந்து, எல்லாவற்றையும் ஆராய்ந்து, ஆர்வத்துடன் தலையசைத்தான். பிறகு அழுத்தமாகச் சொன்னான்: "அலி கான், உண்மையிலேயே எனக்கும்கூட திருமணம் செய்து கொள்ளவேண்டும் என்று தோன்றுகிறது நினோவின் உறவுக்காரப் பெண்கள் யாராவது இருக்கிறார்களா?"

நாங்கள் வாசலில் நின்றோம், நானும் நினோவும் ஆங்கிலக் கரங்களைப் பலமாகக் குலுக்கினோம். அதிகாரிகள் உயரமாகவும் சிவந்த முகமாகவும் இருந்தார்கள். பெண்கள் கையுறை அணிந்திருந்தார்கள். நீல நிறக் கண்கள். கருணையுடன், ஆனால் ஆர்வம் நிறைந்திருக்க, புன்னகைத்தார்கள். ஒருவேளை அவர்கள், திருநர்கள் பணிசெய்வார்கள் என்றும், இடுப்பைக் குலுக்கும் நடனம் நிகழும் என்றும் எதிர்பார்த்திருக்கலாம் – ஆனால் அதற்குப் பதிலாக நன்கு பயிற்சிபெற்ற பணியாளர்கள் வந்தார்கள். உணவுகள் இடப்பக்கத்திலிருந்து பரிமாறப்பட்டன. பந்தயக் குதிரைகளின், பச்சை புல்வெளிகளின் படங்கள் சுவர்களில் தொங்கின. ஒரு இளம் இராணுவ அதிகாரி ஒரு முழுக் குவளை

விஸ்கியை, சோடா இருப்பதைப் பற்றி கொஞ்சமும் சட்டை செய்யாமல், ஒரே மடக்கில் குடித்ததைப் பார்த்த நினோவுக்கு மூச்சடைத்துப்போனது. உரையாடல்களின் பிசிறுகள் அறையைச் சுற்றி மிதந்தன. அவை 'சுயமாக ஆங்கிலம் கற்றுக்கொள்ளுங்கள்' என்கிற எங்களது புத்தகத்தில் இருந்த வாக்கியங்களைப் போலவே முட்டாள்தனமாக ஒலித்தன:

"உங்களுக்குத் திருமணமாகி நீண்ட நாட்களாகிவிட்டதா, திருமதி ஷிர்வான்ஷிர்?"

"கிட்டத்தட்ட இரண்டு வருடங்கள்."

"ஆம், தேனிலவுக்குப் பாரசீகத்துக்குப் போனோம்." "என் கணவருக்குக் குதிரைச்சவாரி பிடிக்கும்." "இல்லை, அவர் போலோ விளையாடுவதில்லை."

"உங்களுக்கு எங்கள் நகரம் பிடித்திருக்கிறதா?" "மிக்க மகிழ்ச்சி." "ஓ, ஆனால் தயவுசெய்யுங்கள்! நாங்கள் காட்டு மிராண்டிகள் அல்ல! பல மனைவிகளைத் திருமணம் செய்து கொள்ளலாம் என்பது அஜர்பைஜானில் நீண்ட காலத்திற்கு முன்பே தடைசெய்யப்பட்டுள்ளது. நான் திருநர்களைப் பற்றி நாவல்களில் மட்டுமே படித்திருக்கிறேன்." நினோ மேஜையின் எதிரே இருந்த என்னைப் பார்த்தாள். அவளது ரோஜா நிற நாசி, அடக்கப்பட்ட சிரிப்பில் நடுங்கியது. ஒரு ராணுவ அதிகாரியின் மனைவி, நினோ எப்போதாவது ஓபரா இசைநாடகத்தைப் பார்த்திருக்கிறாளா என்றுகூடக் கேட்டாள். "ஆமாம், நான் பார்த்திருக்கிறேன்," என்று நினோ மென்மையாகச் சொன்னாள். "எனக்கு எழுதப் படிக்கக்கூடத் தெரியும்." முதல் சுற்று வெற்றி நினோவுக்கு. அவள் அந்தப் பெண்ணிடம் பிஸ்கட் தட்டை நீட்டினாள்.

இளம் ஆங்கிலேயர்கள் – அரசு ஊழியர்களும் அதிகாரி களும் – நினோவின் முன் பணிந்தார்கள். அவர்களது கைகள் அவளது மென்மையான விரல்களைத் தொட்டன. அவர்களின் கண்கள் நினோவின் மறைக்கப்படாத முதுகைப் பார்த்தன. நான் பார்வையை விலக்கிக்கொண்டேன். அசாதுல்லா ஒரு மூலையில் நின்றுகொண்டு எதுவும் தவறு இல்லை என்பது போல சிகரெட் பிடித்துக்கொண்டிருந்தார். அவர் தனது சொந்த மனைவியை ஒருபோதும் இந்த அந்நியர்கள் கண்களுக்கும் காட்ட மாட்டார். ஆனால் நினோ ஒரு ஜார்ஜியர், கிறிஸ்தவப் பெண். அதனால் அவளுடைய கைகள், அவள் கண்கள், அவள் முதுகு ஆகியவை மற்ற எல்லா ஆண்களின் பார்வைக்கு இரையாவது ஒரு பொருட்டே இல்லை. நான் வெட்கமும் கோபமும் அடைந்தேன். உரையாடல் துண்டுகள் என் காதுகளைக்

கடந்துபோயின. அவை வெட்கங்கெட்டும் கொச்சையாகவும் இருந்தன. நான் கண்களைத் தாழ்த்திக்கொண்டேன். நினோ விருந்து மண்டபத்தின் மறுமுனையில் அந்நியர்களால் சூழப்பட்டிருந்தாள். "நன்றி," என்று திடீரென்று கரகரத்த குரலில் சொன்னாள். "நன்றி, நீங்கள் மிகவும் கனிவானவர்."

நான் நிமிர்ந்து பார்த்தேன். அவள் முகம் வெகுவாய்ச் சிவந்தும் அஞ்சுவது போலவும் இருந்தது. அவள் அறையின் குறுக்கே நடந்து என்னிடம் வந்தாள். அவளது கை உதவி கேட்பது போல் என் தோளைத் தொட்டது. அவள் மென்மை யாகச் சொன்னாள். "அலி கான், நான் டெஹ்ரானில் உன் பெரியம்மாக்களையும் உறவுக்காரப் பெண்களையும் பார்க்கப் போனபோது நான் உணர்ந்ததை இப்போது நீ உணர்கிறாய். எனக்கு இந்த மனிதர்கள் எல்லாம் யார்? அவர்கள் என்னை அப்படிப் பார்ப்பதை நான் விரும்பவில்லை." பிறகு அவள் திரும்பி, அந்த ராணுவ வீரரின் கைகளைப் பற்றினாள். அவள் சொன்னதை நான் கேட்டேன்: "நீங்கள் உண்மையில் எங்கள் நாட்டு நாடக மண்டபத்தைப் பார்க்க வேண்டும். இப்போதுதான் ஷேக்ஸ்பியர் எங்களது தத்தாரிய மொழியில் மொழிபெயர்க்கப்படுகிறார். அடுத்த வாரம் 'ஹாம்லெட்' நாடகத்தின் முதல் காட்சி நடக்கப்போகிறது." நான் என் நெற்றியில் வழிந்த வியர்வையைத் துடைத்துவிட்டு விருந்தோம்ப லின் கடுமையான சட்டங்கள் பற்றி யோசித்தேன்: ஒரு பழமொழி இருக்கிறது: "ஒரு விருந்தினர் நம் ஒரே மகனின் துண்டிக்கப்பட்ட தலையைக் கையில் வைத்துக்கொண்டு நம் வீட்டுக்குள் நுழைந்தாலும் நாம் அவரை வரவேற்று உணவும் பானமும் வழங்கி, விருந்தினராகக் கௌரவிக்க வேண்டும்." அது அறிவார்ந்த சட்டம். ஆனால் சில நேரங்களில் சட்டப்படி நடப்பது மிகவும் கடினம்.

நான் பல கோப்பைகளில் விஸ்கியையும் கோனியாக்கை யும் ஊற்றினேன். அதிகாரிகள் சுருட்டுப் புகைத்தார்கள். ஆனால், அந்த ஒரு செயலை அவர்கள் செய்வார்கள் என்று நாங்கள் எதிர்பார்த்திருந்தாலும், யாரும் கால்களை மேசையின் மேல் போட்டு உட்காரவில்லை. "உங்களுக்கு அழகான மனைவியும் அழகான வீடும் இருக்கிறது அலி கான்," என்றார் ஒரு இளம் அதிகாரி, இருக்கும் சித்திரவதை போதாதென்று. அரசியல் காரணங்கள்தான் நான் அவருடைய காதுகள் கிழியும்படி அறையாது அவரைக் காப்பாற்றியது என்பதை அறிந்துகொண்டால் அவர் மிகவும் ஆச்சரியப்பட்டிருப்பார். ஒரு காபிர் நாய் என் மனைவியின் அழகை வெளிப்படையாகப் பாராட்டத் துணிகிறது! நான் அவருக்கு ஒரு கோப்பை கோனியாக் ஊற்றும்போது என் கை நடுங்கியது, சில துளிகள்

சிந்தின. வெள்ளை மீசையுடன், விருந்து மேலங்கியின் கீழே வெள்ளைச் சட்டை அணிந்திருந்த ஒரு வயதான உயரதிகாரி, ஒரு மூலையில் உட்கார்ந்திருந்தார். நான் அவருக்குச் சில பிஸ்கட்களை வழங்கினேன். அவருடைய பற்கள் நீண்டு மஞ்சளாக இருக்க, அவருடைய விரல்கள் குட்டையாக இருந்தன. அவர் என்னை ஆராய்வதுபோலப் பார்த்தார்: "பாரசீகத்துக்கும் அஜர்பைஜானுக்கும் இடையில் ஒரு பெரிய பண்பாட்டு வேறுபாடு தெரிகிறது"

"ஓ, ஆமாம். நாங்கள் பல நூற்றாண்டுகள் முன்னால் இருக்கிறோம். எங்களிடம் ஏராளமான தொழில்துறைகளும் ஒரு ரயில்வேயும் இருக்கின்றன என்பதை நீங்கள் நினைவில் கொள்ள வேண்டும். கெடுவாய்ப்பாக, ரஷ்ய நிர்வாகம் எங்களது பண்பாட்டு வளர்ச்சியை நசுக்கியுள்ளது. எங்களிடம் போதுமான மருத்துவர்களும் ஆசிரியர்களும் இல்லை. ஆனால் திறமையான இளைஞர்களை ஐரோப்பாவிற்கு அனுப்ப அரசாங்கம் திட்டமிட்டுள்ளதாக கேள்விப்படுகிறேன். ரஷ்ய நுகத்தடியில் கீழே அவர்கள் தவறவிட்டதை அங்கு கற்றுக்கொள்வதற்காக." நான் சிறிது நேரம் அப்படியே பேசிக்கொண்டிருந்தேன். பிறகு அவருக்கு இன்னும் கொஞ்சம் விஸ்கி ஊற்றப் போனபோது அவர் மறுத்துவிட்டார்.

"நான் இருபது வருடங்கள் பாரசீகத்தில் தூதராக இருந்தேன்," என்றார் அவர். "கிழக்கத்திய பண்பாட்டின் பழைய திடமான வடிவங்கள் சிதைவதைப் பார்ப்பது ஒரு பெரிய பரிதாபம் என்று உணர்கிறேன். கிழக்கத்தியர்கள் இன்று தங்கள் முன்னோர்களின் பண்பாடுகளை இழிவுபடுத்தி எங்களைப் போலிசெய்துப் பின்பற்றுகிறார்கள். ஆனால் அவர்கள் செய்வது சரியாக இருக்கலாம். எல்லாவற்றிற்கும் மேலாக, அவர்கள் எப்படி வாழ வேண்டும் என்பதைத் தேர்ந்தெடுப்பது அவர்களின் விவகாரம். எப்படிப் பார்த்தாலும், உங்கள் நாடு சுதந்திரம் பெறுவதற்கு முதிர்ச்சியடைந்துள்ளது என்பதை நான் ஒப்புக்கொள்கிறேன். மத்திய அமெரிக்காவின் குடியரசுகள் போல என்று சொல்லலாமா? எங்கள் அரசாங்கம் விரைவில் உங்கள் நாட்டை அங்கீகரிக்கும் என்று நினைக்கிறேன்." நான் ஒரு முட்டாள், ஆனால் அந்த மாலையின் நோக்கம் சாதிக்கப்பட்டுவிட்டது. அயலுறவுத் துறை அமைச்சர் அசாதுல்லா, நினோவின் புகழ்பெற்ற பெற்றோர்களுடனும் இலியாஸுடனும் மண்டபத்தின் மறுமுனையில் நின்றுகொண் டிருந்தார். நான் அவர்களுடன் சேர்ந்தேன்.

"அந்த முதியவர் என்ன சொன்னார்?" அசாதுல்லா விரைந்து கேட்டார்.

"அவர் நான் ஒரு முட்டாள் என்கிறார். ஆனால் இங்கிலாந்து விரைவில் நம்மை அங்கீகரிக்கும்."

மிர்சா அசாதுல்லா நிம்மதிப் பெருமூச்சு விட்டார்: 'நீ ஒரு முட்டாள் அல்ல, அலி கான். அதிலிருந்து வெகு தூரம்."

"நன்றி ஐயா, ஆனால் நான் அப்படித்தான் என்று நம்புகிறேன்."

அவர் என் கையைக் குலுக்கி விடைபெற்றுப் போனார். அவர் நினோவின் கையை முத்தமிட்டபோது அவள் மர்மமாகச் சிரித்துக்கொண்டே அவரிடம் ஏதோ கிசுகிசுப்பதை நான் கேட்டேன். அவர் தலையசைத்தார் – அவர் புரிந்துகொண்டார். நள்ளிரவில் விருந்தினர்கள் வெளியேறினார்கள். பெரிய மண்டபம் முழுதும் புகையிலையின், மதுவின் வாசம் வீசியது. . . சோர்வுடனும் திருப்தியுடனும் நாங்கள் மாடியில் எங்கள் படுக்கையறைக்குப் போனோம். திடீரென்று ஒரு விசித்திரமான உற்சாகம் எங்களுக்கு வந்தது. நினோ அவளது காலணிகளை மூலையில் தூக்கிப்போட்டாள். படுக்கையின் மீது ஏறி, மெத்தையின் சுருள்வில்கள் அவளை மீண்டும் மீண்டும் மேலே தூக்கித் தூக்கிப் போட குதித்தாள். அவள் மூக்கைச் சுருக்கினாள். கீழ் உதட்டைப் பிதுக்கினாள். விளையாட்டுத்தனமான சிறு குரங்கைப் போல இருந்தாள். வாய் முழுதும் காற்றை நிரப்பிக்கொண்டு தனது இரண்டு ஆட்காட்டி விரல்களாலும் கன்னத்தில் குத்தி 'பிளாப்!' என்று ஒலி வரவழைத்தாள். "நாட்டின் மீட்பரான என் பாத்திரத்தில் என்னை உனக்கு எவ்வளவு பிடித்திருக்கிறது?" என்று உரக்கக் கேட்டாள். பிறகு கீழே குதித்துக் கண்ணாடிக்கு ஓடி வந்து தன்னைப் பெருமிதத்துடன் பார்த்தாள்: "நினோ ஷிர்வான்ஷிர் அம்மையார். அஜர்பைஜானின் ஜீன் டி'ஆர்க்! ராணுவ அதிகாரிகளின் மனைவிகளை வசீகரிக்கிறார். ஒரு திருநரையும் நேரில் பார்த்ததே இல்லை என்று நடிக்கிறார்!" அவள் சிறிய கைகளைத் தட்டிச் சிரித்தாள். அவள் வெளிர் நிற மாலை உடையை அணிந்திருந்தாள். பின்புறத்தில் மிகத் தாழ்ந்த வளைவு வெட்டு. அவளுடைய மென்மையான காதுகளில் நீண்ட காதணிகள் தொங்கின. விளக்கு வெளிச்சத்தில் அவள் கழுத்தில் முத்துமாலை மின்னியது. அவள் கைகள் மெலிந்து சிறுமியின் கைகளைப் போல இருந்தன. அவளது கருமையான முடி அவள் கழுத்தில் விழுந்தது. கண்ணாடி முன் நின்று தனது புதிய அழகில் ரம்மியமாக இருந்தாள். நான் அவள் அருகில் போய் ஓர் ஐரோப்பிய இளவரசியின் மகிழ்ச்சியான கண்களைப் பார்த்தேன். அவளைத் தழுவினேன், இதுதான்

முதல்முறைபோல உணர்ந்தேன். அவளுடைய தோல் மென்மையாகவும் வாசமாகவும் இருந்தது. உதடுகளுக்குப் பின்னால் பற்கள் சிறிய வெள்ளைக் கற்கள்போலப் பளபளத்தன. முதல்முறையாக நாங்கள் மெத்தையில் அமர்ந்தோம். நான் ஓர் ஐரோப்பியப் பெண்ணை என் கரங்களில் அணைத்தேன். அவள் வேகமாகக் கண் சிமிட்டினாள் – என் கன்னத்தின் மீது அவளது நீண்டு வளைந்த இமைகளின் நெருக்கமான உரசல் – இதற்கு முன்பு அது ஒருபோதும் இந்த அளவு அற்புதமாக இருந்ததில்லை. நான் அவள் கன்னத்தை என் கையில் எடுத்து அவள் தலையை உயர்த்தினேன். நான் அவளது முகத்தின் மென்மையான நீள்வட்ட வடிவைப் பார்த்தேன். தாகத்துடன் இருந்த ஈர உதடுகளைப் பார்த்தேன். மூடியிருந்த ஜார்ஜிய இமைகளுக்குப் பின்னால் இருந்த கனவுகாணும் கண்களைப் பார்த்தேன். நான் அவள் கழுத்தை வருடினேன், அவளுடைய சிறிய தலை பலவீனமாக என் கையில் விழுந்தது. அவள் முழுதும் ஏக்கமாகவும் பணிவாகவும் இருந்தாள். அவளுடைய மாலை ஆடையும் ஐரோப்பிய மெத்தையும் அதன் கசங்கிய உறைகளும் குளிர்ந்த கைத்தறிப் போர்வையும் என் கண்முன்னே காணாமல் போயின – அவள் அங்கே இருந்தாள், தாகெஸ்தானில் இருக்கும் பாறைக் குடியிருப்பில். களிமண் தரை மீது போட்டிருந்த குறுகிய பாயில் பாதி ஆடையின்றி இருந்தாள். என் கைகள் அவள் தோள்களைப் பற்றிக்கொண்டன, பிறகு நாங்கள் பெருமைமிக்க ஐரோப்பியக் கட்டிலின் காலடியில் கெர்மானில் செய்த வெளிர்நிறக் கம்பளத்தின் மீது முழுமையாக உடை அணிந்து படுத்திருந்தோம். அந்த மிருதுவான கம்பளி மீது நான் நினோவின் முகத்தைப் பார்த்தேன். அவளுடைய புருவங்கள் வலி நிறைந்த களிப்பில் சுருங்கிக்கொண்டிருந்தன. நான் அவள் மூச்சு விடுவதைக் கேட்டேன். அவளது மெல்லிய தொடைகளின் திடமான உருண்டைத் தன்மையை உணர்ந்தேன். முதிய ஆங்கிலேயரையும், இளைய அதிகாரிகளையும், எங்கள் குடியரசின் எதிர்காலத்தையும் மறந்தேன்.

பிறகு நாங்கள் எங்கள் தலைகளுக்கு மேலே இருந்த பெரிய கண்ணாடியைப் பார்த்துக்கொண்டு அமைதியாக அருகருகே படுத்துக்கொண்டோம். “அந்த ஆடை பாழாகி விட்டது” என்றாள் நினோ. அவள் மிகுந்த மகிழ்ச்சியை ஒப்புக்கொள்வதுபோல இருந்தது. அவள் என் மடியில் தலையை வைத்துக்கொண்டு சத்தமாக யோசித்தாள்: “அந்த ராணுவ அதிகாரியின் அம்மையார் இப்போது நம்மைப் பார்த்தால் என்ன சொல்வார்? அம்மையார் சொல்வாள்: “படுக்கைகள் எதற்கு என்று அலி கானுக்குத் தெரியாதா?”

அவள் எழுந்து அவளுடைய சிறிய காலால் என் முழங்காலை உதைத்தாள்: "மதிப்பிற்குரிய இந்த அயலுறவுத்துறை இளம் அதிகாரி, அயலுறவு நய உலகின் பொது வழக்கங்களின்படி உடைகளைக் களைந்துவிட்டுத் திருமணப் படுக்கையில் தனது இடத்தை ஏற்றுக்கொள்ளும் அளவுக்கு நற்பண்பு உடையவராய் இருப்பாரா? கம்பளத்தின் மீது படுத்துப் புரளும் அயலுறவுத்துறை இளம் அதிகாரி பற்றி யாரேனும் கேள்விப்பட்டதுண்டா?" நான் எழுந்து, முணுமுணுப்பும் தூக்கக்கலக்கமுமாய் என் ஆடைகளைக் களைந்துவிட்டு, நினோவின் போர்வைக்குள் படுத்துக்கொண்டேன்.

நாட்கள் கடந்தன, வாரங்கள் கடந்தன, விருந்தினர்கள் வந்து, விஸ்கி குடித்து, எங்கள் வீட்டைப் பாராட்டினார்கள். நினோவின் ஜார்ஜிய விருந்தோம்பல் மலர் போல் விரிந்தது. அவள் இளம் ராணுவ அதிகாரிகளுடன் நடனமாடினாள். வயதான ராணுவ அதிகாரிகளிடம் மூட்டு நோய் பற்றிப் பேசினாள். ஆங்கிலப் பெண்மணிகளிடம் புனித ராணி தமார் பள்ளிக்காலத்துக் கதைகளைச் சொன்னாள். மகாராணி, அஜர்பைஜானையும் ஜார்ஜியாவையும் கூட ஆண்டார் என்னும் அவர்களின் நம்பிக்கையைத் தக்கவைத்தாள். நான் அமைச்சகத்தில், பெரிய அறையில் தனியாக உட்கார்ந்து அயலுறவு அதிகாரிகளுக்கு அறிக்கைகள் எழுதினேன், எங்கள் அயலுறவு அதிகாரிகளின் அறிக்கைகளைப் படித்தேன், கடலைப் பார்த்தேன். நினோ மாலையில் என்னைச் சந்திக்க வந்தாள். மனைவித்தனமும் மகிழ்ச்சியும் அசட்டையான வசீகரமுமாக இருந்தாள். அவள் எங்கள் அயலுறவுத் துறை அமைச்சர் அசாதுல்லாவுடன் ஓர் ஆச்சரியப்படும்படியான நட்பைத் தொடங்கினாள். அவர் எங்களைப் பார்க்க வந்தபோது அவருக்கு உணவும் பானமும் பரிமாறினாள். ஐரோப்பியச் சமுதாயத்தில் எப்படி நடந்துகொள்வது என்பது பற்றி அவருக்கு அறிவுரை வழங்கினாள். சில சமயங்களில் அவர்கள் இருவரும் எங்கள் வீட்டின் மூலையில் பூடகமாக எதையோ கிசுகிசுப்பதைப் பார்த்தேன். "உனக்கும் மிர்சாவுக்கும் இடையே என்ன நடக்கிறது?" என்று கேட்டேன். ஆனால் அவள் சிரித்துக்கொண்டே, அவள் அஜர்பைஜானின் முதல் பெண் அயலுறவு நெறிமுறைத் தலைவராக இருக்க விரும்புவதாகச் சொன்னாள். மேலும் மேலும் கடிதங்கள், அறிக்கைகள் மற்றும் குறிப்புகள் என் மேசையில் குவிந்தன. புதிய அரசு, எவ்வளவு சீக்கிரத்தில் முடியுமோ அவ்வளவு சீக்கிரத்தில் கட்டமைக்கப்பட்டது. இலச்சினை பொரித்த கடிதங்களையும் படிவங்களையும் பிரிப்பது எனக்குப் பிடித்திருந்தது.

ஒரு நாள், மதிய உணவுக்குச் சற்று முன்பு தூதஞ்சல்காரர் செய்தித்தாள்களைக் கொண்டு வந்தார். நான் எங்கள் அரசாங்கத்தின் அதிகாரப்பூர்வச் செய்தித்தாளைத் திறந்து மூன்றாவது பக்கத்தில் தடிமனான அச்சில் எனது பெயரைப் பார்த்தேன்: "அலி கான் ஷிர்வான்ஷிர், வெளியுறவு அமைச்சகத்தின் அதிகாரி, பாரிஸில் இருக்கும் நமது தூதரகத்திற்குப் பணிமாற்றம் செய்யப்பட்டுள்ளார்." இதைத் தொடர்ந்து ஒரு நீண்ட பத்தி – அர்ஸலான் கான் தான் எழுதியிருக்கிறான் என்பது வெளிப்படை – எனது சிறந்த திறன்களைப் பாராட்டியது. நான் குதித்தெழுந்து, அடுத்தடுத்திருந்த அறைகள் வழியாக அமைச்சரின் அலுவலகத்திற்கு விரைந்து, கதவைத் தள்ளித்திறந்து உள்ளே நுழைந்தேன். "மிர்சா அசாதுல்லா, என்ன இது?" என்று கேட்டேன்.

அவர் சிரித்தார். "ஆ, உனக்கு ஒரு ஆச்சரியம் நண்பரே. நான் உன் மனைவிக்கு வாக்குறுதி அளித்தேன். நினோவும் நீயும் பாரிசில் இருப்பதற்குச் சரியான ஆட்கள்." நான் கடுங்கோபத்தில் அந்தக் காகிதத்தைத் தூக்கிக் கீழே போட்டேன்.

"மிர்சா," நான் உரக்கச் சொன்னேன். "என் தாய்நாட்டை விட்டுப் பல ஆண்டுகள் வெளியேறும்படி கட்டாயப்படுத்தும் எந்தச் சட்டமும் இந்த நாட்டில் இல்லை."

அவர் திகைப்புடன் என்னைப் பார்த்தார். "என்ன விஷயம் அலி கான்? நம் பணியில் இருக்கும் பெரும்பாலானோர் வெளிநாட்டுப் பதவியைப் பெறுவதில் மகிழ்ச்சி அடைவார்கள். அதற்கு நீதான் சரியான மனிதர்."

"ஆனால் நான் பாரிஸ் செல்ல விரும்பவில்லை, நீங்கள் என்னை வற்புறுத்தினால் நான் ராஜினாமா செய்வேன். மேற்கத்திய உலகத்தை, அந்த விசித்திரமான சாலைகளை, மக்களை, பழக்கவழக்கங்களை நான் வெறுக்கிறேன். ஆனால் இதை நீங்கள் எப்போதாவது புரிந்துகொள்வீர்கள் என்று எனக்குப்படவில்லை."

"இல்லை, எனக்குப் புரியவில்லை. என்றாலும், வேண்டாமென்றால், நீ இங்கேயே இருக்கலாம்."

நான் வீட்டிற்கு ஓடி, படிக்கட்டுகளில் ஏறி, மூச்சுத் திணற வந்தடைந்தேன். "நினோ என்னால் முடியாது. அது, என்னால் முடியாது." அவள் முகத்திலிருந்து எல்லா வண்ணங்களும் வடிந்துவிட்டன. அவள் கைகள் நடுங்கின.

"ஆனால் ஏன் முடியாது, அலி கான்?"

"நினோ, தயவுசெய்து புரிந்துகொள்ள முயற்சி செய். நான் என் தலைமீதிருக்கும் இந்த மொட்டை மாடியை, இந்தப் பாலைவனத்தை, கடலை விரும்புகிறேன். நான் இந்த நகரத்தை, அதன் பழைய சுவர்களை, சிறிய சந்துக்களில் இருக்கும் மசூதிகளை விரும்புகிறேன். நான் கிழக்கிலிருந்து வெளியேறினால், தண்ணீரிலிருந்து வெளியேறிய மீனைப் போலத் தவித்து இறந்து விடுவேன்." ஒரு கணத்துக்கு அவள் கண்களை மூடினாள்.

"மன்னித்துவிடு, அலி கான்" என்றாள். அது என் இதயத்தின் நரம்புகளைக் கிழிக்கும்படி சோகமும் துக்கமுமாக ஒலித்தது. நான் உட்கார்ந்து அவள் கையைப் பிடித்தேன்:

"பார் – நீ பாரசீகத்தில் இருந்ததைப் போலவே நான் பாரிஸில் மகிழ்ச்சியற்றவனாக இருப்பேன். இந்த முறை, ஏதோ ஒரு வீரியம் மிக்க சக்திக்கு ஆளாக நேரிட்டதைப் போல உணர்பவன் நானாக இருக்கும். ஷிம்ரானின் அந்தப்புரத்தில் நீ எப்படி உணர்ந்தாய் என்பதை நினைவுபடுத்திக்கொள். நீ ஆசியாவில் வாழவே முடியாது என்றிருந்ததுபோலத்தான் ஐரோப்பாவில் எனக்கு இருக்கும். ஆசியாவும் ஐரோப்பாவும் சந்திக்கும் பாக்கூவில் வாழ்வோம். மசூதிகளும், பழைய மதிலும், முஸ்தபாவும் இல்லாத பாரிஸுக்கு என்னால் போக முடியாது. இங்கே வரும் அந்நியர்களையெல்லாம் பொறுத்துக்கொள்ள வேண்டும் என்றால், அவ்வப்போது நான் ஆசியாவை உணர வேண்டும். மொஹரத்துக்குப் பிறகு நீ என்னை எப்படி வெறுத்தாயோ அப்படி நான் உன்னை பாரிஸில் வெறுப்பேன். நாம் அங்குப் போன உடனேயே வெறுப்பேன் என்றில்லை. ஆனால் ஏதோ ஒரு நாள், ஒரு மாறுவேட உடை விருந்துக்குப் பிறகோ, ஒரு நடன விருந்துக்குப் பிறகோ, என்னை நீ கட்டாயமாக அழுத்த விரும்பும் அந்த உலகில், நான் உன்னைத் திடீரென்று வெறுக்கத் தொடங்குவேன். அதனால்தான் என்ன வந்தாலும் இங்கேயே இருக்க வேண்டும் என்று விரும்புகிறேன். நான் இந்த நாட்டில் பிறந்தேன், இங்கேயே இறக்கவும் விரும்புகிறேன்." அவள் ஒரு வார்த்தைகூடப் பேசவில்லை. நான் நிறுத்தியதும் அவள் என் மீது குனிந்தாள், அவள் கை என் தலைமுடியை வருடியது: "உன் நினோவை மன்னித்துவிடு, அலி கான். நான் மிகவும் முட்டாளாக இருந்திருக்கிறேன். மாறுவது என்பது என்னை விட உனக்கு எளிதாக இருக்கும் என்று நான் ஏன் நினைக்க வேண்டுமென தெரியவில்லை. நாம் இங்கேயே இருப்போம். பாரிஸைப் பற்றி இனி ஒரு வார்த்தைகூடச் சொல்ல வேண்டாம். நீ உன் ஆசிய நகரத்தை வைத்துக்கொள், நான் எனது ஐரோப்பிய வீட்டை வைத்துக்கொள்கிறேன்." அவள் கண்கள் பிரகாசிக்க என்னை மென்மையாக முத்தமிட்டாள்.

"நினோ, என் மனைவியாக இருப்பது ரொம்ப கஷ்டமா?"

"இல்லை, அலி கான், ஒன்றும் கடினமே இல்லை. அதற்குக் கொஞ்சம் அறிவும் புரிதலும் தேவைப்படுகிறது." அவளுடைய விரல்கள் என் முகத்தை வருடின. அவள் ஒரு வலிமையான பெண், என் நினோ. அவளுடைய வாழ்க்கைக் கனவை நான் சிதைத்துவிட்டேன் என்று எனக்குத் தெரியும். நான் அவளை என் முழங்காலில் உட்காரவைத்துக்கொண்டேன்: "நினோ, குழந்தை பிறந்தவுடன் பாரிஸ், லண்டன், பெர்லின், ரோம் செல்வோம். நாம் இன்னும் தேனிலவுக்குக்கூடப் போக வேண்டும். ஒரு கோடைவிடுமுறை முழுதும் நீ எங்கே விரும்புகிறாயோ, அங்கே தங்குவோம். ஒவ்வொரு ஆண்டும் நாம் மீண்டும் ஐரோப்பாவுக்குச் செல்வோம். நான் ஒரு கொடுங்கோலன் இல்லை என்பது உனக்குத் தெரியும். ஆனால் எனது வீடு நான் இருக்கும் நாட்டில் இருக்க வேண்டும் என்று விரும்புகிறேன், ஏனென்றால் நான் எங்கள் பாலைவனத்தின், எங்கள் சூரியனின், எங்கள் மணற்பரப்பின் மைந்தன்."

"ஆமாம், ஒரு நல்ல மைந்தனும்கூட." என்றாள் நினோ. "ஐரோப்பாவை மறந்துவிடுவோம். ஆனால், நான் சுமக்கும் உனது குழந்தை பாலைவனத்தின் அல்லது மணற்பரப்பின் குழந்தையாக இருக்காது, ஆனால் அது அலி – நினோவின் குழந்தை மட்டும் தான்."

"ஆமாம்," என்றேன். நான் ஓர் ஐரோப்பியனின் அப்பாவாக இருக்க ஒப்புக்கொண்டதை அறிந்தேன்.

29

"உன் பிறப்பு மிகவும் கடினமானதாக இருந்தது, அலி கான், அந்நாட்களில் நாங்கள் நம் வீட்டுப் பெண்களை ஐரோப்பிய மருத்துவர்களிடம் காட்டுவதில்லை." என் அப்பா என்னுடன் எங்கள் வீட்டு மொட்டை மாடியில் உட்கார்ந்திருந்தார். அவரது குரல் மென்மையாக துயரமாகத்தோடு இருந்தது: "பிரசவ வலி மிகவும் மோசமானபோது, நாங்கள் உன் அம்மாவுக்கு ரத்தினக்கல்லையும் வைரத்தையும் தூளாக்கிக் கொடுத்தோம். ஆனால் அது பெரிய பலன் தரவில்லை. நீ பிறந்தபோது நாங்கள் அறையின் கிழக்குச் சுவருக்குப் பக்கத்தில் தொப்புள்கொடியை வாளுடனும் குரானுடனும் வைத்தோம், நீ பக்திமானாகவும் தைரியசாலியாகவும் வளர வேண்டும் என்பதற்காக. பிறகு அதை நீ கழுத்தில் ஒரு தாயத்தாகப் போட்டுக்கொண்டிருந்தாய். நீ எப்போதும் ஆரோக்கியமான குழந்தையாக இருந்தாய். ஆனால் நீ மூன்று வயதாக இருந்தபோது அதைத் தூக்கிப்போட்டுவிட்டாய். அதற்குப் பிறகு நீ நோய்வாய்ப்பட ஆரம்பித்தாய். முதலில் நாங்கள் நோய்க்கு ஆசைகாட்ட முயன்று உன் அறையில் மதுவையும் இனிப்புகளையும் வைத்தோம். ஒரு வண்ணமயமான சேவலை உன் அறையின் குறுக்கே பாய்ந்து அறையின் வெளியே ஓடவிட்டோம். ஆனால் நோய் அதன் பின்னால் ஓடவில்லை. அப்போது மலையிலிருந்து ஒரு சாது ஒரு பசுவைக் கொண்டுவந்தார். நாங்கள் பசுவை அறுத்தோம். சாது அதன் வயிற்றை அறுத்து உள்ளேயிருந்த குடலையெல்லாம் வெளியே எடுத்தார். பிறகு அவர் உன்னை எடுத்து பசுவின் வயிற்றில் வைத்தார். அவர் உன்னை மூன்று மணி நேரம் கழித்து வெளியே எடுத்தபோது உனது தோல் மிகவும் சிவப்பாக இருந்தது. ஆனால் அன்றிலிருந்து

உனக்கு ஒரு நாளும் நோய் வந்ததில்லை." வீட்டிலிருந்து நீண்ட முனகலான ஓலம் வந்தது. நான் நிமிர்ந்து அசையாமல் உட்கார்ந்தேன். என் முழு இருப்பும் காதுகொடுத்துக் கேட்பதில் கவனம் செலுத்தியது. மீண்டும் நீண்ட முறையிடுவது போன்ற ஓலம் வந்தது. "இப்போது அவள் உன்னைச் சபிக்கிறாள்," என் அப்பா அமைதியாகச் சொன்னார். "எல்லாப் பெண்களும் பிரசவத்தின்போது தங்கள் கணவனைச் சபிப்பார்கள். முந்தைய காலங்களில் குழந்தை பிறந்ததும், அந்தப் பெண் ஓர் ஆட்டுக்கடாவை அறுத்து கணவனின், குழந்தையின் பாய் மீதெல்லாம் தெளிக்க வேண்டும், பிரசவ வலியில் அவள் சாபமிட்டு அழைத்த பேரழிவுகள் எல்லாவற்றையும் திரும்பிப் போகச் செய்ய."

"எவ்வளவு நேரம் ஆகலாம், அப்பா?"

"ஐந்து மணிநேரம், ஆறு மணிநேரம், சமயங்களில் பத்து மணிநேரம்கூட. அவள் இடுப்பு ஒல்லியாக இருக்கிறது." அவர் மௌனமானார். ஒருவேளை நான் பிறந்தபோது இறந்துவிட்ட என் அம்மாவை, தனது சொந்த மனைவியை, அவர் நினைத்துக் கொண்டிருக்கலாம். பிறகு அவர் எழுந்தார். "வா," என்றார். மொட்டை மாடியின் நடுவில், மேல் முனைகள் மெக்காவை, காபாவை நோக்கித் திரும்பியிருந்த இரண்டு சிவப்பு நிறத் தொழுகை விரிப்புகளுக்கு அருகே போனோம். எங்கள் காலணிகளைக் கழற்றிவிட்டு, தொழுகை விரிப்புகளின் மேலே நின்றோம். கைகளை மடக்கி இடது கரத்தின் பின்புறத்தை வலது கரத்தின் உள்ளங்கையால் மூடினோம்: "இதுதான் நம்மால் செய்ய முடியும், ஆனால் இது எல்லா மருத்துவர்களின் ஞானத்தையும் விட மேலானது." அவர் முன்னோக்கிக் குனிந்து, அரேபிய மொழி பிரார்த்தனையைச் சொன்னார்: *பிஸ்மில்லா ஹிர்ரஹ்மானிர் ரஹிம்* **"எல்லாக் கருணையும் எல்லா இரக்கமும் கொண்ட கடவுளின் பெயரால்...**" நான் அவரைப் பின்பற்றினேன். நான் தொழுகை விரிப்பில் என் நெற்றி தரையைத் தொட மண்டியிட்டேன்: *அல்ஹம்துரில் லாஹி ரப்பில் ஆலமீன், காரஹ்மானிர் ரஹீம், மாலீக்கி எவ்மித்தீன்* **"எல்லா உலகங்களுக்கும் தலைவனான இறைவனைப் போற்றுவோம். கருணையின் வடிவாய், இரக்கத்தின் வடிவாய் இருப்பவரை, இறுதித் தீர்ப்பின் கடவுளை**" என் கைகள் என் முகத்தை மறைத்திருக்க, நான் விரிப்பில் அமர்ந்திருந்தேன். நினோவின் அழுகை இன்னும் கீழே இருந்து ஒலித்தது, என் காதுகளை உராய்ந்தது. ஆனால் நான் புரிதல் நிலையைக் கடந்திருந்தேன். என் உதடுகள் இனியும் என்னில் ஒரு

பகுதியாக இல்லை என்பதுபோலக் குரானின் வாக்கியங்களை உருவாக்கின: *இய்யாக்க நஅபுது வ இய்யாக்க நஸ்தயீன் இஸ்தினஸ் ஸிராத்தல் முஸ்தக்கீம்* "**உன்னையே நாங்கள் வணங்குகிறோம், உன்னிடமே கருணைக்காகக் இரைஞ்சுகிறோம்**..." என் கைகள் முழங்காலில் இருந்தன. மிகவும் அமைதியாக இருந்தது. என் தந்தை முணுமுணுப்பதைக் கேட்டேன்: *ஸிராத்தல்லதீன அன்அம்த அலைஹிம் ஃகைரில் மஃக்ழூபி அலைஹிம் வளத் தால்லீன்* "**எங்களை நேர்வழியில் நடத்துவீர், உமது அருளில் இருப்பவர்களின் வழியில்**..." என் முகம் தொழுகை விரிப்பைத் தொட்டது. அதன் சிவப்பு வடிவங்கள் என் கண்களுக்கு முன்பாக மறைந்துகொண்டிருக்க, நான் அதில் படுத்திருந்தேன்.

"உங்கள் கோபம் யாருக்கு எதிராகத் திரும்பாமல் இருக்கிறதோ, யாரை நீங்கள் அழிந்துபோகச் செய்ய வில்லையோ . . ." இப்படியே நாங்கள் மண்ணில் கிடந்தோம்

இறைவனின் முகத்தின் முன். மீண்டும் மீண்டும் நாங்கள் ஜெப வார்த்தைகளைப் பேசினோம், அரேபிய நாடோடிகளின் அந்நிய மொழியில் அல்லா நபிக்குக் கொடுத்த வார்த்தைகள். நான் விரிப்பில் அமர்ந்திருந்தேன், தஸ்பீஹ்மாலை என் விரல்களில் சறுக்கியது. என் உதடுகள் இறைவனின் முப்பத்து மூன்று பெயர்களை முணுமுணுத்தன.

யாரோ என் தோளைத் தொட்டார்கள். தலையை உயர்த்தி, ஒரு சிரித்த முகத்தைப் பார்த்தேன். எனக்குப் புரியாத வார்த்தைகளைக் கேட்டேன். நான் எழுந்தேன். என் தந்தையின் பார்வையை உணர்ந்தேன். படிக்கட்டுகளில் மெதுவாக இறங்கினேன். நினோவின் அறையில் திரைச்சீலைகள் மூடப் பட்டிருந்தன. நான் படுக்கையருகே வந்தேன். நினோவின் கண்கள் கண்ணீரால் நிறைந்திருந்தன, அவள் கன்னங்கள் குழிந்திருந்தன. அவள் அமைதியாகச் சிரித்தாள். பிறகு தத்தாரிய மொழியில், அவள் கொஞ்சமும் பயன்படுத்தாத எங்கள் மக்களின் எளிய மொழியில் சொன்னாள்: "பெண், அலி கான், அழகான ஒரு பெண், நான் மிகவும் மகிழ்கிறேன்." நான் அவளுடைய குளிர்ந்த கையை எடுத்தேன், அவள் கண்களை மூடினாள்.

"அவளைத் தூங்கவிடாதே, அலி கான். அவள் இன்னும் கொஞ்ச நேரம் விழித்திருக்க வேண்டும்" எனக்குப் பின்னால் யாரோ சொன்னார்கள். அவளுடைய உலர்ந்த உதடுகளை வருடினேன், அவள் என்னைச் சோர்வுடன் அமைதியாகப் பார்த்தாள். வெள்ளை மேலங்கி அணிந்த ஒரு பெண் கட்டிலுக்கு வந்து என்னிடம் ஒரு துணி மூட்டையை நீட்டினாள். சுருக்கம் நிறைந்த, குட்டி விரல்களும் உணர்ச்சி தெரியாத பெரிய

கண்களும் கொண்ட ஒரு குட்டி பொம்மையைப் பார்த்தேன். அந்தப் பொம்மை தன் சிறிய முகம் கோண அழுதது.

"அவள் எவ்வளவு அழகாக இருக்கிறாள்," என்று நினோ மகிழ்ச்சியுடன் சொன்னாள். அவளது விரல்களை விரித்து, பொம்மைபோல ஆட்டினாள். நான் கையை உயர்த்தி கூச்சத்துடன் துணி மூட்டையைத் தொட்டேன், ஆனால் பொம்மை ஏற்கெனவே தூங்கிவிட்டிருந்தது. அதன் முகம் இப்போது மிகவும் தீவிரமாக எதையோ யோசிப்பதைப் போல இருந்தது. "நாம் அவளை தமார் என்று கூப்பிடலாம், என் பள்ளியின் பெருமை நினைவுக்காக," என்று நினோ கிசுகிசுக்க, நான் தலையசைத்தேன், ஏனென்றால் தமார் என்பது கிறிஸ்துவர்களும் இஸ்லாமியர்களும் பயன்படுத்தும் ஓர் அழகான பெயர். யாரோ என்னை அறைக்கு வழிநடத்தினார்கள். ஆர்வமான பார்வைகள் என்னைச் சந்தித்தன. அப்பா என் கையைப் பிடித்தார். முற்றத்தின் உள்ளே போனோம்.

"நாம் பாலைவனத்தில் சவாரி செய்யலாம்" என்றார் அப்பா. "நினோ விரைவில் தூங்க அனுமதிக்கப்படுவாள்." நாங்கள் எங்கள் குதிரைகளில் ஏறி மஞ்சள் மணல் திட்டுகள் வழியாகக் காட்டு ஓட்டமாகச் சவாரிசெய்தோம். அப்பா ஏதோ சொல்கிறார். ஆனால் என்னால் உண்மையில் அவர் என்ன சொன்னார் என்று புரிந்துகொள்ள முடியவில்லை. அவர் என்னை ஆறுதல்படுத்த முயல்கிறார் என்று தோன்றியது, ஏன் என்று புரிந்துகொள்ள என்னால் முடியவில்லை. ஏனென்றால் நான் தீவிர யோசனையுடனும் உணர்ச்சி தெரியாத கண்களுடனும் தூங்கும் சுருக்கம் நிறைந்த மகளைப் பெற்றதில் மிகவும் பெருமைப்பட்டேன்.

தஸ்பீஹ்மாலையில் முத்துக்கள் போல நாட்கள் போயின. நினோ பொம்மையைத் தன் மார்பில் வைத்திருந்தாள். இரவில் அவள் மென்மையான ஜார்ஜியப் பாடல்களைப் பாடினாள், சிறிய சுருக்கம் நிறைந்த தனது இரட்டையைப் பார்த்து சிந்தனையுடன் தலையை ஆட்டினாள். என்னைப் பொறுத்த வரை அவள் முன் எப்போதும் இல்லாத அளவுக்குக் கொடூரமாகவும், அகந்தை கொண்டவளாகவும் இருந்தாள். ஏனென்றால் நான் ஒரு ஆணாக இருந்தேன், குழந்தைகளைப் பெறவோ, அவர்களுக்குப் பாலூட்டவோ, உடை மாற்றவோகூட முடியாது. அதனால் நான் அமைச்சகத்திலுள்ள என் அலுவலகத்தில் உட்கார்ந்திருப்பேன். அவள் கருணை கொண்டு பெரிய நிகழ்வுகள் பற்றியும் புரட்சிகரமானச் செயல்களைப் பற்றியும் எனக்குச் சொல்லத் தொலைப்பேசியில் அழைப்பாள்: "அலி

கான், பொம்மை சிரித்தது, அது சூரியனை நோக்கித் தனது கைகளை விரிக்கிறது."

"கேளேன் அலி கான், இது மிகவும் புத்திசாலித்தனமான பொம்மை. நான் ஒரு கண்ணாடிப் பந்தைக் காட்டினேன், இது உண்மையிலேயே அதைப் பார்த்தது."

"அலி கான், இதைக் கேள், பொம்மை தனது விரல்களால் வயிற்றில் கோடுகளை வரைகிறது. இது மிகவும் திறமையான பொம்மைபோலத் தெரிகிறது."

ஆனால் பொம்மை தன் வயிற்றில் கோடுகள் வரைந்து கொண்டிருந்தபோது, ஒரு கண்ணாடி பந்தை தன் கண்களால் உற்சாகமாகப் பின்தொடர்ந்துகொண்டிருந்தபோது, தொலைதூர ஐரோப்பாவில் இருக்கும் மனிதர்கள் எல்லைகளுடன், படைகளுடன், நாடுகளுடன் விளையாடினார்கள். நான் என் மேசையில் இருக்கும் அறிக்கைகளைப் படித்து, எவற்றின் மேல் கேள்விக்குரிய எதிர்கால எல்லைகள் வரையப்பட்டனவோ, அந்த வரைபடங்களைப் பார்த்தேன். மர்ம மனிதர்கள், உச்சரிக்கக் கடினமாக இருந்த பெயர்களுடன் வெர்சாய்ஸில் கூடி, கிழக்கின் விதியை உத்தரவிட்டுக்கொண்டிருந்தார்கள். அங்காராவைச் சேர்ந்த வெளுத்த முடிகொண்ட துருக்கிய ராணுவ அதிகாரி ஒருவர் மட்டுமே வெற்றியாளர்களை எதிர்க்கத் தீவிரமாக முயன்றார். எங்கள் நாடான அஜர்பைஜான் ஓர் இறையாண்மை கொண்ட நாடாக ஐரோப்பியச் சக்திகளால் இப்போது அங்கீகரிக்கப்பட்டாலும் என்னால் இலியாஸின் உற்சாகத்தைப் பகிர்ந்துகொள்ள முடியவில்லை. ஏனென்றால், எங்களது தற்போதைய இறையாண்மை குடியரசின் பகுதியில் இருந்து ஆங்கிலேயப் படைப்பிரிவுகள் நிரந்தரமாகத் திரும்பப் பெறப்படும் என்கிற செய்தியைச் சொல்லி அவனைக் கற்பனை மயக்கத்திலிருந்து கலைக்க வேண்டிய சங்கடத்தில் இருந்தேன்.

"இப்போது நாம் என்றென்றும் சுதந்திரமானவர்கள். இனி நம் மண்ணில் வெளிநாட்டவர்கள் இருக்க மாட்டார்கள்!" என்று அவன் களிப்புடன் கூவினான்.

"இங்கே பார், இலியாஸ்" என்று சொல்லி அவனை வரைபடத்தின் அருகில் கூட்டிப்போனேன். "நம் இயல்பான கூட்டாளிகளாக துருக்கியும் பாரசீகமும்தான் இருக்க வேண்டும். ஆனால் இப்போது அவை இரண்டும் சக்தியற்றவை. நாம் அந்தரத்தில் தொங்குகிறோம். மேலும் வடக்கிலிருந்து நூற்று அறுபது மில்லியன் ரஷ்யர்கள் நமது எண்ணெய்மீது

இருக்கும் தாகத்துடன் நமக்கு அழுத்தம் கொடுக்கிறார்கள். ஆங்கிலேயர்கள் இங்கு இருக்கும்வரை, நமது எல்லையைக் கடக்க ஒரு ரஷ்யனுக்குக் கூட – சிவப்போ, வெள்ளையோ – தைரியம் கிடையாது. ஆனால் ஆங்கிலேயர்கள் போய்விட்ட உடனே, நீயும் நானும், நமது சில படைப்பிரிவுகளும் மட்டுமே நம் நாட்டைப் பாதுகாக்க உண்டு."

"பரவாயில்லை," என்றான் இலியாஸ் நம்பிக்கையுடன். "நம்மிடம் நமது அயலுறவுத் தூதுவர்கள் இருக்கிறார்கள், ரஷ்யர்களுடன் நட்புறவு உடன்படிக்கைகளை ஏற்படுத்து வதற்கு. இராணுவத்திற்கு மற்ற வேலைகள் இருக்கின்றன. இங்கே." அவன் தெற்கே சுட்டிக்காட்டினான். "நாம் ஆர்மீனிய எல்லைக்குச் செல்ல வேண்டும். அந்தப் பகுதியில் பிரச்சினை இருக்கிறது. போர் அமைச்சர் ஜெனரல் மெசாந்தர் ஏற்கெனவே உத்தரவு பிறப்பித்துவிட்டார்." இராணுவப் படைகளால் புத்திசாலித்தனமாக ஆதரிக்கப்பட்டால் மட்டுமே அயலுறவுநயம் செயல்பட முடியும் என்பதை அவனை ஒப்புக்கொள்ளச் செய்வது நடக்கக்கூடிய காரியமாக இல்லை. இப்படியாக, ஆங்கிலப் படைப்பிரிவுகள் போயின. தெருக்களில் கொண்டாட்டக் கொடிகள் நிறைந்திருந்தன. எங்கள் படைகள் ஆர்மீனிய எல்லைக்கு அணிவகுத்துப் போயின. ரஷ்ய எல்லையில் இருக்கும் எங்கள் நிலையமான ஜலமாவில், வெறும் ஓர் எல்லைக் கட்டுப்பாடு அமைப்பும் ஒரு சில அரசுப் பணியாளர்களும் மட்டுமே இருந்தார்கள். அயலுறவு அமைச்சகத்தில் இருந்த நாங்கள் சிவப்பு, வெள்ளை ரஷ்யர்களுடன் செய்ய வேண்டிய ஒப்பந்தங்கள் பற்றிய வேலைகளில் இறங்கினோம். அப்பா பாரசீகத்திற்குத் திரும்பிப்போனார். நினோவும் நானும் கப்பல் துறையில் அவரை வழியனுப்பிவைத்தோம். அவர் எங்களை வருத்தத்துடன் பார்த்தார். பின்னால் நாங்களும் போவோமா என்று கேட்கவில்லை.

"பாரசீகத்தில் என்ன செய்வீர்கள் அப்பா?"

"நான் மறுபடியும் திருமணம்செய்துகொள்ளலாம்," என்று அவர் முன்யோசனை எதுவும் இல்லாமல் சொன்னார். பிறகு எங்களைச் சம்பிரதாயமாக முத்தமிட்டார். யோசனையுடன்: "நான் அவ்வப்போது உங்களைப் பார்க்க வருவேன். இந்த நாடு வீழ்ச்சியடையும் என்றால், எனக்கு மசாந்திரனில் சில பண்ணைகள் இருக்கின்றன." அவர் கப்பலின் இணைப்புப் பாலத்தில் காலடி எடுத்துவைத்தார். ரொம்ப ரொம்ப நேரத்துக்குக் கையை ஆட்டினார், எங்களுக்கு, பழைய மதிலுக்கு, கன்னிக் கோட்டைக்கு, நகரத்துக்கு, பாலைவனத்துக்கு, எல்லாம்

அவரது பார்வையிலிருந்து மெதுவாக மறைந்தன. நகரத்தில் வெப்பமாக இருந்தது. அமைச்சகத்தில் ஜன்னல் திரைகள் பாதி உயர்த்தப்பட்டிருந்தன. ரஷ்யப் பிரதிநிதிகள் வந்தார்கள். அவர்களின் முகங்கள் சலிப்பாகவும் தந்திரமாகவும் இருந்தன. விரைவாகவும் அலட்சியமாகவும் அவர்கள் பத்திகளும் நிரல்களும் அடிக்குறிப்புகளும் கொண்ட முடிவற்ற ஒப்பந்தத்தில் கையெழுத்திட்டார்கள்.

தூசியும் மணலும் எங்கள் தெருக்களை மூடின. வெப்பக் காற்று கிழிந்த காகிதத் துண்டுகளை வானில் படபடக்க வைத்தது. என் புகழ்பெற்ற மாமனாரும் மாமியாரும் கோடை விடுமுறைக்காக ஜார்ஜியாவுக்குப் போனார்கள். ஜலமாவில் வெறும் ஓர் எல்லைக் கட்டுப்பாடு அமைப்பும் ஒரு சில அரசுப் பணியாளர்களும் மட்டுமே இருந்தார்கள்.

"அசாதுல்லா," என்று நான் அமைச்சரிடம் திரும்பினேன், "ஜலமாவுக்கு எதிரே முப்பதாயிரம் ரஷ்யர்கள் நிற்கிறார்கள்."

"எனக்குத் தெரியும்" என்று இறுக்கமாகச் சொன்னார். "நம் நகரத்துப் படைத்தலைவர் வெறும் திட்டம்தான் என்று நினைக்கிறார்."

"அது அப்படி இல்லை என்றால்?"

அவர் எரிச்சலுடன் என்னைப் பார்த்தார். "ஒப்பந்தங்களைச் செய்வதை விட நம்மால் அதிகமாக எதையும் செய்ய முடியாது. மற்றவை எல்லாம் இறைவன் கையில்."

பாராளுமன்றக் கட்டிடத்தைச் சில உறுதியான பாதுகாவலர்கள், அவர்களின் துப்பாக்கிமுனைக் கத்திகள் தயாராக இருக்க, காவல் காத்தார்கள். அரசியல் கட்சிகள் சண்டை போட்டுக்கொண்டிருந்தன. நகருக்கு வெளியே ரஷ்யத் தொழிலாளர்கள் ரஷ்யாவிற்கு எண்ணெய் ஏற்றுமதியை அரசாங்கம் அனுமதிக்காது என்றால் வேலைநிறுத்தம் செய்வதாக அச்சுறுத்தினார்கள். காபி கடைகளில் கூட்டம்கூட்டமாக ஆண்கள் செய்தித்தாள்கள் படிப்பதும் பகடை பலகை விளையாடுவதுமாக இருந்தார்கள். குழந்தைகள் வெப்பத் தூசியில் சச்சரவு செய்துகொண்டிருந்தார்கள். சூரியனின் தீப்பிழம்புகள் நகரத்தின் மீது கொட்டின. பள்ளிவாசல் தூபியிலிருந்து அழைப்பு வந்தது: "தொழுகைக்காக எழுந்திருங்கள்! தொழுகைக்காக எழுந்திருங்கள்! தூக்கத்தை விடத் தொழுகை மேலானது!"

நான் தூங்கவில்லை. நான் கம்பளத்தின் மீது படுத்திருந்தேன். என் கண்களை மூடிக்கொண்டேன். ஆனால்

நான் ஜலமாவின் எல்லை நிலையம் முப்பதாயிரம் ரஷ்யப் போர்வீரர்களால் அச்சுறுத்தப்படும் திகிலூட்டும் காட்சியைப் பார்த்துக்கொண்டிருந்தேன். நான் சொன்னேன்: "நினோ, வெய்யில் அதிகமாகிவிட்டது. பொம்மைக்குச் சூரியன் பழக்கம் இல்லை. உனக்கு மரங்களும், நிழலும், தண்ணீரும் பிரியம். கோடைக்கு நீ உன் பெற்றோர் வீட்டுக்குப் போக விரும்புகிறாயா?"

"இல்லை, நான் மாட்டேன்" என்று கடுமையாகச் சொன்னாள்.

நான் மறு வார்த்தை பேசவில்லை, ஆனால் நினோ சிந்தனையுடன் புருவத்தைச் சுருக்கினாள். "ஆனாலும் நாம் ஒன்றாகப் போகலாம், அலி கான். இங்கே நகரம் வெப்பமாக இருக்கிறது. உங்களுடைய காண்ட்ஷா பண்ணையைச் சுற்றி பூங்காக்களும் திராட்சைத் தோட்டங்களும் தான். உனக்கும் அந்த இடம் வீடு மாதிரி. பொம்மையும் நிழலில் இருக்கும்." என்னால் ஒப்புக்கொள்ளாமல் இருக்க முடியவில்லை. அதனால் நாங்கள் அஜர்பைஜானின் புது இலச்சினையால் அலங்கரிக்கப்பட்டு முழுப் பொலிவுடன் இருந்த ரயிலில் ஏறினோம்.

ஒரு நீண்ட, அகலமான, தூசி நிறைந்த சாலை எங்களை ரயில்நிலையத்திலிருந்து காண்ட்ஷா நகரத்திற்கு அழைத்துப் போனது. தேவாலயங்களும் மசூதிகளும் தாழ்வாகக் கட்டப் பட்ட வீடுகளால் சூழப்பட்டிருந்தன. ஒரு வறண்டுபோன ஆறு, முகமதியக் குடியிருப்பை ஆர்மீனியக் குடியிருப்பிலிருந்து பிரித்தது. என் மூதாதையர் இப்ராஹிம் நூறு ஆண்டுகளுக்கு முன்பு ரஷ்யத் தோட்டாக்களால் எந்தக் கல்லின் மீது இறந்தாரோ, அதை நினோவுக்குக் காட்டினேன். ஊருக்கு வெளியே இருந்த எங்கள் பண்ணையில் சோம்பலான எருமைகள் அவற்றின் தலை மட்டும் வெளியே தெரியும்படி தண்ணீரில் அசையாமல் படுத்திருந்தன. காற்றில் பால் வாசனை இருந்தது. பெரிய குலைகளில் திராட்சை ஒவ்வொன்றும் பசுவின் கண் போல் பெரியதாக இருந்தன. விவசாயிகள் தங்கள் தலையை நடுவில் சிரைத்து, நீண்ட முடியை முன்னோக்கி வலதும் இடதுமாகச் சீவியிருந்தார்கள். மர வராந்தா கொண்ட சிறிய வீடு மரங்கள் சூழ இருந்தது. குதிரைகளையும் நாய்களை யும் கோழிகளையும் பார்த்தபோது பொம்மை சிரித்தது.

நாங்கள் வசிக்கத் தொடங்கினோம். வாரக்கணக்கில் நான் அமைச்சகம், ஒப்பந்தங்கள், ஜலமாவின் எல்லை நிலையம் பற்றியெல்லாம் மறந்துவிட்டேன். நாங்கள் புல்லில் கிடந்தோம், நினோ கசப்புத் தண்டுகளை மென்றாள். அவள் முகம் சூரிய

ஒளியில் வெளிச்சமானது. அது காண்ட்ஷாவின் மீது வானம் போலத் தெளிவாகவும் அமைதியாகவும் இருந்தது. அவளுக்கு இப்போது இருபது வயது, இன்னும் கிழக்கத்திய அழகுணர்ச்சிக்கு ஒல்லியாகத்தான் இருந்தாள். "அலி கான், இந்தப் பொம்மை என்னுடையது மட்டுமே. அடுத்த முறை அது ஒரு மகனாக இருக்கும், அவனை நீ வைத்துக்கொள்ளலாம்." பிறகு அவள் பொம்மையின் எதிர்காலம் குறித்த விரிவான திட்டங்களை வகுத்தாள். டென்னிஸ், ஆக்ஸ்போர்டு, ஆங்கிலம், பிரஞ்சு மொழி என்று அனைத்தும் ஐரோப்பியம். நான் எதுவும் சொல்ல வில்லை, ஏனென்றால் பொம்மை இன்னும் குட்டியாக இருந்தது, ஜலமாவில் முப்பதாயிரம் ரஷ்யர்கள் இருந்தார்கள். நாங்கள் புல்லில் விளையாடினோம். மரங்களின் நிழலில் பெரிய கம்பளங்களின் மீது உட்கார்ந்து உணவு உண்டோம். எருமைகள் குளித்த இடத்திற்கு மேலே இருக்கும் பகுதியில் அந்தச் சிறு ஆற்றில் நினோ கொஞ்சம் நீந்தினாள். விவசாயிகள் எங்களிடம் வந்தார்கள். அவர்களின் தலையில் வட்டமான சிறிய தொப்பிகள். அவர்களின் கானின் முன் வணங்கி, ஆப்பிள், பீச், திராட்சைக் கூடைகளைக் கொண்டுவந்தார்கள். நாங்கள் எந்தச் செய்தித்தாள்களையும் படிக்கவில்லை, எந்தக் கடிதங்களும் கிடைக்கப்பெறவில்லை. எங்களைப் பொறுத்தவரை உலகம் எங்கள் பண்ணையின் எல்லையில் முடிந்தது, அது தாகெஸ்தானில் இருந்ததைப் போலவே அருமையாக இருந்தது.

ஒரு கோடையின் பிற்பகுதி மாலையில் நாங்கள் அறையில் உட்கார்ந்திருந்தபோது, ஒரு குதிரை காட்டுத்தனமாக வரும் ஒலி கேட்டது. நான் வெளியே வராந்தாவுக்குப் போனேன். கருப்பு நிற நீண்ட மேலாடை அணிந்த ஒரு மெலிந்த மனிதன் குதிரையிலிருந்து குதித்தான். "இலியாஸ்!" என்று கூவினேன். என் இரண்டு கரங்களையும் நீட்டி வரவேற்றேன். அவன் பதில் சொல்லாமல், எண்ணெய் விளக்கு வெளிச்சத்தில் வெளிறிய முகத்துடன் அங்கேயே நின்றான்.

"ரஷ்யர்கள் பாக்கூவில் இருக்கிறார்கள்," என்று அவசரமாகச் சொன்னான்.

எப்போதுமே எனக்கு இது தெரிந்திருந்ததுபோல நான் தலையசைத்தேன். நினோ எனக்குப் பின்னால் நின்று கொண்டிருந்தாள். அவளது தீனமான கேள்வி எனக்குக் கேட்டது: "இது எப்படி நடந்தது, இலியாஸ்?"

"இரவு ரஷ்ய வீரர்கள் நிரம்பிய இரயில்கள் ஜலமாவி லிருந்து வந்தன. அவர்கள் நகரத்தைச் சுற்றி வளைத்தார்கள்.

பாராளுமன்றம் சரணடைந்தது. தப்பிக்க முடியாத எல்லா அமைச்சர்களும் கைதுசெய்யப்பட்டுப் பாராளுமன்றம் கலைக்கப்பட்டது. ரஷ்யத் தொழிலாளர்கள் அவர்களது படைவீரர்களுடன் சேர்ந்துகொண்டார்கள். நகரத்தில் வீரர்கள் யாரும் இல்லை. ஆர்மீனிய எல்லையில் இராணுவம் அதன் இடத்தை இழந்தது. நான் போரிடத் தயாராக இருப்பவர்களை ஒன்று திரட்டுகிறேன்." நான் திரும்பிப் பார்த்தேன். நினோ வீட்டிற்குள் மறைந்துவிட்டிருந்தாள். வேலைக்காரர்கள் குதிரையை வண்டியில் பூட்ட ஓடிவந்தார்கள். அவள் அவளுடைய முன்னோர்களின் மொழியில் பொம்மையுடன் பேசியபடியே துணிமணிகளைப் பெட்டியில் அடுக்கிக் கொண்டிருந்தாள். பிறகு நாங்கள் அந்த வயல்வெளி வழியாக ஓட்டிக்கொண்டிருந்தோம். இலியாஸ் எங்கள் பக்கத்தில் சவாரி செய்தான். காண்ட்ஷாவின் விளக்குகள் தொலைவில் பிரகாசித்துக்கொண்டிருந்தன. ஒரு கணம் கடந்த காலமும் நிகழ்காலமும் ஒன்றாக இணைவதை உணர்ந்தேன். இலியாஸைப் பார்த்தேன். தனது பெல்ட்டில் குத்துவாளுடன் வெளிறியும் தீவிரமாகவும் இருந்தான். நினோ, திடமாகவும் பெருமை யுடனும், மிக நீண்ட காலத்துக்கு முன்பு மர்தக்கானில் முலாம் பழம் தோட்டத்தில் இருந்ததைப் போலவே இருந்தாள். நாங்கள் நள்ளிரவில் காண்ட்ஷாவை வந்தடைந்தோம். தெருக்களில் கூட்டம் அலைமோதியது. மக்களின் முகங்கள் உற்சாகமாகவும் பதற்றமாகவும் இருந்தன. ராணுவ வீரர்கள், அவர்களின் துப்பாக்கிகள் தயார் நிலையில் இருக்க, ஆர்மீனியர்களையும் முகமதியர்களையும் பிரித்த பாலத்தில் நின்றார்கள். அரசு கட்டடத்தின் மாடத்தில் இருந்த அஜர்பைஜான் பதாகையின் மீது தீவட்டிகள் ஒளி வீசின.

இங்கே நான் உட்கார்ந்திருக்கிறேன். காண்ட்ஷாவின் பெரிய மசூதியின் சுவரில் முதுகைச் சாய்ந்துகொண்டு, கையில் ஒரு சூப் தட்டுடன், களைத்துப்போய் முற்றத்தில் கிடக்கும் சில போர்வீரர்களைப் பார்க்கிறேன். இயந்திரத் துப்பாக்கிகள் குரைக்கின்றன. மேலும் அவற்றின் தீய ஒலி முற்றத்தைக் குடைந்துகொண்டு உள்ளே வருகிறது. அஜர்பைஜான் குடியரசு இன்னும் சில நாட்களே உயிர்வாழும். நான் இங்கே தனியாக உட்கார்ந்திருக்கிறேன். என் குறிப்பேடு எனக்கு முன்னால் இருக்கிறது. நான் கடந்த காலத்தை மீண்டும் ஒருமுறை பதிவு செய்யும் வகையில், அதை அவசரக் கோடுகளால் நிரப்புகிறேன். எட்டு நாட்களுக்கு முன்பு, காண்ட்ஷாவில் இருக்கும் எங்கள் சிறிய தங்கும் விடுதியில் அப்படித்தான் இருந்தது:

அலியும் நினோவும்

"உனக்குப் பைத்தியம் பிடித்துவிட்டது" என்றான் இலியாஸ். அப்போது அதிகாலை மூன்று மணி. நினோ பக்கத்து அறையில் தூங்கிக்கொண்டிருந்தாள். "உனக்குப் பைத்தியம் பிடித்துவிட்டது," என்று அவன் மேலும் கீழும் நடந்தபடி மீண்டும் சொன்னான். நான் மேஜையில் அமர்ந்திருந்தேன். எனக்கு இலியாஸின் கருத்துதான் உலகிலேயே மிகக் குறைவான முக்கியத்துவம் கொண்ட விஷயமாக இருந்தது.

"நான் இங்கேயே இருக்கிறேன். தனிப் போர்வீரர்கள் வருவார்கள். நாம் சண்டையிடுவோம். நான் நமது நாட்டை விட்டு ஓட மாட்டேன்." நான் கனவில் பேசுவதுபோல மிருதுவாகப் பேசினேன். இலியாஸ் என் முன் நின்று வருத்தமும் பெருமையுமாகப் பார்த்தான்.

"அலி கான், நாம் ஒன்றாகப் பள்ளிக்கூடத்துக்குப் போனோம், பள்ளிக்கூட இடைவெளி நேரங்களில் நாம் ஒன்றாக ரஷ்யர்களை எதிர்த்துப் போராடினோம். நீ மாலிக் நாச்சராரியனைத் துரத்திக்கொண்டு போனபோது, உனக்குப் பின்னால் நான் குதிரையில் வந்தேன். நான் என் சேணத்தில் உட்காரவைத்து நினோவை வீட்டிற்குக் கூட்டிக்கொண்டு போனேன். நாம் ஒன்றாக சிசியாநாஷ்விலியின் வாயிலில் போரிட்டோம். இப்போது நீ போக வேண்டும் – நினோவின் பொருட்டு, உங்கள் சொந்த நலனின் பொருட்டு, நம் நாட்டின் பொருட்டு, நம் நாட்டுக்கு நீ மீண்டும் தேவைப்படலாம் என்பதால்."

"நீ இங்கே இருக்கப்போகிறாய், இலியாஸ். நானும் இங்கேயே இருக்கிறேன்."

"நான் இங்கே இருக்கப்போகிறேன், ஏனென்றால், நான் உலகில் தனியாக இருக்கிறேன், எனக்குப் போர்வீரர்களை எப்படி வழிநடத்துவது என்று தெரியும், நான் இரண்டு போர்களில் கலந்துகொண்டு பெற்ற அனுபவங்களை நம் நாட்டுக்கு அளிக்க முடியும் என்பதால். பாரசீகத்திற்குப் போ, அலிகான்."

"பாரசீகத்துக்குப் போக முடியாது, ஐரோப்பாவுக்கும் போக முடியாது." நான் ஜன்னலுக்குப் போனேன். கீழே தெருவில் தீவட்டிகள் எரிந்துகொண்டிருந்தன, இரும்பு ஒலி கேட்டது.

"அலி கான், நம் குடியரசின் ஆயுள் இன்னும் சில நாட்கள் தான்." நான் அலட்சியமாகத் தலையசைத்தேன். மக்கள் ஆயுதங்களை ஏந்தியபடி ஜன்னலைக் கடந்துகொண்டிருந்தார்கள்.

அடுத்த அறையில் காலடி சத்தம் கேட்டு திரும்பினேன். நினோ தூக்கம் பூசிய கண்களுடன் நின்றுகொண்டிருந்தாள்.

"நினோ," என்றேன். "ஜார்ஜியாவின் டிபிலிசிக்குக் கடைசி ரயில் இரண்டு மணிநேரத்தில் கிளம்புகிறது."

"ஆமாம், கிளம்புவோம், அலி கான்."

"இல்லை, நீ குழந்தையுடன் போ. நான் பிறகு வருகிறேன். இன்னும் கொஞ்சகாலம் இங்கே இருக்க வேண்டும். ஆனால் நீ போக வேண்டும். பாக்கூவில் அந்தக் காலம் போல் இல்லை. இப்போது எல்லாம் வித்தியாசமாக இருக்கிறது, நீ இங்கே இருக்க முடியாது, நினோ. உனக்கு இப்போது குழந்தை இருக்கிறது." நான் பேசிக்கொண்டிருந்தேன். தெருவில் தீவட்டிகள் எரிந்துகொண்டிருந்தன. இலியாஸ் ஒரு மூலையில் தலைகுனிந்து நின்றுகொண்டிருந்தான். நினோவின் கண்களி லிருந்து தூக்கம் மறைந்தது. மெதுவாக ஜன்னல் பக்கம் போய் வெளியே பார்த்தாள். அவள் இலியாஸைப் பார்த்தாள். அவன் பார்வையை விலக்கிக்கொண்டான். அவள் உள்ளே வந்து அறையின் நடுவில் தலையைத் தொங்கவிட்டபடி நின்றாள்.

"பொம்மை," என்றாள். "நீ வரவில்லையா?"

"என்னால் முடியாது நினோ."

"உன் மூதாதையர் காண்ட்ஷா பாலத்தில் இறந்துவிட்டார். நான் பரீட்சைக்கு எழுதிய காலத்திலிருந்தே அந்தக் கல்லை அறிவேன்." திடீரென்று நினோ தரையில் சுருண்டு விழுந்து மரணத்தின் பிடியில் இருக்கும் காயமடைந்த விலங்குபோல அலறினாள். அவள் கண்கள் உலர்ந்தன, அவள் உடல் முழுவதும் நடுங்கிக்கொண்டிருந்தது. அவள் உச்சக் குரலில் அழுதாள். இலியாஸ் அறைக்கு வெளியே ஓடினான்.

"நான் வருவேன், நினோ, நான் வருவேன். சத்தியமாக. இன்னும் கொஞ்ச நாட்கள்தான். அவள் தொடர்ந்து அழுதாள். தெருவில் மக்கள் இறக்கும் குடியரசின் கட்டுக்கடங்காத பாடலைப் பாடிக்கொண்டிருந்தார்கள். திடீரென்று அவள் முழுதாக அமைதியாகி, உயிரில்லா கண்களுடன் நேராகப் பார்த்தாள். பிறகு எழுந்தாள். நான் பயணப் பெட்டியை எடுத்தேன். நாங்கள் படியில் அமைதியாக இறங்கியபோது பொம்மையுடன் கூடிய துணி மூட்டை என்னுடைய கரங்களில் இருந்தது. இலியாஸ் வண்டியில் காத்திருந்தான். நெரிசலான தெருக்கள் வழியாக ரயில்நிலையத்துக்குப் போனோம்.

அலியும் நினோவும் ❋ 289 ❋

“வெறும் மூன்று அல்லது நான்கு நாட்களுக்கு மட்டும்தான்,” என்றான் இலியாஸ். “வெறும் மூன்று அல்லது நான்கு நாட்கள், பிறகு அலி கான் உன்னுடன் இருப்பான்.”

“எனக்குத் தெரியும்,” நினோ அமைதியாகத் தலையசைத்தாள், “நாங்கள் ஜார்ஜியாவின் டிபிலிசியில் தங்குவோம், பிறகு பாரிஸ் போவோம். எங்களுக்கு ஒரு தோட்டத்துடன் கூடிய வீடு இருக்கும். அடுத்த குழந்தை ஆண் குழந்தையாக இருக்கும்.”

“அப்படித்தான் இருக்கும், நினோ, அப்படித்தான் இருக்கும்.” என் குரல் தெளிவாகவும் நம்பிக்கையுடனும் இருந்தது. அவள் என் கரத்தைப் பிடித்துக்கொண்டு தொலைதூரத்தை வெறித்தாள். தண்டவாளங்கள் நீண்ட பாம்புகள்போல இருந்தன, இரயில் ஒரு தீயப் பேருருவாய் இருட்டிலிருந்து வெளியே வந்தது. அவள் என்னை அவசரமாக முத்தமிட்டாள். “விடைபெறுகிறேன் அலி கான். மூன்று நாட்களில் மீண்டும் சந்திப்போம்.”

“நிச்சயமாக, நினோ. பிறகு பாரிஸ் போவோம்.”

அவள் சிரித்தாள், அவள் கண்கள் மென்பட்டுப் போல இருந்தன. நான் அங்கேயே ரயிலடியில் திடமான கருங்காரை மீது ஆணியடித்தது போல் நகர முடியாது நின்றேன். இலியாஸ் அவளை ரயில் பெட்டிக்குள் அழைத்துப்போனான். அவள் ஜன்னல் வழியே வெளியே பார்த்தாள். அமைதியாக, வழிதவறியதுபோல, ஓர் அஞ்சும் சிறு பறவைபோல. ரயில் நகரத் தொடங்கியதும் அவள் கை அசைத்தாள். இலியாஸ் ரயிலிருந்து குதித்து இறங்கினான்.

நாங்கள் நகரத்திற்குப்போனோம். நகரம் ஒரு திருவிழா போல் இருந்தது. நகரத்துக்கு வெளியே இருந்த கிராமங்களிலிருந்து வந்திருந்த விவசாயிகள் அவர்கள் மறைத்து வைத்திருந்த இயந்திரத் துப்பாக்கிகளையும் வெடிமருந்துகளையும் கொண்டு வந்தார்கள். ஆற்றின் மறுபக்கத்திலிருந்து, ஆர்மீனியக் குடியிருப்பில் சில துப்பாக்கி சுடும் ஒலிகள் கேட்டன. அது ஏற்கெனவே ரஷ்யர்களின் அதிகாரத்துக்கு உட்பட்ட பகுதியாக இருந்தது. செம்படையின் குதிரைப்படை வெள்ளமாக நிலத்தை மூழ்கடித்தது, நகரத்தில் ஒரு மனிதன் புதர் புருவங்கள், கொக்கி மூக்கு, ஆழமான கண்களுடன் திடீரென்று தோன்றினான்: இளவரசர் மன்சூர் மிர்சா கட்ஜார். அவர் யார், எங்கிருந்து வந்தார் என்பது யாருக்கும் தெரியாது. அவர் கட்ஜார் பிரபுக்களின் குடும்பத்திலிருந்து வந்தவர் என்பதும் அவரது தொப்பியில் வெள்ளிச் சிங்கம் மின்னியது என்பதும் மட்டும்தான் தெரியும்.

அகா முகமதுவின் வாரிசுகளில் ஒருவராகப் பிறந்த முறையில் தலைமைப் பொறுப்பை ஏற்றார். ரஷ்யப் படைப்பிரிவுகள் காண்ட்ஷாவை நோக்கிக் குவிந்தன. பாக்கூவிலிருந்து வந்த அகதிகளால் நகரம் நிரம்பி வழிந்தது. அவர்கள் தூக்கிலிடப் பட்ட அமைச்சர்களைப் பற்றியும் சிறையில் அடைக்கப்பட்ட நாடாளுமன்ற உறுப்பினர்கள் பற்றியும் கற்களை எடையாகக் கட்டி ஆழமான காஸ்பியன் கடலில் தூக்கிப்போட்டு மூழ்கடிக்கப் பட்ட சடலங்களைப் பற்றியும் சொன்னார்கள். "தெஸே – பீர் மசூதி இப்போது ஒரு கேளிக்கை மன்றம். முஸ்தபா தொழுகைக்கு வந்தபோது ரஷ்யர்கள் அவரை அடித்து உதைத்தார்கள். அவரைக் கட்டி, அவர் வாயில் பன்றி இறைச்சியைத் திணித்தார்கள். பிறகு எப்படியோ அவர் பாரசீகத்துக்குத் தப்பி ஓடி விட்டார், மெஷெட்டில் இருக்கும் அவரது பெரியப்பாவிடம். ரஷ்யர்கள் அவரது தந்தையைக் கொன்றார்கள்." அர்ஸலான்தான் இந்தச் செய்தியைக் கொண்டுவந்தது. அவன் என் முன்னால் நின்றான். நான் விநியோகம் செய்துகொண்டிருந்த ஆயுதங்களைப் பார்த்தான்.

"எனக்கும் போராட வேண்டும், அலி கான்."

"நீயா? மை தெளித்த பன்றிக்குட்டியா?"

"நான் பன்றிக்குட்டி இல்லை, அலி கான், மற்றவர்களைப் போல நான் என் நாட்டை நேசிக்கிறேன். என் அப்பா டிபிலிசிக்கு தப்பிப்போயிருக்கிறார். எனக்கும் ஒரு ஆயுதம் கொடுங்கள்." அவன் முகம் தீவிரமாக இருந்தது, அவன் கண்கள் கலங்கின. நான் அவனுக்கு ஆயுதங்களைக் கொடுத்தேன். பாலத்தின் மீது தாக்குதலுக்காக நான் வழிநடத்திய நெடுவரிசைகளில் அவனும் அணிவகுத்து வந்தான். மறுபுறம் ரஷ்ய வீரர்கள் தெருக்களை ஆக்கிரமித்திருந்தார்கள். நாங்கள் நேருக்கு நேரான சண்டையில் மோதினோம். நான் பரந்த முகமூடிகளையும், மின்னும் முக்கோணத் துப்பாக்கிமுனைக் கத்திகளையும் பார்த்தேன். ஒரு காட்டுத்தனமான சீற்றத்தால் பீடிக்கப்பட்டேன். "முன்னேறுங்கள்!" என்று யாரோ கூவினார்கள். நாங்கள் எங்கள் துப்பாக்கிமுனைக் கத்திகளை இறக்கினோம். வியர்வையுடன் இரத்தம் கலந்தது. நான் என் துப்பாக்கியின் பின்பகுதியை உயர்த்தினேன். ஒரு குண்டு என் தோளை உரசியது. ஒரு ரஷ்யனின் மண்டை ஓடு என் அடியால் வெடித்துத் திறந்தது. சாம்பல்நிற மூளை மண்ணில் வழிந்தது. என் கையில் இருந்த குத்துவாளுடன் நான் ஒரு எதிரியின் மீது தடுமாறி விழுந்தேன். விழும்போது, அர்ஸலான் அவனது குத்துவாளால் ஒரு ரஷ்யப் போர்வீரனின் கண்ணில் குத்துவதைப் பார்த்தேன்...

தூரத்திலிருந்து டிரம்பெட்டின் உலோக அழைப்பு கேட்டது. நாங்கள் இப்போது ஒரு தெரு முனையில் பின்னால் படுத்திருந்தோம். ஆர்மீனிய வீடுகளைக் கண்மூடித்தனமாகச் சுட்டோம். இரவு நேரத்தில் நாங்கள் தவழ்ந்து மீண்டும் பாலத்தின் மீது ஏறினோம். அங்கே இலியாஸ் உட்கார்ந்திருந்தான், தோட்டா மாலைகளுடன் இயந்திரத் துப்பாக்கிகளைப் பொருத்தியபடி. நாங்கள் மசூதியின் முற்றத்திற்குள் போனோம். நட்சத்திரங்களின் ஒளியில் இலியாஸ் என்னிடம் எப்படி அவன் சிறு பையனாக இருந்தபோது ஒரு முறை கிட்டத்தட்ட தண்ணீரில் மூழ்கிப்போனான் என்பதைச் சொன்னான். அவன் கடலில் நீந்திக்கொண்டிருந்தபோது, சுழியில் மாட்டிக் கொண்டேன். சூப்பும் குழிப்பேரிக்காயும் சாப்பிட்டோம். எங்கள் முன்னே அர்ஸலான் குந்தியிருந்தான். அவன் பற்களில் ரத்தம் வழியும் இடைவெளிகள் இருந்தன. இரவில் அவன் முழுக்க நடுங்கியபடி தவழ்ந்து என்னிடம் வந்தான்.

"எனக்கு மிகவும் பயமாக இருக்கிறது, அலி கான், நான் ஒரு கோழை."

"அப்படியானால் ஆயுதங்களைப் போட்டுவிட்டுப் புல்வெளியைக் கடந்து புலா நதிக்கு ஓடு, பிறகு ஜார்ஜியாவுக்கு."

"என்னால் முடியாது, என்னிடம் ஒரு கோழையின் ஆன்மா இருந்தாலும், எல்லோரையும் போல நான் என் நாட்டை நேசிக்கிறேன்." நான் அமைதியாக இருந்தேன், புதிய நாள் விடிந்தது. தூரத்தில் துப்பாக்கிகளின் குமுறல் கேட்டது. பள்ளிவாசலின் தூபி அருகே இலியாஸ் தனது தொலைநோக்குக் கண்ணாடியுடன் இளவரசர் மன்சூர் மிர்சா கட்ஜர் பக்கத்தில் நின்றுகொண்டிருந்தான். டிரம்பெட் துக்கத்துடனும் சவாலுட னும் ஒலித்தது. தூபியின் மீது கொடி பறந்தது. யாரோ ஒருவர், துருக்கியர்களின் துரான் சாம்ராஜ்யத்தின் பாடலைப் பாடத் தொடங்கினார். "நான் சில விஷயங்களைக் கேள்விப்பட்டேன்," என்று மரணத்திற்கு அர்ப்பணிக்கப்பட்ட முகத்தில் கனவு காணும் கண்களுடன் சொன்னார். "ரேசா என்கிற பெயரில் பாரசீகத்தில் ஒரு மனிதர் தோன்றியிருக்கிறார். அவர் பல வீரர்களை வழிநடத்தித் துரத்துகிறார். ஒரு வேட்டைக்காரன் மானைத் துரத்துவது போல எதிரிகளைத் துரத்துகிறார். கெமல் அங்காராவில் உட்கார்ந்திருக்கிறார். அவர் ஒரு படையைக் குவித்திருக்கிறார். நாம் வீணாகப் போராடவில்லை. இருபத்தைந்தாயிரம் மனிதர்கள் நமக்கு உதவ அணிவகுத்து வருகிறார்கள்."

"இல்லை," என்றேன் நான். "இருபத்தைந்தாயிரம் ஆட்கள் அல்ல – இருபத்தைந்து கோடி ஆட்கள் அணிவகுத்து வருகிறார்கள். உலகில் இருக்கும் அனைத்து முஸ்லிம்களும். ஆனால் அவர்கள் நேரத்துக்கு வந்துவிடுவார்களா என்பது ஆண்டவனுக்கே வெளிச்சம்." நான் பாலத்திற்குப்போய் இயந்திரத் துப்பாக்கிக்குப் பின்னால் உட்கார்ந்தேன். தஸ்பீஹ்மாலை மணிகள் போல் தோட்டாக்கள் என் விரல் களில் சறுக்கிக்கொண்டிருந்தன. அர்ஸலான் என் அருகில் அமர்ந்து, என் பக்கத்தில் இருந்தவருக்குத் தோட்டாக்களைத் தந்துகொண்டிருந்தான். அவன் முகம் வெளிறிப்போயிருந்தது. அவன் புன்னகைத்துக் கொண்டிருந்தான். ரஷ்ய அணிவகுப்பில் நகரும் அசைவு தெரிந்தது. என் இயந்திரத் துப்பாக்கி வெறி பிடித்தது போல் சுட்டது. அங்கே டிரம்பெட் தாக்குதலுக்காக ஒலித்தது. ஆர்மீனிய அணிவகுப்பில் எங்கிருந்தோ 'புத்யென்னி அணிவகுப்பு' பாடலின் ஸ்வரங்கள் ஒலித்தன. நான் கீழே வறண்ட, விரிசல் விட்டிருந்த ஆற்றுப் படுகையைப் பார்த்தேன். ரஷ்ய வீரர்கள் சதுக்கத்தின் குறுக்கே ஓடி, மண்டியிட்டு, குறிவைத்து, துப்பாக்கியால் சுட்டார்கள். அவர்களின் தோட்டாக்கள் பாலத்தை உராய்ந்துபோயின. நான் காட்டுத்தனமான சுடுதல் மூலம் பதில் சொன்னேன். ரஷ்யர்கள் பொம்மலாட்டப் பொம்மைகள்போல விழுந்தார்கள். ஆனால் அவர்களின் பின்னால் புதிய வரிசைகள் எழுந்து, பாலத்தை நோக்கி ஓடி, ஆற்றங்கரையின் புழுதியில் விழுந்தார்கள். அவர்கள் ஆயிரக்கணக்கில் இருந்தார்கள். என் தனிமையான இயந்திரத் துப்பாக்கியின் மெல்லிய உக்காரம் காண்ட்ஷாவின் பாலத்தின் மீது பலவீனமாக ஒலித்தது.

அர்ஸலான் ஒரு குழந்தையைப் போல உரத்தும் முறையிட்டும் அழுதான். நான் அவனை நோக்கிப் பார்த்தேன். அவன் பாலத்தின் மீது விழுந்திருந்தான். வாயிலிருந்து ரத்தம் கொட்டியது. நான் என் இயந்திரத் துப்பாக்கியின் விசையை அழுத்தினேன். ரஷ்யர்கள் மீது நெருப்பு மழை பெய்தது. அவர்களின் டிரம்பெட் மீண்டும் தாக்குதலுக்காக ஒலித்தது. என் தொப்பி ஆற்றில் விழுந்தது. ஒருவேளை அது சுடப்பட் டிருக்கலாம். ஒருவேளை என் முகத்தில் வீசிய காற்றினால் அடித்துச் செல்லப்பட்டிருக்கலாம். நான் என் கழுத்துப் பட்டையையும் மேலங்கியையும் பிய்த்துக் கழற்றினேன். அர்ஸலான் அகாவின் உடல் எனக்கும் எதிரிக்கும் இடையில் கிடந்தது. ஆக ஒரு மனிதன் ஒரு கோழையாக இருந்தாலும் தன் நாட்டிற்காக வீர மரணம் அடையலாம். அங்கே டிரம்பெட் பின்வாங்க முழங்கியது. இயந்திரத் துப்பாக்கி மௌனமானது.

நான் பாலத்தின் மேல் உட்கார்ந்திருந்தேன், முழுக்க வியர்த்துப் போய், பசியுடன், ஆசுவாசத்திற்காக காத்திருந்தேன்.

நான் இப்போது மசூதியின் சுவர் நிழலில் உட்கார்ந்து சூப் சாப்பிடுகிறேன். அங்கே, மசூதியின் நுழைவாயிலில், இளவரசர் மன்சூர் நிற்கிறார். இலியாஸ் ஒரு வரைபடத்தின் மீது குனிந்திருக்கிறான். ஓரிரு மணி நேரத்தில் நான் மீண்டும் பாலத்தின் மேலே நிற்பேன். அஜர்பைஜான் குடியரசுக்கு இன்னும் சில நாட்களே இருந்தன. போதும். டிரம்பெட் என்னை மீண்டும் ஆற்றுக்கு அழைக்கும்வரை நான் தூங்குவேன். அங்கே தான் என் மூதாதையர் இப்ராகிம் கான் ஷிர்வான்ஷிர் தனது மக்களின் சுதந்திரத்திற்காகத் தனது உயிரைக் கொடுத்தார்.

அலி கான் ஷிரவான்ஷிர் கன்ட்ஷாவின் பாலத்தில் அவரது இயந்திரத் துப்பாக்கியின் பின்னால் ஐந்தேகால் மணியளவில் இறந்தார். வறண்ட ஆற்றுப் படுகையில் அவரது உடல் விழுந்தது. நான் கீழே போனேன். அவர் எட்டுத் தோட்டாக்களால் துளைக்கப்பட்டிருந்தார். அவருடைய பாக்கெட்டில் இந்தக் குறிப்பேடு கிடைத்தது. இன்ஷா அல்லா, நான் இதை அவரது மனைவிக்கு எடுத்துச்செல்வேன். நாங்கள் அவரை அதிகாலையில், ரஷ்யர்கள் கடைசி தாக்குதலைத் தொடங்குவதற்குச் சற்று முன்பு, அடக்கம்செய்தோம். நமது குடியரசின் வாழ்க்கை முடிவுக்கு வந்துவிட்டது,

அலி கான் ஷிர்வான்ஷீரின் வாழ்க்கையைப் போலவே.

– கேப்டன் இலியாஸ் பெய், பாக்கூ அருகே உள்ள பினியாதி கிராமத்தைச் சேர்ந்த செய்னல் அகாவின் மகன்.